दलित पँथर

डॉ. शरणकुमार लिंबाळे

दिलीपराज प्रकाशन प्रा. लि.^{TM}

दलित पँथर : भूमिका आणि चळवळ
Dalit Panthar : Bhoomika Aani Chalaval

ISBN : 978 - 81 - 7294 - 694 - 4

प्रकाशक । राजीव दत्तात्रय बर्वे । मॅनेजिंग डायरेक्टर ।
दिलीपराज प्रकाशन प्रा. लि. । २५१ क, शनिवार पेठ । पुणे ४११०३०.
दूरध्वनी क्रमांक (फॅक्ससहित)
२४४७१७२३ । २४४८३९९५ । २४४९५३१४
Email - diliprajprakashan@yahoo.in
Web - www.diliprajprakashan.in

© सौ. कुसुम शरणकुमार लिंबाळे

लेखक
शरणकुमार लिंबाळे
सुयोगकुंज । समर्थनगर,
नवी सांगवी । पुणे ४११०२७
sharankumarlimbale@yahoo.com

मुद्रक । Repro India Ltd,
          Mumbai.

तृतीयावृत्ती । ६ डिसेंबर २०१४

प्रकाशन क्रमांक । १६४८

अक्षरजुळणी । सौ. मधुमिता राजीव बर्वे
पितृछाया मुद्रणालय । ९०९, रविवार पेठ । पुणे ४११००२.

मुखपृष्ठ व रेखाटने । भ. मा. परसावळे

तमाम कार्यकर्त्यांना...

'दलित पँथर' ही स्वातंत्र्योत्तर काळातील डॉ. बाबासाहेब आंबेडकरांच्या निधनानंतर दलित चळवळीला लढाऊ स्वरूप देण्याचा प्रयत्न करणारी संघटना आहे. 'दलित पँथर'च्या चळवळीने अनेक दलित तरुणांच्या रक्तात बंडखोर स्वप्ने पेरलेली आहेत. पँथरच्या वादळी चळवळीमुळे माझ्यातील पारंपरिक लाचारी समूळ नष्ट झाली आणि मीही निषेधाचा जाहीरनामा झालो. पँथर्सच्या बुलंद घोषणा, विराट मोर्चा, वादळी सभा, सवर्ण प्रतिगाम्यांना दिलेली तिखट आव्हाने, चळवळीत स्वत:ला झोकून देणारे तरुण यांपासून मी निराळा होऊ शकलो नाही.

'दलित पँथर'बद्दल मला आदर वाटू लागला. माझ्या आईपेक्षाही पँथर जवळची वाटू लागली. माझ्या स्वाभिमानाला आंबेडकरी विचारांची पुष्टी मिळाली. मी चळवळीत चालू लागलो. चळवळीचे भव्य-दिव्य 'सम्यक् क्रांती'चे स्वप्न मला 'जगण्याचे ध्येय' वाटू लागले. चळवळीबरोबर जगत असताना, कधी माझ्या मर्यादा, कधी चळवळीच्या मर्यादा, कधी आम्ही स्वीकारलेल्या विचारांच्या मर्यादा, समाज आणि इतर कार्यकर्ते यांच्यामधील मर्यादा आणि मोठेपण मला जाणवू लागलं. याचा समग्रपणे विचार व्हावा, असं मला खूप दिवसांपासून वाटत होतं.

'दलित पँथर' च्या निमित्ताने आंबेडकरांच्या मरणोत्तर समग्र दलित चळवळ, समाज, साहित्य, धम्म आणि राजकारण यांचाही आढावा घेतला जावा, ही खूप

दिवसांची इच्छा होती. 'दलित पँथर' या संपादित ग्रंथामुळे ती काही अंशी पूर्ण झाली आहे, याचे मला समाधान वाटते. हा ग्रंथ पूर्ण होण्यासाठी ज्यांनी या ग्रंथासाठी लेखनसहकार्य केले, त्यांचे आभार शब्दातीत आहेत. केवळ त्यांच्या लेखनसाहाय्यामुळेच हे काम पूर्ण होऊ शकले आहे. हे सर्व श्रेय या ग्रंथातील माझ्या लेखक-मित्रांचे आहे. दलित चळवळीच्या वाचक, अभ्यासक, लेखक आणि कार्यकर्त्यांसाठी हा ग्रंथ कारणी लागावा, ही अपेक्षा.

दलित पँथर्सच्या संबंधित कार्यकर्त्यांचे विचार या ग्रंथात समाविष्ट केले आहेत. केवळ सर्वच पँथर्सच्या कार्यकर्त्यांचे लेखन या ग्रंथात असण्याचा मोह मी टाळलेला आहे. कारण या ग्रंथाचे स्वरूप केवळ एकसुरी होऊ नये, ही त्यामागची प्रामाणिक इच्छा होती. शिवाय 'दलित पँथर्स'बद्दल अनेकांगी विचार व्हावा, हा व्यापक दृष्टिकोन ठेवून इतरही मान्यवर अभ्यासकांचे लेख या ग्रंथात समाविष्ट केलेले आहेत.

-डॉ. शरणकुमार लिंबाळे

सम्यक् क्रांती : आमचा संकल्प

डॉ. शरणकुमार लिंबाळे

१

डॉ. बाबासाहेब आंबेडकरांच्या मरणोत्तर काळात आंबेडकरी चळवळीचे समर्थपणे नेतृत्व करणारी 'जहाल युवक चळवळ' म्हणून 'दलित पँथर' सर्वपरिचित झालेली संघटना आहे. स्वातंत्र्योत्तर काळातील दलितांच्या प्रश्नांवर सतत संघर्ष करणारी संघटना म्हणून 'दलित पँथर' चा उल्लेख करावा लागेल. डॉ. बाबासाहेब आंबेडकरांच्या निधनानंतर दलित चळवळ काही काळ थांबल्यासारखी झाली होती. दलित समाज भांबावलेला होता, पण 'दलित पँथर'च्या उदयामुळे दलित चळवळ पुन्हा गतिमान झाल्याचे दिसते.

१९५६ साली दलितांचे विराट धर्मांतर झाले, दलित चळवळीला एक नवा 'सांस्कृतिक' आयाम लाभला. एका नव्या आदर्शाचे परिमाण मिळाले. पण त्याचवर्षी, धर्मांतरानंतर अवघ्या अडीच महिन्यांत, डॉ. बाबासाहेब आंबेडकरांचे महापरिनिर्वाण झाले. बाबासाहेबांच्या चळवळीच्या नेतृत्वाचे उत्तरदायित्व रिपब्लिकन पक्षाने स्वीकारले. ३ ऑक्टोबर १९५७ रोजी 'शेड्यूल्ड कास्ट फेडरेशन' बरखास्त करून 'रिपब्लिकन पार्टी ऑफ इंडिया' नावाचा पक्ष स्थापन करण्यात आला.

दलित पँथरची स्थापना ९ जुलै १९७२ रोजीची आहे. म्हणजे स्वातंत्र्य मिळून पाव शतक लोटले असताना व डॉ. बाबासाहेबांच्या निधनाला सोळा वर्षे उलटली असताना दलित पँथरची स्थापना झालेली आहे. या सबंध काळात, एकीकडे दलितांवर अन्याय-अत्याचार होत होते, तर दुसरीकडे या जुलमाला वाचा फोडणारी 'प्रभावी' अशी संघटना दलितांकडे नव्हती. शिक्षण, विज्ञान, कायदा, आंबेडकरी विचारधन व चळवळ यामुळे दलित सुशिक्षित तरुणांमध्ये आत्मसन्मानाची भावना प्रबळपणे वर्धमान होत होती. दलितांना भेडसाविणारे प्रश्न पंचवीस वर्षांत स्वातंत्र्याने सोडविले नव्हते. अशावेळी डॉ. बाबासाहेबांच्या विचारांचा वारसा सांगणारा

रिपब्लिकन पक्ष मात्र सत्ता, स्वार्थ, तडजोडी, लाचारी आणि गटबाजीने बरबटलेला होता. अन्टचॅबिलिटीच्या प्रश्नांवर 'स्वतंत्र' ऑर्गनायझेशन नव्हती. जातिअंताच्या प्रश्नांवर प्रखरपणे लढणारी संघटना असणे, ही यावेळची गरज होती.

१९५६ नंतर प्रस्थापित साहित्याविरुद्ध लिटल मॅगेझिनच्या चळवळीने जोर धरलेला होता. 'सत्यकथे'तल्या साहित्याविरुद्ध ही मंडळी बंडखोरपणे बोलत होती आणि याच लघु-अनियतकालिकाच्या चळवळीतून राजा ढाले व नामदेव ढसाळ उमेदवारी करीत होते.

१९५६ नंतर दलित साहित्याच्या चर्चेला तोंड फुटत होते. डॉ. म. ना. वानखडे हे अमेरिकेत जाऊन आले असल्याने, त्यांनी अमेरिकेतल्या काळ्या लोकांची चळवळ व त्यांचे विद्रोही साहित्य, याबद्दल चर्चेला सुरुवात केली होती. ब्लॅक लिटरेचर, ब्लॅक पँथर अशा विषयांवर व दलित साहित्याच्या आणि चळवळीच्या संदर्भातही विचार मांडले जाऊ लागले. याच काळात महाड येथे पहिले बौध्द साहित्य संमेलन भरले. महाविद्यालयांतून शिक्षण घेणारे तरुण शहराशहरांत संघटित झाले होते. प्रत्येक महाविद्यालयात रिपब्लिकन विद्यार्थी संघटना स्थापन झालेल्या होत्या. या संघटनांतून दलित विद्यार्थी सामाजिक प्रश्नांवर संघर्ष करीत होते, पण या चळवळी खूपच सुट्या व तोकड्या होत्या. त्यांचे बळ महाविद्यालयाच्या हॉस्टेलपुरतेच सीमित होते. दलित पँथरच्या स्थापनेपूर्वी नामदेव ढसाळ (प्रजासमाजवादी), राजा ढाले (दलित युवक आघाडी), भाई संगारे (काँग्रेस), गंगाधर गाडे, टी. एम. कांबळे (रिपब्लिकन विद्यार्थी संघटना) हे निरनिराळ्या संघटनांत होते. मुंबईच्या सिद्धार्थ विहार हॉस्टेलमधील विद्यार्थ्यांचा पँथरमध्ये मोलाचा वाटा आहे. महाराष्ट्रातील अनेक दलित तरुण विद्यार्थी या हॉस्टेलवर केंद्रित झालेले होते. या सर्व पार्श्वभूमीवर 'दलित पँथर'चा उदय ही अपरिहार्य घटना होती.

नामदेव ढसाळ, ज. वि. पवार, राजा ढाले, रामदास सोरटे, लतीफ खाटिक, अविनाश महातेकर, प्रल्हाद चेंदवणकर, अर्जुन डांगळे, भाई संगारे, अनिल कांबळे, अरुण कांबळे, रामदास आठवले, गंगाधर गाडे, प्रीतमकुमार शेगावकर, टी. एम. कांबळे या आघाडीच्या कार्यकर्त्यांनी दलित पँथरची चळवळ वाढवली. डॉ. बाबासाहेबांवरील असीम श्रद्धा, दलित समाजाविषयीचा अपार जिव्हाळा, सामाजिक विषमतेविरुद्ध पेटून उठलेले तरुण यांमुळे 'दलित पँथर' ही संघटना थोड्याच काळात नावारूपाला आली. पँथर्सची बेदरकार भाषणे, गर्दी खेचणाऱ्या वादळी सभा, हाणामारी, मोर्चे, पोलीस केसेस यांमुळे लोकांचे लक्ष दलित पँथरने खेचून घेतले. ठिकठिकाणी दलित पँथरच्या छावण्या स्थापन झाल्या. पँथरच्या सभा गाजू लागल्या. पँथर्स हिंदू देवदेवतांना सभेत शिव्या देत असत.

रिपब्लिकन पक्षाच्या नाकर्तेपणावर कडाडून हल्ला करीत असत. 'विद्रोह' हे पँथरचे मुखपत्र, ढसाळ व ज. वि. पवार चालवीत असत. त्यात पँथरची जहाल भूमिका मांडलेली असायची. नामदेव ढसाळ, ज. वि. पवार, प्रल्हाद चेंदवणकर वगैरे कार्यकर्त्यांच्या कविता मराठी साहित्यात वादळी चर्चेचा विषय ठरल्या. 'स्वातंत्र्य कुठल्या गाढवीचं नाव? आमी रामराज्याच्या कुठल्या घरात राहतूय?' असा प्रश्न ढसाळने कवितेतून व्यक्त केला, तर १५ ऑगस्ट १९७२ च्या 'साधने'मधील राजा ढाले यांचा लेख खूपच गाजला.

दलित पँथरचे कार्यकर्ते राजकीयदृष्ट्या अपरिपक्व असले तरी त्यांचा आवेश दांडगा होता. सर्व संतप्त, बेदरकार तरुण होते. वरळीची दंगल, गीतेचे दहन, शंकराचार्यांवर जोडा फेकणे, शिवसेनेबरोबर झालेल्या मारामाऱ्या यांमुळे दलित पँथरकडे लोकांचे लक्ष वेधले जाऊ लागले. पँथरचा दबदबा निर्माण झाला. आपल्या समाजावर अन्याय होतोय, आपला कोणी वाली नाही, शंभर दिवस शेळी होऊन जगण्यापेक्षा एक दिवस वाघ होऊन मेलेलं बरं, अशा प्रखर बाण्याची ही मंडळी होती. त्यांचा रिपब्लिकन पक्षावरील विश्वास उडाला होता. तसंच विरोधी पक्ष, काँग्रेस आणि ट्रेड युनियनवरही ते घणाघाती टीका करीत होते. मुंबईतून पँथर महाराष्ट्रभर पसरत होती.

दलित पँथरचा उदय आणि काही मते-

(अ) जातिव्यवस्था व दलितांवरील अत्याचाराविरुद्ध चीड या अंतर्विरोधातून पँथरचा जन्म झाला - नागेश चौधरी.

(ब) दलितांवरील वाढत्या अत्याचारांमुळे दलित तरुणांमध्ये पसरलेला असंतोष आणि रिपब्लिकन पक्षातील जुन्या नेतृत्वाबद्दल त्यांचा झालेला भ्रमनिरास यांमधून दलित पँथरची स्थापना झाली- नलिनी पंडित.

(क) सर्व रिपब्लिकन पक्ष विद्रोही आंबेडकरवादाशी बेइमान झाले म्हणून दलित युवकांच्या पँथरसारख्या विद्रोही संघटना जन्माला आल्या- शरद पाटील

(ड) नेते जनतेपासून दूर जात होते आणि जनतेला नवे नेतृत्व हवे होते. दलित पँथरच्या उदयाने ही जनतेची आशा फलद्रूप झाली- रावसाहेब कसबे.

दलित पँथर म्हणजे दलितांवर होणाऱ्या अन्यायाविरुद्धची जळजळीत प्रतिक्रियाच. आंबेडकरांच्या निधनानंतर मरगळ आलेल्या दलित समाजाला पँथर

(अ) सत्यशोधक, पुणे - डिसेंबर १९७४.
(ब) जातिवाद आणि वर्गवाद - साधना प्रकाशन, पुणे.
(क) सत्यशोधक मार्क्सवादी - धुळे, डिसेंबर १९८२.
(ड) दलित चळवळीची वाटचाल - केशवराव गोरे ट्रस्ट, मुंबई.

एक नवी ठिणगी वाटू लागली. आपल्या मुक्तीची आशा वाटू लागली. दलित पँथरच्या उदयामुळे दलित तरुणांच्या मनात विषम व्यवस्थेविषयी असलेल्या संतप्तपणाला एक नवे व्यासपीठ जसे मिळाले, तसेच दलित समाजात चळवळीचे चैतन्य निर्माण झाले होते, हेही नाकारता येत नाही.

२

दलित पँथर ही संघटना बहुसंख्येने महार व बौद्ध तरुणांची आहे. इतर बहिष्कृत जाती-जमातींनाही या संघटनेत सामावून घेणे महत्त्वाचे आहे. संघटनेचे मनुष्यबळ वाढविल्याशिवाय संसदीय राजकारणात महत्त्व मिळत नाही. केवळ नवबौद्धांची चळवळ उभारल्याने समस्त बहिष्कृत वर्गाचे प्रश्न सुटणार नाहीत. आपली नाळ कोणाशी? अखिल बहिष्कृत समाजाशी की केवळ नवबौद्धांशी? आपण दलितांचे प्रतिनिधित्व करणार आहोत, तर आर्थिकदृष्ट्या दुर्बल असणाऱ्या सर्व जातीतील दलित असणाऱ्या माणसांच्या मुक्तीविषयी आपली भूमिका काय? चळवळ म्हणून पँथरला काहीएक भूमिका घेणे जरूर होते. यामुळेच दलित पँथरमध्ये मार्क्सवाद व आंबेडकरवाद असे दोन प्रवाह निर्माण झाले.

दलित पँथरमधील 'मार्क्सवादी' प्रवाहाला उत्तेजन देण्याचे काम कम्युनिस्ट मंडळी करीत होती. 'पँथरच्या वाढत चाललेल्या शक्तीचा राजकीय स्वार्थासाठी उपयोग करण्याच्या दृष्टीने कम्युनिस्टांनी पँथरला काबीज करण्याचे प्रयत्न चालवले होते, तर कम्युनिस्टांची बौद्धिक आघाडी डॉ. आंबेडकरांचे दोषदिग्दर्शन करून पँथरला मार्क्सवादाची दीक्षा देण्याचे प्रयत्न करीत होती... परंतु आंबेडकरवाद स्पष्ट नाकारला तर पँथर्स बिचकतील म्हणून वर्णलढा व वर्गलढा एकत्र लढविला गेला पाहिजे'[१] असं आग्रहानं प्रतिपादलं जात होतं.

नामदेव ढसाळ 'मार्क्सवादाची' री ओढत होते, तर राजा ढाले 'आंबेडकरवादा'ची. दलित पँथरने दलित, शोषित, कष्टकऱ्यांचा लढा उभारला पाहिजे ही ढसाळांची भूमिका. दलित पँथर बौद्ध तत्वप्रणालीनुसार चालवली पाहिजे; पँथरने साम्यवादापासून दूर राहिले पाहिजे; पँथर ही बौद्धांची संघटना आहे; बाबा आढावांना पँथरचे नेतृत्व करायचे असेल तर त्यांनी बौद्ध व्हावे; असा हा दुसरा विचार होता. बुद्ध-आंबेडकरांच्या मार्गाने आपण लढे दिले पाहिजेत, ही राजा ढाले यांची भूमिका.

नामदेव ढसाळने सुनील दिघे या 'नक्षलवादी' कार्यकर्त्याच्या सहकार्याने दलित पँथरचा जाहीरनामा तयार केला. या जाहीरनाम्यास ढालेंचा विरोध होता, कारण हा जाहीरनामा कम्युनिस्ट विचारानुवर्ती आहे. पँथरमधील 'मार्क्सवादी'

---

१. सुधाकर गायकवाड - अस्मितादर्शक दि. अं १९८०

प्रवाहास कम्युनिस्ट विचारवंतांचे पाठबळ नि त्यांचे व्यासपीठही मिळाले, तसे आंबेडकरी प्रवाहास मिळाले नाही. मार्क्सवादी प्रवाहाने मांडलेल्या अर्थविचारास 'पर्यायी' असा आंबेडकरवादी अर्थविचार त्यांना देता आला नाही. दलितांच्या प्रश्नांना विविध पैलू चिकटले. त्यांचे आंबेडकरी विचारातून शास्त्रशुद्ध विश्लेषण करून चळवळीला शास्त्रशुद्ध आंबेडकरी तत्त्वांचे अधिष्ठान देण्यात त्यांना अपयश आले. खरंतर अपयश नसून ती त्यांची मर्यादा होती.'[२]

दलित पँथरमध्ये 'मार्क्सवाद की आंबेडकरवाद' हा वैचारिक संघर्ष सुरू झाला. त्याचप्रमाणे नेतृत्वाचा हव्यास, व्यक्तिवाद, हेवेदावे, आरोप-प्रत्यारोप यांमुळे पँथर फुटीच्या मार्गाने जाऊ लागली. नागपूर इथं भरलेल्या पँथरच्या पहिल्याच अधिवेशनात राजा ढाले यांनी नामदेव ढसाळ यांना पँथरमधून काढून टाकल्याचे जाहीर केले आणि दलित पँथर फुटली. त्यामुळे ढाले आणि ढसाळ असे दोन गट निर्माण झाले.

दलित पँथर चळवळ नावारूपाला आलेली. पँथरचा राजकीय दरारा होता. सामान्य पँथर्समध्ये या फुटीमुळे गोंधळ वाढणे साहजिकच होते. शिवाय दलित पँथरच्या कार्याचा, नावाचा राजकीय सौदेबाजीसाठी उपयोग होऊ लागला. म्हणून राजा ढालेंनी आपल्या गटाचे नाव बदलण्याचे जसे ठरविले, तशी त्यांनी पँथरही बरखास्त करून टाकली.

'ज्यांनी (नामदेव ढसाळ) संघटनेची अधिकृत भूमिका बाहेर येण्याआधीच वेगवेगळ्या पक्षांना पाठिंबा जाहीर केला, अशा लोकांशी इथून पुढे आमचा कोणताही संबंध नाही. दलित पँथरचे नाव घेऊन दलित पँथरची स्वयंभू प्रतिमा डागाळण्याचा हा डाव इथून पुढे आम्ही चालू देणार नाही. दलित पँथरचे अस्तित्व हे स्वयंभू होते. आणि त्या अस्तित्वाचा उद्देश दलितांची दु:खे जगाच्या वेशीवर टांगणे हाच होता. इथे पाठिंब्याचा कोठेच प्रश्न येत नाही.

परंतु ज्यांनी ही पाठिंब्याची भाषा सुरू केली आहे, त्यांच्याशी आमचा इत:पर कोणताही संबंध नाही आणि आमचे अस्तित्व स्वतंत्र आहे, हे सिद्ध करण्यासाठीच आम्ही दलित पँथर ही संघटना बरखास्त करीत आहोत आणि नव्या 'मास मूव्हमेंटची' घोषणा करीत आहोत. दलित पँथरच्या नावाने जे लोक वावरत आहेत ते प्रतिगाम्यांचे साथीदार आहेत, आंबेडकरवादाचे वैरी आहेत आणि त्यांच्या बरोबर कोणीही आंबेडकरवादी नाही, तरीसुद्धा दलित पँथरच्या नावाचा दुरुपयोग

---

२. सुधाकर गायकवाड - अस्मितादर्शक दि. अं १९८०

३. राजा ढाले-दलित पँथर बरखास्त, मुद्रक-प्रकाशक-राजा ढाले

हेच लोक करीत आहेत, तो त्यांना पुढे करता न यावा यासाठीच ही उपाययोजना.'[३]

दलित पँथर बरखास्त झाल्यामुळे अनेक कार्यकर्ते हवालदिल झाले. काही ओक्साबोक्शी रडले. संघटनेवर कार्यकर्त्यांचे जिवापाड प्रेम होते. पँथर बरखास्त झाल्यामुळे चळवळ गतिरुद्ध झाल्यासारखी वाटली. परत एकदा सर्वच सैरभैर झाले. ज्यांनी काही आशा निर्माण केली होती, त्यांनीच ती नष्ट केली.

३

दलित पँथरच्या बरखास्तीनंतर पुन्हा एकदा पँथर संघटित करण्याचे काम अरुण कांबळे, रामदास आठवले, दयानंद म्हस्के, बापूसाहेब पखिड्डे, रमेशचंद्र परमार, गंगाधर गाडे, प्रीतकुमार शेगावकर, भाई संगारे यांसारख्या पँथर नेत्यांनी केले. महाराष्ट्राबाहेर दलित पँथर अनेक राज्यांत आपले पाय रोवून उभी आहे. महाराष्ट्रात निर्माण झालेली दलित पँथर ही आता भारतीय पातळीवरची संघटना आहे, म्हणून 'दलित पँथर'चे 'भारतीय दलित पँथर' असे नामकरण करण्यात आले. पहिले अध्यक्ष हे अरुण कांबळे, दुसरे गंगाधर गाडे आणि तिसरे रामदास आठवले यांनी भारतीय दलित पँथरला भक्कम पायावर संघटित केल्याचे दिसेल. मंडल आयोग आणि नामांतराचा लढा अतिशय निकराने भारतीय दलित पँथरने लढविला आहे. गावपातळीपासून ते राज्य आणि देशाच्या राजधानीपर्यंत मोर्चे नेऊन पँथरने आपल्या मागण्या लोक आणि शासनापुढे जाहीररीत्या मांडलेल्या आहेत. पँथर मुंबईत जन्मली, मुंबईत बरखास्त झाली; पण मुंबईबाहेरच्या असंख्य छावण्या आणि कार्यकर्त्यांनी पँथरला कधीच बरखास्त होऊ दिले नाही. कारण त्यांच्या लेखी दलित पँथर ही 'संघटना' नव्हती; ती एक 'जिवंत विद्रोही भावना' होती.

भारतीय दलित पँथरने सर्वसमावेशक भूमिका स्वीकारलेली आहे. दलित म्हणजे केवळ नवबौद्ध नव्हे तर जो सामाजिक व आर्थिकदृष्ट्या शोषित आहे तो आमचा आहे, ही विचारप्रणाली पँथरवाल्यांकडून सभासभांमधून मांडली जाऊ लागली आहे. तरीपण पँथर पूर्णपणे मार्क्सवाद मान्य करायला तयार नाहीत. ते 'आंबेडकरवाद' हाच 'आपला प्राण' मानून चळवळ पुढे रेटत आहेत. पँथरला मार्क्सवाद अपुरा वाटतो. भारतीय दलित पँथर जशी मार्क्सवादाचा हिरिरीने पुरस्कार करीत नाही, तशी ती बौद्ध धम्माचाही खंबरीपणे पाठपुरावा करतेय असे दिसत नाही. मार्क्सचा रक्तरंजित क्रांतीचा मार्ग पँथरला मान्य नाही. 'सम्यक् क्रांती' हा भारतीय दलित पँथरचा संकल्प आहे. पण 'सम्यक् क्रांतीचा' तपशील अजून मांडला गेला नाही. दलित पँथरने रक्तरंजित मार्ग आणि हिंसा अमान्य केली असली त्यांच्या शब्दाशब्दांत ती ओतप्रोत भरलेली असते. "मार्क्सवाद आणि

आंबेडकरवाद ह्या दोन्हीही विचारधारा विषमताविरोधी आहेत. पण रशिया आणि चीन इथला मार्क्सवाद भारतामध्ये जसाच्या तसा लागू करणे गैर आहे. भारतामध्ये मार्क्सवाद आंबेडकरवादाशिवाय अपुरा आहे'' असे रामदास आठवले एका चर्चेत मला म्हणाले होते.

भारतीय दलित पँथर ही केवळ महारांची किंवा नवबौद्धांची संघटना आहे म्हणून तिला जातीय संघटना ठरविणे चुकीचे आहे. पँथरमध्ये प्रामुख्याने महार व नवबौद्ध तरुण आहेत, कारण महार समाज संख्येने मोठा आहे. या समाजाला आंबेडकरी विचार आणि चळवळीचा इतिहास आहे. शिक्षणात हा समाज आघाडीवर आहे. धर्मान्तरामुळे महार समाजात जुन्या रीती-रूढी व गुलामीविरुद्ध विद्रोह पोसला आहे. महार समाजातील अनेक माणसे ही ब्रिटिश सैन्यात होती. या सर्वांचा परिणाम होऊन इतर बहिष्कृत जातींपेक्षा महार समाज सर्वच आघाड्यांवर नेतृत्वाच्या भूमिकेत राहिला आहे. दलित पँथर ही दलित समाजाची संघटना आहे. ती दलितांवर होणाऱ्या अन्यायाच्या विरोधात आणि स्वसंरक्षणाच्या भूमिकेतून उदयाला आली आहे. त्यामुळे ज्या समाजावर अन्याय होतो, त्या दलित समाजाची बाजू घेणे ही तिची ऐतिहासिक जबाबदारी आहे. याला कदापिही 'जातिवाद' असे संबोधता येणार नाही.

प्रभू रामचंद्रापासून ते छत्रपती शिवाजी महाराजांपर्यंतच्या राजेशाहीचा इतिहास 'गोब्राह्मणप्रतिपालक' असाच आहे. म. गांधीजींच्या 'रामराज्यात' ही हाच शिरस्ता शिस्तबद्ध चालू आहे. याला विरोध करण्यासाठी 'हिंदुस्थानी स्वातंत्र्याचा धिक्कार करण्यासाठी' पँथर ताठपणे उभी राहिली आहे. हिंदू धर्माने दलितांवर सक्तीने अस्पृश्यता आणि दारिद्र्य लादलेले आहे. दलितांचे दलितपण जसे सामाजिक आहे तसे वर्गीयही आहे. शूद्रांना धर्माधिकार नाकारला होता. विद्येविना वंचित ठेवले होते. सत्ता आणि प्रतिष्ठा शूद्रांना नव्हती. फक्त त्रैवर्णिकांची सेवा करणे इतकंच मान्य केलेलं होतं. शूद्रांचा शेती, व्यापार, अर्थार्जनाचा हक्क हिरावून घेतला होता. शूद्राने वेद वाचले तर जीभ छाटावी, अशी आज्ञा हिंदू-धर्मग्रंथांनी जशी दिलेली आहे, तशीच शूद्राने गावाबाहेर राहिले पाहिजे, मातीची भांडी वापरावी, कुत्रे आणि गाढव हे त्याचे धन, शूद्राला अर्थार्जन करता येणार नाही, अशा पद्धतीने नियम करून शूद्रांना सामाजिक, धार्मिक, राजकीय, शैक्षणिक आर्थिक हक्कांपासून वंचित ठेवलेले होते.

दलितांचा लढा इतका व्यापक आहे. केवळ सामाजिक किंवा केवळ आर्थिक, असा हा लढा असू शकत नाही. ज्यांचं अस्तित्वच नाकारलं होतं अशा माणसाचा लढा हा सर्वव्यापी असतो. 'मी माणूस आहे' हा त्यांचा पहिला हुंकार असतो. 'मलाही शिक्षण मिळाले पाहिजे, मलाही अन्न-वस्त्र-निवारा आणि काम मिळाले

पाहिजे, मलाही सत्ता-संपत्तीमध्ये समान वाटा मिळाला पाहिजे, मीही या देशाचा नागरिक आहे, मला राज्यकर्ता बनता आलं पाहिजे आणि या रास्त मागण्या नाकारत असाल तर तुम्हाला तुमच्याविरुद्ध लढावं लागेल आणि आमचे हक्क प्रस्थापित करावे लागतील', असा हा स्वाभिमान जागा होतो. या स्वाभिमानात वेदना आणि विद्रोह असतो. त्याला नवीन समाजव्यवस्था हवी असते. 'माझा आदर्श समाज समता, स्वातंत्र्य आणि बंधुभावावर आधारलेला राहील'[४] ही त्यांची मागणी असते. त्यांना कोणावर आपली 'हुकूमशाही' लादायची नसते, म्हणूनच इथं मार्क्स आणि आंबेडकर या दोन विचारांमध्ये मूलभूत फरक होतो.

४

भारतीय दलित पँथरने मराठवाडा विद्यापीठाला डॉ. बाबासाहेब आंबेडकरांचे नाव मिळाले पाहिजे, यासाठी अनेकवेळा आंदोलनं केलेली आहेत. धरणे, निषेध, मोर्चा, घेराव, मंत्र्यांच्या कारपुढे आडवे पडणे, विधानसभेत उडी मारणे अशा अनेक मार्गाने पँथरने लढे दिलेले आहेत. पोचिराम कांबळेची नामांतर विरोधकांनी हत्या केली. डॉ. बाबासाहेब आंबेडकरांच्या मरणोत्तर काळातला 'विराट लढा' म्हणून नामांतराच्या लढ्याचा उल्लेख करावा लागेल. नामांतराच्या आंदोलनामुळे दलित समाजामध्ये फार मोठे मानसिक ऐक्य निर्माण झाले होते. याचा फायदा घेऊन दलित चळवळीला एक प्रचंड फळी उभी करता आली असती, पण असे झाले नाही. याउलट नामांतराच्या प्रश्नावर दलित चळवळीत मतभेदच दिसून आले. नामांतराचा प्रश्न प्रा. जोगेंद्र कवाडे यांनी स्वतंत्रपणे लढविला. भारतीय दलित पँथरने डाव्या व पुरोगामी चळवळीबरोबर युती करून नामांतराचा प्रश्न लोकांपुढे मांडला. अरुण कांबळे यांनी 'भारतीय नागरिकत्वाचा सामुदायिक राजीनामा देण्याची' घोषणा केली, तर रामदास आठवले यांनी 'आम्ही हजारोंच्यासह धर्मांतर करू' अशी धमकी दिली. याचवेळी इतर नेते 'बौद्ध विद्यापीठ स्थापन करावे,' 'कोकण विद्यापीठाला डॉ. आंबेडकरांचे नाव द्यावे' अशा मागण्या करीत होते.

'विद्यापीठाला डॉ. आंबेडकरांचे नाव द्यावे', ही मागणी स्वतंत्र राज्याची मागणी करणारी नव्हती की जमिनीचे राष्ट्रीयीकरण करा म्हणणारी नव्हती.

मराठवाडा विद्यापीठास डॉ. बाबासाहेब आंबेडकरांचे नाव देण्यासाठी जी कारणमीमांसा होती, ती खालीलप्रमाणे-

(१) मराठवाडा विभागात १९४९ साली डॉ. बाबासाहेब आंबेडकरांनी पदवीपर्यंतचे शिक्षण देणारे महाविद्यालय काढले. त्याचे नाव सुरुवातीला 'पीपल्स

---

४. डॉ. बी. आर. आंबेडकर - जातिनिर्मूलन, पृ. ३८.

एज्युकेशन सोसायटीज् कॉलेज' असे होते व नंतर ते 'मिलिंद महाविद्यालय' असे ठेवण्यात आले. म्हणजेच मराठवाडा विभागात उच्च शिक्षणाची सुरुवात डॉ. बाबासाहेब आंबेडकरांनीच केली. आता त्यानंतरच हा शिक्षणाचा वृक्ष फोफावला, बहरला, फुलारला आहे.

(२) महाराष्ट्रातील अनेक विद्यापीठांना अनेक थोर पुरुषांची नावे दिली गेली आहेत. जसे कोल्हापूर विद्यापीठास शिवाजी विद्यापीठ, राहुरी कृषी विद्यापीठास म. जोतिबा फुले कृषी विद्यापीठ, अकोला.

(३) डॉ. बाबासाहेब आंबेडकर यांनी आयुष्यभर ज्ञानसाधना केली. त्यांनी कष्टाने, प्रतिकूल परिस्थितीत शिक्षणक्षेत्रातील अत्युच्च पदव्या संपादन केल्या व आपल्या ज्ञानाने व प्रतिभेने जगाला दिपविले. प्रज्ञा, करुणा व शील या तिन्ही गुणांचा संगम त्यांच्या ठिकाणी होता. राज्यघटनेच्या लिखाणाने व इतरही कार्याने त्यांचे राष्ट्रप्रेम किती बावनकशी होते, हे सिद्ध होते.

या व अशाच समर्पक कारणांमुळे बाबासाहेबांचे नाव मराठवाडा विद्यापीठास देण्याचा दलित पँथरचा आग्रह सर्वांनाच पटू लागला.

तरीपण नामांतराला क्रूरपणे विरोध करण्यात आला. आणि ज्यांना 'विद्यापीठ' म्हणजे काय हेदेखील माहीत नाही, अशा दलितांच्यावर अन्याय-अत्याचार करण्यात आले. शासनाने दोन्ही सभागृहांत विद्यापीठ नामांतराचा प्रस्ताव मंजूर करताच अन्याय-अत्याचाराला सीमा राहिली नाही. 'शासनाचा निर्णय आपल्याला अमान्य आहे अशी भूमिका लोकशाहीवादी आहेही, परंतु हे निमित्त करून पद्धतशीरपणे दलित बौद्धांच्या घरांना आगी लावणे, त्यांच्या पिकांची नासाडी करणे, विनयभंग करणे, हल्ले करणे, जीव घेऊन पळून जाणाऱ्या दलितांना पकडून मारणे, हे माणुसकीचे प्रकार आहेत काय?'५ मराठवाडा विद्यापीठाच्या नामांतराची मागणी झाल्यानंतर उच्चवर्णीयांनी केलेली प्रचंड खळबळ, अकांड-तांडव करून नोंदवलेला विरोध, खेड्यापाड्यांत पेटवलेली घरंदारं, शासकीय व सार्वजनिक मालमत्तेची पेटवलेली होळी हे सगळं पाहून सवर्णांना माणसांच्या जीवनापेक्षा खोट्या, तकलादू व पारंपरिक अस्मिता किती प्राणप्रिय आहेत, याचा साक्षात्कार झाला.६

'अक्करमाशी' या आत्मचरित्रामध्ये नामांतराच्या काळातली जीवघेणी वास्तवता प्रकट झाली आहे. 'आभरान' या पार्थ पोळकेच्या आत्मचरित्रालाही नामांतराचा संदर्भ आहे. फ. मु. शिंदे यांनी नामांतरावर 'सार्वमत' नावाचा कवितासंग्रह प्रकाशित

---

५. डॉ. गंगाधर पानतावणे - प्रबोधनाच्या दिशा
६. बा. ह. कल्याणकर – अस्मितादर्श दि. अं. १९८०

केला आहे. नामांतराच्या दंगलीवर, लढ्यावर अनेक दलित कवींनी आणि लेखकांनी आपापल्या तीव्र आणि स्फोटक प्रतिक्रिया मांडल्या आहेत. नामांतराने दलितांच्या समग्र जीवन आणि चळवळी ढवळून निघाल्या.

नामांतरासाठी जवळजवळ पंधरा वर्षे दलितांचा संघर्ष चालू होता. १६ एप्रिल १९८० रोजी यशपाल सरवदे ह्यांनी तत्कालिन मुख्यमंत्री शरद पवार ह्यांच्या गाडी पुढे झेप घेतली होती. असंख्य मोर्चे निघाले. आंदोलनं झाली. अनेकजण जेलमध्ये गेले. नामांतर होत नसल्याचे पाहून नांदेड इथल्या गौतम वाघमारे ह्या तरुणांने दि. २५ नोव्हेंबर १९९३ रोजी आत्मदहन केले. त्या पाठोपाठ महाराष्ट्रात आत्मदहनाचे सत्र सुरू झाले. संपूर्ण राज्य हादरले. शासन हादरले. तत्कालिन समाजकल्याणमंत्री ना. रामदास आठवले ह्यांनी नामांतराच्या प्रश्नावरून मुदतबंद राजीनामा दिला होता. राज्यातील दलित जनता नामांतरासाठी आत्मदहन करू लागल्याने महाराष्ट्र शासनाने १४ जानेवारी १९९४ रोजी मराठवाडा विद्यापीठाचे नामविस्तार केले. २७ जुलै १९७८ रोजी महाराष्ट्र शासनाच्या दोन्ही सभागृहामध्ये एकमताने नामांतराचा ठराव मंजूर झाला होता. नामांतराला विरोध होऊ नये म्हणून शासनाने नांदेड येथे स्वामी रामानंद तीर्थ विद्यापीठाची स्थापना केली आणि मराठवाडा विद्यापीठाच्या नावात विस्तार करून त्यापुढे डॉ. बाबासाहेब आंबेडकर हे नाव जोडले. नामांतराचे शिल्पकार म्हणून ना. रामदास आठवले ह्यांचे राज्यभर सत्कार झाले. नामांतरामुळे मराठवाडा आणि विदर्भामध्ये मोठ्या प्रमाणात काँग्रेसविरोधी मतदान झाले आणि १९९४ च्या विधान सभेत त्याचा काँग्रेसला फटका बसला. त्यामुळे शिवसेना भाजप शासन सत्तेवर आले. ह्या शासनकालात नामांतराच्या काळात सवर्णांवर झालेले गुन्हेमागे घेण्यात आले.

५

भूमिहीनांचा सत्याग्रह, नामांतरलढा, दलित साहित्य आणि दलित पँथरचा उदय ह्या आंबेडकर मरणोत्तरकाळातील महत्त्वाच्या घटना होत. दलित साहित्यातला 'विद्रोह' पँथरने कृतीच्या पातळीवर आणला आहे. नामदेव ढसाळ, राजा ढाले, उमाकांत रणधीर, ज. वि. पवार, अरुण कांबळे, अर्जुन डांगळे यांसारख्या कवी-लेखकांनी पँथर संघटना वाढवली, त्यानंतर दलित लेखक पँथर चळवळीपासून दूर गेला आहे. मध्यमवर्गही पँथरविषयी उदासीन बनला आहे. दलित मुक्तिसेना, समता सैनिक दल, बामसेफ, डी. एस. फोर, दलित युवक आघाडी, रिपब्लिकन युवक, मास मूव्हमेंट, ढसाळ पँथर, शिवाय इतर संघटनांमुळे दलित तरुणांमध्ये बजबजपुरी माजली आहे. बेकार, गुंड, मवाली, गुन्हेगार, दारुडे अशी माणसं

चळवळीत आल्याने चळवळीचं चारित्र्य नष्ट होत आहे. कार्यकर्त्यांच्या स्वच्छ चारित्र्यावरच चळवळ टिकून राहाते.

बाबासाहेबांचे चारित्र्य उत्तुंग होते म्हणून त्यांचे नेतृत्व लोकादराला पात्र झाले. पण आज प्रत्येक नेत्याविषयी आदर व्यक्त करण्यापेक्षा, लोक शंकाच अधिक घेत आहेत. 'मला उद्ध्वस्त व्हायचंय' मध्ये व्यक्त झालेला पँथर नामदेव ढसाळ हा चळवळीचा आदर्श होऊ शकतो का? दलित पँथरमध्ये वरील सर्व दुर्गुण असतानादेखील ही चळवळ टिकून आहे, याचे कारण म्हणजे पँथर जनतेच्या समस्यांशी प्रामाणिक राहिली आहे. तुटपुंजी आर्थिक अवस्था, स्वत:च्या प्रचारयंत्रणेचा अभाव आणि प्रशिक्षित कार्यकर्ते नाहीत, असे असूनही पँथरची चळवळ व्यापक बनली आहे. याचे कारण म्हणजे, पँथर कार्यकर्त्यांच्या मनातील डॉ. आंबेडकरांविषयीची अमाप श्रद्धा, दलित समाजाविषयीचा जिव्हाळा आणि विषम समाजव्यवस्थेविरुद्धचा प्रखर विद्रोह हे होय. मानव चंद्रावर गेला, पण आजही अस्पृश्य माणूस गावच्या विहिरीवर जाऊ शकत नाही, ही वस्तुस्थिती आहे. मराठी साहित्य संमेलनामध्ये दक्षिण आफ्रिकेत फाशी दिलेल्या काळ्या कवीला श्रद्धांजली वाहिली जाते, पण महाराष्ट्र शासनाने दोन्हीही सभागृहांत एकमताने मंजूर केलेला नामांतराचा ठराव साहित्य संमेलनामध्ये मांडला जावा, यासाठी दलित पँथरला मोर्चा काढून मागणी करावी लागते, ही वस्तुस्थिती डोळ्यांआड करता येणार नाही. मुंबई येथे काळ्या घोड्याजवळ मोर्चा अडविला असता रामदास आठवले आपल्या भाषणात म्हणाले होते- "पुस्तकाच्या पहिल्या पानावर जी प्रतिज्ञा असते, त्या प्रतिज्ञेतील प्रत्येक पूर्णविरामाऐवजी एकेक प्रश्नचिन्ह उभे केल्यास आपणाला या देशाचे खरे चित्र कळून येईल."

'गुलामाला गुलामीची जाणीव करून द्या म्हणजे तो बंड करून उठेल', हा विचार दलित तरुणांच्या मनात रुजविण्याचे काम पँथरने केले आहे. हजारो वर्षांच्या प्रस्थापित विषम समाजरचनेत जगायचे म्हटले तर अन्याय सहन करत नष्ट होण्याचा मार्ग पत्करावा लागतो किंवा सरळ फुटीर चळवळी करून दहशतीच्या जोरावर न्याय पदरात पाडून घ्यावा लागतो. दुसरे म्हणजे देशातील दारिद्र्याशी सांधा जोडून सामाजिक क्रांतीच्या दिशेने एक 'संयुक्त' आंदोलन उभारणे महत्त्वाचे असते. सोलापूर येथे पँथरच्या जाहीर सभेत बोलताना टी. एम. कांबळे म्हणाले होते, "आम्हालाही अतिरेकी बनता येते. आम्हीही शहरे पेटवू शकतो. केवळ दहशतीनेच प्रश्न सुटत असतील तर आम्हालाही दहशतवादी बनावे लागेल. पण आम्हाला युद्धाचा मार्ग मान्य नाही. आम्ही बुद्धाच्या मार्गाने जाणारे आहोत."

दलित पँथरचा मुख्य संघर्ष हा परंपरागत विचारांशी, संस्कृतीशी आहे.

दलित पँथरने सामाजिक अन्याय-अत्याचाराविरुद्ध लढे दिले आहेत, पण ते आर्थिक आणि राजकीय लढ्यांकडे 'दुय्यम' दर्जाचे लढे म्हणून पाहात आहेत. आर्थिक आणि राजकीय लढे हे महत्त्वाचे मानले पाहिजेत. धर्म आणि जातीच्या नावावर चळवळ करणे थांबले पाहिजे. संघटना बळकट करणे, संघटनेला खंबीर वैचारिक पाया देणे, तिचा लढाऊ क्रांतिशील संघटनांशी सांधा जोडणे महत्त्वाचे आहे. वाढत्या संघटित व लढाऊ ताकदीवर, 'माणूस' म्हणून जगण्यासाठी उभे राहण्याच्या जबर निर्धारावर, शोषण व दडपणुकीविरुद्ध वाढत चाललेल्या जाणिवांवर दलित पँथरची भिस्त असली पाहिजे. 'दलितांचा लढा म्हणजे केवळ बौद्धांचा लढा नव्हे किंवा डॉ. बाबासाहेब आंबेडकर म्हणजे केवळ बौद्धांचे नेते नव्हेत. प्रस्थापितांविरुद्ध प्रभावीपणे लढा द्यावयाचा असेल तर बौद्धेतर दलित समाजालाही संघटित करून त्यांचा विश्वास संपादन केला पाहिजे'.[७]

दलित पँथरने आजवर दबावाचेच राजकारण केलेले आहे. त्याला रचनात्मक कार्याची जोडही हवी. एकीकडे लढे दिले पाहिजेत तर दुसरीकडे संघटना बांधली पाहिजे. केवळ जातिव्यवस्थेविरुद्ध विद्रोहाची भाषा बोलून भागणार नाही, तर दलितांतील जातिव्यवस्था नष्ट करणे आवश्यक आहे. त्याशिवाय तळातल्या जाती एक होऊ शकत नाहीत. प्रतिक्रियावादी, पुनरुज्जीवनवादी, प्रतिक्रांतिवादी विचार आज जोराने फैलावत आहेत. फुले-आंबेडकरांच्या विचारांची बदनामी होते आहे. अशावेळी कलापथके, व्याख्याने, मेळावे, शिबिरे, पदयात्रा यांसारख्या माध्यमांतून लोकशिक्षण करणे गरजेचे आहे.

६

'धर्मनियमांचा उच्छेद आणि सजातीय विवाहाला बंदी' हा विचार जाति-अंताच्या संदर्भात डॉ. आंबेडकरांनी मांडलेला आहे. हिंदू धर्माची चिकित्सा आणि जातिव्यवस्थेविरोधी लढा या दोन पातळ्यांवर लढा देणे महत्त्वाचे आहे. सैद्धांतिक आणि व्यावहारिक पातळीवर हा लढा लढविला गेला पाहिजे.

रोटीबेटी व्यवहार हळूहळू जाती-जातींमध्ये होत आहेत. अस्पृश्यता नष्ट होत असल्याचा भास होत असला तरी 'जातीयता' ही भावना उग्र बनत आहे. एखाद्याला 'अस्पृश्य' लेखणे म्हणजे तो नीच व हीन दर्जाचा आहे, शुद्र, गुलाम आहे. अशी ही प्रवृत्ती होती, परंतु 'जातीय' भावना ही द्वेष, स्पर्धा आणि शत्रुत्वावर आधारलेली आहे. 'जात' वर्णाश्रमधर्माची निर्मिती असली तरी, ती आता एक 'राजकीय शक्ती' बनली आहे. जातीच्या एकगठ्ठा मतांमुळे त्या जातीला भक्कम

७. नामदेव ढसाळ - दै. केसरी, पुणे ९ ऑक्टोबर १९८४

असे राजकीय चिरंजीवित्व लाभलेले आहे आणि त्यामुळेच जातीच्या नावावर संघटना बांधणे, आपले नेतृत्व तयार करणे, जातीच्या नावावर निवडणुका लढवणे आज सोपे झाले आहे. जातिधर्माधिष्ठित राजकारणामुळे 'जातीय भावना' फोफावत आहेत. प्रत्येक जात दुसरीची राजकीय स्पर्धकच बनली आहे. या स्पर्धेमुळेच जातीय तणाव, दंगली उद्भवत आहेत. 'माणूस म्हणजे माणूस. जात, पंथ आम्ही मानत नाही. भारतीय गरीब जनतेचे प्रश्न आर्थिक प्रश्नांवर आधारित आहेत. आर्थिक प्रश्नांविरुद्ध लढाई उभारली तरच प्रश्न सुटतील. धर्माविरुद्ध लढाई असली तर प्रश्न सुटणार नाहीत'८ ही भूमिका मला महत्त्वाची वाटते.

दलित पँथरने आर्थिक प्रश्नांवर लढे दिले पाहिजेत, हे खरे. आर्थिक प्रश्नांवर लढे देणाऱ्या अनेक संघटना आहेत, पण त्यांचे सामाजिक प्रश्नांकडे दुर्लक्ष झालेले आहे. दलित पँथरचे वैशिष्ट्य आणि मूळ संघर्ष हा सामाजिक विषमतेविरुद्धचा आहे. आणि यातच पँथरचे वेगळेपण आहे. बहिष्कृत आणि अस्पृश्य म्हणून माणसावर होणाऱ्या अन्यायाविरुद्ध पँथर आवाज उठवते. भारतीय समाजव्यवस्थेमध्ये जात आणि वर्ग असे सुटे करताच येत नाहीत. त्यामुळे जाति-अंताचा आणि वर्गअंताचा लढा अधिक जटिल झालेला आहे.

भारतीय दलित पँथरने लढविलेला नामांतराचा लढा किंवा मंडल आयोगाचा लढा हा मला सांस्कृतिक लढाच वाटतो. मंडल आयोग आणि नामांतराच्या निमित्ताने दलित समाजात 'हक्कासाठी संघर्ष करण्याची' भावना रुजवणे, त्याचबरोबर इतरांना आपले प्रश्न समजावून सांगून जनमत निर्माण करणे, हे महत्त्वाचे कार्य पँथरने केलेले आहे. राखीव जागांचा लढा हा निव्वळ राखीव जागांचा लढा नसतो, तर त्यामागे अनेक सांस्कृतिक संदर्भ दडलेले असतात. नामांतराचेही तसेच आहे. साहित्य संमेलनावर नामांतरासाठी पँथर्स जेव्हा मोर्चा काढतात, तेव्हा त्यांना माहीत असते की, साहित्य संमेलनातील ठरावाने हा प्रश्न सुटणार नाही. पण वारंवार आपली मागणी या ना त्या मार्गाने जनतेपुढे सतत मांडणे, आपल्या प्रश्नांची चर्चा घडवून आणणे, आम्ही आमच्या मागणीवर अजून ठाम आहोत हा निर्धार निदर्शनास आणून देणे आणि त्यानिमित्ताने समता, स्वातंत्र्य, न्याय आणि बंधुता हा विचार समाजात रुजवणे, हे कार्य या प्रतीकात्मक लढ्यातून पँथरने प्रभावीपणे केलेले आहे.

दलित पँथरने आपल्या आक्रमक आणि लढाऊ भूमिकेमुळे दहशत निर्माण केलेली आहे. यजमान संस्कृतीला असे धक्के देणे फार महत्त्वाचे असते. 'नामांतराच्या लढ्यामुळे प्रबोधनाचा इतिहास शंभर वर्षे मागे गेला आहे किंवा सवर्ण-दलितांमध्ये

---

८. भाई संगारे - दै. नवशक्ती, मुंबई, ६ डिसेंबर १९८४

दरी निर्माण झाली आहे' असे ऐकायला मिळते, हे साफ झूट आहे. खरेच प्रबोधन झाले असते तर अशा माणूसद्रोही, समाजद्रोही जातीय दंगली पेटल्याच नसत्या. प्रबोधन हे कदापिही मागे जाणारे नसते. प्रबोधन कोणी केले, कधी केले याचे एकदा मोजमाप द्या. दलित-सवर्णांमध्ये दऱ्या अनेक वर्षांच्या आहेत. त्या नव्याने निर्माण झालेल्या नाहीत. दलितांनी आहे ती व्यवस्था निमूटपणे स्वीकारली तर कुठलेच प्रश्न निर्माण होत नाहीत. मग प्रबोधनाचा लढाही मागे जात नाही किंवा दऱ्याही निर्माण होत नाहीत, असे हे समीकरण आहे. दलितांनी जेव्हा जेव्हा हक्कांची भाषा केली आहे, तेव्हा तेव्हा त्यांच्यावर हल्ले झालेले आहेत. या हल्ल्यांचे स्वरूप 'आहे ती व्यवस्था कायम टिकवून ठेवणे' हे असते, सवर्ण आणि दलितांतल्या या केवळ दऱ्या नसतात.

'दलितांनी राष्ट्रीय प्रवाहात सामील व्हावे' ही भूमिकादेखील बौद्धिक दिवाळखोरीचीच असते. सवर्णांचा प्रवाह हा 'राष्ट्रीय प्रवाह' आहे आणि दलितांचा प्रवाह अराष्ट्रीय आहे का? समता- स्वातंत्र्य- बंधुता आणि न्यायाच्या मागणीसाठी होणारे दलितांचे लढे हे लोकशाही स्वरूपाचे सहजीवन मागणारे आहेत. हे खरे की, इथल्या प्रस्थापित विषम व्यवस्थेविरुद्ध ते उद्धट, घाणेरडे आणि विद्रोही बोलतात. त्यांच्या उद्धटपणामागे एक समाजशास्त्र आहे.

'दलित पँथरच्या भूमिकेत जहालपणा अधिक दिसून येतो. ज्या देशात स्त्रीची अब्रू सुरक्षित नाही त्या देशाचे आम्ही शत्रू आहोत असे म्हणण्याची हिम्मत असणे, म्हणजे निश्चितच गम्मत नव्हे. त्यासाठी धैर्य लागते. होणाऱ्या परिणामांची जाणीव ठेवून ते भोगण्याचीही तयारी असावी लागते. कोणाला असे वाटेल, या जहाल अतिरेकी मार्गाचा अवलंब करून दलितांच्या समस्या सुटू तर शकणार नाहीतच, उलट त्या अधिक जटिल व्हायला लागतील. हा कोणासाठी कदाचित वेगळ्या चर्चेचा विषय होईल. परंतु या जहाल मार्गाचा अवलंब केल्याने दलितांतील हा आत्मविश्वास वाढीला लागण्यासाठी मदत होईल.'[९] पँथर्सच्या दराऱ्यामुळे अन्याय करणाऱ्यांवर जरब बसली आहे, हे नाकारता येत नाही.

'या देशात सवर्ण हिंदू बहुसंख्यांक आहेत. यामुळे मतदान गुणवत्तेवर न होता जातीच्या आधारावर केले जाते. यामुळे अर्थातच शासन, न्याय व विधिमंडळे ही सवर्ण हिंदूंची मालकी आहे. सर्वच्या सर्व बागायत शेतजमीन सवर्ण हिंदूंच्या ताब्यात आहे. जिराईत जमीनसुद्धा सवर्ण हिंदूंकडेच आहे. या देशातील वृत्तपत्रव्यवसाय सवर्ण हिंदूंच्या मालकीचा आहे. इतकेच काय, हवा, पाणी, आकाश इत्यादी

---

९. सचिन तासगावकर - 'आम्ही' १९७३

निसर्गशक्तींवरदेखील केवळ सवर्ण हिंदूंचाच ताबा आहे. अमेरिकेत निग्रोंवर अन्याय-अत्याचार होतात, परंतु विहिरीचे पाणी बाटवले म्हणून बहिष्कार टाकून निष्पाप लेकराबाळांना उपाशी मारले जात नाही. मार्क्सने ज्यावेळी वर्ग तत्वज्ञान सांगितले होते, त्यावेळेस त्याच्यासमोर असंख्य जातिजमातींनी बरबटलेला हिंदू समाज नव्हता. यासाठी या देशातील दलितांच्या सर्वांगीण मुक्तीसाठी मार्क्स जसाच्या तसा सांगणे हा शहाणपणचा मार्ग नाही. म्हणून दलित पँथरने दलितांच्या सुटकेच्या मार्गाचा नीट अभ्यास केला पाहिजे. या देशात निसर्गाचा दुष्काळ केव्हातरी येतो, परंतु वैचारिक दुष्काळ गेल्या तीन हजार वर्षांचा आहे. या देशात फक्त लोकशाहीचा सांगाडा वावरतो आहे. तमाम दलितांना बरोबर घेऊन दलित पँथरला त्यामध्ये प्राण निर्माण करता येईल.[१०]

७

प्रा. जोगेंद्र कवाडे यांनी नामांतराचा लढा उग्रपणे लढविला. नागपूर ते औरंगाबाद हा लाँग मार्च त्यांनी नामांतरासाठी काढला होता. नामांतराची मागणी करण्यासाठी महाराष्ट्रभर 'लाँग मार्च' निघाले होते. प्रा. जोगेंद्र कवाडे यांची 'दलित मुक्तिसेना' ही पँथरप्रमाणे दलित युवकांची जहाल संघटना आहे. 'तोडके दिया पाकिस्तान, छीनके लेंगे दलितस्थान' अशा घोषणा या संघटनेने दिलेल्या आहेत, पण भारतीय दलित पँथर 'दलितस्थान' च्या भूमिकेशी सहमत नाही. तिची निष्ठा भारतावरच आहे. प्रा. कवाडे यांनी २५ जानेवारी १९८४ रोजी 'दलित मुस्लिम अल्पसंख्यांक सुरक्षा महासंघाची' स्थापना केली. या संघटनेचे नेते हाजी मस्तान आहेत. या युतीलाही पँथरने विरोध केला होता.

डॉ. आंबेडकरांनंतर दलितांना खंबीर नेतृत्व लाभलेले नाही. दादासाहेब 'कम्युनिस्ट' म्हणून चळवळीतून दूर लोटण्याचा प्रयत्न झाला, तर बाबासाहेबांच्या मृत्यूला माईसाहेब आंबेडकर कारणीभूत आहेत, असा प्रचार करून त्यांच्या राजकीय जीवनाचा खून करण्यात आला.[११] आता माईसाहेब आंबेडकरही भारतीय दलित पँथरबरोबर आहेत. प्रकाश आंबेडकरांनी राजकारणात प्रवेश केला आहे. त्यांच्या पाठीशी डॉ. आंबेडकरांची पुण्याई आहे. अकोला आणि नांदेड येथील निवडणुकांमुळे ते 'दलितांचे नेते' म्हणून प्रसिद्धीस आले आहेत. पँथरनंतर दलित चळवळीला प्रकाश आंबेडकरांच्या रूपात एक नवे नेतृत्व मिळाले आहे. रिपब्लिकन पक्षाच्या इतर गटांपेक्षा प्रकाश आंबेडकरांना जादा मते मिळाल्यामुळे ते स्वत:च्या गटालाच

---

१०. अशोक गोडघाटे - 'आम्ही' दि. अं. १९७३

११. माईसाहेब आंबेडकर - सा. तरुण भारत, ६ डिसेंबर, १९८६

वीस

'खरा रिपब्लिकन पक्ष' संबोधू लागले आहेत. 'दलित पँथर अन्यायाच्या जाणिवेतून तरुणांनी उभी केलेली चळवळ होती. त्यांनी लढे दिले, परंतु या चळवळीला आकार देता आला नाही. ही चळवळ तोडण्यात सामाजिक, राजकीय व शासकीय व्यवस्थेने यश मिळवले ही या चळवळीची शोकांतिका आहे.'[१२] हे पँथरविषयीचे प्रकाश आंबेडकर यांचे मत. त्यांना पँथर चळवळ इतिहासजमा झाल्याचे वाटते. भारतीय दलित पँथर आणि दलित मुक्तिसेना यांनी एकत्र येऊन प्रकाश आंबेडकरांचे नेतृत्व स्वीकारण्याचे ६ डिसेंबर १९८५ रोजी जाहीरपणे मान्य केले होते.[१३] पण असे ऐक्य पुढे कधीच अस्तित्वात आल्याचे दिसत नाही.

चळवळीत तात्त्विक कारणांवरून किंवा व्यावहारिक कारणांवरून गट पडतात. वैचारिक मतभेद होऊन संघटना मोडू शकते, त्याचप्रमाणे नेतृत्वाच्या हव्यासासाठी संघटनेत फूट पडते. रिपब्लिकन पक्ष, दलित पँथर आणि दलित साहित्यिकांतील दुफळीचे दृश्य 'मार्क्सवाद की आंबेडकरवाद?' किंवा 'आंबेडकर-मार्क्स समन्वय' असे दिसून येईल अशा परिस्थितीत 'दुसरा तत्त्वज्ञानात्मक विद्रोह' महत्त्वाचा आहे.

रिपब्लिकन पक्ष यशवंतराव चव्हाणांनी संपवला आणि बाबा आढावांनी दलित पँथर फोडली, असे आरोप ऐकायला मिळतात. पँथरपुरते बोलायचे झाल्यास बाबा आढावांनी सा. मनोहर (पुणे) मध्ये 'दोन 'ढ' आणि मार्क्सवाद' (दोन 'ढ' म्हणजे ढाले आणि ढसाळ) हा लेख लिहून आपली भूमिका स्पष्ट केलेली दिसते.

"समतेच्या चळवळीतील अनेक संदर्भ स्पष्ट होत आहेत, विषमतेची अंगेउपांगे स्पष्ट होत आहेत. अंगमेहनत करणारा कष्टकरी, देवदासी, भटके-विमुक्त, गावव्यवस्थेतील बलुतेदार, दलित, आदिवासी, स्त्री, शिक्षणाबाहेर राहिलेला तरुण, स्वयंरोजगारी, धरणग्रस्त व प्रकल्पग्रस्त लोक अशी कितीतरी उदाहरणे देता येतील. महात्मा फुले आणि आंबेडकरांनी या देशातील वर्णजातीव्यवस्थेविरुद्ध बंड पुकारले. आजमितीला धर्म, भाषा, प्रांत, जाती आणि लिंग इत्यादी भेदांचा प्रकर्षाने विचार करावा लागत आहे. फुले-आंबेडकरांच्या विचारांची निकड समाजाला आता जाणवू लागली आहे. दलित पँथरने अशा स्वरूपाच्या सर्व आंदोलनांत भाग घ्यावा, असे मला वाटते. आज तरी पँथरला संघटनात्मकच विचार करावा लागत आहे. दलित पँथरची फाटाफूट मी केल्याचा माझ्यावर कोणी आक्षेप घेतला असेल तर त्याचं उत्तर इतर पँथर्सनी दिलेलं आहे. कोणी आक्षेप घेतला असेल तर त्याचं उत्तर

---

१२. प्रकाश आंबेडकर - सा. तरुण भारत, ६ डिसेंबर १९८६
१३. सा. आम्रपली, मुंबई, १ जानेवारी १९८६
१४. आढाव बाबा-दलित पँथर (प. आ.) सुगावा, पुणे.

द्यावं हे मला प्रशस्त वाटत नाही. अशा आरोपांमुळे मला खूप दु:ख होते."१४ बाबा आढावांची ही खंत जाणून घेणे आवश्यक आहे. बाबा आढावांनी पँथर फोडावी आणि पँथर फुटावी इतके पँथर नेते दुधखुळे होते की काय?

दलित चळवळीचे गट केवळ नेतृत्वाच्या प्रश्नावरून पडलेले दिसतील. सर्वजणच आंबेडकरवादी आहेत, पण कोणी कोणाचे नेतृत्व स्वीकारायला तयार नाही. जो तो स्वत:ला नेता समजतो. स्वत:ला 'आंबेडकरवादी' म्हणवणाऱ्या सर्व 'आंबेडकरवादी' गटांचे एकमेकांत जमत नाही. इतके की, काही वेळा सुरामाऱ्याने भांडणेही झालेली उदाहरणे आहेत. दलितांच्या अनेक गटांचे वादविवाद आणि त्यांच्या परीने संघटनात्मक कार्य चालू असताना, आजच्या दलित तरुणाला कोणत्यातरी 'एकाच' गटाचा कार्यकर्ता बनावे लागते. या संघटनाही स्पर्धात्मक पातळीवर जगत असतात. प्रत्येकाचे संघटनात्मक निर्णय दुसऱ्यापेक्षा वेगळे व विचित्र असतात, हे नामांतर आंदोलन आणि सार्वत्रिक निवडणुकांच्या वेळी निदर्शनाला आलेले आहेच. एका गटात बदनाम झालेला कार्यकर्ता ती संघटना सोडतो आणि ताबडतोब दुसऱ्या गटात प्रवेश करून पदाधिकरी होतो. तेव्हा अशा परिस्थितीत लोकांनीच पुढाकार घ्यावा व आपली ताकद वापरून ही गटबाजी मोडून काढावी. तत्त्व, धोरण, त्याग आणि अस्तित्वाच्या प्रश्नांमुळे सहजासहजी कोणीच नेतृत्व सोडू शकत नाही. तेव्हा प्रत्येक गटाच्या लोकांनी नेत्याला ऐक्यासाठी तयार करावे. सर्व गट एकत्र आल्यानंतर लोकशाहीच्या पद्धतीने नवा नेता निवडावा हाच एक मार्ग शिल्लक आहे. खुल्या मनाने इतरांचे नेतृत्व स्वीकारण्याची तयारी दाखविल्याशिवाय दलित चळवळीतील गटबाजी संपणार नाही.

८

दलितांचा लढा हा राजकीय लढा आहे. म्हणूनच आज 'दलित पँथर' एक 'राजकीय पक्ष' म्हणून निवडणुका लढवीत आहे. राजसत्तेवरील पकडीचा वापर करून परिवर्तन आणि समता प्रस्थापित करता येईल, संसदीय मार्गाने आपले प्रश्न लोकशक्तीच्या जोरावर सोडविता येतील. 'दलितांची, श्रमिकांची सत्ता जेव्हा आपल्या देशात येईल तेव्हाच त्यांचे प्रश्न सुटतील, त्यांचे हित साधले जाईल. अल्पसंख्याकांच्या आघाडीचा दृष्टिकोन 'धर्म' असून चालणार नाही. राजकीय शक्ती वाढवण्याचा दृष्टिकोन हवा'१५ ही भूमिका त्यामागे आहे. देशातील पंचाहत्तर टक्के लोक दलित आहेत आणि त्यांच्या बळावर आपण सत्ता मिळवू हा आशावाद पँथर बाळगून आहे. त्याचबरोबर हेही खरे की, दलित पँथरने समाजसेवा करायची, पोलिसांच्या

---

१५. रामदास आठवले - दै. नवशक्ती, मुंबई, ६ डिसेंबर, १९८४

लाठ्या झेलायच्या आणि रिपब्लिकनवाल्यांनी मात्र राजसत्ता उपभोगायची, हे पँथर्सना पटणारे नव्हते. म्हणून १९७७ मध्ये दलित पँथरने संसदीय राजकारणात प्रवेश केला. ह्या संदर्भात गंगाधर गाडे ह्यांचे मत जाणून घेणे उचित ठरेल. ते म्हणतात. 'दलित पँथरने राजकारणात प्रवेश का केला, हे सांगण्यासाठी त्यावेळी रिपब्लिकन पक्षाचे कच्चे दुवे काय होते हे सांगावे लागेल. आर. पी. आय. ने दलित समाजाच्या गरजा व इच्छांना तिलांजली देणे सुरू केले, त्यावेळी अशा भ्रष्ट पुढाऱ्यांना रोखणे आवश्यक होते. दलित पँथरच्या अभूतपूर्व चळवळीने जागी झालेली दलित जनता रिपब्लिकन पक्षाच्या सत्तालोलुप पुढाऱ्यालाच आपले मत देत होती. म्हणून दलित पँथरला राजकारणात पडावे लागले. आपल्या पाठीशी किती जनमत आहे, हे कळण्यासाठी निवडणुका ही एकच कसोटी आहे.'[१६] दलित पँथरने राजकारणात प्रवेश केल्यामुळे रिपब्लिकनवाल्यांच्या राजकीय स्थानांवर गदा येईल व ते आपोआप ऐक्यास तयार होतील, असाही एक हेतू यामागे होता.

निवडणुकीच्या राजकारणातून नेतृत्व निर्माण होऊ लागल्यामुळे अशा नेतृत्वाला त्याग, सेवा, चळवळ आणि विचारांची बांधीलकी राहिली नाही. पैसा, गुंड आणि जातीच्या नावावर निवडणुका लढविल्या जात आहेत. ज्या माणसाला समाजाची आणि चळवळीची गंधवार्ताही नाही असा माणूस निवडणुकीला उभा राहतो व एका रात्रीतून कोणत्यातरी पक्षाचा पुरस्कृत उमेदवार होतो. असेच रेडिमेड नेतृत्व दलितांच्या बोकांडी बसले आहे. राजकीय सोयीसाठी सत्ताधारी व विरोधी पक्षांच्या संगनमताने वृत्तपत्रांच्या प्रसिद्धीतून दलित नेते असल्याचा काहीजण आभास निर्माण करीत आहेत, इतर पक्षाचे दलित उमेदवार निवडणुकीत विजयी होत आहेत आणि लढावू दलित नेते हरत आहेत. 'दलित, भूमिहीन व शेतमजूर यांच्या प्रश्नांवर स्वत:ला दलित नेते म्हणवून घेणाऱ्यांनी आतापर्यंत किती आंदोलनांत भाग घेतला आहे?'[१७] हा पँथर कमलेश यादव यांचा प्रश्न नेमक्या वस्तुस्थितीवर बोट ठेवणारा आहे.

९

आज रिपब्लिकन पक्ष एका जातीच्या अनेक गटांचा झालेला आहे. देशात दलितांचे राजकारण खंबीरपणे पुढे नेणारा एकही पक्ष नाही. सर्व पक्ष आपापल्या वर्गात आणि वर्णात बंदिस्त झालेले दिसतील. तमाम दलितांना एकत्र आणणारा 'रिपब्लिकन पक्ष' असावा, ही डॉ. आंबेडकरांची आशा फोल ठरवली गेली आहे. दलित समाज 'राज्यकर्ती' जमात होऊ शकली नाही. त्यांचे राजकीय शिक्षण कोणी

---

१६. गाडे गंगाधर - दलित पँथर (प. आ.) सुगावा प्रकाशन, पुणे.
१७. कमलेश यादव - सा. तरूण भारत, ६ डिसेंबर १९८६

केले नाही. उलट त्यांना राजकारणापासून दूर ठेवून, त्यांच्या मतशक्तीचा सौदा करण्याचेच डाव राजकारणात खेळले जात आहेत.

डॉ. आंबेडकरांची रिपब्लिकन पक्षाविषयीची संकल्पना आणि दलित समाज शासनकर्ती जमात झाली पाहिजे हे स्वप्न पूर्ण होऊ शकलेले नाही. 'भारत बौद्धमय करेन' ही त्यांची प्रतिज्ञाही अपूर्णच राहिलेली आहे. 'बौद्ध धर्माच्या स्वीकारामुळेच जाती नष्ट होतील'[१८] ही डॉ. आंबेडकरांची स्पष्ट आणि ठाम धारणा होती. जाति-अंताचा लढा म्हणून या धर्मान्तराकडे पाहणे महत्त्वाचे आहे.

'आपण अल्पसंख्यांक आहोत म्हणून आपल्यावर अत्याचार होतात, आपण धर्मान्तर केले तर आपल्याला त्या धर्मातील लोकांचा पाठिंबा मिळेल', ही भावनाही त्यामागे होती. असे असले तरी, धर्मान्तराने दलितांचे प्रश्न सुटलेले नाहीत. बौद्धांवर अत्याचार हे होतच आहेत. त्यांचे आर्थिक दारिद्र्य तसेच आहे. म्हणून 'बौद्धांना सवलती मिळाल्या पाहिजेत' यासाठी पँथर लढाऊ भूमिका घेत आहे. शिवाय धर्मांतरामुळे दलितांच्या सांस्कृतिक जीवनात खूप फरक पडला आहे, असे नाही. बौद्ध धर्माबरोबर हिंदू धर्माचरण 'नवबौद्ध' मंडळी करीत असतात, याचे कारण म्हणजे बाबासाहेबांच्या धर्मान्तरानंतर धर्मप्रसार व्हावा तितक्या मोठ्या प्रमाणात झाला नाही. एकतर धर्मांतरानंतर लगेचच झालेला बाबासाहेबांचा मृत्यू आणि दुसरे म्हणजे सर्वसामान्य लोकांना ह्या नव्या धर्मप्रणाली, उपासना व आचारपद्धतीची माहिती करून देण्यासाठी प्रचारयंत्रणा नव्हती. जी 'बौद्ध विहारे' आहेत, त्यांमध्ये पंचशील, त्रिसरण म्हणजे प्रार्थनेपलीकडे काहीच केले जात नाही. ही बौद्ध विहारे केवळ प्रार्थनामंदिरे न बनता, ती सांस्कृतिक केंद्रे बनली पाहिजेत. तेव्हाच हिंदू धर्माने 'धर्माधिकार' नाकारलेल्या समाजाला 'धर्माधिकार' देता येईल. केवळ 'धर्म' आणि 'जात' या दोन भावना 'माणसाला' एकत्र बांधून ठेवणाऱ्या मोठ्या शक्ती आहेत. म्हणून त्यांचे भल्याबुऱ्या मार्गाने संवर्धन करणे आणि त्याचा राजकीय उपयोग करून घेणे हे नैमित्तिक हिताचे असले तरी दूरदृष्टीने पाहिल्यास ते विघातकच आहे.

१०

भारतीय जनतेच्या कलावंतांकडून आणि लेखकांकडून मोठ्या अपेक्षा आहेत. लोकसत्ताक समाजवादी राष्ट्र म्हणून भारताची उभारणी करणे या गोष्टी अवलंबून आहेत, आपण सांस्कृतिक आघाडीवर कशी लढत देत आहोत यावर. प्रतिक्रियावादी विचारांना लेखकांनी लेखणीने उत्तरे दिली पाहिजेत. पारतंत्र्याच्या काळात भारतीय लेखकांनी मोठे योगदान दिलेले आहे. जे सर्वसामान्य माणसाविषयी लिहितात, जे

---

१८. आंबेडकरांची भाषणे - खंड ६, संपादक - मा. फ. गांजरे, पृ. ४६

सर्वसामान्य माणसांच्या बोलीभाषेत बोलतात आणि सर्वसामान्य जे शिकू इच्छितात त्याविषयी लिहितात, जे सर्वसामान्यांपासून धडे घेतात तेच खरे लेखक होत. दलितांचा संघर्ष हा सांस्कृतिक संघर्ष आहे. दलित चळवळ सर्व शक्ती एकवटून प्रस्थापितांच्या विरोधात लढत असताना, दलित लेखकांनी चळवळीत लढणाऱ्या कार्यकर्त्यांचे मनोबल वाढेल, त्यांना प्रेरणा मिळेल असे लेखन केले पाहिजे. मराठी साहित्यात, किंबहुना भारतीय वर्णवादी साहित्यात, गंभीर वैचारिक चुका झालेल्या आहेत. त्याबाबत दलित लेखकांनी लिहिले पाहिजे.

दलित पँथरच्या चळवळीमुळे दलित साहित्यावर मोठा परिणाम झालेला आहे. पँथरमध्ये अनेक लेखक-कवी काम करीत आहेत. पँथर्सची उग्र भावना दलित साहित्यात व्यक्त झालेली आहे. 'पँथर्सच्या चळवळीमुळे फार मोठ्या संख्येनं कविता लिहिली गेली. ह्यातील कविता भडक आणि प्रचारी अथवा शिवराळ झाली. याचे कारण सांगता येईल की पँथरचे काही तरुण पुढारी ज्या आक्रमक पोजमध्ये स्टेजवर आपले भाषण करीत असत, त्याची सहीसही नक्कल त्यांनी उचलली'[१९] हे दया पवार यांचे मत, या काळातील दलित कवितेवर दलित पँथरचा कसा प्रभाव पडला होता हे स्पष्ट करणारे आहे, तर पँथर कवितेची दुसरी बाजू अशी 'या कवितेचा नायक व्यक्ती नसून 'समाज' आहे. समाजमनातील हलकल्लोळ या कवितेतील हेलकावा आणि लय बनतो. समाजातील घडामोड कवितेची घडामोड घडविते. कारण या कवितेची पाळेमुळे जीवनाच्या तळाशी साचलेल्या विषमतेत आणि सांस्कृतिक दुभंगलेपणात खोल रुजली आहेत. ही कविता एकाच भाषिक विश्वात व्यक्त होत असली तरी, तिचे अनुभवक्षेत्र प्रांतिक मर्यादेत न सामावणारेच असते. म्हणूनच देशातल्या कानाकोपऱ्यातला अत्याचार तिच्यातून बोलू लागतो.'[२०]

दलित साहित्य आंबेडकरी चळवळीचं अपत्य आहे. दलित साहित्य एक चळवळ आहे. चळवळ आणि साहित्य या दलित चळवळीच्या 'एकाच नाण्याच्या दोन बाजू' आहेत. दलित साहित्य आणि दलित चळवळीची फारकत करता येणार नाही.

११

'चळवळ जर खरोखर लोकाधिष्ठित असेल तर पुढारी आपोआप मिळतात. ज्या चळवळी अल्पायुषी ठरल्या किंवा परिणामकारक नव्हत्या, त्यांना जनमानसात स्थान मिळालेले नसते. विचाराचा चळवळीशी काय व कसा संबंध असावा आणि

१९. दया पवार - छावणी हलते आहे, प्रस्तावना
२०. राजा ढाले - पँथर कविता

चळवळीची दिशा कशी असावी, हे प्रत्यक्ष काम करीत असतानाच स्पष्ट होते. लीडर अनुयायी हे संबंध, संघटनेच्या अंतर्गत असलेली वैचारिक बंधने, तळच्या कार्यकर्त्याला नसलेला आवाज, त्यांच्यापर्यन्त कधीच न पोचणारा संवाद या सर्वांमुळेच चळवळ कोणत्या दिशेला चालली आहे हे कळत नाही. चळवळीत भाग घेणाऱ्या लोकांकडे क्रांतीचे साधन म्हणून न पाहता त्यांच्या स्वतंत्र अस्तित्वाचा 'एक नैतिक हक्क' म्हणून चळवळीकडे पाहिले पाहिजे.

चळवळीत येणारा कार्यकर्ता 'आपण समाजाचे देणे लागतो' या भावनेनेच काम करीत असतो. कार्यकर्त्याला संघटनेत काम करीत असताना व्यक्तिगत सुख, खाजगी जीवन आणि वैयक्तिक महत्त्वाकांक्षा यांना तिलांजली द्यावी लागते. सतत थ्रिलिंग, रोमँटिक कृती करायला मिळेल अशी अनेक कार्यकर्त्यांची अपेक्षा असते. प्रत्यक्षात चळवळीत असे काही थोडेच क्षण असतात. उरलेला वेळ चिकाटीने, जिद्दीने काम करीत घालवण्याचा असतो. कितीतरी तपशिलात शिरूनच कामाला हात घालावा लागतो![२१]

आज पँथर्स पै-पैशाची मदत नसतानाही समाजासाठी राबत आहेत. त्यांच्या भविष्याची भीषण समस्या चळवळीपुढे आहे. आर्थिक अडचणी आणि वैचारिक अपरिपक्वता यांमुळे कार्यकर्ता निराशेच्या गर्तेत कोसळण्याचा धोका असतो. ही अवस्थाच तडजोड, माघार आणि भ्रष्टाचार या वृत्तीला उजाळा देणारी असते. म्हणून कार्यकर्त्यांच्या कामाबरोबर त्यांचा अभ्यासही महत्त्वाचा ठरतो आणि त्याचबरोबर कार्यकर्त्यांच्या प्राथमिक गरजा आणि चळवळीच्या मूलभूत गरजा सुटल्या नाहीत तर ती चळवळ कोठेतरी वाट चुकल्याशिवाय राहत नाही. परिस्थिती आणि समस्यांचे योग्य आकलन, आपण घेतलेल्या निर्णयाच्या दूरगामी परिणामांची जाणीव, यशापयशाचा दुहेरी विचार, तडजोड आणि संघर्ष यांची संभाव्यता याचा पूर्ण विचार प्रमुख कार्यकर्त्याला सामुदायिकपणे करूनच निर्णय घेता आला पाहिजे. इतरांवर निर्णय लादण्याची कार्यकर्त्याची प्रवृत्ती मूलतः चुकीची आहे.

दलित पँथर (ढसाळ गट) चे कार्यकर्ते एस. आर. गायकवाड यांचे मत चळवळीचे नेतृत्व व कार्यकर्ते या संदर्भात विचार करायला लावणारे आहे. ते म्हणतात- 'मुंबईच्या आदेशावर बाकीच्या छावण्या हलतात. 'राजा बोले, दल हाले' अशी ही अवस्था. मुंबईचे नेतृत्व वाहणारे आम्ही हमाल ठरलो आहोत. गावपातळीवर व जिल्हापातळीवर कार्यकर्ता मरमर राबतो आणि प्रसिद्धी, पैसा, प्रतिष्ठा मात्र मुंबईच्या लोकांनाच मिळते.' याबरोबर हेही खरे आहे की, पँथरच्या

---

२१. संजीव खांडेकर - संकल्प, ग्रंथाली, मुंबई

कार्यकर्त्यांमध्ये नेतृत्वासाठी चुरस निर्माण होते आहे. जो तो स्वत:ला 'रामदास आठवले' समजतो! नवे कार्यकर्ते निर्माण करण्यापेक्षा, त्यांचे खच्चीकरण करून पँथरचे नेतृत्व आपल्याच हाती कसे राहील, याकडेच आजच्या कार्यकर्त्यांचे अधिक लक्ष आहे. लोकांचे प्रश्न सुटणे हे कुठल्याही चळवळीने साध्य झाले पाहिजे आणि चळवळ म्हणजे हे प्रश्न सोडविणारे साधन मानली पाहिजे. लोकांच्या प्रश्नांऐवजी चळवळ महत्त्वाची बनली की नेतृत्व साध्य ठरते आणि नेतृत्वासाठी भांडण, स्पर्धा, गटबाजी, आरोप-प्रत्यारोप अशा प्रकारांना ऊत येतो. त्या सर्वांचा परिणाम म्हणजे चळवळीचे तुकडे पडणे किंवा चळवळ थबकणे असाच होतो.

अनुभवी कार्यकर्त्यांची मते, कल्पना व सूचना लक्षात घेऊनच कुठलाही निर्णय घेतला जावा. अपयशाचा धोका पत्करण्याचे सामर्थ्य, अपयशाच्या तडाख्यातही काम करण्याची हिम्मत, समाजकार्याची आवड, वाचन व चर्चा या गुणांची कार्यकर्त्यांमध्ये जाणीवपूर्वक वाढ झाली पाहिजे. जेव्हा संघटनेचे पुढारी सामान्य कार्यकर्त्यांची प्रतिष्ठा राखण्याची खबरदारी घेतील आणि त्यांच्या मतांची कदर करतील अशाच वेळी संघटना खऱ्या अर्थाने लोकशाही स्वरूपाची बनेल.

कार्यकर्त्यांच्या अंगच्या राजकारणाव्यतिरिक्त वाङ्मय, क्रीडा, नाट्य, संगीत वगैरे गुणांकडे लक्ष दिले गेले पाहिजे. कार्यकर्त्यांच्या व्यक्तिगत जीवनातील तीव्रतेने जाणवणाऱ्या समस्या व अडचणी जाणून घेतल्या पाहिजेत. प्रत्येकाचे विचार, कल्पना व योजना एकमेकाला समजण्यासाठी वेळोवेळी बैठका घेतल्या पाहिजेत. चळवळीच्या निधीचा चोख हिशेब दिला पाहिजे.

नागपूर येथील दलित पँथरचे कार्यकर्ते मधुकरराव दुधे यांचे मत येथे मुद्दाम नमूद करण्यासारखे आहे. 'पँथरच्या बॅनरचा व्यक्तिगत स्वार्थासाठी उपयोग करून घेण्याच्या प्रवृत्तीमुळे पँथरचा कार्यकर्ता अधिक भ्रष्ट होत आहे.' दुधे यांची खंत कठोर आत्मपरीक्षण करायला लावणारी आहे. पँथरच्या नावाने ब्लॅकमेलिंग करणाऱ्या कार्यकर्त्यांनी हे गंभीरपणे घेतले पाहिजे आणि चळवळीचे व आपले चारित्र्य स्वच्छपणे जोपासले पाहिजे.

दलित पँथर ही तरुण रक्ताची संघटना आहे. दलित पँथर्सनी वादळासारखे अहोरात्र काम केले आहे. घरावर राख उडत असताना, भविष्याची कुठलीच हमी नसताना पँथर्स चळवळीत काम करीत आहेत. कुटुंबांना भोगाव्या लागणाऱ्या अडचणी, जुलूम व शोषण यांचा वाटा कार्यकर्त्यांनाही उचलावा लागतो. तेव्हा याही बाबीकडे समाजाने सहानुभूतीपूर्वक पाहिले पाहिजे. दलित पँथर्सचे कार्यकर्ते शिवराळ भाषण करतात, ते गुंड आहेत, पैसे खातात असा प्रचार करून दलित पँथरला 'दलित समाजापासून' तोडण्याचा प्रकार काही विघ्नसंतोषी व हितसंबंधी

मंडळी करीत असतात. पँथरने अशा प्रवृत्तीचे दमन केले पाहिजे. डझनभर 'पँथर' गट काम करताहेत. तसे कोणीच खऱ्या अर्थाने फार काही करतो, असे नाही. आपापल्या गटाचे म्होरके म्हणवीत सचिवालय, पोलीसचौक्या, जिल्हा-तालुका कचेऱ्या, काही नोकरी देणारी कार्यालये, सभासंमेलनं येथे तो मोर्चा काढतो, घोषणा देतो, स्वत:च्या व काहींच्या जगण्याची आणि चांगलं टेचात, रंगतदार जगण्याची अर्थपूर्ण सोय करण्याचे तंत्र सगळ्यांनी आत्मसात केले आहे. कुणाचे ट्रक्स, बार हॉटेल, मिनी बसेस, चाळी-झोपड्या, सोशल क्लब असल्याचे उघडे गुपित त्यामुळेच ठाऊक होते. बाबासाहेबांचे कार्य व कर्तृत्व हा आता घोषणेचा व पोट भरण्याचा धंदा झाला आहे.[११] या केशव मेश्राम यांच्या मताकडे दुर्लक्ष करता येणार नाही.

१२

आजच्या दलित चळवळीचं चित्र निराशाजनक आहे, असे मी म्हणणार नाही. उलट, चळवळ मोठ्या ताकदीनं टिकून उभी आहे. सर्वच गट व संघटना दलितांचे प्रश्न घेऊन मैदानात येत आहेत. संपूर्ण समाज चळवळमय होतो आहे. लहान मुले, स्त्रिया, वृद्ध आणि तरुण मोठ्या संख्येने आणि प्रचंड आशेने लोकशाहीच्या मार्गाने आपले प्रश्न जनतेपुढे, शासनापुढे मांडत आहेत. त्यांचे प्रश्न सुटले नाहीत तर त्यांचा लोकशाहीवरील विश्वास संपुष्टात येईल. 'मीच पहिल्या प्रथम ही राज्यघटना जाळून टाकीन'[१३] हा विद्रोह त्यांच्यात राजकीय असंतोष निर्माण करेल.

दलितांपेक्षा भटक्या-विमुक्त जमातींच्या समस्या वेगळ्या आणि जीवघेण्या आहेत. त्यांच्या प्रश्नांकडे पँथरने अजून लक्ष दिले नाही. दलित महिलांच्या संघटनांकडे असेच दुर्लक्ष झालेले आहे. बिकट आणि जटिल प्रश्न एकेकट्या संघटनांकडून सुटतील असे नाही. तेव्हा परिवर्तनवादी चळवळींनी एकत्र येऊन दलितांचे प्रश्न संयुक्त ताकदीच्या जोरावर मांडणे महत्त्वाचे आहे. आज परिवर्तनवादी चळवळी अलगपणे काम करीत आहेत. त्यांच्यातही गट निर्माण झाले आहेत. चळवळीतील अलगता, गटबाजी, नैराश्य संपवणे अत्यंत महत्त्वाचे आहे. तमाम परिवर्तनवादी चळवळींनी एकत्र येऊन कृतीच्या पातळीवर 'ठोस' भूमिका घेण्याचा हा निर्णायक काळ आहे, असे मला वाटते.

●●●

❑ शरणकुमार लिंबाळे यांचे प्रकाशित साहित्य

कविता : उत्पात (१९८२), श्वेतपत्रिका (१९८९), उद्रेक (२००८)

कथा : बारामाशी (१९८८), हरिजन (१९८८), रथयात्रा (१९९३), दलित ब्राह्मण (२००४).

कादंबरी : भिन्नलिंगी (१९९१), उपल्या (१९९८), हिंदू (२००३), बहुजन (२००६), झुंड (२००९)

आत्मनिवेदने : अक्करमाशी (१९८४), राणीमाशी (१९९२), पुन्हा अक्करमाशी (१९९९).

संपादने : दलित प्रेम कविता (१९८६), दलित पँथर: भूमिका आणि चळवळ (१९८९), दलित चळवळ (१९९१), दलित साहित्य (१९९१), प्रज्ञासूर्य (१९९१), भारतीय रिपब्लिकन पक्ष: वास्तव आणि वाटचाल (१९९२), विवाहबाह्य संबंध: नवीन दृष्टिकोन (१९९४), गावकुसाबाहेरील कथा (१९९७), ज्ञानगंगा घरोघरी (२०००), शतकातील दलित विचार (२००१), साठोत्तरी मराठी वाङ्मय प्रवाह (२००६), सांस्कृतिक संघर्ष (२००९), भारतीय दलित साहित्य (२०१३).

समीक्षा : दलित साहित्याचे सौंदर्यशास्त्र (१९९६), साहित्याचे निकष बदलावे लागतील (२००५), ब्राह्मण्य (२००६), दलित आत्मकथा- एक आकलन (२००९), वादंग (२०१०)

❑ शरणकुमार लिंबाळे यांच्या साहित्याचे भाषांतर

इंग्रजी : द आऊटकास्ट (२००३), टुवर्डस् ॲन ॲस्थिटिक्स ऑफ दलित लिटरेचर (२००४), हिंदू (२०१०)

हिंदी : अक्करमाशी (१९९१), देवता आदमी (१९९४), दलित साहित्य का सौंदर्यशास्त्र (२०००), नरवानर (२००३), हिंदू (२००४), दलित ब्राह्मण (२००४), छुआछूत (२००८), बहूजन (२००९), दलित साहित्य : वेदना और विद्रोह (२०१०), झुंड (२०१२), प्रज्ञासूर्य (२०१३)

कन्नड : आक्रम संतान (१९९२), दलित ब्राह्मण (२०१३), हिंदू (२०१४)

पंजाबी : अक्करमाशी (१९९६).

मल्याळम : अक्कमाशी (२००५), हिंदू (२००५), बहुजन (२०१२)

तमिळ : अक्करमाशी (२००३), दलित साहित्याचे सौंदर्यशास्त्र (२००८)

गुजराती : अक्करमाशी (२०००), दलित साहित्याचे सौंदर्यशास्त्र (२००९)

अनुक्रमणिका

।।१।।

१. दलित पँथरच्या जन्माची हकिकत - नामदेव ढसाळ ३३
२. दलित पँथरच्या उदयाचा इतिहास - प्रल्हाद चेंदवणकर ७४
३. दलित पँथर अत्याचारी शक्तीचे डोके ठेचते - ज. वि. पवार १०२
४. दलित पँथरमुळे समाज चळवळमय बनला - भाई संगारे १०९
५. नामांतर लढ्यामुळे चळवळीला नवे परिमाण - अरुण कांबळे ११२
६. कार्यकर्त्यांचा त्याग हाच चळवळीचा प्राण - रामदास आठवले ११८

।।२।।

७. दलित पँथर आणि आंबेडकरवाद - भालचंद्र फडके १२५
८. दलित पँथर आणि रिपब्लिकन पक्ष - भूषणकुमार जोरगुलवार १३४
९. दलित पँथर आणि ब्लॅक पँथर - भास्कर जाधव १४६
१०. दलित पँथर आणि मराठा महासंघ - बा. ह. कल्याणकर १५६
११. दलित स्त्री - ज्योती लांजेवार १६६

।।३।।

१२. आंबेडकरवाद हेच पँथरचे तत्त्वज्ञान - यशवंत मनोहर १७७
१३. मराठवाडा विद्यापीठ नामांतर लढा - कमलाकर कांबळे १८१
१४. आंबेडकरवाद्यांचं जीवंत अपत्य दलित पँथर - पार्थ पोळके १९३

।।४।।

१५. शोषणाचं स्वरूप एक सारखंच - भाई रमेशचंद्र परमार २०१
१६. दलित पँथर हे दलित मुक्तीचं आंदोलन - बापूराव पखिड्डे २०७

।।५।।

१७. माणुसकीच्या प्रतिष्ठापनेसाठी दलितांचा प्रतिकार - सुधीर बेडेकर २१७
१८. एक जीवंत आक्रमकता जमिनदोस्त झाली - भास्कर लक्ष्मण भोळे २२२
१९. आंबेडकरानंतरचे दलित नेते कमी कुवतीचे - अरुण साधू २२९

।।६।।

१. परिशिष्ट - दलित पँथर : घटना आणि कार्यक्रम २३८
२. परिशिष्ट - दलित पँथरचा जाहीरनामा २४५
३. परिशिष्ट - दलित पँथर बरखास्त २५६

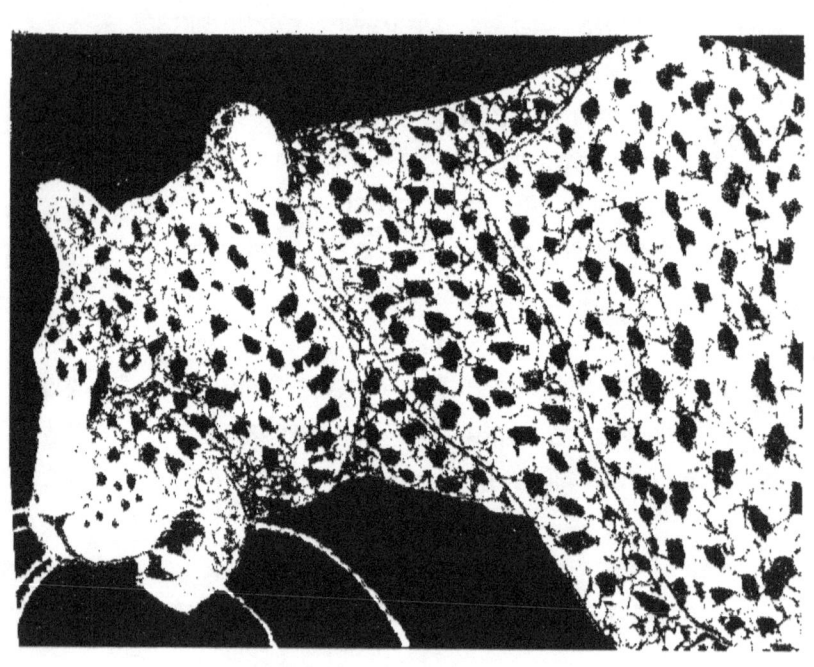

१.
दलित पँथरच्या जन्माची हकिकत
नामदेव ढसाळ

'पँथर' जन्मास आले त्याची मोठी हकिगतच आहे. ती हकिगत अशी की बासष्ट-त्रेसष्टपासून मी प्रजासमाजवादी पक्षात होतो. तिथं प्राथमिक राजकीय बाळकडू मला मिळालं. ताडदेवचं जनता केंद्र दंडवते आणि कंपनीच्या नेतृत्वाखाली चालायचं. मी विद्यार्थी असताना जनता केंद्राच्या बांधकामात मदत केली आहे. अगदी भक्तिभावाने केली. त्या विद्यार्थीदशेत माझ्यावर विशिष्ट संस्कार झाले होते. तेथे त्या दरम्यान प्रचंड वाचन झाले होते. जनता केंद्रात लायब्ररीत मराठी वाङ्मयातील प्रतिष्ठित लेखकांची पुस्तकं होती. ना. सी. फडके, खांडेकर यांचं वाङ्मय मला प्रचंड स्वरूपात वाचायला मिळालं. १९५६ नंतर वाङ्मयात 'लिट्ल मॅगझिन्स'ची लाट आली. त्यामुळे वाङ्मयातील बंडखोरांची बंडखोरी पहाता आली. १९५८ पूर्वी मी गावी होतो. १९५६ नंतरच्या दरम्यान दलित चळवळीची लाट पुण्यामध्ये आली. दलित चळवळीचे लोण, वैचारिक संकल्पना आमच्याकडे पुण्याला उशिरा आली. त्यावेळी जोहार, येसकरी, भाकरी मागण्याचे काम-म्हारकी आमच्याकडे आली. मामलेदार, रेव्हेन्यूचे लोक सारा वसूल करण्यासाठी आले तेव्हा त्यांनी गावातील काम केले. त्याचवेळी आपण अस्पृश्य आहोत, महार आहोत, म्हणजे नक्की काय आहोत? हे प्रश्न मनात आले. आपण विहिरीवर जाऊन स्पर्श करीत का नाही? जिवाची काहिली झाली तर पाणी मागायचे, त्या माणसाला वेळ असला तर वाढणार नाहीतर मी कामात आहे असे म्हणून पुढे जाणार अशी एक परिस्थिती होती. शाळकरी वयात असे तीव्र जाणवले, की मराठ्यांची व इतर स्पृश्य मुले मास्तरांच्या समोर बसत. आम्ही अस्पृश्य मुले लांब बसत असू. माझी चूक झाली तर 'ढसाऽऽळ' असे जोराने ओरडणार! असे ते दुर्धर चित्र होते. ते मी प्रत्यक्ष जवळून पाहिले. मी शहरात आल्यानंतर प्रजासमाजवादी पक्षाचे काम करू लागलो. राजकारणातले संस्कार त्यावेळी माझ्यावर आले. मधू दंडवते आणि मंडळींचा

माझ्यावर लोभ होता. समाजवादी मंडळी थोडीफार का होईना दलितांचे काम करीत होती. मी कामाठीपुऱ्यात जयराजभाई लेनमध्ये ढोरचाळीत राहात असे. येथे प्रामुख्याने महारांची वस्ती. त्यावेळी मला रोमँटिक फिल्मस्‌ची आवड झाली. असे विचित्र मन तयार झाले. त्या वयात मी एका मुलीच्या प्रेमात पडलो. आणि ते प्रकरण लिकेज झालं. मला आठवतं ६७-६८ च्या सुमारास 'गाईड' सिनेमा लागला होता, त्यावेळी बॉम्बे सेंट्रल झोपडपट्टीला आग लागली होती. जनता केंद्रामध्ये आमच्यावर संस्कार झालेलेच होते. आणि त्या मुलीच्या घरासमोरच आग लागली होती. मग काय, मधुकर सोनावणे आणि मी आग विझवायला गेलो. पूर्ण दिवस काम केलं. त्या गडबडीत पुष्कळ वेळ ती माझ्याबरोबर होती. ती घरी जायला तयार नव्हती. मी तिघांची समजूत घालता घालता वैतागून गेलो. मला तर फार मोठी प्रचंड शिकायची इच्छा होती. ती मुलगी ऐकेना. मग मी काय केलं. कामाठीपुऱ्यातील घरी तिला घेऊन गेलो. माझे वडील हे सर्व पाहात होते. चाळीतील लोकांनी 'ही मुलगी इथली नाही. ही मुलगी इथं कशी काय आली, हे काही प्रकरण केलेलं दिसतंय,' असा ओरडा केला. 'या मुलीशी मी लग्न करीन' असे मी वडिलांना सांगितले. नामदेव ढसाळ नावाच्या अस्पृश्याने अल्पवयीन मुलीला पळवून नेले. मी रामायण केलं, माझ्या वडिलांच्या मते मी स्वत:च्या पायावर उभा राहिलो पाहिजे, असं त्यांचं मत होतं. मी त्या मुलीला गावी घेऊन गेलो. या प्रकरणामुळे एक गोष्ट झाली. शिक्षण संपून गेले. मी खरोखरी हादरून गेलो. मी माझ्या मावस बहिणीच्या घरी गेलो पण इतर लोकांनी त्यांना अक्षरश: जेरीस आणले. इकडे मुंबईत जनता केंद्राचे काम सुभाष सुर्वे पाहात असत. हे सर्व प्रकरण झाल्यानंतर ते आमच्या नातेवाइकांना भेटले. त्यांना नातेवाइकांनी सांगितले! त्यांचे काही चुकले असेल. अज्ञानामुळे त्यांनी ते केले असेल. परंतु ते म्हणाले की, मुलगी अल्पवयीन असल्यामुळे तिला रिमांडहोममध्ये पाठवावे लागेल. पोलिसांना सांगावयाचे नाही. गाजावाजा करायचा नाही. असे हे प्रचंड संकट.

ती मुलगी आणि मी गावाला येताना चार तास एकत्र होतो. त्यावेळेस माझ्या मनात काही आले नाही. म्हणजे थोडक्या वेळात तरुण-तरुणी एकत्र आले तर शरीराची खाज भागवून टाकतात. पण मला तसे मुळीच वाटले नाही. मात्र मनात प्रचंड ओढ होती. मुलीच्या नातेवाइकांनी गाव गाठलं. मुलीचा भाऊ समजावयाला आला. तुमचं एकमेकांवर प्रेम आहे. तुम्ही परत जा. मला हे भयानक वाटलं. मुंबईत गेलो तर मारतील या भयाने मी तिथेच राहिलो. मी एक्झिक्युटिव्ह इंजिनियरच्या ऑफिसमध्ये शिपायाचे काम केले. तिथे पाचशे-सहाशेंचा जथा होता. तेथे दांडेकर नावाचे रसिक अधिकारी होते. मला कविता करता यायची. मी त्यांना त्या वाचून

दाखवायचो. त्या बहुधा त्यांना आवडत असत. कांबळे हेडक्लार्क मात्र माझ्यावर जळायचा. एका महिन्यात माझे सर्व प्रकरण दांडेकरांना सांगितले होते. त्यामुळे एकप्रकारची माणुसकी. माझ्यावर त्यांचे प्रेम होते. तेथे ट्रेसर बर्वे होता. त्याचं हाताखालच्या मुलीशी लफडं सुरू होतं. मला ते भयानक वाटलं. आयुष्यात मी त्याला पाणी दिलेलं नाही. मी मुंबईला गेलो तर नक्की घात होईल. अशा पार्श्वभूमीवर मी शेवटी मुंबई गाठली. मुंबईला आल्यावर वडलांना माहीत होतं, दगाफटका होणार. त्यांनी घरात राहू दिलं नाही. मी रात्री टॅक्सी चालवायला शिकलो. मला पुष्कळ बरसचा नाद होता. रात्री एकपासून ते सकाळी चारपर्यंत ससून डॉक येथे टॅक्सी चालवीत असे. त्यावेळी कोळणीकडून आठ आणे घेत असे. मी टॅक्सी चालवायला शिकलो आणि ती मुलगी लग्न करून गेली. नंतर मी तिला एकदाच भेटलो आणि तिला मी लिहिलेल्या कविता समर्पण केल्या आणि एक फूल देऊन-मजेशीर रोमँटिक प्रसंग, माझे ते प्रकरण तोडलं- घर सोडलं. त्या मुलगी-प्रकरणामुळे मी अगदी बेफाम झालो. मी स्वतंत्ररीत्या टॅक्सी चालवायला लागलो. मग पैसा यायला लागला. वाङ्मयीन संस्कारांचा उपयोग झाला. आमच्यावर लिटल् मॅगेझिनचे राजा ढाले, भाऊ पाध्ये यांचे आकर्षण होते. मी कविता करीत असे. एक दिवस मुंबई मराठी ग्रंथसंग्रहालयामध्ये कविसंमेलन झाले होते. त्याचे अध्यक्ष अनंत काणेकर होते. मी त्यावेळेस बंडखोर होतो. माझ्या भावना जातीयवादी असत, असं उगीचच लोकांच्या डोक्यामध्ये होतं. मी कविता वाचून संमेलन गाजवून टाकलं. तेथे सत्यकथेचे प्रतिनिधी पटवर्धन होते, त्यांनी मला बोलाविले. माझ्या तीन-चार हजार कविता होत्या, त्या घेऊन गेलो होतो. त्यांनी तीन-चार दिवस त्या ठेवून घेतल्या. माझ्या पाच कविता सत्यकथेत घेतल्या. मग आम्ही 'दलित पँथर' कडे कसे आलो? या पार्श्वभूमीवर आम्ही चैत्यभूमी ते गांडू बगीच्यापर्यंत मोर्चा काढला. यात नारायण सुर्वे होते. सत्यकथेत कविता आल्यानंतर मी प्रसिद्ध होतोच. मी छंदात्मक कविता लिहिल्या होत्या. माझा तो फँटास्टिक काळ होता. आम्ही एक अनियतकालिक काढावयाचे ठरविले. वाङ्मयातील असा माझा प्रवास सुरू झाला. ज. वि. पवार माझा सहसंपादक होता. आम्हाला पैसा मिळू लागला. दलितांच्या परिस्थितीवर मी फार व्यथित होतो. आमचा दौरा होऊ लागला. सूचना येऊ लागल्या. नेरुरकर, कमलाकर सुभेदार आमच्यात आले होते. समता मोर्चा आम्ही काढला. शंभर-दोनशे चा 'पँथर'चा मोर्चा निघाला. बाबूराव बागूल पँथरचे सदस्य झाले. आम्ही ढालेकडे गेलो. इंदापूर-बावड्याच्या त्या वेळच्या प्रकरणावरून आम्ही व्यथित होतो. आम्ही दलित युवक आघाडी स्थापन केली. चर्नी रोडवर एक हजारची युवक आघाडी स्थापन केली.

मग दलित आघाडीचं प्रकरण तिथंच थांबलं आणि मग आम्ही फार अस्वस्थ झालो होतो आणि जोरदार अशी प्रतिक्रिया उमटायला पाहिजे होती असे वाटू लागले. ती दलित युवक आघाडीच्या बॅनरखाली उमटली पाहिजे. एका मोर्च्यात ती उमटलीच होती. परंतु कंटिन्यू झाली नाही. आणि त्याच दरम्यान आम्ही ढालेसाहेबांचा लेख छापला. त्यांचं लिखाण चिक्कार गाजलं. त्याच्यामध्ये त्यांनी बाबूराव बागूलांपासून ते सदा कऱ्हाडेंपर्यंत थोर थोर लोकांना चिक्कार चोपून काढलं होतं आणि ही एक राजा ढालेची सुंताच होती. या चळवळीत राजा ढाले असताना राजा दलितबिलित आहे, हे बऱ्याच वाङ्मयातील लोकांना तोपर्यंत माहीत नव्हते. आणि लिटल् मॅगझिनचा ग्रुपच इतका थोर होता की जातीचाफातीचा त्यामध्ये प्रादुर्भाव नव्हता. अशा तऱ्हेची ती जातिविहीन वाङ्मयीन चळवळ होती. जातपात धर्म यांच्यापेक्षा तुम्ही काय लिहिता आणि ते किती मोलाचं आहे असा तो संस्कार होता. मात्र ढाले यांनी आमच्या 'विद्रोह' च्या निमित्ताने त्यांची पहिल्या प्रथम दलित म्हणून ओळख करून द्यायला सुरुवात केली. ते आम्हाला सांगत असत की मी विद्यार्थीदशेत असताना 'प्रबुद्ध भारत' मध्ये अमुक जातक कथा लिहावयाचो. नंतर अण्णाभाऊ साठेंच्या आठवणी सांगायचा की माझ्या जातीबद्दल अभिमान होता आणि त्या कॉन्शसनेच मी काम करावयाचो. वगैरे वगैरे! असे ढाले त्यावेळी मला म्हणावयाचा. परंतु ढाले खरं म्हणजे लिटल् मॅगझिनच्या चळवळीत कुठल्या जातीचा आणि कुठल्या पातीचा आहे, हे काही निश्चित नव्हतं आणि ढालेची भूमिकाही तशी नव्हती. जेव्हा ढालेच्याबरोबर मी दोस्ती करायला गेलो तेव्हा मला किती महद् कष्ट उपसावे लागले, ते मी प्रत्यक्ष अनुभवलेलं आहे. परंतु त्या 'विद्रोह' च्या तिसऱ्या अंकाने मात्र त्याच्या जीवनात एक नवीन कायापालट झाला, हे कबूल करायला लाज वाटायला माझ्यासारख्याला तरी काहीच कारण नाही. मी त्याला म्हणायचो की आपण पुढे काहीतरी करू, तर तो म्हणे- जाऊ दे रे. वाङ्मय वगैरे, वाङ्मयात काहीतरी करावे असं त्याला त्यावेळी वाटत होतं. पहिलं की कुठलं संमेलन कुणास ठाऊक, ते साहित्य संमेलन महाडला होतं. बाबूराव बागूल आणि कंपनी यांनी भरविलेलं ते साहित्यसंमेलन होतं. आम्ही उरापोटावर 'विद्रोह' चे अंक बांधले. राजा ढाले, मी, तसेच सिनकर माझ्याबरोबर होता की जयंता नेरुरकर होता ते मला आठवत नाही. भीमराव शिरवाळे हासुद्धा 'सत्यकथे' चा स्टोरी रायटर होता. तो राजा ढालेच्या रूममध्येच राहावयाचा. असे आम्ही चार-पाच जण महाडला गेलो. लिट्ल् मॅगझिनमधले, दलित चळवळीतले लोक आले, हे पाहिल्याबरोबर तेथे राजा ढाले आणि मला बाबूराव बागूल आणि कंपनीनं अस्पृश्यासारखीच वागणूक दिली. आमची टिंगल सुरू केली. परंतु मी यात वस्ताद होतो. जो बोलेल त्याला

सवाई उत्तर द्यावयाचो आणि निरुत्तर करून सोडावयाचो. ढाले मात्र विचित्रच होता. तो काहीही बोलायचा आणि खोड्याही काढण्याची त्याला सवय होती. त्यामुळे महाडच्या साहित्यसंमेलनावर तसा परिणाम आम्ही करून आलो. पण सर्वांच्या लेखी आम्ही टिंगलीचा विषय होतो. दया पवार वगैरे बाबूराव बागूलांची शागीर्द होती. ती मंडळी टिंगलबाजच. आमच्याकडे पाहावयाची. संमेलनाला पानतावणे आले होते. ते मला वाटतं राजा ढालेवर खूष होते. अशा त्या काळात २०४, चर्नी रोड, येथे जॉर्ज फर्नांडिस यांच्या पक्षात आम्ही नंतर काम करत होतो. त्यांना त्यावेळी मी म्हणालो की, 'इंदापूरबावड्याच्या प्रकरणी आपण काय करायचं!' तेव्हा ते म्हणाले की, 'आम्ही 'ट्रेडयुनियनवाले आहोत. आपल्याला जातीच्या प्रश्नावर डायरेक्ट काही करता येणार नाही.' त्यावर मी म्हणालो की, 'आपल्या युनियनमध्ये बॅकवर्ड क्लासचेच तीन चतुर्थांश लोक आहेत. मग आपल्याला हा प्रश्न सोडवायला स्वतंत्र ऑर्गनायझेशनची गरज काय?' त्यावर 'आपली संयुक्त समाजवादी पार्टी ही लोहियांना मानते, लोहियांच्या ६० बाय ४० हा सिद्धांत जगप्रसिद्ध आहे. त्यात त्यांचा सप्तक्रांतीचा पॉइंट आहे,' असे बोलून त्यांनी आम्हाला गप्प बसवलं. आम्ही समजलो. 'साला ये गांडू दिखता है', असं रागाने मनातल्या मनात म्हटलं. त्यावेळेला तेथे मधू दंडवतेंचे बंधू बाळ दंडवते, ते आम्हाला अत्यंत जवळ घेऊन आपलेपणाने समजावत असत, 'जाऊ द्या, जॉर्जला सध्या वेळ नाही. कधीतरी आपण एकत्र बसू.' अण्णा साने हे गंभीर प्रकृतीचे कार्यकर्ते होते आणि ट्रेड युनियनमधले जुने पुढारी होते. दिगंबर सातव, महाबळ शेट्टीसारखे तरुणही तेथे होते. रमेश समर्थ हे पात्र टायपिस्ट. हे सुद्धा आमच्या लिटल मॅगझिन ट्रेडयुनियनवालं मधलं पात्र होतं. ते फारच फँटास्टिक होतं. एकीकडे चरस लावणार, झुरके ओढणार आणि तोंडाने फँटास्टिक आवाज काढणार ... फा फू खा खू.... असे चमत्कारिक आवाज काढणार. आम्ही वाङ्‌मयातील लोक गेल्यावर चिक्कार गप्पासप्पा मारणार, असं ते सर्व प्रकरण होतं.

हा सर्व प्रकार झाल्यानंतर मला काही पहावेना. ऑर्गनायझेशन पाहिजे असंच मला वाटलं होतं. ज. वि. पवारना मी म्हटलं, 'आपण त्यांचं पँथर पँथर सगळं ऐकतो आहोत, तर आपण 'दलित पँथर' काढूया का?' तर ज. वि. ने म्हटले की, 'आपल्याला रिस्पॉन्स किती मिळेल? आपल्याला राजा पाहिजे पण तो राजा दलित युवकं आघाडीमध्ये आहे. तो आपला अट्टाहास सोडायला तयार नाही.' मग मी म्हटलं, 'इतके उपद्व्याप आपण कशाला करावयाचे?'

मग आम्ही जॉर्जच्या इथे एक बैठक घेतली. त्या बैठकीला ज. वि. पवार पण हजर होता. जॉर्जवाले लोक आम्हाला प्रतिसाद देत नाहीत, असे म्हटल्यानंतर

त्या बैठकीस मी वैतागलो. ज. वि. पवार माझ्या 'विद्रोह'चा सहसंपादक होता, तसेच फायनान्सरही होता. त्यामुळे गिरगावच्या त्याच्या बँक ऑफ इंडियामध्ये फावल्या वेळात मी जात असे. तेथे मी एक दिवस त्याच्यावर जाम वैतागलो आणि दलितांवर अत्याचाराच्या घटना सध्या ज्या घडताहेत त्याला प्रतिक्रिया म्हणून 'दलित पँथर' स्थापन करतो आहे. असा मजकूर मला टाईप करून दे असे सांगितले. त्याने तो दिला आणि मी त्याच्याखाली माझं नाव टाकलं, नामदेव ढसाळ संपादक म्हणून आणि मग नंतर ज. वि. पवारही नाव टाकलं आणि माझी सही केली. नंतर मी रमेश समर्थबरोबर चहा पिऊन आलो आणि ज. वि. पवारलाही सांगितले सही कर म्हणून. काही का असेना. त्यावेळेला तो एम. ए. झालेला पोरगा होता. परंतु त्याने आढेवेढे न घेता फाटकन सही केली हो. त्यावेळचं मला आठवतं. 'दलित पँथर' ची पहिली बातमी ही 'नवाकाळ' मध्येच दुसऱ्या दिवशी आलेली आहे.

समता मोर्चा काढल्यामुळे मला माहीत झालं होतं की, आपण काही राजकीय काम केलं की ते पेपरमध्ये येतं. ९ जुलै १९७२ हा तो दिवस असावा. मी काही डायरी केलेली नाही. मी आणि ज. वि. पवार दोघे संस्थापक होतो. मी ज्या ढोरचाळीमध्ये राहत होतो, तेथे रामदास सोरटेबुवा ट्रेड युनियनमधील गिरणी कामगारांचे पुढारी होते. आणि आंबेडकरांचे सहकारी कामगार नेते मडकेबुवा यांच्या तालमीत तयार झालेले सोरटेबुवा असल्याने त्याच्या मुलाला, रामदास सोरटेला राजकारणात बाळकडू मिळालं होतं. त्यांचे वडील मराठा मंदिराच्या मागे मैदानातील ट्रेड युनियनमध्ये होते. सोरटे नंतर लाल निशाण पार्टीत गेले. रामदास सोरटेला आम्ही आमच्यात घेतला. तो म्हणाला, 'मी येतो' म्हणून. हा तीन नंबर. त्याने सांगितले की या ढोरचाळीतल्या लोकांची काही नावं घ्या. नंतर मारुती सोरटे याच्या चुलतभावाला आम्ही घेतले. कसबे खरात, उमाकांत रणधीर अशी सर्वांची नावे आम्ही जोडली.

प्रचाराला सुरुवात झाली. आम्ही याबाबत ट्रेन्ड असल्यामुळे काही दिवस आम्ही जॉर्ज फर्नांडिस यांच्या ट्रेडयुनियनमधले मॅगाफोन आणले. आयोजित सभेमध्ये कमलाकर सुभेदार, लतीफ खाटिक यात सामील होते. लतीफ खाटिक शिक्षक होता. समता मोर्चामुळे तो एकत्र आला होता. मी कविता करत असल्यामुळे तो फार माझ्या प्रेमात ओढवला गेला. तो राजा ढालेच्या बाजूला सिद्धार्थ हॉटेलमध्ये राहात होता. इकडे मला वैताग आला की मी तिकडे जाऊन राहायचो. त्यामुळे पँथरच्या ॲक्टिव्हिटीजमध्ये तोही येऊ लागला. एवढेच लोक पुरे नाहीत, आणखी लोक घेतले पाहिजेत. म्हणून अर्जुन डांगळे, प्रल्हाद चेंदवणकर हे लोक ॲड केले.

आमच्या आतेने जुन्या बाजारातून पावसाळ्यात एक रेनकोट आणला होता. आमच्या ढोरचाळीत पंचवीस-पंचवीस माणसं एका खोलीत राहात असत. खुराड्यालाही लाजवील, अशा त्या खोल्या आणि त्या चाळीची बांधणी होती. पाठीमागे गटारघाण, सर्व नरकच होता. तिथं आम्ही काय केलं, प्रचाराला सुरुवात केली. मध्य मुंबईत प्रामुख्याने दलितांची जी वसतिस्थाने आहेत तेथे मग आम्ही बोलायचो. मी, ज. वि. पवार आणि रामदास सोरटे प्रामुख्याने बोलत असू. मात्र उमाकांत रणधीर मयतांची नोंद करायचे काम म्युनिसिपालटीत करीत असे. खरातही नोकरीला होता. ते काही एवढे यात इंटरेस्ट घेत नसत. आम्ही त्यांना नेले तर ते येणार. रणधीर आता स्वत:ला संस्थापक समजतो, परंतु तो त्यावेळेला पळून जायचा. आमची ती सर्व प्रकरणे चालू असता ज. वि. पवार मात्र पाच-साडेपाचला बँकेतून बाहेर पडल्यावर निष्ठेने येत असे. आम्ही तिघेचौघेजण बाकीच्यांना वसती-वसतीमध्ये हाकवून न्यायची. खांद्यावर मॅगाफोन घेऊन फिरायचो. त्यात एक मॅगाफोन लाल निशाण पार्टीतून आणलेला होता. आम्ही काही पॉलिटिकली मॅच्युअर नव्हतो. तरी आम्ही बोलायचो. आम्ही कोणतीही पॉलिटिकल फिलॉसॉफी स्वीकारली नव्हती. अत्यंत त्राग्याने, अत्यंत करुण, अत्यंत हृदयद्रावक अशी भाषणे आम्ही तीन-चार लोकांनी त्यावेळी केली. मग आम्ही प्रचार करून टाकला की, 'आपल्या समाजावर अन्याय होतो आहे. आपला कोणी वाली नाही. विरोधी पक्षातले लोक असे असे आहेत. आपल्याच समाजातील संघटनांचे लोक सौदेबाजीत गुंतलेले आहेत,' वगैरे आणि आता 'आपण काही तरी केले पाहिजे.' 'ही भीमशक्ती आहे. ती जागरूक ठेवली पाहिजे. तिचे जग बदलले आहे आणि ती आता अशी थंड ठेवली तर... असं सुरू झालं आणि त्याला प्रचंड प्रतिसाद मिळायला लागला. असा प्रचार करीत असताना पहिल्याप्रथम आम्ही कामठपुऱ्यामधील वसतिस्थानं, त्यानंतर सातरस्त्यावरील सिम्प्लेक्स मिलजवळील चार चाळीमध्ये आलो. तेथील दोन नंबर चाळीत माझं भाषण प्रचंड प्रभावी झालं. तसंच ज. वि. पवारचंही प्रभावी झालं. त्यामध्ये अडीचशे तीनशे लोक होते. ही कॉर्नर मीटिंग म्हणायला हरकत नाही. पाठीमागून बाबासाहेब आंबेडकर झिंदाबाद वगैरे... त्यामुळे आमचा हुरूप वाढायला लागला... आम्हाला प्रतिसाद मिळायला लागला. त्या सगळ्या धांदलीमध्ये तेथील भाई संगारे हा पूर्वी काँग्रेसमध्ये बी. डी. झुटेंना मदत करीत असे, आमचं ते सगळं प्रकरण पाहून तो प्रभावित झाला. भाई संगारेंनी विचारलं, की 'आपण इथून पुढे कुठे जाणार?' तर, 'लव्हलेन' ला जाणार. तर तो पुढे प्रचारासाठी आमच्याबरोबर आला, वास्तविक त्याच्याबरोबर आमचं काही बोलणं झालं नव्हतं. एका सभेतील भाषण ऐकूनच तो लव्हलेनमध्ये आला. त्याला आम्ही बोलायला विनंती केली.

आता बोला. हा हिरामण ऊर्फ भाई संगारे पण तेथे बोलला नी फारच प्रभावी बोलला. लव्हलेनमध्ये भेटले आम्हाला अविनाश महातेकर. तिथे तर पाचशे-आठशे लोक आमच्या कॉर्नर मीटिंगला होते. रात्री सात-आठची वेळ होती. त्यांनी लायब्ररीत मिटिंग बोलावली. तीही आम्ही जिंकली. मग असं व्हायला लागलं की आम्ही प्रचारसभेला गेलो की लोक आम्हाला प्रश्न विचारायचे. ते असं कसं होईल? हे तसं कसं होईल? हे सर्व दलित पँथरच्या बॅनरखाली सुरू होतं. मुंबईत प्रचारफेरी झाली. मग आम्ही विचार केला. ज. वि. पवार राहतो तेथे वाप्टी रोड, कामाठीपुरा, गल्ली नंबर एक येथे कोकणकडल्या महारांची, बौद्धांची सिद्धार्थनगर नावाची वस्ती आहे. ही वस्ती म्हणजे फार भयानक प्रकार आहे. तेथे एक म्युनिसिपालटीचे सभागृह आहे. तेथे आम्ही एक मेळावा बोलावला. त्या मेळाव्यामध्ये तेथील सर्वांना बोलावलं, त्याची तारीख मजजवळ नाही, परंतु तो मेळावा प्रचंड गाजला. अनेक लोक तेथे आपल्या गोष्टी बोलले. त्यावेळी रिपब्लिकन क्रांती दल नावाची संघटना डॉ. नारायण गायकवाड नावाचा माणूस चालवीत होता. हा आमच्या अगोदर पार फार्मात होता, परंतु आमच्या या प्रचंड रेट्यापुढे ते गडबडले. आमची प्रचाराची पद्धत अशी होती की, थाळी वाजवून, कॉर्नर मीटिंग. धो धो पावसात भिजत आहोत. तेथे कुणाकडे छत्री आहे, कुणाकडे नाही. मॅगाफोनवर ते प्रकरण केलं. त्यामुळे साहजिकच प्रचार वाढू लागला. त्या मेळाव्याला राजा ढालेलाही आम्ही निमंत्रण दिलं. ढाले आला होता की नाही, ते मला आठवत नाही, परंतु तो अंधुकसा येऊन गेला असावा. येथे आम्ही तेराजण संस्थापक म्हणून काही गोष्टी केल्या. प्रत्यक्ष कामाला हे कोणीच नव्हते. जगजीवनराम यांनी दलितांच्या चळवळीमध्ये सत्तेवर राहून काम केले. आंबेडकरांनंतर दलितांचा मोठा पुढारी असे काही लोक त्यांना मानतात.बाबूंवर आमचा फार राग होता. कारण तसे पाहिलं तर बाबासाहेब आंबेडकरांचं टोटल राजकारण हे काँग्रेसच्या विरोधातलं राजकारण. जेथे कायदे आणि कानून केले तेथे काँग्रेसशी जवळीकही केली. त्याची कारणे वेगळी. पण ती आता यात मी देत नाही. परंतु जगजीवनरामबद्दल आम्हाला फार राग होता. दलित चळवळीचं सर्वांत जास्त नुकसान कोणी केलं असेल तर ते जगजीवनराम यांनी केलेलं आहे आणि या भडव्याला सबक शिकवायचा असं आमच्या त्यावेळी डोक्यात होतं. ज. वि. पवार, मी, रामदास सोरटे, कसबे त्यांनी तयारी केली. रणधीर हा यायचाच नाही. मला कामच आहे. मला वेळच नाही, असं एक्स्ट्रॉ ऑर्डनरी आपण आहोत असं भासवायचा. माशी पडली तरी जीव जाईल असा तो प्राणी. परंतु असा तो विचित्र होता. नेमका तोच पळून जायचा. आम्ही एक दिवस प्रचारासाठी ताडदेवच्या झोपडपट्टीत गेलो आणि तिकडून येताना माझं आणि

रामदास सोरटेचं भांडण झालं. काहीतरी निघालं आणि मी म्हणालो, 'हलगर्जीपणा चालवला आहेस.' असं मी त्याला फायर केलं आणि मागंपुढं न पहाता त्यानं साटकन् माझ्या तोंडात मारली. मी प्रवृत्तीनं अत्यंत जहाल. मी कुणाचा मार कधीच खाल्लेला नाही. मार खाण्याच्या वेळा ज्या ज्या वेळेला आल्या, त्या त्या वेळेला प्रचंड काहीतरी केलं आहे. मला ते भयानक फील झालं. भयानक राग आला. खून करू की मारू. परंतु ज. वि. पवार मिठी घालून मला म्हणाला, 'नामदेव, प्लीज, तू आता काही करायचं नाही, नाहीतर आपला खेळ इथंच संपून जाईल.'' काय झालं कुणास ठाऊक? मी इतका रागीट माणूस पण त्यावेळेला मी आपला गप्प बसलो. मी म्हटलं, ''ठीक आहे, तुम्ही मला मारलेलं आहे, पण आपण ज्यासाठी काही करतो आहोत, त्यासाठी मार खातो, पण तुम्ही हे फार वाईट केलंत.'' नंतर त्या रामदास सोरटेला रिअलाईज झालं की, आपण साला काहीतरी चूक केली. पण पुढे त्याची नि आमची फार दोस्ती झाली. एवढा मवाली माणूस मार खाऊन गप्प बसला. आम्ही पँथरतर्फे जगजीवनरामच्या विरोधात निदर्शने करावयाची ठरविले होते. टिळक भवनला ते आले होते. लोअर परेलला आम्ही उतरलो होतो. भाई संगारेची फौज आणि आमची कामाठीपुऱ्यातील फौज असे चौसष्ट लोक त्या निदर्शनामध्ये पकडले गेले आणि पहिल्याप्रथम दलित पँथर्सची अटक झाली. भाई संगारेचा त्यावेळी सल्लागार मार्गदर्शक सातरस्त्याचा बाबा आढाव होता. तो पोलीसखात्यात होता. गोपाळ फुलपगारी होता. ही सर्व जोरदार मंडळी. ७२ च साल असावं. यात लतीफ खाटिक, कमलाकर सुभेदार यांचा समावेश होता. सातरस्त्यावरील चार चाळींमधील एका माणसानं मर्डर केला आणि सक्तमजुरी तो भोगत होता. तो वॉर्डन म्हणून होता. तेथे आम्हाला चौसष्ट लोकांना बॅरेकमध्ये टाकलं होतं. त्याची आणि आमच्या गँगमधील एकाची ओळख झाली. दुसरा एकजण वॉर्डन आला आणि विडी मागू लागला. आमच्यातील एक रागावला, म्हणाला, 'मा की चूत. तेरे को क्यों बिडी देना, हम ऐसा है, वैसा है, गवर्नमेंट ऐसा करेंगे, उसको ऐसा करेंगे' हे बोलणाऱ्याला माहिती नाही की हे वॉचमन, वॉर्डन हे गुन्हेगार असतात म्हणून. आणि जी मारामारी झाली आतमध्ये की विचारू नका. वॉर्डननं अलार्म केला. सर्व वॉर्डन आणि शिपाई गोळा झाले. चौसष्ट लोकांचं आणि त्यांचं प्रचंड तुंबळ युद्ध झालं. तेथे क्षीरसागर नावाचे इंगळे म्हणून मोठे जेलर होते, त्यांनी मग मिटवामिटव केली. दोनचार दिवसांनी जामीन वगैरे झाला आणि सर्वांनी आम्हास सोडवून आणले. आमच्याकडे काही योजना नाही. जामीन नाही. काम सुरू केलं, सुरू झालं आणि त्याला जोरदार प्रतिसाद मिळाला. लोकांची तीव्रता ताणली होती. बाहेर आल्यानंतर मग मी काय केलं की, माझ्या डोक्यात

राजा ढाले होताच. मी त्याच्याकडे गेलो. 'मी लोक सोडवून आणलेत. तू जरी युवक आघाडीचा असलास तरी तू काहीतरी बोल. तुझ्या हस्ते हार-बीर घालायचे आहेत.' सातरस्त्यावर आमचं हार घालण्याचं प्रकरणं झालं. तरी राजा ढाले आमच्यामध्ये येईना. राजा ढालेने एक लेख लिहिला होता. आम्ही काय ठरवलं, 'काळा' स्वातंत्र्यदिन करायचा. राजाने 'साधने'ला 'काळा स्वातंत्र्यदिन' नावाने लेख तयार केला होता. "हे माझ्या लेखाचं टायटल आहे. 'काळा स्वातंत्र्यदिन' तो तुम्ही कसे कसे काय पाळता? वगैरे," राजा म्हणाला, "काय पाळायचं ते आम्ही ठरविणार. आमची संघटना आहे. तू आहेस का आमच्या संघटनेत? मग तू बोलायचं नाय, मग नेमकं त्यानं झेंड्याबिंड्याचं लफडं काढलं. 'राष्ट्रध्वज गांडीत घाला' वगैरे. त्यामुळे त्याचा तो 'साधनेच्या पंधरा ऑगस्टच्या अंकातला' (तो विशेषांक होता) तो लेख लई गाजला आणि आपल्या दुर्गाबाई ह्या 'साधने' च्या ट्रस्टी होत्या. त्या भयानक भडकल्याने त्यांनी लगेच ट्रस्टीचा राजीनामा दिला आणि हे लई मोठं प्रकरण गाजलं. नंतर वर्तमानपत्रात आलं की राजा ढालेच्या लेखावर खटला भरला आहे! हा खटला झाल्यावर आम्ही पंधरा ऑगस्टला काय केलं, काळा स्वातंत्र्यदिन पाळला आणि त्यावेळी पुण्यामध्ये पावसाळी अधिवेशन भरत असे. त्यावेळी वसंतराव नाईक मुख्यमंत्री होते. आम्ही 'साधने'मध्ये एक परिसंवाद आयोजित केला. त्या परिसंवादाला आम्ही पँथरवाल्या मंडळींनी जावयाचे ठरविले. राजा ढाले पण त्यावेळी आले. मुंबईतून साधनेला पँथरचे तीन हजार लोक नेले. साधनेवर शिबिरासारखे वादळ झाले. मी, राजा ढाले, ज. वि. पवार होतो. त्या साधनेच्या बैठकीमध्ये ना. ग. गोरे यांचं स्पेशल भाषण होतं. माझ्याअगोदर ना. ग. गोरे बोलून गेले होते. आमची अति 'कडक भाषणं' आणि ध्वज गांडीत घालणे' हे प्रकरण, वगैरे. आमचं ते सर्व ऐकून होते, की पँथर सर्व भानगडीचे आहे. ते म्हणाले की हे सर्व 'एक्स्ट्रिमिस्ट' लोकांसारखं चाललं आहे. नक्षलवादी लोकांसारखं चाललं आहे आणि नक्षलवाद हा लोकशाहीच्या दृष्टीने किती भयानक आहे, या विषयावर त्यांनी आमच्यासमोर व्याख्यान मारलं. ना. ग. गोरेंनंतर मी बोलायला उठलो आणि ना. ग. गोरेंची मी हजामत करून टाकली पुरी. मग ना. ग. गोरे रडायला लागले तिकडे हो, 'आम्ही आयुष्यभर यासाठी काम केलं आणि आमचा हा...' आणि त्यांची समजूत घालायला गेले बाबा आढाव, 'अहो जाऊद्या हो, ती मुलं आहेत, प्रामाणिक आहेत. त्यांचं हृदय अमुक आहे, तमुक आहे.' नंतर आम्ही शनिवारवाड्याहून मिरवणूक काढली. त्यावेळी पुण्यातील ब्राह्मण बिथरलेले होते ना! शनिवारवाड्याजवळील ब्राह्मणांच्या वस्तीतून बिचारा कोणतरी चड्डी घातलेला आर. एस. एसवाला आला आणि राष्ट्रध्वजाला गांडीत घालता काय? ते असे न

तसे .. आणि तो काठीबिठी ... आणि एवढ्या तीन हजार लोकांवर काय काय करायला लागला की हो. तर पोलीस सांगायला लागले की, 'अहो, ते तीन हजार लोक आहेत, तुमचा राग आम्ही समजू शकतो. तुम्ही गप्प बसा- तरी तो ऐकेनाच हो, 'यांना इकडनं जाऊ देणार नाही, आमच्या इकडनं हे जाताच कामा नयेत' आणि पोरं तर अजून धमाल करायला लागली- असे ते विचित्रच घडलं. असे ते पुणे गाजवत गाजवत तीन हजार लोक त्या कौन्सिल हॉलवर गेलो. तिथे गेल्यावर काही लोक बोलले आणि मी फारच जहाल बोललो की वसंतराव नाईक हा मुख्यमंत्री कसा आहे. मग त्यांचं लफडं काढलं- त्यांचं आणि देवयानी चौबळचं झोपाझोपीचं एक लफडं काढलं. हे बोलायचं की नाही ते आम्हाला एवढं ज्ञान कुठं हो- असली लफडी व्यासपीठावर काढायची नसतात, ते मी काढून गेलो. नंतर मोर्चा 'डिसबर्स' झाला. आमचं निवेदन घ्यायचं नाही, काहीतरी झालं. तिथं एल्. आय. बी. चे (पोलीस) लोक होते. वसंतराव नाईकांबाबत असं बोलल्यावर त्यांनी तिथल्या तिथे केस तयार केली. मोर्चा डिसबर्स झाला- सर्व लोक गेले. मी आनंदात होतो- आज कैसी की मुख्यमंत्री की! लतीफ खाटिकला बरोबर घेऊन असा चाललो होतो. नेमकं स्टेशनजवळ आलो तो एकाने विचारले की, 'तुमचं नुकतं पुस्तक आलं का? बोले- आं, काय चांगल्या कविता करता हो- या ना आपण जरा बोलू'- असं म्हणत म्हणत त्यांनी आम्हाला पोलीस स्टेशनला नेले- पोलीस स्टेशनला गेल्यावर म्हटलं, 'बसा आता चहा मागवतो.' च्यायला आम्हाला वाटलं खरंच काहीतरी कवितेबद्दल चाललेय- तुमचं भाषण ग्रेट होतं- 'परंतु असं ते मुख्यमंत्रींना म्हणालात ना, काय म्हणालात ते?' मी म्हणालो, 'काय नाय बा. ते असं तसं-' ते म्हणाले, 'मग अशा तशा वरच खटला झालेला हाय.' आता तुम्हाला अटक केलेली हाय.' आता झालं का? सर्व लोक निघून गेले. आणि दोघे तिथेच राहिले आणि नेमके मला उचललं आणि बंडगार्डनमध्ये नेऊन टाकलं. माझ्याबरोबर मोरेश्वर वाणी होता. त्याने ते बाबा आढावला जाऊन सांगितलं. मग बाबा आढाव रात्री आला आणि रात्री जामिनावर सोडवून नेलं. अशी ती आमची पहिली अटक. चौसष्ट लोकांनंतर वैयक्तिक माझी अटक. १५३ ए आणि दोन चार कलमं मला अटकेसाठी लावली. त्या प्रकरणानंतर ढाले अंतर्मग्न झाले. त्यानंतर आम्ही सभा आयोजित केल्या. आमच्या भागाभागांतील सभा गाजू लागल्या. मग आमचं भक्ष्य सतत शोधीत राहिलो. बाळ ठाकरेंना आम्ही त्या काळात मुंबईचा सर्वांत मोठा पुढारी, अत्यंत जोरदार असा हिंदू पुढारी म्हणून त्यांचं आमचं सुरू झालं. आमच्या घोषणा असायच्या, चातुर्वर्णी अमुक अमुक करणाऱ्या गोष्टी. गीतेचं अमूक अमूक आहे. गीता ग्रंथचे आम्ही जाळणार. असं काय, काय सभेत जे येईल ते करायचो.

त्याला काही मर्यादाच नव्हती. त्यानंतर पोरासोरांच्या सभा न होता लाखो लाखोंच्या सभा होऊ लागल्या. आणि हा हा म्हणता सबंध शहरभर पँथर पसरलं. जवळ जवळ शंभर शाखा झाल्या. त्याच गडबडीत आम्ही पुण्याला गेलो. त्यानंतर राजा ढालेचं आणि आमचं कंबाईन झालं आणि तो पँथरमयच झाला. पुण्यालाही आम्ही मोदीखान्यामध्ये जिंकून टाकलं. सवाल जबाब होतात तसे सवाल जबाब झाले. तोपर्यंत पँथरचं जिकडे तिकडे नाव झालं होतं. मारामाऱ्या; शिवसेनेने पँथरच्या सभेवर हल्ले केले. वरळीला असं झालं, नायगावला असं झालं. प्रत्येक सभेत आमच्या मारामाऱ्या असायच्या. कोणीतरी काहीतरी प्रचंड बोलायचं आणि त्यांच्या रिॲक्शन्स म्हणून बाकीचा बहुजन समाज हा रिॲक्शन द्यायचा. सगळीकडे पेपरमधनं गाजावाजा सुरू झाला होता. पुण्याला सवाल-जबाबात आम्ही जिंकलो. मग आठ दिवस मी मोदीखान्यामध्ये राहिलो. त्या मोदीखान्यामध्ये गंगाधर जाधव राहातो. तो आता आंबेडकर नाव लावतो. तो भारतीय दलित पँथरमध्ये आहे. मला लोक तेथे भाकरी वाढून आणायचे आणि मी भिक्षुकासारखा असायचो. तिथेच पुण्याचा अनिल कांबळे नावाचा रिक्षा ड्रायव्हर होता- तो प्रचंड स्पोर्टस्‌मन होता. या सर्व गोष्टींनी तो भारावून गेला होता- सगळे लोक भारावले होते. त्यापैकी तो एक- तो मला असं म्हणाला की, 'तुम्ही विहारामध्ये कशाला राहता? तुम्ही माझ्याकडे चला. मी पँथर झालेलो आहे' त्याच्याकडे गेल्यावर त्याने माझं भावासारखं केलं- मग तीन महिन्यांत पुण्यामध्ये पँथर बांधून टाकली- पुण्याच्या अरुण कांबळेनं आणि मी पुण्यासाठी फार कष्ट घेतले. त्याच्या नंतर पुण्याची गँग आमच्याकडे मोठी झाली. अरुण कांबळे, चंद्रकांत काळे, राम आटले, तात्या खरात, सदा भोसले ही पुण्याची मंडळी घेऊन आम्ही पुढे नाशिकला गेलो. नाशिकला जाताना इगतपुरीला मोठी मारामारी झाली. इगतपुरीला वडे लुटले म्हणून एक बातमी होती. पाहा- नाशिकला सवाल जबाब झाले. नाशिकला आमचं प्रचंड स्वागत झालं. हजारो संख्येने समाज खेड्यापाड्यातनं नाशिक येथे कुठनं कुठनं गोळा झाला. आमच्या त्या कौतुकाला सीमाच नाही. साठ-साठ/सत्तर-सत्तर वर्षांचे म्हातारे येत असत आणि राजा ढालेच्या पाया पडत असत. राजा ढाले एम. ए. झालेला आहे. वाङ्‌मयातील थोर इसम आहे. तो सर्वात शेवटी बोलत असे. सेकंड लास्ट मी बोलत असे. माझ्या अगोदर भाई संगारे, भाई संगारेच्या अगोदर अविनाश महातेकर, महातेकरांच्या अगोदर ज. वि. पवार असे पाचजण लोक बोलत असू. बोलताना पंढरपूरच्या मंदिराच्या खांबावर बुद्ध नक्ष्या कशा होत्या, त्याच्यावर चांदीचे काही किंवा पत्र्याचे काम आहे. त्याच्या खाली असे होते. असे काहीतरी निघत होतं. असं आम्ही लोकांचं टेन्शन वर नेलं की राजा ढाले ते खाली आणायचे. लोकांना थ्रिल

वाटायचं की पंढरपूर मंदिर पूर्वी बुद्धाचं होतं वगैरे लोकांना गमतीने वाटायचं. मग नाशिक जिंकलं. शेवटी मध्यवर्ती निवडणुका आल्या. मला वाटतं आर. डी. भंडारेची सीट होती. याकरिता रोझा देशपांडे, जनसंघाचे वसंतकुमार पंडित हे सर्व उभे राहिले होते. आमच्या पँथरचं जिकडे तिकडं नाव झालं होतं. ज्या ठिकाणी सभा घेऊ त्या ठिकाणी दुसऱ्या दिवशी आमच्यावर खटले. १५३ ए प्रक्षोभक भाषणाचे किंवा दंगलीचे असायचे. शंभर सभा मुंबईत केल्यावर शंभर खटले आमच्यावर मुंबईत होत असत. काही कारणं नसताना शंभर खटले. मग त्या कोर्टकचेऱ्या सुरू झाल्या. असे करता करता मी त्यावेळेला चिक्कार ठिकाणी वॉन्टेड होतो- मी त्याची कदरच केली नव्हती- खटला झाला तर जायचे नाही - पोलिसांच्या हाती सापडायचं नाही आणि फक्त सभेच्या वेळी जायचं. तेव्हा पोलीस हात लावीत नाहीत. असं माझं नेहमीचं टेकनिक असायचं- पोलीस वैतागून गेले की, हा सर्वात घाणेरडा बोलतो- हैराण करतो आणि नेमका सापडत नाही म्हणजे काय? सर्व हिंदू अधिकारी होते. तुमचं चेंबूरचंच उदाहरण सांगतो, सुरेश मथुरे आता मोठा अधिकारी झालाय. तेव्हा कनिष्ठ निरीक्षक होता. तो पॉलिटिकल ब्रँचला होता. 'तुम्ही आमचे धर्म ग्रंथ जाळता काय? बघतो तुमच्याकडे, हरामी!' असे काहीतरी बोलायचा. मग मी म्हणायचो : 'मिस्टर मथुरे, तुम्ही पोलिटिकल ॲक्शन घेतलेली आहे आणि अशा शिव्या दिल्यात ना तर इथे तुमची आणि आमची फार मोठी मारामारी होईल. मी काय घाबरणार नाही. तुम्ही तुमचं काम करा. आमचं काम आम्ही केलेलं हाय!' त्यांनी पँथरच्या बाबतीत काय केलं होतं, २५३ ए हा बेलेबल गुन्हा आहे. त्याला जामीन मिळतो. त्यांनी आयडिया काय केली की शनिवारी पकडायचा आणि रविवारी आत. सोमवारी किंवा मंगळवारी सोडायचा. शिपाई असतात. तिच्याकडे न्याय संस्था असते. तिच्याकडे मनुष्यबळ असतं. तिच्याकडं उत्पादनाची साधनं असतात- आम्ही आपलं आंधळेपणाने. जसं काय दोन मवाल्यात आपले मारामारी करतो आहोत तसे. एवढे साधे समीकरण डोक्यात होते. मी विरोध निवडणुकीत केल्यावर राजाने सांगितलं की याला टाळायचं. त्याचं सर्व ठरलं. एकीकडे आम्ही वरळीला बहिष्कार टाकायचं ठरवलं. आणि दुसरीकडे राजा ढालेने दुसरी बोलणी केली. ज. वि. पवारवर माझा विश्वास असायचा. माझा दांभिक लोकांवर पहिल्यापासून राग असे. अविनाश महातेकरला या प्रकरणावरून दोन-चार वेळेला अगदी सरळ केलं होतं. त्याच्या एका प्रेमप्रकरणाबद्दल मी बोललो होतो. तर मग ह्या सर्व प्रकरणातून मला टाळले. त्याचं काय झालं कोणास ठाऊक! त्यांच्या आणाभाका झाल्या आणि माझ्या अपरोक्ष राजा ढालेने मला क्रिटिसाईज करायला सुरू केले. राजाची माझ्यासमोर डायरेक्ट आव्हानात्मक भूमिका घेण्याची ताकद नव्हती तेव्हाही.

परंतु राजा माझ्यावर प्रेमही तेवढाच करायचा आणि लोकांना सांगायचा 'हा आपल्यातला ग्रेट कवी आहे. कवी लोकांना काही खोडी असतात, कवी लोक अमुक असतात,' असं त्याचं नेहमी चाललेलं असायचं. नेहमी आपलं पुस्तकाच्या नादी लागणं आणि आपण फार विद्वान आहोत. हा विद्वानपणाच काय तो लोकांना दाखवत असे. प्रचंड जग आमचं उभं राहिलं होतं. काहीही साधनसामुग्री नसताना, पाठीमागे कुठलीही राजकीय पुण्याई नसताना, अनुभव पदरी नसताना एक बर्निंग सिच्युएशनमुळे आम्ही नुसता 'ब्र' काढला तर एवढा प्रचंड असा स्फोट झाला आणि या स्फोटाचा सर्वांत जो महत्त्वाचा इम्पॉर्टंट पॉइंट आहे, तो वरळी दंगलीच्या प्रकरणाचा. त्या निवडणुकीच्या निमित्ताने ह्या सर्व लोकांचं बोलणं झालं होतं. अशाप्रकारची ॲरेंजमेंट केली. परंतु आम्हाला त्याचं काहीच वाटायचं नाही. बाहेर असलं काय आणि आत असलं काय, अशी आमची अवस्था होती. मात्र सरकारी नोकरी करणाऱ्यांवर फार दहशत. आणि हे प्रकरण एवढे वाढत गेले की, त्याला सीमाच उरली नाही. मुंबई कॉंग्रेसचा रजनी पटेल अध्यक्ष होता. हे लोक एवढे हुशार होते की काकासाहेब मेंगदे कॉंग्रेसचा सेक्रेटरी होता- त्यांनी एक टूम काढली होती की पँथरचं सहकार्य घ्यावे. तोपर्यंत आम्ही एक निर्णय घेतला होता की, खेड्यापाड्यातील मागाससमाजावर अन्याय अत्याचार होतो आणि निवडणुका हे माध्यम आपणा दलितांना न्याय देणारे नाय. कारण आपले प्रतिनिधी निवडून जाऊ शकत नाही. कारण आपलंच मनुष्यबळ हे तुटलेलं आहे आणि म्हणून आपण बहिष्कार टाकायचा आणि त्यातून आपलं महत्त्व काय आहे. हे आपण दाखवून द्यायचं, असं आम्ही सर्वानुमते ठरवलं आणि त्याप्रमाणे वरळीला निवडणुकांवर बहिष्कार टाकायचा असं आमचं ठरलं. त्याचा मसुदा तयार करावयाचं काम ढालेकडे दिलं. त्यांनी एक निवेदनवजा मसुदा तयार केला. मस्तपैकी तो कसातरी आम्ही छापून घेतला. हे असं सर्व झालं आणि त्या दरम्यान ढालेकडे डॉक्टर बनसोडे आणि प्रेमानंद आवळे ही मंडळी गेली आणि सांगितलं 'तुम्हाला काकासाहेब मेंगदे यांनी बोलावलेले आहे.' काकासाहेब मेंगदे हा कॉंग्रेसचा मोठा पुढारी आणि मोठा वकील, कम्युनिस्ट चळवळीची परंपरा असलेला असा. मग त्यांची काही बैठक झाली. तुम्ही अस्पृश्यतेबाबत काम करणारे आहात, तर तुम्ही वेगळ्या पद्धतीने काम करावं. सत्ताधारी पक्ष हा काही दलितांच्या विरोधी नाही आहे. तुम्हाला मदत करण्याची आमची इच्छा आहे. तुमच्या केसीस काढून घेऊ. तुम्ही आम्हाला इकडे निवडणुकीत मदत करा. अशी काही तरी ती पहिली बैठक झाली. ही बैठक झाल्यानंतर ढाले वगैरे मंडळी म्हणाले की, नाम्याशिवाय हे चालणार नाही. बारगेनिंग करायचं किंवा काही बोलायचं म्हणजे नामदेव ढसाळ पाहिजेच. म्हणून माझ्याकडे सर्व मंडळी आली. त्यावेळी मी टोटल ॲंटी गव्हर्नमेंट

होतो. त्यावेळी म्हटलं, “तुम्ही जे काही करता ते फार वाईट आहे. या कृतीने आपण सर्व संपून जाणार आहोत.” त्यांनी मला लाडीगोडी लावून त्यांच्याही एका बैठकीला नेलं. तेथे काकासाहेब मेंगदे यांची मी उलटीच हजेरी घेतली. मी म्हणालो, ‘काका तुम्ही कम्युनिस्ट पार्टी सोडून आलात. आणि काँग्रेसमध्ये गेलात, तुमच्या राजकीय प्रवासाचं ठीक आहे हो, पण आम्ही अस्पृश्यतेवर काम करतो. आम्हाला कशाला या पापात ओढता आहात?” ‘नाही, नाही, नाही. तू जसा समजतोस तसे ते नाही आहे.’ माझी इमेज ढालेनी कशी केली होती- ढालेची एक वाईट खोड होती. लोकांना नेहमी नावे ठेवायची की तुझ्यात हे कमी आहे. ते कमी आहे. असे ते तर. मी त्यावेळी सर्रास सर्व व्यसनांचा अधिपतीच होतो. कंट्री असा, काही असो की घेतली, त्याच्यावर चरस, त्याच्यावर कोकिनचं पानं. अशा माझ्या भानगडी चालूच असायच्या- कामाठीपुरा आणि कंपनी- माझा त्यात उपदंश, व्हीडी, असं माझं एक मजेशीरच मिश्रण होते. परंतु ढाले एका रात्रीत काही सज्जन झालेला प्राणी ना? हा ढाले हेलनचे चित्र पाहून मुठ्ठ्या मारणारे हे लोक. कंट्रीचं आणि याची त्याची वावडं नसणारे हे प्राणी. हा आमच्या मूव्हमेंटमध्ये आल्यापासून अगदी भयानकच स्वच्छ माणसासारखा वागायला लागला हो. निर्व्यसनी आहे असं दाखवू लागला. आपण फार विद्वान आहोत असे त्याचं सुरू झालं आणि चार चौघामध्ये म्हणत असे की ‘अरे ए नाम्या, तू त्या बाईकडे गेला होतास ना भडव्या? तुम्ही लोक साल्यानु सुधारणार नाय- आता पंचनामाच ना. पाच-पंचवीस लोक बसलेले असायचे आणि मोठ्या आशेने आलेले आणि नामदेव ढसाळ मोठा बोलणारा वक्ता किंवा भाई संगारे ग्रेट, त्यांच्यामधल्या काहीतरी गोष्टी फाटकन बोलून टाकायचा हो.’ आता हे निवडणुकीचं सुरू झालं, तेव्हा तिघाजणांनी ठरवलं की या व्यवहारात आपण नाम्याला काय घ्यायचं नाय. या नाम्याचं फार भयानक हाय वगैरे. त्याला काय कळू द्यायचं नाय. पण मला माझी तारच लागलेली ना अँटी गव्हर्नमेंटची. आपलं असलं. मी आपला वेड्यासारखा झापायचो. मला एक प्रसंग अजूनही आठवतो. आम्ही एक मोर्चा काढला होता. तो मोर्चा वसंतराव नाईकांसमोर गेल्यानंतर वसंतराव नाईक म्हणाले होते की, ‘अरे अरे अरे काय तुम्ही हे माथेफिरूसारखे करताय हे! तुम्हाला काय पाहिजे मला सांगा?’ ‘मला काही नको. मला एवढीच इच्छा आहे की, या विधानसभेला सुरुंग लावायचा आहे.’ ही केवढी बाळबोध गोष्ट हो! नाईक आपला चिरूट ओढत हसायचे आपले मिस्कील. त्यावेळी त्याच्या हश्याचा अर्थ आम्हाला कळायचा नाय. स्टेटपॉवर ही किती असते. तिच्याकडे लष्कर असतं. तिच्याकडे पोलिस असतं. एक दिवस राजा ढाले आले. मला ‘चल’ म्हटले. तू काय करतोस भेनचोद साला असं नेहमीच हसूनबिसून

आपलं ऋणानुबंध जागविण्याची त्याची जी स्टाईल आहे, त्या स्टाईलने मला घेतले. आमचा पुढारीच तो. आम्ही त्याचे पुढारी. आम्ही आपले बसलो त्याच्याबरोबर आणि मला ते घेऊन गेले टिळक भवन येथे. तिथे मला वाटतं त्यावेळी काँग्रेस पार्टीचे शरद पवार हे चिटणीस होते. आणि गृहमंत्री होते. त्याकाळात आमच्या पँथरच्या भराच्या काळात तर बोलले 'चल, आपल्याला शरद पवारांनी बोलवलं आहे तू आलाच पाहिजेस.' ज. वि. पवार, मी, ढाले, मला वाटतं ज. वि. होता की नाही कोणास ठाऊक. पण ढालेने मला नेले. भाई संगारे होता. तर गेलो बुवा आम्ही. त्यावेळी आम्ही प्रचंड हिरो. महारामांगाचे पुढारी. अत्यंत फायरी आणि एक्स्ट्रिमिस्ट असे लोक. अशी आमची इमेज तयार झाली होती. सर्वाथाने आम्ही दलित वाङ्मयातील लोक आहोत वगैरे. नवीन गोष्टी मानणारे लोक आहोत. मग काय, गेलो आम्ही टिळक भवानावर. मग राजा ढाल्यांनी तेथे गेल्यावर मला बाहेर ठेवलं. शरद पवार बसायचे तेथे राजा ढाले एकटा गेला. आम्हाला काही घेऊन गेला नाही. परंतु त्यावेळी पैशाची देवघेव नक्कीच झाली होती असं मी म्हटलं तर काहीच हरकत नाही. राजा ढालेला मी म्हटलं, 'काय रे काय कशाला आतमध्ये गेला होतास?' तर राजा ढाले म्हणाला, 'पवारांनी आपल्याला बोलावलं होतं. आपल्यावरील खटले काढावयाचे आहेत,' असे तसे वगैरे. खटले काढायला कशाला तुझा विरोध असायला पाहिजे वगैरे आणि मग मी काय समजायचं ते समजलो. नंतर मी एकटाच पडलो होतो ना त्या प्रकरणात. ते मेजॉरिटीत गेले होते. आम्ही पाच पुढारी होतो. पाचपैकी चार त्याच्या बाजूला. मी एकटाच पडलो. पण तेरामधील बाकीचे सर्व लोक गळले होते. आमच्या पुढल्या गडबडीत, संघटनावाढीच्या गडबडीत उमाकांत रणधीर आमच्याबरोबर नव्हता. तो कधीतरी आमची भाषणं ऐकायला येत असायचा. मग कसबे आमच्यातून गळाला, खरात गळाला. नंतर रामदास चोरटे गळाला आणि मधून मधून प्रल्हादशेट बनकर आणि अर्जुन डांगळे आवर्जून असायचे. परंतु राजा ढाले कमी वाङ्मयीन मूल्ये असलेल्याशी कमी दोस्ती करावयाचे. त्याच्यामुळे अर्जुन डांगळे आणि प्रल्हाद चेंदवणकर यांना आमच्या व्यासपीठावर फारसा वाव नव्हता. परंतु अर्जुन डांगळे व बाकीच्या लोकांशी माझी दोस्ती असायची. कारण मी काही माणूसघाणा माणूस नाही. पहिल्यापासूनच मला माणसे जमवणे, बोलणे हे फार आवडायचे. तर आमची तशी निकोप मैत्री बाकीच्या लोकांशी. इतर लोकांशी निकोप डायलॉग असायचे. माझ्या डोक्यामध्ये असे काही नसायचे की, तुझे वाङ्मयीन मूल्य कमी आहे म्हणून तुझ्याशी कमी बोलायचं किंवा तुझ्याशी दोस्तीच ठेवायची नाही असं माझं काही नव्हतं. त्यामुळे त्याही काळामध्ये बाकीचे लोक माझे दोस्तच असायचे. परंतु हे टचमध्ये होते. विशेषतः अर्जुन

डांगळे आणि प्रल्हाद चेंदवणकर. तर तिकडून आल्यानंतर मात्र मला वाटतं चार जानेवारीचा बहिष्कार. निवडणुकीवर, खेड्यातील लोकांवर तुम्ही बहिष्कार टाकता तर आम्ही निवडणुकीवर बहिष्कार टाकू. मला वाटतं जानेवारी १९७४ ची गोष्ट आहे. चार/दहा तारीख असावी. तर हे झाल्यानंतर ती सभा झाली. त्या सभेला मी वॉन्टेडच होतो. त्या सभेला म्हणण्यापेक्षा त्या सभेला येण्यापूर्वी माझ्यावर दोन-चार ठिकाणाच्या पोलीस स्टेशनची वॉरंटस् होती. एक चेंबूर पोलीस स्टेशनचं वॉरंट होतं, दुसरं भोईवाड्याचं होतं. तिसरं विक्रोळीचं होतं. मी गेलोच नाही. माझ्यावर खटले टाकले. माझ्याकडे अनेक पोलीस आले. मी पोलिसांना गुंगारा देऊन वगैरे. असं सर्व झालं बुवा. मग ते पॅम्फलेट छापून घेतले. मग फटाफट पैसे घेतले. पँथरला पहिल्यापासून पैशाची अडचण. कारण आमची मेंबरशिप नव्हती. आम्ही काही डबे फिरवून, पुस्तिका छापून त्यातून काही पैसे मिळवायचे. लोक देणग्या द्यायचे. त्याच्यातून तेवढंच आमचं सर्व. गंमत अशी झाली की, एकदम पैसे यायला लागले. छापलेली पॅम्पलेटस् पण आली. नंतर स्टेजपण जोरदार बांधलं गेलं. मला थोडा संशय आला, की साला इकडं कुठंतरी थोडंस पाणी मुरतंय. मी बोलायला सुरुवात केली की हे तिघे-चवघे सर्व गुपित लपवायचे. यांची कोणाची हिम्मत नव्हती हे सांगायची की आपण पैसे घेतलेत काँग्रेसवाल्याकडून आणि ती सभा झाली. सभा आमची... त्या सभेमध्ये सेकंडलास्ट वक्ता मी होतो. त्या सभेत दुपारी आणखी एक गंमतीची गोष्ट. थत्ते नावाचा जो म्हातारा आहे, तो काय विजय तेंडुलकरांना छडीने फोडून काढलं तो करतारसिंग थत्ते. तो पँथरचा बोलबाला ऐकून, हिंदूंना शिव्या देतात वगैरे ऐकून ते आमच्या सभेला आमच्या व्यासपीठावर येऊन बसला. डायरेक्ट कोणाला न विचारता, तर आमची पोरं म्हणाली हा साला करतारसिंग थत्ते-आहे काय? बुढ्ढ्याला, साल्याला आता देऊनच टाकायची वगैरे. आता हे सर्व सुरू झालं. आम्ही सांगितलं बाळानो, तो काही करत नसेल बिचारा तर आपण काही करायचं नाही. पण ते म्हातारं जे आलं, ते फार चांगलं काम करता आहात. मला फक्त दोन मिनिटं द्या भाषण करायला. मी तुम्हाला देणगी जाहीर करणार आहे.' असं बरं का त्या करतारसिंग थत्तेचं. आता एवढं गोड बोलतोय, म्हातारा म्हटल्यानंतर कोणी त्यावर काही इन्सल्ट केला नाही. त्यालादेखील आदरानं बसवलं. त्याचदरम्यान ह्या अनिल बर्वेचं प्रकरण पुण्यात गाजलं होतं पहा. नक्षलवादी म्हणून त्याला पकडलं होतं आणि तो नुकताच सुटून आला होता. मी पुण्यात सतत असायचो ना. तर अनिल बर्वेची व माझी तिथेच तुरुंगातून सुटून आला तेव्हा ओळख झाली. पेढे वगैरे वाटले. याच काळामध्ये मी मार्क्स, लेनिन वगैरे वाचायला सुरुवात केली होती. मार्क्सवाद म्हणजे काय? हे सर्व त्या पँथरच्या ऐन भानगडीच्यावेळी.

तर आमच्या त्या सर्व मोर्च्यांच्या वेळी बाबा आढाव हे आवर्जून दलित पँथरच्या प्रत्येक भानगडीच्यावेळी उपस्थित रहायचे. माझ्या आईकडे कामाठीपुऱ्यात येणार. काय साळूबाई, तुमचा मुलगा म्हणजे अमूक आहे, ग्रेट आहे, वगैरे. आणि बाबांचं बोलणं फार मायाळू. परंतु त्यांची मूस मग मात्र वेगळीच पडली. बाबा आढाव आमच्या पुस्तकावर पण खुष. गोलपिठा उशाला घेऊन झोपायचे, असं म्हटलं तर अतिशयोक्ती होणार नाही त्यांच्याबाबतीत. एवढं माझ्यावर प्रेम बाबा आढावचं. राजा ढालेचा सतत संपर्क. हुसेन दलवाई अमुक अमुक वगैरेंशी. हे त्याचे त्याकाळचे सल्लागार, तर हुसेनचा आम्हाला रागच. कारण आम्ही कामगार आघाडीत होतो. समाजवादी पार्टीत मी, कमलाकर सुभेदार-पक्षाचा त्यामुळे बाकीच्या लोकांच्याबद्दल आम्हाला कधी काही किंमतच वाटली नाही. मग राजा हळूहळू समाजवादी लोकांमध्ये ओढला गेला संपूर्ण. तर हे सर्व त्या पार्श्वभूमीवर झालं. वरळीची भानगड, सभा आमची गाजली. मी इकडून अनिल बर्वेलापण घेऊन गेलो होतो. अनिल बर्वे 'रणांगण' काढायचा. त्यावेळी तो नुकताच अमरशेखांचा जावई झाला होता आणि म्हणाला की 'मला जरा हॉट हिट इश्यू पाहिजे तर नाम्या मी तुझ्या सभेला येतो.' असं म्हणून तो माझ्या सभेला आला होता. मी तिथं गेलो तर मला पकडायला सर्वत्र पोलीस आले होते तिथं. तर मग राजा ढाले म्हणाला की मी जातो. कारण बाकीचे लोक तिथे होते. एकावेळी दोन-तीन पोलीस स्टेशन्समध्ये जायचं म्हणजे आठ-दहा दिवस जातील. ह्या पोलीस स्टेशनला जामीन द्या, त्या पोलीस स्टेशनला जामीन द्या, असं करता करता मग तेव्हा सेकंडलास्ट मी बोललो. मी तिथं बोललो की, ह्या देशातले लोक असं असतात वगैरे की, खाली पण दाढी वाढवतात. वर पण दाढी वाढवतात. यांचे बापजादे हिमालयात जाऊन दुसरी वेषभूषा घालतात, असं काही तरी भयानक बोललो. परंतु माझ्यावेळी काही मारामारी झाली नाही. पण त्यावेळी वरळीत इकडे दलित, इकडे हे असं. त्या मैदानात टेन्शन निर्माण झालं. आंबेडकर मैदानात मी काय केले, मी भाषण केल्याबरोबर लगेच गायब झालो. मग अनिल बर्वेनीपण भाषण केले. शेवटचा वक्ता राजा ढाले. राजा ढालेनं बोलायला सुरुवात केल्यावर मग सर्वत्र सुरू झाली, प्रचंड दगडफेक वगैरे. मी काय केलं. माझ्यावरील भानगडीमुळे मी अनिल बर्वेला म्हटलं मी तुझ्या घरी जातो. मग त्याच्याबरोबर मी इथं आलो. रात्री सासरवाडीमध्ये आणि इथंच झोपलो मी. मी रात्री सात-आठ लोकांना सांगून ठेवलं होतं की काही झालं तर मला कळवायला या म्हणून. तर नेमके अडीच-तीन वाजता मला सांगायला लोक आले, भाई संगारेच्या इकडे, की रात्री शेवटचा वक्ता राजा ढाले होता आणि प्रचंड मारामारी झालेली आहे. त्याला पकडलेले आहे आणि तिकडे मारामारी चालू आहे. तर आम्ही गेलो तर तोपर्यंत

राजा ढालेचा मुक्काम हलवला होता. रात्री मी अडीच-तीनला गेलो. पण मी त्या कृतीनं एवढा पेटलो होतो की साला आपला चान्स गेला मारामारीचा. मग राजा ढालेंना पोलिसांनी काही मारझोड केली. मी त्यावेळी तेथे नव्हतो. त्यातलं डिटेल काही मला देता येणार नाही. परंतु त्याच्यामध्ये त्याला डोक्यामध्ये जखम झाली होती. करंगळीच्या बोटाला मार लागला होता. इतर काही झालं होतं. त्याला कोर्टात वगैरे नेलं. तर आम्ही काय केलं, रात्रीच गेलो. पहातो तर प्रचंड लोकांनी मार खाल्लेला हो. मग मला तर रहावेना. मी पहाटे चार-पाच वाजता गेलो व त्या मैदानावर जेवढे सगळ्या पक्षांचे बूथ होते ते सर्व बूथ जाळून टाकले आणि आलो निघून. नंतर मग आम्ही एका गुप्त ठिकाणी भेटलो. त्यावेळी त्या गुप्त बैठकीला आमचा साडू पण होता. त्याची नुकतीच बदली झाली होती. तो क्रांतिकारक मला वाटे. ती आम्ही शिवडी लेबरकँपमध्ये बैठक घेतली. तिथं आम्ही असं ठरवलं, राजा ढालेला आता सोडत नाहीत तर मग त्याच्या निषेधार्थ एक प्रचंड मोर्चा आयोजित करायचा. मग आम्ही सर्वजण वाँटेड राहिलो. त्या सभेत जेवढे लोक बोलले तेवढ्यांवर खटले भरले होते. पण त्याच्यात सापडला राजा ढाले. मग मी, भाई संगारे, ज. वि. पवार आम्ही सर्व बाहेर राहिलो. बाहेरून आम्ही दहा जानेवारीचा मोर्चा आयोजित केला. तर मग आमची सर्व धावपळ सुरू झाली आणि तो मोर्चा नायगावहून सुरू झाला. नायगावहून मोर्चा सुरू झाल्यानंतर जेवढे वाँटेड होते ते सर्व एकेक जमा झालो व मोर्च्याचं जे नायगावातलं काम होतं, मोर्चा आयोजित करण्याचं ते अर्जुन डांगळेने फार चांगलं केलं. प्रल्हाद चेंदवणकर आम्ही बाकीचे बाहेर होते. त्यांनी पोस्टर लावणं वगैरे काम केलं. मी नंतर परळला जो नवीन ब्रीज झाला तिथं ती कोणती टॉकीज आहे हिंदमाता तर त्या पॉइंटला मी मोर्च्यात सामील झालो. मोर्चा मोठा निघाला. आम्ही जे केलं त्यात कोणतंही राजकारण नव्हतं. सरकार अत्यंत जातीयवादी आहे. त्या सभेला जी भाषणं झाली ती सर्व अगेन्स्ट झाली. राजा ढालेनी जी काही कमिटमेंट केली असेल, शरद पवाराशी, नेमकं त्याच्या अगेन्स्ट झालं ना. त्याला कारण आम्ही जे बोललो, आम्ही जो सूर लावला. अविनाश महातेकरानी, भाई संगारेनी तसेच आणि मीपण तसेच त्याच्यामुळे. राजा ढाले पुढे बोलायला लागला. तो आमच्यापेक्षा चांगलाच बोलायला पाहिजे. त्यानं तो सूर लावला तो सभा ऐकण्यासाठी. त्यावेळी दादासाहेब रूपवते मिनिस्टर होते ते आणि त्यांचे काही साथीदार चोरून तिकडे आले होते की हे काय बोलतात वगैरे वगैरे. नेमके त्यावेळी ते गव्हर्नमेंटच्या अगेन्स्ट झाले. शिवसेना व बाकीच्यांना सर्वांना झोडून काढण्याची क्रिया त्या सभेमध्ये पडली आणि मग ती मारामारी झाली व राजा ढाले एकटाच सापडला. त्याला पोलिसांनी बेदम मारलं व बंद पण केले.

मग मोठी दंगलच पेटली ना. दंगलच सुरू झाली. दहा जानेवारीचा मोर्चा आयोजित केला. तो मोर्चा सुरू झाला. तो मोर्चा पुढे आला. मोर्चा पुढे आणायला नको होता, पण पुढे आला कारण शिवसेनेचा बालेकिल्ला होता ना. परळ ते लालबाग म्हणजे शिवसेनेची प्रचंड मोठी ताकद. पण आमचा रागच मोठा होता. आम्हाला वाटलं, आम्हाला कोणी अडविणार नाही. पोलिसांनी काय आयडिया केली की पोलिसांनीच काही लोक आमच्या मोर्च्यामध्ये सोडले होते. तो आठ-दहा हजारांचा मोर्चा अत्यंत प्रक्षोभक असा होता. भयानक टेन्शन. प्रचंड संख्येने लोक जमले होते. नेमका मोर्चा सिग्नल पार करून इकडे पुढे आला. के. ई. एम. हॉस्पिटलच्या समोर मेनरोडला आंबेडकर रोडला. तिथं सुरू झाली मारामार. मग त्यातून तिथं भागवत जाधव हुतात्मा झाला म्हणतात ना तो तिथं झाला. माझ्या हातामध्ये प्रचंड मोठा बांबू होता. लतीफ खाटिकच्या हातामध्ये काही नव्हतं. पण लतीफ खाटिक भयानक प्रक्षोभक झालेला आणि भयानक टेन्शन. जसजसा शिवसेनेचा एरिया येत चालला तसतसं सुरू झालं. मग पोलिसांनी तीन डिव्हिजन केल्या. तिकडून आमच्यावर प्रचंड दगडफेक. तिकडून बंडू शिंगरेने ती आयोजित केली होती. नंतर ती आम्हाला कळली. 'त्या आयलँडवरून तो मोर्चा घ्या' म्हणून मी सांगत होतो आणि तो नेमका कडेने घ्यायला लागले. मोर्चा कडेने चालला व दगडफेक सुरूच. आम्ही ठरवलं काही जरी झालं तरी आपल्याला याच रस्त्यानं जायचं. मनुष्यहानी होऊ न देता मधल्या आयलँडने जायचं. आपल्या मोर्च्याचं संरक्षण करणं पोलिसांचं काम आहे. पण कसलं काय हो. ते सगळं असं विस्कळीत व्हायला लागलं आणि आमच्या मोर्च्यातील लोक तिकडे चाळीमध्ये घुसायला लागले. माझ्या हातामध्ये बांबू होता. पण एक माणूस किती आवरणार. आम्ही मुख्य अवघे पाचजणच होतो. त्या त्या स्पॉटला होतो. त्यांना समजावत होतो. पण कुणी ऐकेना. प्रचंड युद्धच सुरू जसं. कुरुक्षेत्रावर काही झालं असेल तसलाच प्रत्यय होता. तो मुलगा आमच्यापासून पंधरा-वीस फुटांच्या अंतरावर त्या चाळीच्या खालून चालत होता. तो भागवत तो आमच्या पँथरच्या सभांना येत असेल. काही होत असेल. ज. वि. पवार त्याचा नातलग होता. तर नेमका कोणीतरी वरून पाटा की दगड टाकला. मी असं वाकून बघतोय आणि त्याच्यामध्ये पंधरा-वीस फुटांचं अंतर असेल. पहातो तर त्याच्या डोक्यावर तो पाटा पडला आणि तो तिथल्या तिथंच अर्धमेला झाला. तर त्याच्या भावाने त्याला उचलून असं चालवलं आहे तोपर्यंत मोर्चावर प्रचंड लाठीमार सुरू झाला. हजारो लोक चपला, पोरंबाळं जे काही असेल ते सोडून कुठे तिकडे काही मार्ग दिसेल तिकडं पळत सुटले. आम्ही काही मैदान सोडून पळणारे लोक नव्हतो. आमच्यातले अविनाश महातेकर, भाटेकर मात्र पळून गेले होते. पण मी, भाई

संगारे ज. वि. पवार, लतीफ खाटिक आणि प्रल्हाद चेंदवणकर- आम्ही तेथे खंबीरपणे उभे होतो. तर मी काही ऐकेना तेव्हा तेथे बलसारा नावाचा पोलीस ऑफिसर होता. त्याच्या हातात शिसवी दांडा. तो आला, नामदेव. नामदेव, पण आम्ही बेभान झालेलो ना. मीही वैतागलेलो होतो की, आपण हे सर्व सोडून तिकडे जाण्याची काही गरज आहे का मारामारीत? कारण त्यांचा सर्व तेथे होल्ड होता, कारण ते तर स्थाईक आहेत तिथं. सर्व मटेरिअल त्यांच्याकडे आहे. आणि आपल्याकडे मटेरियल म्हणजे नुसते बांबू आणि आपण काही वेलप्लँड केलेलेच नाही. तर आपण तसं कसं जायचं. पण ऐकतं कोण हो? माझी तर दशा अशी होती की, नाही म्हटलं की, जाणार नाही. पण ते प्रचंड एवढं झालं होतं की, माझ्या आवाक्याबाहेरचं होतं. मी ते ऐकत नाही म्हटल्यावर माझ्यावर असा टोला टाकला त्या ए. सी. पी ने की, त्याचा जो शिसवी दांडा होता तो मोडलाच. एकच फटका त्याने असा मारला. तो अजूनही दुखतोय माझा. त्याला किती वर्षे झाली? १९७४-८४, दहा वर्षे झाली. अजून तो दुखतोय. एवढा प्रचंड फटका मारला. मला त्यावेळी दहा मिनिटं काही कळेना. मी मेलोय की, जगलोय इतका शॉक बसला. ब्रेनलाही प्रचंड धक्का बसला. त्यावेळी हातातला बांबू आपोआप गळला. शांतपणे त्या पोलीस ऑफिसरने मला उचलले. ज. वि. पवार व भाई संगारे तिकडे गाडीमध्ये बसलेले. 'त्या मोर्च्याच्या निमित्ताने काहीतरी मसलत करायची. तुम्हीपण चला' असं गोडीत बोलून. मीच शेवटचा राहिलेलो. मला घेऊन गेले आणि बसवलं गाडीमध्ये. त्या आधी ज. वि. पवार, भाई संगारे यांना घेरलेलं होतं आणि लतीफ खाटिकला तर असं आणलं बडवत पाच-सहा पोलिसांनी. ताशा बडवतात तसं तिकडून बडवत आणलं. त्याला तर प्रचंडच मार पडला त्यावेळी आणि मग आम्हाला नेलं पोलीस स्टेशनवर व चौघांना अटक केली. आमचे एकशे चौसष्ट लोक व अधिक आम्ही चार पुढारी अशी आम्हाला अटक केली. अटक केल्यानंतर मग मला, भाई संगारेला व ज. वि. पवारला एका रूममध्ये ठेवले होते. तर पोलीस काय करतात, भयानक टेशन असेल किंवा भयानक एलीमेंट असेल तर ते आपले वंज काढून ठेवतात हे तुम्हाला माहीत आहे काय? नावाच्या ज्या पट्ट्या असतात त्या काढून ठेवतात. तशा त्यांनी त्यावेळी काढून ठेवल्या व नंतर तीनजण वरती आले आणि म्हणू लागले, 'तुमच्या आयला तुम्ही आमच्या धर्मग्रंथांना शिव्या देता काय? भोसडीच्यांनो!' मी त्यावेळी आपली सिगारेट चिनार नुकतीच बाजारात आली होती, ती चिनार पेटवीत होतो. लोक मला जेलमध्ये भेटायला आले की, माझ्यासाठी चिनार घेऊन येत. तरी मी आपला चिनार पीत बसलेलो. असा भाई उभा होता आणि पलीकडे ज. वि. बसलेला. पलीकडल्या बराकीमध्ये लतीफ वगैरे

सर्व लोक आहेत. आले हो दोन-तीन ऑफिसर व म्हणाले- मादरचोद बाजूला सर. पण मी काही बाजूला सरेना. आम्हाला पण मस्ती ना चिक्कार. लगेच त्यांनी बाजूला खेचला. तुम्हाला काय सांगू, माझ्यावर जवळजवळ पन्नास-साठ काठ्या घातल्या त्यांनी. तेव्हा भाई संगारेला भयानक राग आला. भाई संगारे, 'ओ ओ काय लावलंय' असं म्हणल्याबरोबर त्याच्या छातीत अशी लाथ लगावली त्यांनी की, भाईचे डोळे पांढरे झाले. भाईंचा जीव जायला लागला. तो अअं हअंहअं करायला लागला. एवढी प्रचंड लाथ ती त्याच्या वर्मी बसली. भाईची ती अवस्था पाहिल्यानंतर ज. वि. पवार म्हणाला, 'ओ मला काही मारू नका. मला काही मारू नका.' तो एवढा हादरला की, विचारू नका. मग आम्हा सर्वांना चोपून ते बाहेर गेले. हाणलं आम्हाला प्रचंड. मग आम्हाला खाली आणलं व एकत्र ठेवलं. रात्रीच्या साडेनऊ-दहाच्या नंतर मृणाल गोरे व चार-पाच लोक भेटायला आले होते. आम्ही फार पेटलो होतो. कारण आम्ही मरणाचा मार खाल्ला होता ना. त्याच्यामध्ये. पोलीस ऑफिसर म्हटला की, विरोधी पक्षाला ना किंमत, ना ते म्हणाले की वरून ऑर्डर आहे गृहमंत्र्याची की त्यांना आम्हाला भेटायला सोडता येणार नाही. तेव्हा मृणालनी चिक्कार काही तरी भानगडी केल्या वाटतं. मग त्यांना आम्हाला कंपल्सरी सोडावं लागलं. मला तेवढाच चान्स मिळाला. ते आमदार, बिमदार आहे, अमुक-तमुक आहेत, तेव्हा लगेच आम्ही पोलिसांनी आमच्या सोसलेल्या पाठी त्यांना दाखविल्या. मग ते म्हणाले की, यांना मेडिकल ट्रीटमेंटला तरी पाठवा. मग त्यांनी आम्हाला मेडिकल ट्रीटमेंटला नेऊन परत आणलं. मग रात्री बातमी फुटली की, ज्या मुलाला दगड लागला होता तो मेला. मग आमचं माथं भयानक पेटलं. मग आम्ही दोन दिवस काही खायला तयार नाही. मला अजून ही गोष्ट लक्षात आली नाही की, अन्टचॅबिलिटीच्या संदर्भात कम्युनिस्ट पार्टीने समाजात कधीच काही काम केलेलं नाही पण समाजवादी पार्टी यांच्यात जेवढी इंटरेस्टेड त्याच्यापेक्षाही जास्त ते इंटरेस्टेड दिसले. विशेषत: जी. एल. रेड्डी, तारा रेड्डी हे फारच. मग तारा रेड्डी येऊन आमची समजूत घालायला लागल्या, 'तुम्ही असं करू नका. जेवायला चला.' पण आम्ही एकशेचौसष्ट लोक जेवायला तयार नव्हतो. पण मग गेलो, जेवलो आणि बाहेर आलो. मग काय त्याची मोठी प्रेतयात्रा कुठून कशी काय वगैरे पण आम्हाला उशिराच सोडलं. पोलिसांच्या बंदोबस्तात ती प्रेतयात्रा. त्याचे प्रेत जाळले वगैरे आणि तो झाला हुतात्मा. आमच्यातला तो पहिला हुतात्मा. वरळी दंगल तिकडे चालूच. चार तारखेला ती सुरू झाली. दहा तारखेला टेन्शन आलं. तिकडे प्रचंड संख्येने लोक मरतच होते. गोळ्या घातल्या जात होत्या. सर्वत्र युद्धच सुरू होतं. मग पँथरची भागवत जाधवसाठी एक सभा झाली. सर्व विरोधी पक्षांनी,

अगदी जनसंघापासून सर्व विरोधी पक्षांनी, त्याला आर्थिक मदत वगैरे केली. प्रचंड मदत. हजाराशिवाय दोन हजाराशिवाय बात नाही. सर्वच विरोधी पक्षांनी पैसे आणून दिले. ते ज. वि. पवाराच्या हातांमध्ये ठेवायला दिले. मग तिथून पँथर जगभर नावारूपास आली. तिची दहशत व बाकी सर्व. त्यादरम्यान आम्ही इतर सर्व गोष्टी केल्या. बाळ ठाकरेंवर, त्यांच्या अनेक सभांवर अॅटक करण्याच्या योजना आखल्या. एकदा तर आम्ही असे पेटलो की, वामनराव महाडिकांच्या घरी हजारो लोक चाललो होतो. पोलिसांनी वेळीच हस्तक्षेप केला. आणि हे सर्व घडण्यापूर्वी कल्याणच्या नगरपालिकेमध्ये परिसंवाद झाला होता. तिथे कोणीतरी शिवसेनेचे प्रतिनिधी आणि आम्ही व राजा ढाले बोलणारे असे होतो. त्यावेळी तेथे आम्ही बाळ ठाकरेंना भयानक झोडून काढलं. बाहेर आलो ना, तर कल्याणमध्ये आमच्यावरही क्रूर दगडफेक. आमच्या नशिबाने त्यावेळी तेथील रस्ता फुटलेला होता. कारण आम्ही हजारो लोक येथून नेले होते. मग त्यांनी जे काही हातात येईल त्याचा मारा केला. आणि कॅमेरे लावले होते की, यांची किती पॉवर आहे. तेव्हा तेथे त्यांनी आमची पॉवर किती आहे ती पाहिली. तेव्हापासून ही काही तरी एक शक्ती आहे असे बाळ ठाकरेंच्या डोक्यामध्ये आलं. असं मला वाटतं. मग त्याच्यातून सुरूच झालं. मग ढालेंनी त्यावेळी घोषणा केली की, सामुदायिकरित्या आम्ही गीतेचे दहन करू वगैरे. तेव्हा मी ढालेला म्हटलं होतं की, 'सिम्बॉलिक ज्या गोष्टी आहेत त्या अशाप्रकारे करण्यात काय अर्थ आहे?' तर ते म्हणाले की, 'तू काही बोलू नको.' नंतर तो माटुंगा लेबर कॅम्पमध्ये रहायला गेला. मी सतत पुण्यात असायचो. तोही तिकडे असायचा. तेव्हा त्याने माझ्याविरुद्ध हळूहळू रान पेटवायला सुरू केलं, की नाम्याला काही अक्कल नाही. तो अमुक आहे. त्याने मला काय सांगितलं की, 'गीतेचा कार्यक्रम आपण घेतो आहोत.' तेव्हा मी म्हटलं 'जर हिम्मत असेल तर दोनशे-अडीचशे लोकांत तो कार्यक्रम घ्यायचा नाही. पाच लाख किंवा दहा लाख लोक आणायचे आणि त्यांच्या उपस्थितीत गीता जाळायची, तर माझी तयारी आहे. नाहीतर दोनशे-अडीचशे लोकांना आणून हे कृत्य करायला तयार नाही, कारण ते सिम्बॉलिक आहे. ते तेवढं महत्त्वाचं नाही.' तर त्याने म्हटलं, 'तुला काय कळतंय भडव्या.' अमुक तमुक असं त्याने ते सुरू केलं. नंतर मग मी पुण्याला असतानाच हा कार्यक्रम इकडे अॅरेंज मुंबईत केला व मला तार पाठविली की, कम् फॉर गीता. एवढंच. तर मी समजलो. यांनी काय केले तर मग आम्ही पुण्यातील एकही लोक आलो नाही. त्या कार्यक्रमाला का नाही जायचं, हे ढालेचं काय चाललंय, ऐकत नाही वगैरे. मग त्यांनी इकडे गीता जाळली व दोनशे-अडीचशे लोकांवर खटले झाले. मग मारामाऱ्या सुरू झाल्या आमच्या व शिवसेनेच्या. मरणाच्या मारामाऱ्या.

शेवटी बहुसंख्यांक वर्ग तिथे अल्पसंख्यांक वर्ग. अल्पसंख्याक वर्ग बहुसंख्यांक वर्गास भारी ठरला. जिथं दलितांची वस्ती जास्त तिथं दलितांचं नुकसान झालं नाही. पण जिथं वस्ती विरळ आहे, तिथं प्रचंड मार खाल्ला. म्हणजे १९८० पर्यंत बाळ ठाकरेंची व आमची दोस्ती झाली नव्हती तोपर्यंत मारामाऱ्या झाल्या. काही ठिकाणी असं वैमनस्य की क्रूर रीतीचं वैमनस्य. बाळ ठाकरेंच्या मागं केवढा तरी वैचारिक वारसा होता. त्यांचे वडील प्रबोधनकार ठाकरे केवढे ग्रेट. बाबासाहेब आंबेडकरांचे एकेकाळचे सहकारी आणि तेरा वर्षे त्या माणसाने अनवाणी पायाने अस्पृश्यांसाठी काम केलेले आहे. तर असा हा सर्व प्रकार झाला. मग ढालेमध्ये व आमच्यामध्ये वादंग सुरू झाला. त्याचवेळी गिरणी कामगारांचा ७४-७५ मध्ये संप सुरू झाला. तर त्याच्या अगोदर एक गोष्ट झाली होती. इंदिरा गांधी ह्या पुण्याला येणार होत्या. तर पुण्याची पॉलिटिकल सिच्युएशन वेगळी झाली होती. कुठल्याही काँग्रेसवाल्याला, मंत्र्याला गावात येऊ द्यायचं नाही. आणि इंदिरा गांधींच्या बद्दलही अशीच भूमिका घेतली होती. इंदिरा गांधी डि. लिट. घ्यायला येणार म्हणून, वसंतदादा पाटबंधारे मंत्री होते आणि काँग्रेसचे अध्यक्षही, की काय ते होते, त्यांनी पेपरमध्ये असं दिलं होतं की, इंदिरा गांधी तिथं येतात आणि विरोधक तो आमचा सर्व डाव उधळून लावणार आहेत. तर काँग्रेसच्या कार्यकर्त्यांनी भरीव बाजू घेऊन यावेत. 'मराठा' तेव्हा चालू होता. तर आम्हाला उचापती चिक्कार ना. 'मराठा' मध्ये आत्माराम सावंत, कवी नारायण पेडणेकर वगैरे आमच्या चळवळीशी संबंधितच होते. सुरुवातीला आम्ही गेलो मराठ्यामध्ये. मी लगेच दिलं मराठ्यामध्ये की, इंदिरा गांधी देशाच्या पंतप्रधान आहेत. त्यांच्या कारकिर्दीबद्दल मत व्यक्त करण्याचा अधिकार प्रत्येक नागरिकाला आहे. असा अधिकार जर कुणी हिरावून घेणार असेल तर दलित पँथरच्या लोकांनी हॉकी-स्टिक्स व भरपूर बांबू घेऊन यावेत. दुसऱ्या दिवशी आमची पण बॅनर लाईन. पुण्यात गेल्यावर मधल्या काळामध्ये मी एवढं कामं केलं होतं की शांताराम दिवेकरसारखे शहाण्णवकुळीवाले, म्हणजे अत्यंत जातीयवादी लोक म्हणून अलीकडच्या काळात समजलं जातं ते देशमुख वगैरे समजलं जातं ते राज्यकर्त्यांमधील ती जमात ना, तर तसला माणूस आमच्या चळवळीत आला होता. तर आमचं पुण्यामध्ये ठरलं होतं की, इंदिरा गांधींची सभा उधळायची. त्याच्यात पँथरचा प्रामुख्याने वाटा होता. त्यावेळी संभाजीराव काकडे वगैरे संघटना काँग्रेसची मंडळी यात इंटरेस्टेड असायची ना. तो शांताराम दिवेकरचा गॉडफादर होता. आमच्या मूव्हमेंटमध्ये त्याने आम्हाला सपोर्ट करायचं ठरवलं. मी आणि दिवेकरने पश्चिम महाराष्ट्राचा संपूर्ण दौरा केला. आपल्याला इंदिरा गांधींचा कार्यक्रम संपूर्ण उधळून लावायचा, त्यासाठी आपल्याला कामाला लागलेच पाहिजे, असं

ठरवलं. प्रा. अरुण कांबळे त्यावेळी तो बी. ए. ला की काय होता वाटतं. त्यावेळी तो कविता लिहावयाचा. त्यावेळी त्या गाढवानं लेनिनवर कविता लिहिली होती. तर मी त्याला आपला शोधत शोधत गेलो. कारण माझा एक मित्र तिकडं राहायचा. प्रा. अरुण पाटील आपल्या लिटल मॅगझिनवाला. तर त्याने सांगितले की, अरुण कांबळे हा इथं राहतो. तर आमचा एक कार्यकर्ता झेंडे का धेंडे सांगलीचा होता. त्याला घेऊन मी अरुण कांबळेकडे गेलो व त्याला आठशे रुपये की अडीच-तीन हजार रुपये रोकड कॅश दिलेली होती की, तू लोक घेऊन ये पुण्याला. त्या लोकांच्या येण्या-जाण्यासाठी खर्च करायला हे पैसे घे. आमचा त्यावेळी सर्व खर्च केला फायनान्सर शांताराम दिवेकरनं. शांतारामचा मोठा व्यापार होता पुण्यामध्ये जनावरांच्या खाद्याचा. तो महात्मा फुले, आंबेडकर यांच्यावर फार जोरदार बोलणारा, पण पोलीस खाक्या मागे ना. कारण इंदिरा गांधींची सभा उधळून लावणारा. म्हणून तीन दिवस गायबच. टॅक्सी ड्रायव्हर म्हटल्यानंतर मी कशाचा सापडतो? हे सर्व लोक पोलिसांना आवर्जून सापडायचे. मात्र बोलायचे हा साला मादरचोद आहे. पोलिसांना घाबरतो. मी कशाला उगाच पोलिसांच्या हातात सापडतो?- सापडलो असतो तर त्यांनी मला तीन दिवस बंदच केलं असतं. मग मी समजा त्यादिवशी तो कार्यक्रम होता ना त्यादिवशी सकाळी साडेदहा वाजता स्टार्ट घेतली. पूर्वी बॉम्बे-पूना टॅक्सीचे सोळा रुपये तिकीट होते ना. त्याचे त्यावेळी वीस की बावीस रुपये भाडे झाले होते. तर मी तिथनं भाई संगारे, अविनाश महातेकर असे टॅक्सीतून त्यादिवशी गेलो. मला वाटतं ज. वि. पण होता. वाटत गेलो तर संचेती हॉस्पिटलच्या येथून गेलो. त्यावेळी तेथील कॉर्पोरेटर होते पाडोळे. भयानक तोंडाने नासका माणूस हो. तो पुणे कॉर्पोरेशनचा कॉर्पोरेटर. पण आंबेडकर चळवळीतला जुना माणूस. त्याला बोलायला सांगितलं की बोला म्हणून. असा तो पाडोळे नावाचा माणूस. इंदिरा काँग्रेसवर बोला म्हटलं तर बोलणार. इंदिरा काँग्रेस नव्हती त्यावेळी, सलग काँग्रेस होती. काँग्रेसवर बोलणार तर मग बोलणार. ह्या बाईला मी अक्कलच शिकवीन. मी लय बेकार माणूस आहे. मी बोट घालीन नि असं फाडून टाकीन. हे जाहीर वक्तव्य आहे बरं का, त्या कार्पोरेटरचं, म्हातारा माणूस. पण असा फँटास्टिक. तो रहायला दापोडीला. बॉम्बे-पूना रोडलाच लागून त्यांचं घर आहे. तर पहिलं आम्ही त्याच्याकडं गेलो. काही कानोसा घेण्यासाठी टॅक्सी लावली तर तिथं पोलीस, इकडे नामदेव ढसाळ वगैरे आलेले आहेत. आम्ही आत शिरायला आणि आत तर पोलीस बसलेले. मला ते पाडोळेनी सांगितलं. मी समजलो. अर्रर्र पोलीस आहेत. अभी भागो. आम्ही लगेच तसे परत आलो. तर आम्ही ह्या वरळी दंगलीत सर्व केलेले होतं. पेट्रोल बॉम्ब जे आहेत, त्याला मॉलोटोव्ह कॉकटेल म्हणतात. ते

सर्व आमच्या लोकांना माहीत होतं की, बाटली घेतली की, त्यात पेट्रोल टाकायचं. नंतर त्यात वाळू आणि चुना टाकायचा. बंद करायची. हॅण्डग्लोव्हज घालायचे आणि फेकून द्यायचं. दोनशे माणसं जरी आली तरी मागच्या मागं गायब. नंतर आम्ही वरळी दंगलीत हे सुरू केलं होतं. वरळी दंगलीत तर आम्ही हिरोच होतो. सर्वच लोक तर समजा आमच्या चाळीत कोणी येत असेल तर दरवाज्यात करंट सोडणं, ह्या ज्या बचावाच्या गोष्टी होत्या त्या सर्व आम्ही केल्या होत्या. तर आम्ही हे सर्व ट्रेनिंग तिकडं पण फिरवलं. असं असं करायचं ठरवलं आणि आम्ही गेलो त्यांच्यामध्ये. संचेतीहून जायला लागलो तर तिकडून आमचे पँथर हजर. अनिल कांबळे. पुण्याचे फार जोरदार माणूस. फारच स्ट्राँग, असे हे धावत येतात आणि इकडे यांचे सारे मंडईतील पहिलवान दादाचे सांगलीबिंगलीवरून बोलावलेले लोक. त्यांच्या प्रचंड गाड्या भरलेल्या. तुम्हाला काय सांगू, पाच लाखांचा मॉब आम्ही हजार लोकांनी त्या आकाशवाणीच्या इथं उधळून लावला. जी सुरू केली ना मारामारी. मधे गेलो आम्ही रस्त्याच्या आणि तुम्हाला काय सांगू पंधरा मिनिटांमध्ये खलास पाच हजार लोक. डी. सी. पी. आले. ते येऊन पाया पडायचे. अरे, हे तुम्ही वाईट करतात असं सांगायचे. सर्वांना रक्तबंबाळ केलेले. मग त्यांनी अश्रुधुराच्या नळकांड्यांचं फायर केलं. फायर केलं तर लोकांना वाटलं फायरिंग झालं. ते अश्रुधुराचं नळकांडं चिक्कार लागतं, माहीत आहे का तुम्हाला? फायर केल्यानंतर जे रिकामं नळकांडं लागतं त्याने लोक जखमीपण होतात. एखाद्या वेळी अचूक ठिकाणी बसलं तर माणूस मरतो. पण मग काय, सर्व पांगापांग. दीड एक मिनिटात ती गाडी त्या पुलावरून यावयाची होती. तो उबाळे नावाचा ऑफिसर इतका ग्रेट की तो गेला खाली उतरून. त्यात रस्ता बदलला. अशाप्रकारे पंतप्रधानबाईंच्या आयुष्यात पहिल्यांदा असा रस्ता बदलावा लागला असेल. महाराष्ट्रात तो आम्ही पँथरवाल्यांनी. तर मग हे असं प्रचंड हसं. तर मग असं हे सर्व राजकारण. पण त्याच्यानंतर मग राजा ढाले आमच्यावरच विस्फारला. तो म्हणाला की, 'इंदिरा गांधी ह्या बाईच आहेत. स्त्री ही दलितच आहे' वगैरे वगैरे. अशाप्रकारे मधे मधे विचित्र जे त्याला सोईस्कर वाटेल तो ते बोलणार. तर मग त्यावेळी विद्रोहाची पार्श्वभूमी आपल्याला होतीच. मग मी म्हटलं, आपल्याला मुखपत्र पाहिजे म्हणून दलित पँथरचं मुखपत्र मी पुण्याहून सुरू केलं तर राजा ढालेला वाटलं मला न विचारता हे कसं काय झालं? मग आम्ही अंक काढले ते त्याला मान्य नाही झाले. नंतर मग मी म्हटलं आता आपल्याला भूमिका घेणं अगत्याचं आहे. कारण तोपर्यंत राजा ढालेनी बुद्धिझम, रिलीजन अमुक तमुक वगैरे सुरू केलं होतं. तर आम्ही सांगायचो की 'भगवान बुद्ध एवढे ग्रेट होते की, त्यांनी कधी कोणावर हुकूमशाही गाजवली नाही.

ऑर्डर केली नाही. जे डोळ्याला दिसेल, कानाला ऐकू येईल आणि जगण्याला जे पूरक होईल ते ते स्वीकारण्याची फ्रीडम देणारा माणूस. मग त्याचे जर आपण वारसदार आहोत तर मग आपण ऑर्डर कशी काय करायची? पँथरमध्ये? जो बुद्धिस्ट तोच पँथर आहे, तुझं हे चुकीचं आहे' मग तो सुरू करायचा की, हे नाम्या ढसाळचं काहीतरी अगेन्स्ट चाललं आहे आणि त्याचं कारण म्हणजे तो मार्क्सवाद वाचतो. त्याचवेळी मी इकडे प्रेमात पडलो होतो. मी माझ्या बायकोच्या प्रेमात पडलो होतो. त्याचवेळी वरळीच्या दंगलीत मला अटक केल्यानंतर मला इथं आणून टाकलं होतं. त्यावेळी अनिल बर्वेची ओळख झाली होती. तेव्हा आमची कवितेची देवघेव सुरू झाली होती. मी माझ्या बायकोच्या प्रेमात पडलो होतो. तर ते लफडं सुरू झालं होतं. त्याचवेळी मग अनेक गोष्टी जाहीर झाल्या. यानं त्या कम्युनिस्टाच्या पोरीशी अमुक केलं, तमुक केलं. परंतु माझं लग्न होईपर्यंत आमच्यात जराशीही फूट नव्हती. माझ्या लग्नाचं त्याला कळलं की मी लग्न करतोय, त्यावेळी माझ्या बायकोला इकडचे काही लोक सांगायचे की शुअॅरिटी नाही, काही नाही तेव्हा तसं काही करायचं नाही. तर तो माझ्या बायकोला सांगायचा - का तुमचे लोक शुअॅरिटी मागतात काय? असे ते ढालेचे डायलॉग नेहमीचेच झाले होते. मग मी इकडे त्याचदरम्यान लग्न उरकून घेतलं. सर्व लोक आले. शिरीष पै. विशेषत: अहिल्या रांगणेकर हे सर्व लोक आले होते. माझे लग्न म्हणजे फारच. जवळ अगदी पाच पैसे नव्हते. मी अगदी म्हणजे असा. मित्रांनी पैसे दिले. त्यांच्याकडून भांडीकुंडी वगैरे आणलं. मग आमच्या आतेनं सांगितलं की तू लग्न करतोयस तर तुला मी इथं ठेवणार नाही. मग मी पुन्हा कोणाकडून तरी दोन हजार रुपये आणून वांद्र्याला राहायला गेलो. लग्न केल्याबरोबर तेथे पोटभाडेकरू म्हणून राहिलो, सत्येनकडं. सत्येनचा इतिहास आपल्याला चिक्कार माहीत होता. पण हे फार मजेशीर होतं. फार रोमँटिक, अगदी भयानक जोरदार असं सॅक्रीफाईस होतं. पण ह्या सर्व दरम्यान आमचे जे वकील होते सर्व कम्युनिस्ट, सोशालिस्ट असे वकील आमच्या केसमध्ये. कमलाकर सामंत, त्यांच्यानंतर आता जो नक्षलवादी पार्टीचा अध्यक्ष आहे, तो सुनील दिघे. तो माझा खास मित्र होता. तो माझ्याबरोबर नेहमी असायचा. त्या काळामध्ये तो नेहमी सेन्ट्रल लायब्ररीमध्ये बसत असे. त्यावेळी त्याच्यावर अनेक खटले झालेले होते. त्याचं पोलिसांना दर्शनी असं एक रूप होतं की, आता आम्ही त्या ॲक्टिव्हिटिजमध्ये नाही. पण तो आम्हाला सर्व सांगायचा आणि राजा ढालेला त्यावेळी सर्व वकील चालायचे. नंतर हे जे सुरू झालं ॲन्टिफोरम, कम्युनिस्ट, त्याचं कारण असं आहे की, मला पकडून नेलं विक्रोळीच्या या चेम्बूरच्या प्रकरणात. नंतर मला सोडून दिलं. त्याचदिवशी ह्या गिरणी कामगारांचा जो संप झाला होता,

त्याची ओव्हल मैदानावर एक मोठी सभा होती. सर्व पक्षीय आणि त्या सभेमध्ये आम्हा पँथरवाल्यांना पण आमंत्रण दिलं होतं. राजा ढाल्यांना वाटत होतं की, नामदेव ढसाळ कामगारांच्याबद्दल लय बोलतो तेव्हा जास्त करून त्यालाच बोलू द्या वगैर. मग मी गेलो सुटून तिथून. तसाच गेलो होतो. तर माझ्या अगोदर बरेच लोक बोलले होते. तर माझ्यानंतर डांगे बिंगे वगैरे बोलणार होते. त्या सभेमध्ये डांगेची ओळख गर्दीमध्ये कुणीतरी करून दिली. त्याचा फोटो खेचला पत्रकारांनी. मी हस्तांदोलन करताना वगैरे, असं ते सर्व विचित्र झालं व वरती गेलो तर स्टेजवर गेल्या नंतर मी बोललो. सर्वच डाव्या आघाडीचे लोक, लेफ्टिस्ट सिद्धांत सांगणारे म्हणून मी तिथं बोललो की, आम्ही दलितच खरे हाडाचे कम्युनिस्ट आहोत, असे डॉक्टर बाबासाहेब आंबेडकर म्हणाले. ते एवढं क्लिक झालं की, मग कम्युनिस्ट होणं ही काही साधी गोष्ट नाही. ती अति अवघड गोष्ट आहे. म्हणजे आता जे पन्नास वर्षे कम्युनिस्ट म्हणून जगले त्यांनादेखील ते पाळता आलं नाही तर आपल्यासारख्या अंगठ्याच्या उंचीभर काम करणाऱ्या आणि सर्वांत मोठा दिग्विजय पुढारी जो सर्व मंडळाने मानला त्या पुढाऱ्याचं वैचारिक थिंकिंग हे की हा प्रोकम्युनिस्ट आहे असं जेथे तेथे रूढ केलं होतं. मग त्याच्यानंतर आमची एक बैठक झाली सिद्धार्थ विहार येथे. मला बायांकडं जाण्याचा नाद होता. मला त्यावेळी व्ही. डी. झाला होता. तर पैसे सर्व राजा ढालेकडे व ज. वि. पवारांकडे हो. आम्ही उधळे, आम्ही अव्यवहारी किंवा आम्ही नालायक म्हणून आमच्याकडे पैसे नाहीत. हजारो रुपये मिळाले. सर्व त्या ढालेकडे व ज. वि. पवारांकडे. त्याचा हिशेब बाकीच्या लोकांना यांनी कधीच दिला नाही आणि दिला असेल तर तो तुटपुंजा. तोंडावर, अंगावर फेकण्यापुरता. एवढा प्रचंड. तर मला एक दिवस राहावलं नाही. मला एक गाठ झाली होती. मला ट्रीटमेंट करावयाची होती. मी म्हटलं, राजा, आम्ही कष्ट करायचे. सर्व काही करणार आणि तू पैसे देणार नाहीस हे कशासाठी? तेव्हा एक दिवस मी गल्ला फोडून दोनशे त्रेचाळीस रुपये पँथरचे त्या राजा ढालेच्या खोलीतून नेले. त्याच्यानंतर मग आमची बैठक झाली. त्या बैठकीमध्ये त्यापूर्वी काय झालं. आम्ही राजा ढाले बरोबर भुसावळला गेलो. मी, भाई संगारे आणि राजा ढाले आणि तिथून आम्ही बुलढाण्याला गेलो. त्या बुलढाण्याला, भाई संगारेला आणि मला त्याने नोकरसारखेच वागवलं. आम्ही एवढं काम करतो, सर्व काही करतो आणि याचं मात्र काही बॉसिंग - हे करा, ते करा आणि पैसे गाडी खर्चाला ते त्याच्याकडे ठेवणार. पत्रव्यवहार करणार ते हा एकटाच करणार आणि सर्व आमच्या अपरोक्ष चाललेलं असायचं. देणार सर्व स्वत:चं असं सर्व त्याने केंद्रीकरण सुरू केलं. मग मी त्याला सिद्धार्थ विहारच्या मीटिंगमध्ये सांगितलं, 'हे चालणार नाही.' तेव्हा तो

म्हणाला, ''मादरचोद, तू चालता हो.'' चालता हो म्हटल्यावर कुलूपच होतं माझ्या हातात, फाटकन मारलं त्याच्यावर व म्हटलं 'भोसडीच्या, असं काय म्हणतोस? तुला एक तर आणला मी मेहरबानीन. पँथरमध्ये मोठे पुढारी आपण असं लोकांमध्ये जनमत तयार झालं आहे. तेव्हा आपल्यात एकमेकांच्याबद्दल अशा पद्धतीची भावना काय कामाची? मग त्याला मारल्यानंतर त्याच्या लक्षात आलं की, नामदेव ढसाळ हे प्रकरण काही तेवढं ईझी नाही. मग त्याने ते सुरूच केलं, की हा कम्युनिस्ट आहे. त्या दरम्यान आम्ही काय केलं की, मी एक जाहीरनामा अशी सर्वसाधारण भूमिका असावी म्हणून तो दलित पँथरचा जाहीरनामा लिहिला होता, तो मी सुनील दिघेच्या सहकार्याने लिहिला. १९७४ ची ही गोष्ट. त्याचं पहिलं वाचन झालं त्यावेळी राजा ढालेनी त्यास मान्यता दिली. आणि तो छापायला जाण्याच्या दरम्यान तो म्हणायला लागला की, 'हा जो जाहीरनामा आहे तो कम्युनिस्टिक पद्धतीचा आहे. तो मला चालणार नाही.' वगैरे, असं ते झालं. तेव्हा मी म्हटलं, 'अरे एकदा तू मान्यता दिलेली ही गोष्ट आहे तर मग ती कशी काय असणार. शेवटी दलित पँथर ही केवळ महारांची संघटना बनवून चालणार नाही. आज तुमच्याकडं द्रव्यबळ नाही, मनुष्यबळ नाही, ते तुटलंय आंबेडकरांच्या नंतर. मधल्या सर्व आंबेडकरांच्यानंतरच्या पुढाऱ्यांनी हे इंडिव्हिज्युअल बार्गेनिंग केलेलं आहे. गवईला ऐंशी दारूची दुकाने कशी मिळतील याच्यात इंटरेस्ट होता, त्याच्या कार्यकर्त्यांसाठी. परंतु नाईन्थ शेड्युलप्रमाण तीन लक्ष एकर जमीन दलितांना मिळावी म्हणून हाऊसमध्ये जर कायदा पास करून घ्यायचा असेल तर सरकारची मनधरणी करणे किंवा सरकारी पक्षामध्ये तो कॉन्शसूनेस तयार करण्यासाठी पाठबळ वापरणे याच्यासाठी त्यांनी काही केलं नाही. आणि असं असताना तू काय हे चालवलंयस? म्हणून आपल्याला मनुष्यबळ जोडायला पाहिजे आणि मनुष्यबळ जर जोडायचं असेल तर पहिल्या प्रथम जेवढे अनटचेबल्स आहेत, महारेतर अस्पृश्य, त्यांना प्रथम ऑर्गनाइज्ड केलं पाहिजे. आजच्या काळाची ती मोठी गरज आहे.' तेव्हा ते म्हणायचे की, 'हे मांग केव्हा आले? चांभार केव्हा आले? त्यांनी महात्मा गांधींचं नेतृत्व स्वीकारलं. ते बदमाश आहेत. ते अमुक आहेत. तमुक आहेत.' मी म्हटलं, 'अरे, ते काही असतील मग ते अज्ञानापोटी असतील किंवा जातीचे त्यांना उत्पादनाचे साधन असेल आणि आंबेडकर हा माणूस हिंदू धर्माचा धर्मद्रोही, याच्या पाठीमागे गेलो तर आपल्याला काही मिळणार नाही, अशी भीती वाटल्यापोटीच कदाचित ते आंबेडकरांच्या चळवळीत आले नसतील. परंतु आज सिच्युएशन वेगळी आहे. मातंगांच्या हातातील उत्पादनाचं जातीचं साधन निघून गेलं, कारण त्यावेळची शेती करण्याची जी पद्धत होती, त्यावेळी नाडा आणि

सौदर मातंगांनीच बांधायचे. त्यांनीच घायपात कापायचे व त्यानी काथ्या उपसायचा. त्यांनी जर केलं नाही वाक तयार व दोरखंड तयार तर मोट चालणारच नाही. जनावरांना पेंडकी लागणारच नाहीत. औतं बांधली जाणार नाहीत. पण आज गरवारे नायलॉन त्यांच्या दोरखंडापेक्षा चांगला आहे, म्हणजे मातंग मेला. चर्मकार पायताण बनवणार व मोटा बनवणार. आज त्याची गरजच नाही. बाटा, स्वस्तिकचे लोक पायताण बनवत आहेत. असं असताना मोटेच्याऐवजी किर्लोस्करचं इंजन लागतं. म्हणजे हा बदल जो झाला गेल्या पंचवीस-तीस वर्षांत, तर हा आपण लक्षात घेणार आहोत का?' तर तो म्हणायचा, 'तू फार विद्वान आहेस, तुला काय अक्कल आहे भैनच्योत?' तू अमुक तू तमुक. असं प्रत्येकाला हुशारी हो करायचा साला. एवढा अडेलतट्टू माणूस. बोलायचं कारण त्यानं अशी इमेजच तयार करून घेतली ना की तो फार विद्वान आहे. अमुक आहे, तमुक आहे. पण तसं काहीच नव्हतं. त्याला नॉलेज नव्हतं. तो उत्तम संघटकही नव्हता. अत्यंत माणूसघाणा माणूस. सर्वत्र माणसं काही सद्‌गुणाचे पुतळे नसतात. त्याला सर्व पुतळे पाहिजे होते, तर असे कसे मिळणार? माणसं काय पुतळ्यांसारखी थोडीच असतात. चांगला संघटक हा उणिवांवर मात करायला लावतो माणसांना. याचं तसं नव्हतं. हा त्यांचं वैगुण्य शोधायचा आणि त्या वैगुण्याचा बाऊ करायचा. माणसाला नर्वस करून टाकायचा. हे सर्व सुरू झाल्यानंतर त्याने जाहीरनाम्याच्याबद्दल भूमिका घेतली. मी म्हटलं 'जाहीरनामा तू मान्य केल्यानंतर तो छापणारच. एकदा मेजॉरिटीने मान्य केल्यानंतर परत तो रद्द करायला सांगणारा तू कोण? मेजॉरिटीने तो छापायचा.' मग मी तो छापून टाकला. 'विद्रोह'च्या मुखपत्रात तो छापला. मग त्याने तर सुरूच केला रिव्होल्ट. मग त्या रिव्होल्टमध्ये राजा ढालेची जी एकाधिकारशाही व दादागिरी आहे त्याच्याबाबतीत हे बाकीचे लोक नाराज होते. त्या सर्वांनाच तो बोलत असे. ज. वि. पवाराला बोलायचा. मग आम्ही सर्वजण एकत्र बसलो व विचार करू लागलो की, राजा ढालेचे हे जे काही चाललंय ते आपण थांबवणार आहोत की नाही? तर ह्या तिघाजणांनी मान्य केलं. मी, भाई संगारे, ज. वि. पवार, अविनाश महातेकर. तरं राजा ढालेला चेक द्यायचा हे ठरलं. त्या मीटिंगनंतर पहातो तो ते त्याच्याकडे गेले, राजा ढालेकडे. पण दोन ग्रुप सरळ सरळ व्हायला लागले. पण फूट नाही. त्यांनी मग अधिवेशन घेतलं. त्या अधिवेशनात मी गेलोच नाही. नागपूरचं ते पँथरचं पहिलं अधिवेशन. कारण राजा ढालेने तोपर्यंत एवढे काय उपद्‌व्याप केले होते व मी स्ट्राँगली त्याच्या अगेन्स्ट होतो. मग जिकडे तिकडे माझ्याविरुद्ध सुरू झालं, हा लालभाई आहे. गंमत अशी की, लाखो लोक नामदेव ढसाळच्या शैलीवर, व्हलगरपणावर खूष असलेले. भयानक सुरू झालं. मी इकडनं

चाललेलो असायचा तर तिकडनं लोक भाकरी फेकून मारायचे. त्याने सुरू केलं ते भयानक. त्याने मी डिस्टर्ब झालो. मी काही कुठलाही मार्क्सवादी पक्षाचा किंवा कम्युनिस्ट पक्षाचा अथवा त्या ग्रुपचा अजिबात नव्हतो. एकदम न्यूट्रल. परंतु पॉलिटिकल फिलॉसॉफी आपल्याला माहीत पाहिजे. त्यासाठी जे काही लागतं त्याचा अभ्यास केला. आता जी काही भूमिका आमची आहे ती आमच्या जाहीरनाम्यातच आहे. तेव्हा ते जे गणित आहे ना ते बरोबर गणित आहे. आज जे मी बोलतो ना, सेम तसंच आहे. आता राजा ढालेचा तो बालिशपणा होता. तो सर्व गेलेला आहे आणि आता तो आमच्याच भूमिका वेगळ्या शब्दांत पण बोलतो आहे. त्याच्या आजही डोक्यात तेच आहे की, दलित पँथरच्या समस्या ह्या सुपरस्ट्रक्चरच्या आहेत. बेसिक प्रश्नावर बोलायला काही तयार नाही. दलितांचा सर्वांत मोठा प्रश्न हा आर्थिक प्रश्न आहे. त्याला जर आर्थिक स्थैर्य आणलं तर आज बाकीचं काय आहे? अनटचॅबिलिटीचं ? आज कायदाच झालेला आहे हो. १९५३ नंतर कायदाच झालेला आहे. त्यामुळं मला तेवढी भीती वाटत नाही. कायदा राबविला जात नाही. त्यातल्या उणिवा वेगळ्या आहेत. त्याच्यासाठी वेगळ्या पद्धतीनं काम करायला पाहिजे आणि बौद्धधर्मीय घेतले पाहिजेत. सर्व त्याच्या डोक्यामध्ये फिक्स आहे. मी म्हटलं असं कसं? जेवढे इतर अनटचेबल्स् आहेत ते सर्व हिंदूच आहेत. त्यांना जर आपल्या बरोबर कॉल केलं तर धर्माच्या नावावर ते आपल्याबरोबर येणार नाहीत. आर्थिक जे शोषण आहे त्यावरच ते आपल्याबरोबर येऊ शकतात. पण हे काय त्याच्या डोक्यात आलंच नाही. मग त्यांचं तिथं अधिवेशन घेऊन नामदेव ढसाळांना दलित पँथरमधून काढलं म्हणून असं सुरू झालं. मग आम्ही काय केलं. पुण्याला एक बैठक घेतली. त्या बैठकीमध्ये मी पाच तास भाषण केलं, कन्टिन्यु. राजा ढाले काय आहे ते सर्व जोरदार बोललो. मग दोन ग्रुप झाले. नामदेव ढसाळ - दलित पँथर. राजा ढाले दलित पँथर. मग त्यांनी फारच सुरू केलं. त्याला अंतच राहिला नाही. त्यादरम्यान गवई बंधूचं प्रकरण झालं. राजा ढाले आपल्या सभेतून त्या लोकांना घेऊन फिरायचा आणि प्रत्येक सभेतून भाषण. यांचे दोन डोळे काढले. चार डोळे काढले. चार डोळ्यांचा बदला घेईन. काही बदला कुठेच घेतला नाही. त्यांच्या नावावर चिक्कार डोनेशन वगैरे. मग त्यांना वसंतराव नाईकांनी जमीन दिली. किती विचित्रपणा आहे पहा. किळसवाणा प्रकार आहे. पहा, की त्यांच्यासाठी जमविलेल्या निधीतून काही लोक दारू प्यायचे. मी प्रो-कम्युनिस्ट ना त्यामुळे ते गवई बंधू आमच्याकडे आलेच नाहीच. आम्ही त्यांच्याशी बोलायला गेलो तरी ते आमच्याशी नीट बोलायचे नाहीत. आंधळी मंडळी ती. अत्याचाराला बळी पडलेले. परंतु राजकीय प्रचाराचे विष किती असू शकते, असं बोलायला गेलो

तर ते आमच्याशी बोलले नाहीत. तुम्ही ढसाळ का? लालभाई लोकांना काय आमच्याबद्दल? असं ते बोलत. एवढे विचित्र. मग काय झालं, मी तर काम करतच राहिलो. मी मुळात हाडाचा काम करणारा कार्यकर्ता असल्यामुळे मी फार डिस्टर्ब्ड होतो व मी फार प्यायला लागलो. माझी ही आटोक्यात आलेली व्यसनं पुन्हा चालू झाली. आमच्या घरातही कटकटी सुरू झाल्या. कारण घरात काही उत्पादनाचं साधन नाही. परत टॅक्सी चालवायची म्हटलं तर ती इच्छा नव्हती माझी. मी असा पेटून उठलो की, जजमेंटच नाही ना. की राजा ढाले असं करेल. हे जर मला माहीत असतं ना, तर अगोदरच मी डाव हाणून टाकले असते. परंतु आपलं राजकारण कधी कपट कारस्थानाचं नव्हतं आणि तसा भावही कधी निर्माण झाला नाही. त्याचं कारण वाङ्मयीन गोष्टीतही कदाचित असावं. तर मला राजा ढालेच्या सुडाच्या पद्धतीचं राजकारण कधी आलं नाही. मी सतत कामाठीपुराच्या संस्कृतीशी अटॅचच राहिलो. तर ते आमचं जग राजा ढालेला कधी जिंकता आलं नाही. आमच्या मुंबईतल्या छावण्या त्याने माझ्याविरुद्ध केल्या. ती एकच छावणी राहिली. कामाठीपुरा व पुणे यांच्यावरच मी आतापर्यंत फाईट केली. आता आम्ही सॉलिड मेजॉरिटीमध्ये आहोत. नंतर राजा ढालेने वैतागून ७७-७८ ला असं सुरू केलं की नामदेव ढसाळमुळे दलित पँथर बदनाम झाली. 'पँथर'चं नावचं नको म्हणून 'मास मूव्हमेंट' सुरू केली. आज राजा ढाले मास मूव्हमेंट मध्ये नोव्हेअरच आहे. अनटचॅबिलिटीचा प्रश्न हा सुपरस्ट्रक्चरवरला प्रश्न आहे. नामांतराच्या प्रश्नावर आम्हीही वेगळी भूमिका घेतली होती. म्हणजे ढालेच्या प्रश्नावर आम्ही सफर झालोच. वनवासी. नंतर नामांतराच्या प्रश्नावर मी अत्यंत वास्तववादी भूमिका घेतली की, जेव्हा मेजॉरिटी आपल्या अगेन्स्ट जाते तेव्हा मायनॉरिटीच्या लोकांनी ठरवलं पाहिजे की दोन पावलं आपण मागं आलं पाहिजे आणि मी कोकण विद्यापीठाच्या प्रस्तावाला मान्यता दिली. पण त्याही वेळेला आम्हाला फटका बसला. अशा ह्या सर्व गोष्टी झाल्या. आम्ही फार पॉवरफुल लोक होतो. नंतर जे पुढे आमचे सल्लागार होते, सुनील दिघेसारखी नक्षलवादी मंडळी वगैरे. तर सुनील दिघेचे व आमचे त्या जयप्रकाश याच्यावरून पटलं नाही. त्या पत्रानं असं ठरवलं होतं की जयप्रकाशच्या मूव्हमेंटमध्ये सामील व्हायचं. तर सुनीलने तो प्रस्ताव माझ्याकडे आणला. पँथरवाल्यांनीदेखील त्यांच्यात सामील व्हावं. मी म्हटलं की, जयप्रकाश नारायणच्याच समाजवादी पक्षात मी पूर्वी होतो. तर या पक्षामध्ये काही इंटरेस्ट नाही आणि जयप्रकाश नारायण प्रो- अमेरिकन माणूस आहे. तू कम्युनिस्ट माणूस असताना तुला जर प्रेम फुटलं असेल तर तुझं ठीक आहे. आम्हाला त्याच्यात इंटरेस्ट नाही. अन्टचॅबिलिटीच्या प्रश्नावर स्वतंत्र ऑर्गनायझेशन व्हावी. त्याच्यामध्ये आम्हाला

काम करायचं आहे. आम्हाला इलेक्शन वगैरे याच्यामध्ये काय इंटरेस्ट आहे? मी बधत नाही म्हटल्यानंतर त्यांनी माझी पाठ सोडली. पनिशमेंट मला एवढी भेटली, आमचा जो पॉवरफुल ग्रुप होता ना, इव्हन क्लॅशेस झाल्यानंतरही राजा ढालेला आम्ही चॅलेंज करू शकत होतो, एवढे पॉलिटिकल मॅच्युअर्ड लोक आमच्यामध्ये होते. त्यांना मार्क्सवाद, त्यांना समाजवाद, त्यांना डिक्टेटरशिप सर्व बेसिक माहिती. असे जोरदार लोक होते. पण नंतर सुनील दिघेचं व माझं भांडण झालं तेव्हा सुनील दिघेने त्या शांताराम दिवेकरला फोडलं. एवढा फोडलं की त्याचं एक प्रकरण सांगतो. तिकिटाला जायची आमची मोताद ना. पण मनुष्यबळ चिक्कार. लोक पेटलेली. जिकडे जाईल तिकडे ऑर्गनायझेशन. जिकडे जाईल तिकडे संघटन रेडी. काही साधनसामुग्री नसताना खटपटी, लटपटी करून आम्ही जात असू. त्यावेळेला आम्हाला शरद पवारांचे विरोधक संभाजीराव काकडे, सोमेश्वर फॅक्टरीचे त्यांचे बंधुराज बाबालाल काकडे हे चेअरमन. त्यांचे फार खानदानी वैर. त्या वैरामध्ये आम्हा पँथरला खेचलं हो. त्या दिवेकरांच्या याच्यामुळे आणि त्यांनी ऑफर आणली की, आम्ही तुमच्या दहा कार्यकर्त्यांना मोपेड देऊ. नंतर तीन-तीन हजार रुपये पगार. तुम्ही शरद पवारांनी ज्या जमिनी लाटल्या, त्याचा सर्वे करायचा आणि तो आम्हाला द्यायचा. असे काय करायचे. तर मी म्हणालो की, ही जी मागणी आलेली आहे ती लँडलॉर्डची आणि शुगर फॅक्टरीवाल्यांची आहे. ती स्वीकारली जाणार नाही. म्हणून मी गेलो सोमेश्वर फॅक्टरीवर सुनील दिघेला घेऊन. तर सुनील दिघेही बोलला, हे बरोबर आहे. भयानक आहे. परंतु गंमत अशी झाली की, हे जे वर्गीय प्रकरण आहे ती भूमिका कायम जिकडे तिकडे राहिली. सुनील दिघेच्या भूमिकेला मी प्लीज होत नाही असे म्हटल्यानंर त्याने तो आमचा ग्रुप फोडून टाकला आणि त्याने लगेच संभाजीराव काकडेचे काम करा म्हणून आमच्या काही लोकांना सांगितलं. म्हणून त्यावेळी अनिल कांबळेसारखा माणूस आमचा फुटला. परत संजीव चव्हाण. म्हणजे ती एक रिफ्ट. सतत आमच्यावर रिफ्टस् पडत गेल्या. नंतर ते थांबलं. मग तो आमचा ग्रुप चालूच राहिला. नंतर आणीबाणीच्या काळामध्ये एक मोठा प्रश्न उभा राहिला. रिव्हायव्हल की सर्व्हायव्हल? असा प्रकार उभा राहिला. त्यावेळी माझ्या माहितीप्रमाणे माझ्यावर चारशे-पाचशेच्या आसपास खटले होते. आमच्या सर्वांवर होते. ढालेवर तेवढेच होते. माझ्यावरही तेवढेच होते. कारण माझी तर कम्युनिस्ट म्हणूनच नोंद होती ना. कम्युनिस्टांशी संबंधित अशी पोलिसांची नोंद. आणीबाणीच्या काळामध्ये आमचा काही इंटरेस्टच नव्हता. मी गेलो सरळ इंदिरा गांधीकडे. मी आणि लतीफ खाटिक मोठ्या दारुण अवस्थेमध्ये गेलो. इकडे आशुतोषही जन्माला आला. मी इकडे काही पाहिलं नाही. तिकडं गेलो निघून.

बांद्र्याचं सोडून इकडे आलो होतो. बांद्र्याच्या याच्यात तर आम्ही फार वाईट दिवस काढले होते. आम्ही रद्दी विकायची. अम्बॅसीमधून जे लिटरेचर येतं ना ते घेऊन विकायचो व धान्य आणायचो. एवढी वाईट परिस्थिती. एवढं आठवतं की, आमचे जे प्रशासक आहेत नारायण आठवले, त्यांनी संघावर बंदी घालावी की न घालावी यावर 'प्रभंजन' मध्ये आर्टिकल लिहायला सांगितलं. त्यांना मी एक आर्टिकल दिलं. संघावर बंदी नको. सरकारवर बंदी घाला. त्याचे पंचाहत्तर रुपये मिळाले. त्यावेळी दोन दिवस आम्ही अत्यंत उपाशी होतो. त्या पंचाहत्तर रुपयांतून पुढे धान्य आणलं. माझ्या बायकोनं सुरुवातीला फार त्रास सहन केला. हे सर्व टोचत रहायचं. आपण सर्व उभं केलं. तिथे हे साला आपल्याविरुद्धच सर्व लोक थुंकायचे ना तोंडावर जाता-येताना की हे लालभाई आहेत म्हणून. कारण का तर माझीही काही स्पष्ट भूमिका आहे, थोडीशी ब्रॉड. त्यामुळे मी म्हणायचो की, आपल्याला समाजवाद असो की कुठलीही प्रागतिक राजकीय विचारसरणी असो तर पुढला फ्रंटवरचा तरी आपल्याला विचार करायला पाहिजे. जनप्रश्नावर जर काही फ्रंट उभ्या राहिल्या, तर त्या डावलून चालणार नाही. तुम्हाला मोस्टली याच्यामध्ये जावं लागेल. तेव्हा झालं हे असं सर्व प्रकरण झालं. मग ढाले आणि मी पुन्हा ७८ ला पँथर डिझॉल्व्ह केली. तर ढाले आणि पँथरचं जे रामायण आहे ते इथपर्यंत आहे. सर्वांत महत्त्वाची गोष्ट ही की, ही फाटाफूट झाल्यानंतर सुनील दिघे आमचा कायदेशीर वकील म्हणून ठेवला होता. सल्लागार, चांगला मित्र. तर तो माझ्या अपरोक्ष नागपूरला गेला. नागपूरला आम्ही आमच्या गटाची सभा घ्यायची असं ठरवलं. तो गेला आणि तिकडे राजा ढालेने गेमच केली ही त्याच्या लोकांना सांगून. नामदेव ढसाळ हा या सभेला येणारच आहे, असं सांगून त्याने अक्षरशः मारेकरी घातले. त्या भागात चंद्रपूरला अमरावतीच्या एरियामध्ये आमचा सिन्हा नावाचा कार्यकर्ता हा सुनील दिघेच्या पक्षाचं काम करायचा आणि त्याची बायको. मी गेलोच नाही नागपूरला. कारण माझी पैशाची ॲरेंजमेंट झाली नाही. त्यावेळी शंकरराव शिवणेकर-दादू मारुती इंदुरीकरांचे सहकारी, त्यांची मावशी की कुणीतरी आत्या ही बंगला चालवायची. येसूबाई की काय? तर ती मला पैसे देणार होती ट्रेनला. ट्रेन गेली निघून. ती म्हणाली आता तू ट्रेनने नको जाऊस. उद्या सकाळी विमानाने जा. विमानाचे पैसे देते तुला. तर मी म्हटलं ठीक आहे. पण तिने काय केलं, तिसऱ्या दिवशीही पैसे दिले नाहीत. माझ्या अगोदर सुनील दिघे तिथे जाऊन पोहोचला. रात्री त्याच्यावर गेम झाली. नागपूरला. नागपूरच्या झोपडपट्टीमध्ये त्याच्यावर गेम झाली. त्याचा पायच तोडून टाकला तलवारीने. त्याचा निम्मा पाय कापला. लोक सुनीलला विचारायला लागले की, सांग, नामदेव ढसाळ किधर है? किधर है वह गांडू? असं

सर्व सुरू झालं. आता मी इकडेच. मी इथून पुण्याला निघून गेलो. आणि तुम्हाला काय सांगू, इकडे घरी माझ्या आईला बातमी पाठविली की, तुमच्या मुलाचा मर्डर झाला म्हणून. आणि त्या पॉइंटला माझी आई वेडी झाली. ती आजही वेडी आहे. त्या बांद्र्यांच्या बाजूला तळ आहे ना, गव्हर्मेंट कॉलनीत. जिथं पाणी साचतं, तिथं माझ्या पँटसारखीच एक पँट तरंगत होती. माझी आई तिकडे जायची तळ्याकडे आणि ओरडायची, अरे माझ्या बाबा, तू इथंच मेलास का? असं काय काय करायची. असे ते सर्व. राजा ढाले अत्यंत कपटी, कारस्थानी. वाङ्मयातला माणूस असा असू शकतो का? आणि बुद्धाचं तत्त्वज्ञान? बुद्धाबद्दल जगामध्ये केवढं प्रेम आहे. वैरानं वैर मिटत नाही असं सांगणारा माणूस, अत्यंत भौतिक दृष्टिकोन घेणारा इंडियन फिलॉसॉफीमध्ये पहिला माणूस बुद्ध आहे. आणि त्यांचा स्वत:ला अनुयायी समजतो तो, परंतु त्यांचे धंदे हे सर्व असे. याला मारणे, त्याला मारणे, बदनाम करणे. असा हा दलित पँथरचा इतिहास आहे. हा चिकार शिकण्यासारखा इतिहास आहे. हे जे मी सांगितलं, ही माझी माहिती दुसऱ्याला एकांगी वाटेल. परंतु प्रमुख सर्व गोष्टींना मी साथीदार आहे. मी कुठल्याही मतलबीप्रमाणे सांगितलं नाही. जे सरळ सरळ आहे ते प्लेन सांगितलेलं आहे. राजा ढाले परत आता भेटतो. त्याची अन् माझी परत मैत्री. मी निर्लज्ज. मी कित्येकवेळा त्याच्याकडे गेलो. मी जातो हे सर्व संपून टाकू. आपण काही तरी चांगलं करू. आता चांगलं बोलतो. मधे तो म्हणत होता. आपण एकत्र काम करू. सर्व सोडू, वगैरे. पण मी पँथर कशी सोडणार? कारण ती सुरूच केलेली आहे आम्ही. राजा ढालेने पँथरची जी बरखास्त केली! राजा ढालेचा निर्णय ज्या लोकांना मान्य नव्हता त्या लोकांनी त्याचीच लाईन पुढे कॅरीऑन केली. ते भारतीय दलित पँथरवाले. तो गंगाधर गाडे आणि शेगावकर हे जे मराठवाड्यातील फेमस आहेत. त्या गंगाधर गाडेची मला अजून आठवण आहे. त्र्याहत्तर साली कुमार सप्तर्षीने त्या मराठवाड्यामध्ये शिष्यवृत्तीच्या प्रश्नाला हात घातला होता. गंगाधर गाडे रिपब्लिकन स्टुडंट फेडरेशनमध्ये होता. त्याला कुमारने नेस्तनाबूत केलं होतं. कारण औरंगाबाद हे मराठवाड्यातलं सेंटर आहे. तिथं पिपल्स एज्युकेशन सोसायटीचं मिलिंद कॉलेज आहे व वसतिगृहपण आहे. किमान तीन-चार हजार विद्यार्थी तिथं असतात. तर मला व राजा ढालेला त्या गंगाधर ढालेनं तिथं नेलं होतं. ह्या गंगाधर गाडेला दोन वेळच्या रोटीची मोताद होती तर त्याने दोन झोपडपट्ट्या त्याच्या ताब्यात घेतल्या. पंचवीस रुपयांपासून पंचवीस हजार रुपयांपर्यंत विकण्याचं काम त्यानं केलं. असली लोकं राजा ढालेने वापरली माझ्याविरुद्ध. मी काय, मी तर मवालीच होतो. जन्माला आलेला माणूस कधीतरी मरणारच. मी मरणाला, कुणालाही घाबरलो नाही. आजही घाबरत नाही.

आम्ही काय काळ त्यांना भीक घातली नाही. गंमत अशी झाली की राजा ढालेने ज्या कुठल्या उद्देशासाठी केले तो त्यामुळे नेस्तनाबूत झाला. आज त्याचं नोव्हेअर आहे. आज त्याचं ते चालूच आहे की. सामाजिक चळवळ आहे म्हणजे नेमकं काय ते मला अजून कळत नाही. दलितांचे सर्वच प्रश्न तसेच आहेत. गेल्या पन्नास वर्षांमध्ये आंबेडकरी संज्ञेने ज्या माणसाचा कायापालट झाला, सात कोटी जनतेचं भाग्य आणि आयुष्य उजळलं असं सांगितलं जातं, त्या सात कोटींची आत्ता संख्या अठ्ठावीस कोटी झाली. त्या लोकांपैकी वीस टक्के समाज हा शिक्षित आहे, त्या शिक्षित समाजापैकी जो आहे तो प्रामुख्याने सरकारी नोकरीत. बाकीचा ऐंशी टक्के समाज. तो आहे तो तसाच आहे. त्याला जमीन नाही. उत्पादनाची साधनं नाहीत. त्याचे सर्व तऱ्हेचे प्रश्न आहेत. तो खेड्यापाड्यातनं आजही तसाच विखुरलेला आहे. महाराष्ट्रामध्ये थोडंसं वेगळं जरी दृश्य किंवा शहरामध्ये जरी दलित असले तरी इतर ठिकाणी ते तसेच आहेत. मग ते उत्तर प्रदेशाचे चित्र पहा. आज गंमत अशी आहे की, ही लढाई जी आहे त्याबाबत पार्लमेंटरी संरक्षण सर्व तऱ्हेने कायद्याने आंबेडकरांनी दिलेले आहे. आता खरं भौतिक शोषणाविरुद्ध लढणं हे महत्त्वाचं आहे. आंबेडकर घटना-मसुदा समितीचे जरी अध्यक्ष होते तरी घटना ही समाजवादी समतेची संकल्पना. ही घटनेत यावी, असे त्यांना वाटायचं ते काही आलंच नाही. कारण ज्या कॉंग्रेस पक्षाचं राज्य होतं, त्या पक्षाचे लोक मेजॉरिटीने घटनासमितीत होते. त्यामुळे आंबेडकरांनी केलेल्या सजेशन्स ह्या काही जशाच्या तशा घटनेमध्ये येऊ शकल्या नाहीत. त्याही दृष्टीने घटनेत काही गोष्टी राहिल्यात. आजही आपली भारतीय घटना तुम्हा आम्हाला सर्वांच्या दृष्टीने स्वातंत्र्य देते. मूठभरांच्या हातातच उत्पादनाच्या नसा ठेवाव्यात अशातऱ्हेची आजही तिची रचना आहे. त्याच्यामुळे टाटा, बिर्लांचे सरकारी तिजोरीतून घेतलेले बारा आणि त्यांचे फक्त चार आणे. त्याच्यावर तो कारखाना काढणार आणि तिथं मालकी मात्र आपली लावणार हे अशा तऱ्हेचे सर्व राजकारण आहे. तर ह्या सर्व पार्श्वभूमीवर आम्ही दलित मंडळी विघटनावादी पद्धतीने विचार करणार की आम्ही स्वत: एकदा तपासायला पाहिजे. आणि अल्पसंख्यांचा प्रश्न शेवटी भांडवली लोकशाहीमध्ये डॉ. आंबेडकरांच्या समोरही उभा राहिला की, नेहमीच बहुसंख्यांक, अल्पसंख्यांक अशा तऱ्हेची रिफ्ट वर्षांनुवर्षे लोकशाहीच्या शासनसंस्थेत चालणं हे चूक आहे. मग कधी ना कधी अल्पसंख्यांक वर्गाने मिनिस्ट्रीमध्ये गेलं पाहिजे, किंवा बहुसंख्य वर्गानं अल्पसंख्यांक वर्गाला मिनिस्ट्रीमध्ये ओढलं पाहिजे. ही क्रिया लोकशाहीत व्हायला पाहिजे. परंतु आपल्याकडे आज ज्या संकल्पना आहेत लोकशाहीच्या त्या भांडवली शासन संस्थेच्याच आहेत. तर हे होईल, आज ना उद्या. कारण आता

काय झालंय, सर्व विरोधी पक्ष निष्प्रभ आहेत. जनमानसात त्यांचं काहीच राहिलेलं नाही. सर्व क्रांतिकारक पक्ष, राजकारण करणाऱ्या लोकांनी परिवर्तनाचे माध्यम हे निवडणुकाच आहेत असे धरून बसलेले. त्याच्यामुळे हा जो सर्व काही बट्ट्याबोळ व घोळ आहे, त्या घोळाच्या पार्श्वभूमीवर दलित मंडळींना सर्वात मोठं आव्हान आहे. कारण सर्वात मोठी बार्गेनिंग प्रॉब्लेम, सर्वात मोठी चॅलेंजेस आहेत. सर्वात मोठे दारिद्र्य, सर्वात मोठी दुःख दलित माणसाकडे जास्त आहेत. तेव्हा त्याच्याबरोबर काम करताना डोळसपणानं काम केलं पाहिजे आणि आपलं मनुष्यबळ वाढवलं पाहिजे. पार्लमेंटरी ढाच्यामध्ये तुमच्याकडे मनुष्यबळ नसेल तर तुम्हाला कोण विचारतो. महाराष्ट्रामध्ये विधानसभेच्या दोनशे अठ्ठ्याऐंशी सीटस् आहेत. त्याच्यामध्ये तुमचे दोन-चार प्रतिनिधी गेले तर तुम्हाला तिथं व्हॅल्यू नाही. किमान तुमच्या लोकसंख्येच्या प्रमाणात तरी तिथं तुमचे लोकप्रतिनिधी जाऊद्यात. महाराष्ट्राच्या एकूण लोकसंख्येच्या १/६ लोक अन्टचेबल म्हणून येथे आहेत. त्याच्यामध्ये पंच्याऐंशी लाख नुसते बौद्ध ओहेत. त्या बौद्धांमध्ये किती रिफ्टस् आहेत! विदर्भातील बौद्ध वेगळे. त्यांच्यामध्ये पण लाडवण आणि बावणे म्हणजे खोब्रागडे वेगळे व गवईवाले वेगळे. हे आमच्या पश्चिम महाराष्ट्रमध्ये जे महार आणि पाणमहार सोमवंशी व बिगर सोमवंशी. ही त्या बौद्धांमध्येही रिफ्ट आहे आणि बौद्धधर्म घेतल्यानंतर ही केवढी मोठी गोष्ट आहे की, दुःखाच्या गोष्टीबद्दल बोलणारा बुद्ध आंबेडकरी बुद्धचं तत्त्वज्ञान आहे. म्हणजे हिनयान व महायान या पंथांत आंबेडकर अडकवत नाहीत. आंबेडकरांचा बुद्ध तो आहे की जिथं दुःख आहे. त्या दुःखाचं निराकरण करता येऊ शकतं. त्याची कारणं शोधा व ती नाहीशी करा. अशा संकल्पना असताना कोणी लोक काही करत नाहीत. ह्या लोकांना इंटरेस्ट काय आहे तर शंकरचार्याला हाणलं पाहिजे. हिंदूंची संस्कृती जाळली पाहिजे. ह्या ज्या वरवरच्या गोष्टी आहेत, ज्या संपत येत चालल्या आहेत, त्याचाच आम्ही पुन: पुन्हा पुनर्विचार करतो आहोत. आंबेडकरांनी मनुस्मृती जाळली त्याला काहीतरी त्यावेळी सिम्बॉलिक कारणं होती. आंबेडकरांच्या अशा कितीतरी गोष्टी आहेत, ज्या त्यांनी त्यावेळी केल्या. त्या आज करावयाचे काही कारण नाही. आंबेडकरांनी आम्हाला एका विशिष्ट पॉईंटला आणून दिलेलं आहे की, तुमच्या हातामध्ये वेसण दिलेली आहे व तुम्हाला पद्धती दाखविली आहे की, ही तुमचे शोषण करणारी सिस्टिम आहे. तेव्हा ती ब्रेक केली पाहिजे ना. ती ब्रेक न करता, ब्रेक करण्याकरिता तिची जी जुळणी होत आहे तिला, आम्ही कापतो. आंबेडकरांनी धर्मांतर केल्यानंतर त्यांनी रिपब्लिकन पक्षाची घोषणा केली आणि त्यांना कष्टकरी व मजूरवर्गाचा पक्ष पाहिजे होता. खऱ्या अर्थाचा विरोधी पक्ष, रूलिंग पार्टीला जो अपोज करेल. म्हणजे

त्या माणसाला केवढं मोठं आव्हान आहे हो. हेच आंबेडकर इंडिपेंडेंट लेबर पार्टीचे पुढारी होते. १९३७ साली जो ब्लॅक ॲक्ट झाला, कामगारांविरुद्धचा काळा कायदा- त्याच्यामध्ये डांगेनंतर आंबेडकरांचं काम आहे. आंबेडकरांनी त्यावेळी ह्या लोकांना खडसावून सांगितलं आहे की, ब्लॅक ॲक्टला तुम्ही विरोध केलात. परंतु, केवळ राजकीय महत्त्वाकांक्षेसाठीच जर तुम्ही सत्याग्रह करणार असाल तर मला तो मान्य नाही. म्हणून आंबेडकरांचे व डांगेचं रिलेशन त्यावेळी तुटलेलं आहे. परंतु बाबासाहेब आंबेडकर कुठल्याही प्रागतिक विचारांच्या अगेन्स्ट नाहीत. कम्युनिझमबद्दलदेखील त्यांना शंका तेवढ्याच होत्या. कारण त्यावेळी तो प्रयोग होता. बाबासाहेब जे राजकारणामध्ये येताहेत ते शिक्षित होऊन १९२२ सालामध्ये येतात. १९१७ मध्ये रशियाची क्रांती झाली. तो प्रयोगच होता. पाश्चिमात्य विचारवंतांच्या दृष्टीने तो प्रयोग होता व त्याबद्दल प्रत्येक विचारवंत संशय घेणारच होता. आंबेडकरांनी कम्युनिझमबद्दल जो संशय घेतला तो फार व्यावहारिक दृष्टीने घेतलेला आहे आणि तो फार लक्षणीय आहे. कम्युनिस्टांनीदेखील डॉ. बाबासाहेब आंबेडकरांना भांडवली सनदेचा पुढारी म्हटलेलं आहे. त्यांनी अनटचॅबिलिटीचा प्रश्न कधी सीरियस मानलाच नाही. त्यांचं एवढंच म्हणणं होतं की, वर्गलढ्यात अटनचॅबिलिटी तुटून जाईल. खरं म्हणजे ते एवढं घट्ट आहे. जातिप्रधानव्यवस्था की, त्या जाती तोडता तोडताच वर्ग होणं दुरापास्त आहे. हे पन्नास वर्षे कम्युनिस्टांना चळवळ झाल्यानंतर आजही कळू नये, हे दुर्दैव आहे. इकडं डायलेटिकबद्दल डांगे शिकवणार लोकांना, हिस्टॉरिकल मटेरियलबद्दल शिकविणार, पॉलिटीकल इकॉनॉमीबद्दल शिकविणार आणि घरी जाऊन गणपती पुजणार. वर आमच्या कम्युनिस्टांचं जग बदललं आहे. ज्याला स्वत:चं नीट करता येत नाही तो जगाला काय अक्कल शिकविणार. म्हणजे सर्व विरोधी पक्ष हे आज पंथहीन आहेत, दिशाहीन आहेत, दिशाभ्रष्ट आहेत, ते अनटचॅबिलिटीच्या प्रश्नावर काय काम करणार आहेत? आजही अनटचॅबिलिटीच्या प्रश्नावर स्वतंत्ररित्या काम केलं पाहिजे, ते दयेच्या व सहनुभूतीच्या पोटी नाही. तर त्याचं मूल्यात्मक व सर्व जीवनात मूलभूत फरक व्हावा ह्यादृष्टीनं. खऱ्या अर्थाने दलित व सवर्ण या दोघांमधील जी माध्यमं आहेत, ती शोधली पाहिजेत. म्हणून मी नेहमी म्हणतो ना की दलित व सवर्ण या दोघांच्या सद्विवेकबुद्धीला जागृत करून सोडवावयाचा हा अस्पृश्यतेचा प्रश्न आहे. ती जागृती कशासाठी करायची तर या दोघांचं जे भौतिक शोषण होत आहे, त्याच्याविरुद्ध हे दोघं लढायला लागणार. यापुढं चांगला पक्ष, चांगली संघटना जर असेल तर तिच्याशीदेखील आम्ही काम करायला तयार आहेत. पण ते आज वैराच्या भावनेनं, एस्टीमेट पद्धतीने आणि विवेचनाच्या पद्धतीने अनटचॅबिलिटीचा प्रश्न सुटणार

नाही. आता दलित चळवळीमध्ये तर विकृत गोष्टी उभ्या राहिल्या. दलितस्थानची मागणी उभी राहिली. परवा त्या हाजिमस्तान आणि कंपनीने केलेली दलित-मुस्लिम ऐक्याची घोषणा आंबेडकरी सेनेला जोडणाऱ्या आहेत. डॉ. आंबेडकरांच्या टोटल सर्व तऱ्हेच्या चळवळीचा, सामाजिक, राजकीय, सांस्कृतिक ज्या काही गोष्टी त्यांनी केल्या किंवा लिहिल्या त्या सर्वांचा धागा तुम्ही पहा. या देशावर त्यांचं नितांत प्रेम. या देशात त्यांच्या हयातीत चिक्कार गोष्टींबाबत त्रास सहन करावा लागला. पण ते कधी सुडाने पेटले नाहीत. त्या माणसाचं देशावर केवढं प्रेम आहे! मग एवढा चांगला नेता, चांगल्या विचारांचा वारसा आम्हा मंडळींना लाभला असताना आज आम्ही आंधळ्यांसारखं वागतोय आणि परत एखाद्या नवीन प्रेषिताची वाट पाहातोय. हे कशासाठी? सर्व आमच्याकडे आहे. फक्त आम्ही झोपेतून उठायला पाहिजे. जनता इतिहास बदलते हा आजपर्यंतचा इतिहास आहे. सज्ञानी झालेली जी मंडळी, आहेत त्यांनी खऱ्या अर्थाने समस्यांना तोंड फोडलं पाहिजे. पण हा जातीयवाद धार्मिक पद्धतीने सुटणार नाही. अस्पृश्यतेचा प्रश्न तर धर्माच्या पातळीवर नेऊन कधीच सुटणार नाही. धर्मांतर केल्यानंतर किती एक नवीन कॉन्शसनेस् तयार झाला, याचा आढावा कधी कोणी घ्यायला पाहिजे ना. बुद्धधर्माचा प्रसार करण्यासाठी येथे कुठलंही सेंट्रल केंद्र, संस्था नाही. सेंट्रल इन्स्टिट्युट कुठेच नाही आणि भिक्षु संघ जो आहे, त्याची जी रचना गणराज्य टाईप, माणसाच्या इतिहासाच्या ट्राईजचा जो काळ आहे, त्या काळातील ती गणसंप्रदायाची कल्पना आहे. तर त्यावेळची जी भिक्षूंची पद्धती आहे ती आज चालणार नाही. आज जग केवढंतरी बदललंय. अणुबॉंब व सूर्यावर जाण्याच्या संकल्पना जेथे सुरू झाल्यात तेथे नवीन पद्धतीनं काही गोष्टी क्रिएट केल्या पाहिजेत व त्याचा प्रसार केला पाहिजे. तुमची सेंट्रल इन्स्टिट्यूट पाहिजे व सर्वसामान्य माणसाच्या जीवनाला व प्रश्नांना भिडू शकेल अशा तऱ्हेचं भिक्षूंच्या संघाचं काम पाहिजे. पण तसं येथे काही दिसत नाही. म्हणून मला असं वाटतं की, धर्मांतर झाल्यानंतर पंचवीस वर्षांनंतर जी माणसं आज आम्ही पहातो, ती पुन्हा देव, धर्म, पूजा वगैरे करू लागली. जे कोणी करत नाहीत त्यांनी दुसराच एक प्रकार सुरू केला की भगवान बुद्धाच्याच पुढे नारळ फोडणे, त्याला उदबत्त्या लावणं. हे काय आहे? आंबेडकरांच्या नंतर कुणीही त्यांनी घेतलेल्या धर्मांतराचा अन्वयार्थ लावणारी अभ्यासू माणसं आमच्यात अजिबात नाहीत. आंबेडकरांचं चरित्र प्रामुख्याने ज्या माणसानं लिहिलं ते धनंजयराव कीर, त्यांचे दोन हिरो आहेत. इकडे सावरकर पण आहेत. सावरकरांचा प्रथमार्ध जो आहे त्यांच्या आयुष्यातला, तो अत्यंत विज्ञाननिष्ठ आहे. नंतर ट्रॅडिशनल आहे. तर त्यांचे हिरो आंबेडकरही होतात आणि सावरकरही होतात. बरं, आंबेडकर होतात

खरं, ओरिजिनल आंबडेकर त्यांच्या चरित्रलेखनात येतच नाहीत. मग बाकीची जी दलित मंडळी आहे, त्यांनी त्यावर रिसर्च केला पाहिजे की. ह्या माणसाने काय केलं ह्याची व्यवस्थितरित्या मांडणी कोणीच केलेली नाही. ती करायची म्हणजे वर्षानुवर्षांचं काम आहे. कित्येक तपाचं काम आहे. तर असं हे सर्व एकंदर पँथरचं आहे. राजकारण म्हणा, भानगड म्हणा, गंमत म्हणा, पण गंमत म्हटली तर ते फार टिंगलवजा होईल. तर ते तसं नाही. तसं पाहिलं तर अगदी पोलिटिकल मॅच्युरिटी नसताना, कुठला अनुभव नसतानादेखील आम्ही प्रचंड काम केले आहे. आज त्याचं असं झालं की, पँथरमध्ये चिक्कार विचित्र गोष्टी आल्या. विशेषत: सुपरस्ट्रक्चरवरच्या चळवळी पटकन उभ्या राहतात. नामांतराची गोष्ट तुम्ही पाहिली. एखाद्या वास्तूला आंबेडकरांचं नाव दिलं की ती मोठं होईल असं नाही. कारण ते एवढं मोठं झालेलं आहे की, ते कोणी कोणत्या वास्तूला दिलं किंवा न दिलं काय त्याच्यामध्ये फारसा काही फरक पडत नाही. म्हणून पार्लमेंटरी पद्धतीने तुम्हाला प्रश्न सोडवत जावयाचे असेल तर मनुष्यबळाची जुळणी केली पाहिजे आणि एस्टीमेट पद्धतीने जायचं तर स्टेटला आव्हान द्यायचं, खांद्यावर बंदूक घेऊन व एज्युकेशन वापरून. सर्व गोष्टी सांभाळत जाणारी आणि तीन हजार वर्षांचे सर्व नष्टचर्य संपत आलेली जी मंडळी होती ती आता कोठे सिव्हिल लाईफ जगायला लागली तर ती लगेच समर्पणाच्या गोष्टीकडेही जाणार नाही. आंबेडकरांचं जे तत्त्वज्ञान आहे ते हे आहे की जागृत केलेलं मनुष्यबळ आहे. ते तुटता कामा नये. ब्लडशेड याच्याबद्दल त्यांना तिरस्कार होता. रक्त न सांडता काय चेंज करता येतो, मग तो माणसाच्या मनामध्ये, शिस्तीमध्ये, याच्यावर यांचा जास्त भर होता. त्याच्यामुळे आमच्यासारखे जे क्रांतीची भाषा बोलतात ते मार खातात. मी स्वत: दलित पँथरचा संस्थापक जरी असलो तरी आठ-नऊ वर्षांत वनवासात होतो. तर ह्या संज्ञा आहेत. आंबेडकरांच्या निर्वाणानंतर जे लोकांचे पोलरायझेशन व्हायला पाहिजे ते कुणी केलं नाही. दलित पँथरनं चिक्कार काम केलं. परंतु ते फक्त प्रेशर ग्रुप म्हणून काम केलं. प्रश्नावर काम केलं नाही. या प्रश्नावर काम करावयाचं म्हटलं तर मनुष्यबळ पाहिजे. मनुष्यबळ जोडावयाचं असेल तर सर्वच अनटचेबल्स् एकत्र करणे आणि सवर्णांमधले जे असे आहेत की ज्यांचा रोजी रोटीचा प्रश्न दलितांसारखा आहे, अशा सवर्णाला बरोबर घेतो ही जी क्रिया व्हायला पाहिजे, ती झाल्याशिवाय पार्लमेंटरी राजकारणात आमची पत वाढवणार नाही. आपलं प्रतिनिधित्व वाढणार नाही किंवा क्रांतिकारक पद्धतीने जावयाचं म्हटलं तर तिकडंही जाता येणार नाही. हे महत्त्वाचं आहे. यादृष्टीने यापुढे विचार होणं महत्त्वाचं आहे. तसं जर केलं नाही तर मग प्रगती काहीच होणार नाही. आज ना उद्या तो विचार

कोणीतरी करेल. आजपर्यंत निसर्गाचा इतिहास असा आहे व आजपर्यंतच्या माणसाचा इतिहासही तसाच आहे, की माणसाला जे जे काही जाचक होतं ते तो फेकून देतो आणि त्याला जे जगावयाला पूरक असतं, त्याचा तो स्वीकार करतो. हा जो सर्वांत महत्त्वाचा बेसिक स्थायीभाव माणसाच्या प्रकृतीतला आहे, त्याबाबतीत मी फार आशावादी आहे. आज दलित चळवळीने कम्युनिस्टिक होणं किंवा सोशालिस्टिक होणं ह्या गोष्टी बाजूला ठेवून पहिल्याप्रथम मनुष्यबळ कसं जोडता येईल, हे पहायला पाहिजे. त्याच्यासोबत विधायक कामाची जोड पाहिजे. आमच्यासोबत दलित पँथरचं जे भजं झालं त्याचं कारण असं, की आम्ही प्रेशर पॉलिटिक्सचं काम जास्त केलं. आम्ही विधायक काम काहीच केलं नाही. कारण आज वीस टक्के शिक्षित आपले लोक सरकारी नोकरीत आहेत तर पाच टक्के लोक क्लास-एकमध्ये आहेत. दीड टक्का लोक क्लास-दोनमध्ये आहेत. तेरा-चौदा टक्के लोक क्लास-तीनमध्ये आहेत आणि चौतीस टक्के प्रमाण हे क्लास-चारमध्ये आहे. म्हणजे तुम्ही पूर्वायुष्यात पण तेच होतात. आताही तेच व्हा, झाडूवाले. तर ह्या सर्व गोष्टींचा आत्यंतिक गंभीर पातळीवर विचार व्हायला पाहिजे.

●●●

२.
दलित पँथरच्या उदयाचा इतिहास

प्रल्हाद चेंदवणकर

'ऑर्डर... ऑर्डर' ह्या माझ्या काव्यसंग्रहाला श्री. विजय तेंडुलकरांनी प्रस्तावना लिहिण्याच्या आधी मी माझं मनोगत (आम्हाला बुवा असं वाटतं) लिहून मोकळा झालो होतो. आणि 'नवा काळ'चे संपादक श्री. नीलकंठ खाडिलकर ह्यांनी त्यांच्या अग्रलेखात माझ्या मनोगतासाठी काही वाक्ये आरशासारखी माझ्यासमोर ठेवून मला विचारलं होतं-

वा, तुम्हीही दलित पँथरच्या संस्थापकांपैकी एक आहात काय? मग, तुम्ही अजून गप्प कसे?

बोला, १९७२ साली, संतप्त दलित तरुणांनी स्थापन केलेल्या दलित पँथरचे मूळ संस्थापक कोण कोण होते?

दलित पँथरच्या स्थापनेमागची मुख्य कारणे, ध्येये, उद्दिष्टे आणि तत्त्वे कोणती होती?

दलित पँथर ही एक निव्वळ लाट होती काय? आणि आता ती ओसरली आहे काय?

दलित पँथरची पुढे अनेक शकले झाली, ती (शकले) का, कशी आणि कुणी केली?

या सर्व प्रश्नांची उत्तरे अनेकजण अनेक तऱ्हेने देऊ शकतील. मीही माझ्यापरीने ती उत्तरे देण्याचा प्रयत्न करणार आहे.

परंतु वरील प्रश्नांची उत्तरे देणाऱ्याला एक महत्त्वाची गोष्ट टाळून चालणार नाही आणि ती गोष्ट म्हणजे दलित पँथरच्या स्थापनेमागची मूळ बीजे दलित साहित्याच्या चळवळीमध्ये दडलेली आहेत. एवढेच नव्हे तर दलित पँथरचे जे जे म्हणून मूळ संस्थापक आहेत, त्यांतले नव्याण्णव टक्के लोक हे 'दलित साहित्यिक' आहेत.

याचा अर्थ असाही नव्हे, की त्यावेळेला नावारूपाला आलेले सर्वच दलित साहित्यिक हे दलित पँथरचे मूळ संस्थापक होते. कारण ऐन संघर्षाच्या वेळी 'तुम्ही लढा, आम्ही तुमचे कपडे सांभाळतो', अशा वृत्तीचेही काही दलित साहित्यिक त्यावेळी होते.

तर सांगायचा मुद्दा असा की, दलित पँथरच्या उदयामागची कारणे, उद्दिष्टे आणि प्रेरणा शोधायच्या असतील तर, त्यासाठी प्रथम दलित साहित्याच्या चळवळीचाच सांगोपांग आढावा घ्यावा लागेल, त्याशिवाय तरणोपाय नाही.

पुढे तशा प्रकारचा आढावा घेण्यासाठी १९५८ ते १९७२ ह्या एका तपाच्या कालावधीत दलित साहित्याने केलेल्या वाटचालीची माहिती करून घ्यावी लागेल. पण ती करून घेत असताना डॉ. बाबासाहेब आंबेडकरांनी चालविलेल्या मानव मुक्ती चळवळीलाही विसरून चालणार नाही. कारण आंबेडकरी चळवळ झाली नसती तर दीन-दुबळ्या दलित पददलित माणसांना ज्ञानाचा प्रकाशच दिसला नसता, मग त्यांनी स्वत:ला प्रकाशाचे पुंजके म्हणवून घेण्याची तर बातच सोडा.

तर, सांगायचा मुद्दा असा की, दलित तरुणांनी दलित साहित्यिक होण्याआधी साक्षर होणं आवश्यक होतं आणि तशा प्रकारची त्यांना संधी मिळणं अगत्याचं होतं.

तशी संधी प. पू. डॉ. बाबासाहेब आंबेडकरांनीच १९४५ साली 'पीपल्स एज्युकेशन सोसायटी'ची स्थापना करून आणि त्याच सोसायटीच्या बॅनरखाली मुंबईमध्ये सिद्धार्थ कॉलेज आणि औरंगाबाद येथे मिलिंद कॉलेज उघडून दलित तरुणांना ज्ञानाचे विज्ञानाचे दरवाजे सताड उघडे करून दिले.

सिद्धार्थ आणि मिलिंद कॉलेजांमध्ये शेकडो दलित तरुण शिक्षण घेऊ लागले, पदवीधर, द्विपदवीधर होऊ लागले, वाघिणीचे दूध पिऊन बाहेर पडू लागले.

या तरुणांनी स्वत:च्या आई-वडिलांचं, नातेवाइकांचं आणि ज्ञातिबांधवांचं दु:ख, दैन्य, दारिद्र्य स्वत: डोळ्यांनी पाहिलेलं होतं, कानांनी ऐकलेलं होतं, एवढंच नव्हे तर स्वत:ही ते भोगलेलं होतं, अनुभवलेलं होतं, त्यातलं हलाहल पचवलेलं होतं. त्या दु:खाची दाहकता त्यांना ठाऊक होती. म्हणूनच त्या दु:खाच्या, दारिद्र्याच्या, अन्यायाच्या विरोधात त्यांचं रक्त सळसळत होतं. मन पेटलेलं होतं. इथल्या जातीयवादी विषम समाजव्यवस्थेची विषवल्ली मुळासकट उपटून फेकून देण्यासाठी त्यांचे बाहू फुरफुरत होते. कारण तेच त्यांच्या अनन्वित छळाचं नि दु:खाचं मूळ आहे, हे आंबेडकरी चळवळीने त्यांना शिकवलेलं होतं.

अशा तऱ्हेच्या काही सुशिक्षित दलित तरुणांची पेटलेली मने त्यांच्या

वेदनांना, संवेदनांना, कथांना आणि व्यथांना शब्दबद्ध करण्यासाठी धडपडत होती.

अशावेळी दलित- बौद्ध समाजाचे एक मान्यवर नेते आणि 'पीपल्स एज्युकेशन सोसायटी'चे आजचे सदस्य सचिव घन:श्याम तळवटकर हे पुढे आले. कारण ते स्वत:च एक साहित्यिक आहेत, कवी आहेत, त्यावेळच्या नाटकांमधून त्यांनी भूमिकाही केलेल्या आहेत.

त्यांच्या केबिनमधल्या बैठकीत त्यावेळी बाबूराव बागूल, प्रा. यादवराव गांगुर्डे, प्रा. रमाकांत यादव, कवी चोखा कांबळे, दिनेश लखमापूरकर इ. मंडळी हमखास असायची. निग्रो साहित्याचे अभ्यासक आणि थोर विचारवंत डॉ. म. ना. वानखडे हेही अधून मधून तिथे यायचे. ते औरंगाबादच्या मिलिंद कॉलेजचे प्राचार्य होते. या सर्वांच्या भेटीगाठीचे फलस्वरूप म्हणून 'आकार' नावाचा दलित कवींचा एक प्रातिनिधिक काव्यसंग्रह आकाराला आला.

घन:श्याम तळवटकरांनीच स्थापन केलेल्या 'दलित साहित्य संघा'च्या वतीने एक मेळावा मुंबईमध्ये मोरबाग रोड येथील बंगाली हायस्कूल हॉलमध्ये त्यावेळचे खासदार बी. सी. कांबळे यांच्या अध्यक्षतेखाली २ मार्च १९५८ रोजी झाला. घन:श्याम तळवटकर हे मेळाव्याचे स्वागताध्यक्ष होते, तर सुप्रसिद्ध कादंबरीकार शाहीर अण्णाभाऊ साठे हे उद्‌घाटक होते.

'पृथ्वी ही शेषाच्या मस्तकावर तरलेली नसून दलितांच्या तळहातावर तरलेली आहे' अशी क्रांतिकारी जाणीव उद्‌घाटक म्हणून अण्णाभाऊ साठे ह्यांच्या मुखातून ह्याचवेळी बाहेर पडली.

१९६७ साली घन:श्याम तळवटकर ह्यांच्याच अध्यक्षतेखाली स्थापन झालेल्या महाराष्ट्र बौद्ध साहित्य सभेच्या वतीने दि. १६ व १७ डिसेंबर रोजी दादर येथील मुंबई मराठी ग्रंथ संग्रहालयाच्या सभागृहात साहित्य संमेलन भरले होते. सदरहू साहित्य संमेलनाचे अध्यक्ष होते, प्राचार्य म. भि. चिटणीस, तर स्वागताध्यक्ष होते घन:श्याम तळवटकर.

प्रस्थापित मराठी वाङ्मयाला प्रचंड हादरा देणारे बाबूराव बागूल हे त्या सुमारास नावारूपाला येत होते. त्यांच्या, 'जेव्हा मी जात चोरली होती' आणि 'मरण स्वस्त होत आहे.' या कथासंग्रहांनी मराठी वाङ्मयाच्या प्रांतात खळबळ माजविलेली होती.

आजवर मराठी वाङ्मयाने कधीही दखल न घेतलेल्या अक्राळविक्राळ दलित जीवनाच्या त्या कथा, व्यथा आणि वेदना होत्या, आक्रोश होता.

हृदय रक्तबंबाळ करून टाकणाऱ्या त्या कथा वाचून दलित समाजातला शिकलासवरलेला तरुण अस्वस्थ होत होता. बेचैन होत होता. परंतु त्याचप्रमाणे

महाराष्ट्राच्या कानाकोपऱ्यातले शेकडो, हजारो तरुण अस्वस्थ आहेत, ह्याची त्याला प्रचिती आली ती १९७१ साली महाड येथे संपन्न झालेल्या बौध्द साहित्य संमेलनाच्या वेळी.

सदरहून साहित्य संमेलनाचे अध्यक्षस्थान भूषवले होते तेही थोर लघुकथाकार बाबूराव बागूल यांनीच. त्यांनी त्यांच्या अध्यक्षीय भाषणात दलित साहित्याला ठोस अशी दिशा दिली, एवढेच नव्हे तर त्यांनी दलित ह्या जातिवाचक शब्दाला एक नवा आणि व्यापक असा अर्थही दिला, असं निदान मला तरी वाटतं.

मला तसं का वाटतं, हे तुम्हालाही कळावं म्हणून बाबुराव बागुलांच्या अध्यक्षीय भाषणातला ठळक भाग मी येथे उद्धृत करीत आहे.

बागुल म्हणतात...

'माणूस' हा दलित साहित्याचा केंद्रबिंदू आहे. हा माणूस अन्यायाविरुद्ध, अत्याचाराविरुद्ध, पिळवणूक आणि छळवणुकीविरुद्ध न्याय मागणारा आहे. तो संपूर्ण समाजपरिवर्तन मागणारा आहे. म्हणजेच तो सर्वंकष क्रांतीचा जयघोष करणारा आहे. तो समता, स्वातंत्र्य, विश्वबंधुत्व आणि सम्यक् क्रांतीचा पुरस्कर्ता आहे. त्याचा शत्रू हा हिंदूंच्या धर्मग्रंथामध्ये म्हणजेच वेद आणि पोथ्या-पुराणांमध्ये दडलेला आहे. तो अदृश्य आहे. त्याला आपण शोधून काढला पाहिजे. त्याच्यावर कठोर प्रहार केले पाहिजेत. कारण त्यानेच निर्माण केली आहे, ही चातुर्वर्ण्याधिष्ठित विषम समाजव्यवस्था आणि ह्या विषम समाजव्यवस्थेतूनच जन्माला आली आहे 'जात'. ही 'जात' आहे माणसाच्या मनात. तिला तिथून काढायची असेल तर माणसाचं मन बदलणं आवश्यक आहे आणि म्हणूनच ज्या धर्मग्रंथांनी आणि पोथ्या-पुराणांनी समाजामध्ये जातीयतेची विषवल्ली रुजवलेली आहे, त्या धर्मग्रंथांचा विचारपूर्वक समाचार घेतला गेला पाहिजे.'

बागुलांच्या उपरनिर्दिष्ट भाषणानं माझ्यासारख्या अनेक सुशिक्षित दलित तरुणांना भारावून टाकलं.

याच संमेलनामध्ये एका परिसंवादामध्ये डॉ. म. ना. वानखडे ह्यांनी अमेरिकेतल्या निग्रो वाङ्मयाबद्दल माहिती सांगितली. ही माहितीही निदान मी तरी प्रथमच ऐकत होतो.

अमेरिकेतल्या गोऱ्या कातडीचा माणूस त्याच्या देशातल्या काळ्या रंगाच्या निग्रो माणसाला पशूहूनही कशी हीन वागणूक देतो आहे, याची इत्थंभूत माहिती देऊन डॉ. वानखडे ह्यांनी भारतामधल्या अस्पृश्यांना सवर्ण हिंदूंकडून तशाच प्रकारच्या मिळणाऱ्या अमानुष वागणुकीशी त्याचे कसे साम्य आहे, हे तौलनिकरीत्या पटवून दिले आणि म्हणूनच अमेरिकेमधल्या काळ्या निग्रोने निर्माण केलेल्या निग्रो

साहित्याचे भारतामधल्या अस्पृश्यांनी निर्माण केलेल्या दलित साहित्याशी कसे अत्यंत जवळचे नाते आहे. ही गोष्टही सोदाहरण विशद केली.

अमेरिकेतला निग्रो माणूस आता जागृत झालेला आहे. अन्यायाविरुद्ध पेटून उठलेला आहे, 'काळा रंग हेच सौंदर्यप्रतीक आहे' (Black is beautiful) अशी घोषणा देऊन तो आपल्या न्यायासाठी, सत्ता, संपत्ती आणि प्रतिष्ठा मिळवण्यासाठी गोऱ्या अमेरिकनांच्या विरोधात डोक्याला कफन बांधून रस्त्यात उतरला आहे. त्याने संतप्त निग्रो तरुणांची 'ब्लॅक पॅन्थर' ही लढाऊ संघटना उभारलेली आहे. तो लिहीतही आहे आणि लढतही आहे. दलित साहित्यिकांनाही कदाचित याच वाटेने जावे लागेल, अशी एक सुप्त सूचनाही डॉ. म. ना. वानखेडे यांनी त्यावेळी केली होती.

याच परिसंवादात बोलताना थोर समीक्षक वा. ल. कुलकर्णी यांनीही एक अत्यंत महत्त्वाची गोष्ट सांगितली ती ही की, दलित साहित्याची निर्मिती होत असताना पारंपरिक मराठी वाङ्मयाच्या इमारतीला हादरे बसले आणि तिची थोडीशी पडझड झाली तरी हरकत नाही. कारण तशी पडझड होणे हे अपरिहार्य आहे. परंतु तरीही सर्वांनी दलित साहित्याचे उत्स्फूर्तपणे स्वागत केले पाहिजे.

महाडच्या दलित साहित्य संमेलनाची सांगता झाल्यावर मुंबई, पुणे, नाशिक, औरंगाबाद, नागपूर, नांदेड इ. ठिकाणांहून आलेले तरुण दलित साहित्यिक आपापल्या मुक्कामी परतले ते अस्वस्थ मनानेच.

त्या सुमारास महाराष्ट्राच्या अनेक खेड्यापाड्यांमधूनच दलितांवर होणाऱ्या अमानुष अन्याय-अत्याचाराच्या बातम्या मुंबईच्या वृत्तपत्रांमधून दररोज छापून येत होत्या.

पुण्याजवळील 'बावडा' ह्या गावी गावकऱ्यांनी दलित बौद्धांचं तेल, मीठ आणि पाणी बंद करून बहिष्कार टाकलेला होता.

मराठवाड्यातील ब्राह्मणगावामध्ये एका दलित स्त्रीची नग्न धिंड काढण्यात आलेली होती.

नागपूरपासून पंचवीस किलोमीटर अंतरावरील एरणगावी रामदास नारनवरे या बौद्ध तरुणाला त्याच्या आईबापापासून आणि बायकोपासून बळजोरीने ओढून नेऊन एका देवीपुढे त्याचा नरबळी दिलेला होता.

उपरोक्त बातम्या वाचून आणि ऐकून तरुण दलित साहित्यिकांची माथी भडकत होती. कानशिलं तापत होती आणि त्यांच्या मनातली आग त्यांच्या लेखणीतल्या शब्दांमधून व्यक्त होत होती. ते शब्द बंदुकीतून सुटलेल्या गोळ्यांसारखे आपल्या शत्रूंचा वेध घेत होते. त्यावेळी लिहिल्या गेलेल्या बहुसंख्य दलित कविता, कथा

आणि लेख म्हणजे दलित समाजाच्या प्रक्षुब्ध भावनांचा कल्लोळ होता. डॉ. बाबासाहेब आंबेडकरांच्या महापरिनिर्वाणानंतर विखुरला गेलेला दलित समाज पुन्हा एकदा एकसंध होऊन अन्याय-अत्याचाराच्या विरोधात उठाव करण्याच्या मन:स्थितीपर्यंत आलेला होता.

तो पहात होता भारतीय रिपब्लिकन पक्षाच्या पुढाऱ्यांकडे, पण ते तर आपापल्या वेगवेगळ्या तंबूंमध्ये डेरेदाखल झालेले. त्यांच्या मुखांमध्ये होते त्रिशरण, परंतु प्रत्यक्षात मात्र त्यांनी आपापल्या नावाचे फलक लावून चालविलेले दिसत होते उदरभरण.

संयुक्त महाराष्ट्र समितीच्या तिकिटावर निवडणुका लढविताना जे रिपब्लिकन पुढारी 'काँग्रेस हे जळतं घर आहे, असं बाबासाहेब आंबेडकरांनी सांगितलं आहे' असं जनतेला आवर्जून सांगत होते, ते पुढारी, समितीची मोडतोड झाल्यानंतर, काँग्रेसच्या त्याच जळत्या घरांमधल्या गुबगुबीत गाद्यागिरद्यांवर लोळताना दिसत होते आणि आपण काँग्रेसमध्ये म्हणजे सत्ताधारी पक्षामध्ये आहोत म्हणजे कसे योग्य ठिकाणी आहोत, ह्याचं व्यवहारवादी तात्त्विक विवेचनही अत्यंत साळसूदपणे करताना दिसत होते. ह्याच्याच उलट सांगायचं म्हणजे 'काँग्रेस हे जळतं घर आहे' हे डॉ. बाबासाहेब आंबेडकरांचं विधान चुकीचं असून आपण ते कसं दुरुस्त करीत आहोत, असंच जणू काही त्यांना म्हणावंसं वाटत असावं, अशा तऱ्हेने ते भाषणे करीत होते.

या संदर्भात ५ सप्टेंबर १९७२ रोजी मुंबईच्या 'नवा काळ' दैनिकामध्ये त्यावेळचे खासदार आर. डी. भंडारे ह्यांचं एक भाषण छापून आलेलं आहे, ते अत्यंत बोलकं आहे.

'बाबासाहेबांचा ध्येयवाद कृतीत आणण्याचे साधन म्हणून आम्ही काँग्रेसप्रवेश केला आहे.' असे खासदार आर. डी. भंडारे यांनी मा. दादासाहेब रूपवते यांच्या सत्कार समारंभाच्या वेळी बोलताना सांगितले.

ते म्हणाले, "रिपब्लिकन पक्षात मानाचे स्थान मिळत नाही म्हणून दादा साहेबांनी काँग्रेस प्रवेश केला ही समजूत साफ चुकीची आहे."

पुढे ते असेही म्हणाले की, "बाबासाहेबांचा ध्येयवाद अमलात आणण्यात रिपब्लिकन पक्ष हे साधन फारच अपुरे आहे. सत्ता काबीज करणे या पक्षाला शक्य नाही व सत्तेशिवाय ध्येय साधता येणार नाही. म्हणून आम्ही साधन बदलले, साध्य बदललेलं नाही."

काय, आहे की नाही मुँहतोड जबाब? (हे वाक्य मात्र माझं आहे.)

काँग्रेसप्रवेशाविषयी अशी मल्लिनाथी करीत असताना हेच पुढारी, शंकर

पाटील ह्या त्यावेळच्या मंत्रिमहोदयांच्या भावाने- शहाजीराव पाटील याने स्वत:च्या बावडा मुक्कामी दलित बौद्धांवर जो बहिष्कार टाकलेला होता, त्याच्या विरोधात एक 'ब्र' ही तोंडातून काढीत नव्हते. हे पाहून दलित साहित्यिक संतप्त होऊन त्यांच्या विरोधात उघडपणे बोलत होते. लिहीत होते.

याचसुमारास बाबूराव बागूल यांनी 'आम्ही' हे मासिक 'पीपल्स एज्युकेशन सोसायटी'चे घन:श्याम तळवटकर यांच्या मदतीने सुरू केले होते. 'आम्ही' चा पहिला अंक हा खरं म्हणजे एक भरगच्च दिवाळी अंक होता. ह्याच अंकात माझी 'एक कप चहाचा' ही पुढे खूप गाजलेली कविता प्रसिद्ध झाली.

वडाळ्याच्या आंबेडकर कॉलेजच्या सिद्धार्थ वसतिगृहामध्ये 'आम्ही' ची कचेरी थाटलेली होती. तिथे आम्ही सर्व होतकरू तरुण साहित्यिक जमू लागलो. बाबूराव बागूल यांच्याशी चर्चा करू लागलो. या चर्चेमध्ये मी स्वत:, तसेच उमाकांत रणधीर, नामदेव ढसाळ, राजा ढाले, अर्जुन डांगळे, दया पवार, ज. वि. पवार, इ. कितीतरी तरुण सहभागी होत होतो.

त्याच सुमारास माझ्यापरीने मी समाजकार्य करीतच होतो. ज्या गोदीमध्ये मी सर्व्हिस करतो, तिथे 'शेड्युल्ड ट्राईब वेलफेअर असोसिएशन' ही संस्था मी स्थापन केली होती आणि त्या संस्थेचा 'सरचिटणीस' म्हणून मीच काम पहात होतो.

त्याचप्रमाणे आमच्या विभागामध्ये चर्मकार समाजाचे एक कार्यकर्ते श्री. पुगांवकर यांनी स्थापन केलेल्या गटई कामगारांच्या संघटनेचाही मीच सरचिटणीस होतो. मी गटई कामगारांच्या संघटनेचं कार्य करीत असलेला पाहून 'हा साला बौद्ध आहे की चांभार आहे?' असा कुत्सित सवाल माझ्यामागे करीत होते. परंतु त्या सवालाचा मला राग येण्याऐवजी त्या सवालकर्त्यांची मला कीवच येत होती. परंतु नंतर मी जेव्हा जेव्हा अधिकाधिक विचार करीत गेलो, तेव्हा अशा प्रश्नकर्त्यांचा काहीही दोष नसून, दोष असलाच तर, तो इथल्या समाजव्यवस्थेचाच आहे, ह्याची मला खात्री पटली. कारण इथल्या समाजव्यवस्थेने आमचे महान संत आणि महापुरुषही जिथे जातीजमातींमध्ये वाटून टाकलेले आहेत, तिथे माझ्यासारख्या सामान्य कार्यकर्त्यांची त्यातून कशी काय सुटका होणार?

हे सगळं सांगण्याचं कारण असं की, मला चर्चेच्या चरकात अडकून चिपाड होण्यापेक्षा प्रत्यक्ष फील्डवर्कमध्ये अधिक रस होता.

बाबूराव बागूलांनाही जेव्हा त्याची जाणीव झाली, तेव्हा 'आम्ही'च्या सहसंपादकाची जबाबदारी त्यांनी माझ्यावर टाकली. मीही ती आनंदाने स्वीकारली. आणि अशा तऱ्हेने अनेक दलित आणि पुरोगामी साहित्यिकांशी परिचय होऊ

लागला, त्यांच्याशी चर्चा करण्याचा योग येऊ लागला.

आम्ही सर्वजण हॉस्टेलच्या कॅन्टीनमध्ये तर कधी नायगावच्या मुंबई मराठी ग्रंथसंग्रहालयाच्या पायरीवर, तर कधी दादर बंबखान्यासमोरच्या इराण्याच्या हॉटेलात, तर कधी वा. वि. भटांच्या अभिनव प्रकाशनाच्या बाकड्यांवर किंवा घन:श्याम तळवटकरांच्या भव्य केबिनमध्ये नव्या कवितांवर, नव्या कथा-कादंबरीवर चर्चा करायचो. वर्तमानपत्रांतून येणाऱ्या अन्याय-अत्याचारांच्या बातम्यांविषयी हातवारे करून बोलायचो. आपण प्रत्यक्षात काहीतरी कृती केली पाहिजे, अशी भूमिका मांडायचो.

दादर बंबखान्याच्या समोरच्या इराणी हॉटेलात रात्री फार उशिरापर्यंत बाबूराव बागूल त्यांचे लिखाण करीत बसलेले असायचे. आम्ही वारंवार तिथे जात असू. तिथेच कवी नारायण सुर्वे, प्र. श्री. नेरुरकर, डॉ. सदा कऱ्हाडे, कवी श्रीकृष्ण पोवळे, सतीश काळसेकर व विजय तेंडुलकर इ. साहित्यिक यायचे. सर्वंकष आणि सम्यक् क्रांतीच्या विषयापासून ते आजच्या ताज्या दमाच्या कवीच्या कवितेपर्यंत सर्व विषयांवर तासन्तास चर्चा चालायची.

एके दिवशी, ह्याच इराण्याच्या हॉटेलात बसून आम्ही दलित साहित्यिकांनी त्यावेळचे मुख्यमंत्री वसंतराव नाईक यांच्या सरकारला इशारा देणारे 'पहिले' कडक पत्रक काढले. हेच पत्रक पुढे होऊ घातलेल्या दलित पॅन्थर चळवळीची नांदी ठरले.

त्या पत्रकात आम्ही दलित साहित्यिकांनी महाराष्ट्र सरकारला असे बजावले होते की, महाराष्ट्राच्या अनेक खेड्यापाड्यांमध्ये सवर्णांकडून दलित समाजावर होणारे अमानुष अन्याय-अत्याचार हे जर शासनाने त्वरित कारवाई करून थांबविले नाहीत तर आम्हा दलित साहित्यिकांना लेखण्या मोडून शस्त्रे हाती घेऊन घ्यावी लागतील आणि त्यातन पुढे उद्भवणाऱ्या परिणामांची जबाबदारी संपूर्णपणे शासनावर राहील.

उपरोक्त मजकुराच्या पत्रकावर राजा ढाले, नामदेव ढसाळ, प्रल्हाद चेंदवणकर, अर्जुन डांगळे, उमाकांत रणधीर, ज. वि. पवार, रामदास सोरटे यांनी सह्या केल्या.

त्यादिवशी बाबूराव बागूल दादरला आलेले नव्हते म्हणून त्यांची सही घेण्यासाठी आम्ही सर्वजण त्यांच्या माटुंगा येथील घरी गेलो. त्यांना पत्रक दाखविले, परंतु आमच्या पत्रकातील भाषा फारक कडक आणि आक्रमक आहे, ती थोडीशी बदलली पाहिजे असा आग्रह बाबूराव बागूलांनी धरला. ह्या त्यांच्या म्हणण्यास आम्ही नकार दिला आणि त्यामुळे बाबूरावांनी त्या पत्रकावर सही करण्याचं टाळलं. तेव्हा त्या पत्रकावर बाबूराव बागूलांची सही न घेताच आम्ही सर्वजण तावातावाने त्यांच्या घरातून बाहेर पडलो आणि नवाकाळ, लोकसत्ता, महाराष्ट्र टाईम्स, नवशक्ती

इ. वर्तमानपत्रांच्या कचेऱ्यांकडे झेपावलो. ते पत्रक नंतर बहुतेक वर्तमानपत्रांमधून छापून आलं.

परंतु आम्ही ते पत्रक काढूनच थांबलो नाही.

आम्ही वडाळ्याच्या सिद्धार्थ हॉस्टेलच्या दलित विद्यार्थ्यांच्या साहाय्याने पंधरा ऑगस्ट १९७१ रोजी मुख्यमंत्री वसंतराव नाईक यांच्या मलबार हिल येथील निवासस्थानावर मोर्चा काढायचे ठरविले आणि त्यादृष्टीने तयारीलाही लागलो.

मी स्वत: आणि ज. वि. पवार कुलाब्याच्या ससून हॉलजवळील दलित वस्त्यांपासून ते फलटण रोड पोलीस स्टेशनजवळील रमाबाई आंबेडकर नगरापर्यंत तहानभूक विसरून छोट्यामोठ्या सभा घेत गेलो, खेड्यापाड्यांमध्ये होणाऱ्या अन्याय-अत्याचाराविरुद्ध त्यांची मने पेटवीत गेलो.

वडाळ्याचे ॲन्टॉप व्हिलेज, बाप्टी रोड, कामाठीपुऱ्यातील ढोर चाळ तसेच ताडदेव येथील उषाकिरण ह्या प्रचंड उंच इमारतीच्या पायथ्याशी वसलेल्या झोपडपट्ट्यांमधूनही ज. वि. पवार, उमाकांत रणधीर, रामदास सोरटे, अर्जुन डांगळे, नामदेव ढसाळ, राजा ढाले आणि मी रात्री उशिरापर्यंत भाषणे करीत होतो. पंधरा ऑगस्टच्या मोर्च्यात लोकांनी प्रचंड संख्येने सामील व्हावं म्हणून झटत होतो.

ढोर चाळीत राहणाऱ्या रामदास सोरटेचे वडील कुठल्याशा एका युनियनचे कार्यकर्ते होते. त्यांच्या घरी एक माईक आणि एक भोंगा होता. त्या दोन वस्तू घेऊन रामदास सोरटे सभेच्या ठिकाणी आम्हा सर्वांच्या आधी हजर असायचा. कोणत्या दिवशी, कुठे आणि किती वाजता सभा आहे. ह्याचं एक आठवड्याचं वेळापत्रक आम्ही आगाऊ तयार करून ठेवलेलं असायचं.

अशा तऱ्हेने आमच्यापैकी प्रत्येकजण हा असा झपाटल्यासारखा जनजागृतीसाठी धडपडत होता. पण असं धडपडत असताना, तो स्वत:च्या खिशाला चाट पडत आहे, वेळप्रसंगी उपासतापास घडत आहेत ह्याची पर्वा करीत नव्हता. कोणत्याही प्रकारे आपण लोकांपुढे हात पसरायचे नाहीत हे आम्ही मनाशी पक्कं ठरविलेलं होतं. कारण बाबासाहेब आंबेडकरांच्या महापरिनिर्वाणानंतर रिपब्लिकन पक्षाच्या सर्वच गटांनी या ना त्या निमित्ताने गोरगरीब जनतेकडून पैसा उकळलेला होता आणि त्याचा कसलाही हिशेब-ठिशेब न देता तो पचविलाही होता. त्यामुळेच त्या पुढाऱ्यांनी जनतेचा विश्वास गमावलेला होता.

पंधरा ऑगस्ट १९७१ रोजी सकाळी दहा वाजता, विद्यार्थी युवक संघटनेच्या बॅनरखाली, वडाळ्याच्या सिद्धार्थ हॉस्टेलपासून आमचा मोर्चा निघाला आणि दुपारी दोनच्या सुमारास मलबार हिल येथे आला. ह्या मोर्च्यामध्ये अपेक्षेपेक्षा तशी कमी म्हणजे फक्त चार-पाचशेच माणसं होती. पण लोकांनी आम्हा तरुण कार्यकर्त्यांच्या

आवाहनाला थोडासा का होईना प्रतिसाद दिला हे पाहून आमचा उत्साह दुणावला.

"ह्या मोर्च्याची बातमी' नवा काळ' छापील काय?" मला राजा ढालेनं विचारलं.

"का नाही छापणार? 'नवा काळ' हा आपलाच पेपर आहे." मी आत्मविश्वासानं उत्तर दिलं.

कारण त्या काळामध्ये 'नवा काळ'चे उपसंपादक दत्ताराम बारस्कर ह्यांच्याशी माझी चांगलीच दोस्ती होती.

ज्या तळागाळांतील माणसांपर्यंत प्रसिद्धीचा झोत पोहोचलेला नाही त्यांच्यापर्यंत तो पोहोचला पाहिजे असं 'नवा काळ' ह्या दैनिकाचं धोरण आहे हे मला ठाऊक होतं. म्हणूनच मोर्चा संपल्यानंतर राजा ढाले यांना घेऊन मी 'नवा काळ'च्या कचेरीमध्ये गेलो. निळूभाऊ खाडिलकरांशी त्याची ओळख करून दिली.

"दलित तरुणांच्या चळवळीला मी जरूर प्रसिद्धी देईन, तुम्ही तुमच्या मोर्च्याची बातमी मला लिहून द्या", खाडिलकरांनी आम्हाला सांगितलं.

आम्ही ती बातमी तशी लिहून खाडिलकरांना दिली आणि तेथून बाहेर पडलो. 'नवा काळ'ने त्या मोर्च्याची बातमी विस्तृतपणे छापली आणि आम्हा दलित तरुणांच्या चळवळीला खतपाणी घातले, असं म्हणण्यास काहीही हरकत नाही.

पंधरा ऑगस्टच्या मोर्च्यानंतरही आम्ही तरुण मंडळी सिद्धार्थ हॉस्टेल येथील 'आम्ही'च्या कार्यालयामध्ये भेटत होतो. दलित साहित्याबरोबरच दलित चळवळीचाही विचार करीत होतो.

ह्याच सुमारास नामदेव ढसाळांचा पहिला कवितासंग्रह 'गोलपिठा' हा वाजतगाजत आला आणि सबंध महाराष्ट्रात प्रचंड खळबळ माजवून गेला.

'गोलपिठा' हा वाजतगाजत आला असं म्हणण्याचं कारण असं की, त्याच्या प्रकाशन समारंभातच दुर्गाबाई भागवत आणि राजा ढाले यांच्या प्रचंड वादावादीला तोंड फुटलं.

त्याचं असं झालं,

त्या प्रकाशन समारंभाच्या प्रमुख पाहुण्या होत्या, दुर्गाबाई भागवत. गोलपिठ्यावर म्हणजे काव्यसंग्रहावर बोलताना त्या म्हणाल्या की, घराला ज्याप्रमाणे संडासबाथरूमची गरज असते, त्याचप्रमाणे समाजस्वास्थ्यासाठी समाजाला वेश्याव्यवसायाची गरज आहे. परंतु या वेश्यांना समाजाने सामाजिक प्रतिष्ठा द्यायला पाहिजे, कारण ती समाजाची गरज भागवते. दुर्गाबाईंच्या उपरोक्त वाक्याचा राजा ढाले यांनी त्यांच्या भाषणात खरपूस समाचार घेतला.

ढाले आपल्या भाषणात म्हणाले,

"वेश्यांना सामाजिक प्रतिष्ठा द्या; कारण ती समाजाची गरज भागवते असं म्हणणाऱ्या दुर्गाबाईंना वेश्यांना वेश्याच ठेवायचं आहे. हा त्यांचा 'पतितोद्धार' आहे असं ज्यांना वाटतं त्यांनी स्वत: धंदा का करू नये?" (टाळ्या)

ढाले पुढे असेही म्हणाले की, श्री. केतकर यांनी वेश्याव्यवसायावर एक ग्रंथ लिहिला आहे. संस्कृतमध्येही या विषयावर ग्रंथ आहे. प्रतिष्ठित लोकांनी हा व्यवसाय करावा; त्याचा दर्जा वाढवावा, वेश्या ह्या विद्वान, सुसंस्कृत असाव्यात, असे या ग्रंथात म्हटले आहे. (टाळ्याच टाळ्या)

ढालेंचे संपूर्ण भाषण हे त्यांनी दुर्गाबाईंकडे पुन्हा पुन्हा हातवारे करीत गेले. त्यामुळे रुसी मेहता ह्या सभागृहात हशा आणि टाळ्यांच्या पावसात दुर्गाबाई भागवतांचा 'एकमेव' चेहरा मात्र रडवेला दिसत होता.

उपरोक्त प्रकाशन-सोहळ्यातलं ढालेंचं भाषण भाऊ पाध्ये यांनी त्यांच्या खास तिरकस शैलीमध्ये लिहून रविवारच्या नवशक्तीमध्ये प्रसिद्ध केलं आणि 'राजा ढाले हा आता खरोखरच पुढारी होणार बुवा' असं त्या लेखात भाकीतही करून टाकलं.

ते भाकीत नंतर पुढे लवकरच खरं ठरलं.

१५ ऑगस्ट १९७२ हा भारतीय स्वातंत्र्याच्या रौप्यमहोत्सवाचा दिवस.

परंतु हा दिवस आम्ही 'काळा स्वातंत्र्य दिवस' म्हणूनच साजरा करण्याचे ठरविले. कारण गेल्या पंचवीस वर्षांच्या कालखंडामध्ये गावकुसाबाहेरच झोपड्यांमध्ये काळाकुट्ट अंधारच होता. दलितांचं दु:ख, दैन्य, दारिद्र्य अजूनही हटलेलं नव्हतं. याउलट, त्यांच्यावर अमानुष अन्याय आणि अत्याचार होत होते. या अन्याय आणि अत्याचाराला शरण न जाता त्यांचा निधड्या छातीने, जिवावर उदार होऊन सडेतोडपणे मुकाबला केला पाहिजे, ह्या विचाराचा प्रसार आणि प्रचार करण्यासाठी अंधारात खितपत पडलेल्या, हतबल झालेल्या दलित तरुणाच्या मनगटात जोर आणि छातीत हिम्मत आणण्यासाठी अशी बंडखोरी करणे आम्हाला आवश्यक वाटत होते.

१५ ऑगस्ट १९७२ ह्या स्वातंत्र्यदिनी दलित वस्त्यांमधून काळे झेंडे व दलित तरुणांनी आपल्या शर्टांवर काळ्या फिती लावाव्यात, असा प्रचार करण्यासाठी आम्ही विभागाविभागांमधून प्रचारसभा घेत फिरू लागलो.

'साधना' साप्ताहिकाचे जागृत पत्रकार डॉ. अनिल अवचट यांना आमच्या ह्या काळ्या स्वातंत्र्यदिनाचा वास पुण्याला आला आणि सनसनाटी विशेषांकाची तयारी डोक्यात ठेवून ते मुंबईला आले आणि आम्हाला सिद्धार्थ हॉस्टेलमध्ये भेटले.

डॉ. अवचट यांनी त्यांचा मनोदय आम्हाला सांगितला आणि आमच्याकडे लेखनसाहाय्याची मागणी केली. आम्ही त्यांना लेखनसाहाय्य देण्याचं मान्य केलं, पण त्यांना आम्ही एक अटही घातली. ती अट अशी की, 'आम्ही दिलेलं लेखन त्यांनी जराही फेरफार न करता छापलं पाहिजे.

आमची ती अट डॉ. अनिल अवचटांनी ताबडतोब मान्य केली.

आम्ही प्रत्येकाने आपापल्या मगदुराप्रमाणे डॉ. अवचटांना लेखन दिलं.

यादरम्यान माझ्यावर एक अत्यंत दु:खद प्रसंग ओढवला. माझे वडील नामा मलू सोंडे हे अर्धांगवायूने अचानक आजारी पडले. त्यांना वडाळ्याच्या बी.पी.टी. इस्पितळात हलविण्यात आलं. त्यांना अंथरुणावरून हलता किंवा उठताबसताही येत नव्हतं. त्यातच त्यांची वाचाही गेलेली होती. दिनांक चौदा आणि पंधरा ऑगस्ट या दोन्ही दिवशी त्यांची प्रकृती अत्यंत नाजूक होती आणि त्यामुळे मला दिवसरात्र त्यांच्या कॉटशेजारीच बसून रहावं लागलं. सोळा तारखेला दुपारी सुमारे बाराच्या दरम्यान त्यांची प्राणज्योत मालवली.

माझे वडील गेले आणि माझे हातपायच गळाले. कुटुंबातलं एखादं जुनं जाणतं माणूस काळाने झडप घालून अचानक ओढून नेलं, की काळजाला किती अनंत यातना होताना, सारं जग कसं भकास, उदास आणि उजाड वाटतं, हे त्या दिवशी मला कळलं.

माझे वडील म्हणजे माझं एक स्फूर्तिस्थान होतं. 'माझा पोरगा लई शिकलाय' असं बांधाबांधाला सांगणारं कौतुक होतं. त्यांनी असंच माझं सतत कौतुक करीत राहावं म्हणून मी त्यांना जगापेक्षा काहीतरी वेगळं करून दाखविण्याच्या जिद्दीने दलित चळवळीच्या रणधुमाळीत स्वत:ला झोकून दिलं होतं.

१५ ऑगस्ट १९७२ हा स्वातंत्र्याचा रौप्यमहोत्सवी दिवस, 'काळा दिवस' म्हणून दलित वस्त्यांमध्ये साजरा होत असताना माझे वडील मात्र प्रत्यक्ष काळाशी झुंज देत होते. त्यादिवशी मी वडिलांबरोबर होतो. परंतु १६ ऑगस्ट १९७२ रोजी वडिलांचे निधन झाले आणि तो दिवस आमच्या कुटुंबाचा 'काळा दिवस' ठरला.

२३ ऑगस्ट १९७२ ला माझगाव येथील माझ्या खोलीसमोरच्या मोकळ्या जागेत वडिलांचा जलदानविधीचा कार्यक्रम झाला.

सदरहू प्रसंगी बाबूराव बागूल, ज. वि. पवार, नामदेव ढसाळ, दत्ताराम बारस्कर, दिनेश लखमापूरकर, अर्जुन डांगळे, राजा ढाले, महादेव शिंदे इत्यादी साहित्यिक मित्रांची माझ्या वडिलांना आदरांजली वाहणारी भाषणे झाली.

जलदानविधीचा कार्यक्रम आटोपल्यानंतर आम्ही सर्वजण माझगाव डॉक जवळील माझगाव पिअर येथे दलित चळवळीसंबंधी विचारविनिमय करण्यासाठी

जमलो.

दोन-तीन तास खडाजंगी चर्चा झाली. ढाले आणि ढसाळांनी बाबूराव बागूलांच्या मवाळ धोरणावर सडकून टीका केली. वातावरण खूपच तापले. शेवटी काहीही निर्णय न होता बैठक उठली आणि जो तो आपापल्या घरी निघून गेला.

हे सर्व विस्तृतपणे सांगण्याचं कारण असं की, २३ ऑगस्ट १९७२ ह्या दिवसापर्यंत तरी 'दलित पँथर' ह्या नावाची कोणतीही संस्था कोणीही स्थापन केलेली नाही.

परंतु आम्ही ज्या दलित युवक आघाडीच्या नावाने दलित समाजामध्ये जनजागृतीचे कार्य करीत होतो, त्याच युवक आघाडीचं रूपांतर पुढे 'दलित पँथर' ह्या लढाऊ संघटनेत झालं, हेही तितकंच खरं आहे.

त्याचं असं झालं-

डॉ. अनिल अवचटांनी संपादित केलेल्या 'साधना' साप्ताहिकाच्या स्वातंत्र्य रौप्यमहोत्सवी विशेषांकात त्यांचं संपादकीय सोडलं तर बाकी सबकुछ दलित साहित्यच होतं. म्हणून हा विशेषांक 'दलित साहित्य विशेषांक' म्हणूनच अधिक गाजला, बहुचर्चिला गेला. कारण, त्यात होता दलितांवर गावोगावी होणाऱ्या अन्याय-अत्याचाराविरुद्ध बंड करून उठलेल्या संतप्त दलित तरुणांचा बुलंद आवाज. हा बुलंद आवाज बुलंद करणाऱ्यांमध्ये राजा ढाले, अर्जुन डांगळे, दया पवार, प्रल्हाद चेंदवणकर हे मुंबईचे आणि त्र्यंबक सपकाळे सारखे मराठवाड्यातले तरुण होते.

कवी त्र्यंबक सपकाळे यांनी त्यांच्या कवितेत म्हटलं होतं,

परमेश्वरा,
तुझ्यासमोर माणुसकीवर
केले बलात्कार
तुझ्या चमच्यांनी,
तरीही तू षंढच!

....
आम्ही गॉडमेकर!
देतो नोटीस तुझ्यावर
निग्लिजन्स ऑफ ड्युटीची
'युवर सर्व्हिसेस आर नॉट रिक्वायर्ड.'

परंतु साधनाच्या रौप्यमहोत्सवी अंकातील राजा ढाले यांच्या लेखाने एक प्रचंड खळबळ उडवून दिली.

'काळा स्वातंत्र्यदिन' या लेखातील पुढील मजकुरावरून संपूर्ण महाराष्ट्रातल्या जातीयवादी प्रवृत्तीचं पित्त खवळलं. ते एका अर्थी बरंच झालं. कारण त्यामुळेच दलितांना 'हरिजन' म्हणून सहानुभूती दाखविणाऱ्या उच्चभ्रूंची सहानुभूती ही फॉकलंडवरच्या 'भडव्या' एवढीही कशी उच्च नाही, हे नागडं सत्य बाहेर पडलं.

ढालेंच्या लेखातला मजकूर असा होता-

'लोकांची सहानुभूती मिळविण्यासाठी स्वत:ला दलित म्हणवून घेणं वेगळं आणि प्रत्यक्षात दलित उपेक्षित म्हणून जगणं नि लढ्याला सामोरं जाणं वेगळं. ब्राह्मणाच्या बाईचा कासोटा ब्राह्मणगावात सोडला जात नाही. सोडला जातो बौद्ध स्त्रीचा. नि याला शिक्षा काय, तर पन्नास रुपये दंड. साला राष्ट्रगीताचा अपमान केला तर तीनशे रुपये दंड. सालं राष्ट्रध्वज म्हणजे निव्वळ कापड. विशिष्ट रंगात रंगविलेलं प्रतीक. त्या प्रतीकाचा अपमान झाला तर तीनशे रुपये दंड, नि सोन्ना गावच्या सोन्यासारख्या प्रत्यक्षातील चालत्या-बोलत्या स्त्रीचं पातळ फेडलं तर पन्नास रुपये दंड. असला राष्ट्रध्वजाचा अपमान नि राष्ट्रध्वज काय कुणाच्या गांडीत घालायचाय का? राष्ट्र हे लोकांचं बनतं. त्यातल्या लोकांचं दु:ख मोठं की प्रतीकाच्या अपमानाचं दु:ख मोठं? मोठं काय? आमच्या अब्रूची किंमत एका पातळाच्या किमतीएवढी. या गुन्ह्याला म्हणूनच राष्ट्रध्वजाच्या अपमानाला होणाऱ्या दंडापेक्षा जबर शिक्षा हवी आहे. नपेक्षा लोकांत राष्ट्रप्रेम राहणार आहे काय?'

उपरोक्त मजकुराविरुद्ध सर्वांआधी ठोठो बोंब टोकली ती वेश्यांना सहानुभूती दाखविणाऱ्या दुर्गाबाई भागवतांनी. कारण राजा ढाले यांनी, त्याच लेखामध्ये एके ठिकाणी दुर्गाबाई भागवतांसंबंधी लिहिलं होतं.

'वेश्यांना सामाजिक प्रतिष्ठा मिळवून द्या, कारण ती समाजाची गरज भागवते', असं म्हणणाऱ्या भागवतबाईंना वेश्यांना 'वेश्या'च ठेवायचं आहे. हा त्यांचा पतितोद्धार असं ज्यांना वाटतं त्यांनी स्वत: धंदा का करू नये?'

आपणाविषयी असा घाणेरडा उल्लेख करणाऱ्या राजा ढालेला चांगलंच फैलावर घ्यावं, असं दुर्गाबाईंना वाटणं अगदी स्वाभाविकच होतं. परंतु स्वत:च्या नावासंबंधी मजकुराबद्दल त्यांनी वर्तमानपत्रांतून ओरड केली असती तर त्यांची अधिकच गोची झाली असती. ती त्यांनी शहाजोगपणे टाळली. आणि राष्ट्रध्वजाच्या अपमानाचं कोलीत पुढे करून ढालेच्या आणि साधना साप्ताहिकाच्या विरोधात गरळ ओकायला सुरुवात केली. झालं, दुर्गाबाई चिडल्या म्हणून पुण्याचे मविपवाले चिडले, जनसंघवाले चिडले, मग आपण मागे कसं राहायचं म्हणून काँग्रेसवाले चिडले आणि हां हां म्हणता संपूर्ण पुणे साधना साप्ताहिकाच्या ट्रस्टींवर आणि संपादकांवर तुटून पडले. 'साधना' कचेरीवर मोर्चा काढण्यात आला. यदुनाथ थत्ते

यांची प्रेतयात्रा काढून तिरडी जाळण्यात आली.

एवढं सगळं झाल्यानंतर यदुनाथ थत्तेंसारख्या सानेगुरुजींच्या भक्ताने बिचाऱ्याने राजीनामा न द्यावा तर काय करावं? त्यांनी तडकाफडकी राजीनामा दिला आणि छापायला नको होता तो मजकूर चुकून छापला गेल्याची जबाबदारी स्वीकारली.

पण, तेवढ्यानेही पुणेरी पगड्या आणि उपरणी शांत झाली नाहीत, तेव्हा सौजन्यमूर्ती (एस्. एम्.) जोशी यांनी जाहीर माफी मागणं हे अर्थातच ओघाने आलं.

पण, तशी माफी मागण्याआधी त्यांनी जातीयवाद्यांची, थोडीशी का होईना, कानउघाडणी केली, हेही नसे थोडके. (पहा संदर्भ : साधना साप्ताहिकाचे दि. १५ ऑगस्ट ७२ ते ९ सप्टेंबर ७२ चे अंक)

ही संपूर्ण कथा इथे कथन करण्याचं कारण एवढंच की, ज्या उत्साहाने, जिद्दीने आणि विशिष्ट हेतूने डॉ. अनिल अवचट यांनी 'साधना' चा स्वातंत्र्य रौप्यमहोत्सवी विशेषांक काढला, त्यावर 'साधना'चेच संपादक आणि विश्वस्त यांनी अक्षरश: बोळा फिरवला. मानवतेचं तत्त्वज्ञान सांगणाऱ्या सानेगुरुजींना पुन्हा एकदा त्यांनी मुलाफुलांच्या रिंगणात बंदिस्त करून टाकलं.

परंतु काही संतप्त, दलित तरुणांचा बुलंद आवाज, जो बेंबीच्या देठापासून निघालेला होता, तो दडपून टाकणं तितकं सोपं काम नव्हतं.

ज्या 'साधना' साप्ताहिकाने दीनदलितांच्या आणि नवबौद्धांच्या दुःखांना, अश्रूंना आणि आक्रोशांना जगाच्या वेशीवर टांगण्याचं धाडस दाखविलेलं होतं त्याच्या कचेरीवर सनातन्यांनी हल्ला करणे, त्याला नेस्तनाबूत करण्याचा प्रयत्न करणं म्हणजे आम्हा दलित साहित्यिकांचा, पर्यायाने समस्त दलित समाजाचा, आवाज कायमचा बंद करून टाकण्याचा प्रयत्न करणे, असाच अर्थ होता. परंतु आमचा बुलंद आवाज असा सहजासहजी कुणी बंदच करू शकत नव्हतं. एखादा पेटता पलिता उलटा केल्यास त्याची ज्वाला जशी दुप्पट वेगाने उफाळून वर येते, त्याप्रमाणे दलित तरुणांचा आवाज प्रतिगाम्यांच्या दडपणाला भीक न घालता उफाळून वरती आला, आकाशाला भिडला. कारण प्रत्यक्षात पुण्यात जाऊन झुंडशाहीला प्रत्युत्तर देण्यासाठी आम्ही मुंबईतील शे-दीडशे तरुणांनी पुणे गाठलं.

भल्या पहाटे घोषणा देत आम्ही शिवाजीनगर ते 'साधना' कचेरीपर्यंत पायी चालत गेलो. (तो दिवस बहुधा ३ किंवा ४ सप्टेंबर ७२ चा असावा.) त्यावेळी प्रत्येक कार्यकर्त्याच्या मनगटात जोर, छातीत हिम्मत, आवाजात जोष होता.

आम्ही 'साधना' कचेरीत पोहोचलो, तेव्हा नानासाहेब गोरे आणि यदुनाथ थत्ते यांनी आमचे स्वागत केले.

छोटी न्याहरी आणि चहा झाल्यानंतर एक छोटीशी बैठक झाली आणि दुपारी साधना कचेरीपासून सर्किट हाऊसपर्यंत मोर्चा काढण्याचे निश्चित ठरले.

त्यानुसार त्यादिवशी दुपारनंतर एका ऐतिहासिक मोर्च्याला सुरुवात झाली.

ह्याठिकाणी एक गोष्ट अत्यंत ठामपणे आणि निक्षून सांगितली पाहिजे, ती ही की, आम्ही आता प्रत्यक्ष लढ्यात उतरलेलो होतो. त्यामुळे दलित युवक आघाडीच्या ऐवजी एखादं चांगलं नाव आपल्या संघटनेला असावं, असं सर्वांनाच वाटत होतं.

'दलित पँथर' हे नाव कुणाला सुचलं, केव्हा आणि कुठं सुचलं, हा प्रश्न तितकासा महत्त्वाचा नसला तरी, महाडच्या संमेलनात डॉ. म. ना. वानखडे यांनी निग्रो साहित्य आणि ब्लॅक पॅन्थर यांच्याविषयी जे प्रदीर्घ भाषण केलं होतं, ते आम्हा दलित तरुणांना स्फूर्तिदायक आणि मार्गदर्शक ठरलेलं होतं. म्हणूनच ज्यावेळी आमचा मोर्चा शनिवारवाड्यासमोर आला आणि नामदेव ढसाळांनी जेव्हा एका सिनेमाच्या कापडी पोस्टरला काळा रंग फासून त्यावर लाल रंगाच्या अक्षरांमध्ये 'दलित पँथर' अशी अक्षरं असलेला फलक फडकविला तेव्हा आम्ही सर्वांनीच त्याचं उत्स्फूर्तपणे टाळया वाजवून स्वागत केलं. 'दलित पँथर झिंदाबाद'च्या घोषणांनी शनिवारवाड्याजवळचा परिसर दणाणून सोडला.

म्हणूनच ज्या दलित साहित्यिकांनी प्रारंभापासूनच प्रत्यक्ष लढ्यात उड्या घेतलेल्या होत्या, ते सर्व दलित साहित्यिक म्हणजे नामदेव ढसाळ, ज. वि. पवार, राजा ढाले, प्रल्हाद चेंदवणकर, अर्जुन डांगळे, उमाकांत रणधीर, त्याचप्रमाणे साहित्यिक नसलेले परंतु सभासंमेलनांमधून बोलणारे भाई संगारे, लतीफ खाटिक हे आणि रामदास सोरटे, जयदेव गायकवाड (पुणे) व प्रत्यक्ष चळवळीत कार्य करणारे इतर कार्यकर्ते हे सर्वचजण त्यावेळी (म्हणजे शनिवारवाड्याजवळ दलित पँथरचा फलक फडकविण्यात आला त्यावेळी) तेथे जातीने मोर्च्यात घोषणा देत होते. त्या सर्वजणांना मी तरी 'दलित पँथर'चे मूळ संस्थापक असं समजतो.

हं, तर सांगायचं तात्पर्य असं की, साधना कचेरीपासून निघालेल्या आम्हा दलित तरुणांच्या मोर्च्याने पुण्यामध्ये एकच धमाल उडवून दिलेली होती.

आमच्या मोर्चाच्या घोषणा होत्या,
बोल दलिता, बोल, हल्ला बोल,
जातीयवादपर हल्ला बोल,
पोलीसराजपर हल्ला बोल.
जमींदारपर हल्ला बोल.
बोल मेरे भैय्या, हल्ला बोल.

भांडवलशाहीपर हल्ला बोल...

अशा घोषणांच्या जल्लोषात, दलित पँथरची ध्वजा फडकावीत आमचा मोर्चा सनातन्यांच्या पेठापेठांमधून घुमत फिरत होता. आभाळामधून भुरभुर पाऊस पडत होता आणि इकडे दमदार घोषणा कोसळत होत्या.

त्या दिवशी मुख्यमंत्री वसंतराव नाईक हे सर्किट हाऊसवर उतरलेले होते. परंतु त्यांना भेटण्याची किंवा निवेदन द्यायची काहीही आवश्यकता नाही, असे आम्ही आधीच ठरविलेले होते.

आमचा मोर्चा सर्किट हाऊसच्या अगदी अलीकडे अडविण्यात आला. तेथे नामदेव ढसाळांनी अत्यंत शिवराळ भाषण करून त्या मोर्च्याची सांगता केली.

या मोर्च्याची फलश्रुती अशी, की मुंबई-पुण्याचे दलित साहित्यिक आणि दलित तरुण कार्यकर्ते हे आता दलितांवर सवर्णांकडून केल्या जाणाऱ्या अन्याय आणि अत्याचाराचा मुकाबला प्रत्यक्षात करण्यासाठी डोक्याला कफन बांधून रस्त्यात उतरलेले आहेत, ही गोष्ट सगळ्या वर्तमानपत्रांमधून झळकली आणि सबंध महाराष्ट्रातील दलित समाजामध्ये नवचैतन्याचे वारे सळसळू लागले. मुंबई- पुण्याप्रमाणेच औरंगाबाद, नागपूर, परभणी, नांदेड, नाशिक, सातारा, सांगली इत्यादी आणि इतरही ठिकाणच्या ज्या ज्या कुणा सुशिक्षित तरुणाला लिहावेसे वाटत होते, तो तरुण कवी लेखक स्वप्नाळू कथाकविता लिहिण्याचं सोडून देऊन दलित पँथर म्हणून रस्त्यात प्रत्यक्ष लढ्यासाठी उतरू लागला.

अशा तऱ्हेने दलित पँथरचं नेतृत्व आपोआपच मुंबईच्या दलित साहित्यिकांकडे आलं.

एवढं सांगितल्यानंतर आता प्रश्न उरतो तो हा की, त्यावेळी दलित पँथरला पुढे ध्येय होतं काय? असलंच, तर ते कोणतं?

याचं उत्तर असं की, प्रारंभी-प्रारंभी पँथर नेत्यांपुढे फक्त एकुलतं एक ध्येय होतं, ते म्हणजे दलित-बौद्धांवर त्यावेळी होत असलेल्या अनन्वित अत्याचारांना, बहिष्कारांना आळा घालणे, तसा आळा घालण्यसाठी शासनावर दबाव आणणे, अत्याचारी सवर्ण समाजाच्या मनामध्ये दहशत निर्माण करणे, त्याचप्रमाणे जे दलित बौद्ध, तसेच गोरगरीब, स्त्रिया आणि पुरुष गावगुंडांच्या गुंडगिरीपुढे आणि पाटील, जमीनदार, तसेच सावकारी पुंडांपुढे हतबल होताहेत, त्यांचे मनोबल वाढविणे. त्यांना 'मरू किंवा मारू' अशा संघर्षासाठी उभे करणे. तसं पहायला गेलं तर ह्या गोष्टी आम्ही आमच्या कथा-कवितांमधून करीतच होतो. पण त्यांना आता सभा, सम्मेलनं, मोर्चा, भिंतीपत्रके इत्यादी प्रत्यक्ष कृतीची जोड दिली. ह्याचाच अर्थ आमचं दलित साहित्य हे आता फक्त वर्तमानपत्रे अगर मासिके किंवा नियतकालिके

यांच्यापुरतेच मर्यादित न राहता ते थेट दलित समाजात अगदी त्यांच्या चुलीपर्यंत जाऊन पोहोचले. त्यामुळे अत्यंत अल्पकाळात दलित पँथर ही दलित समाजाप्रमाणेच पुरोगामी लोकांमध्येही वणव्यासारखी पसरली.

कालपरवापर्यंत आपली कविता, आपली कथा, आपला एखादा लेख किंवा एखादी कादंबरी चांगली कशी होईल, असा एवढाच विचार करणारे दलित साहित्यिक हजारोंच्या सभा गाजवू लागले, पुढारी म्हणून मिरवू लागले, प्रसिद्धीच्या झोतात डुलू लागले.

दलित पँथरच्या अशा ह्या वाढीला, लोकप्रियतेला काही लोक 'ती एक लाट होती' असं म्हणत असतील तर त्यांच्याशी मी तरी सहमत आहे. परंतु 'ती लाट ध्येयहीन होती, दिशाहीन होती,' असं जर कोणी म्हणत असतील तर ते मात्र साफ चुकीचं आहे. कारण त्यांचं असं म्हणणं म्हणजे दलित पँथरबाबत त्यांनी साकल्याने विचार न करणं. दलित पँथरने मर्यादित क्षेत्रच निवडलं होतं हे विसरण होय.

परंतु मर्यादित का होईना, ध्येयाचं पालन करीत असताना दलित पँथरला त्यावेळी अनेक प्रसंगांना सामोरे जावे लागले. कारण दलित पँथरच्या वाढत्या ताकदीमुळे अनेक अखिल भारतीय राजकीय पक्षांच्या तोंडाला पाणी सुटले.

त्यात प्रामुख्याने अखिल भारतीय रिपब्लिकन पक्षाचे सर्व गट होते, त्याच प्रमाणे समाजवादी आणि प्रजासमाजवादी पक्षही होता. अखिल भारतीय कम्युनिस्ट पक्षाला दलित पँथर आपल्याच झेंड्याखाली येईल असं वाटत होतं, तर अखिल भारतीय काँग्रेस पक्ष दलित पँथरला आपल्या आधिपत्याखाली आणण्यासाठी उत्सुक होता.

परंतु 'दलित पँथर' म्हणून आपण कोणत्याही राजकीय पक्षाच्या दावणीला बांधून घ्यायचं नाही किंवा कुणाला बांधू द्यायचं नाही, हे आम्ही मनाशी पक्कं ठरविलेलं होतं.

म्हणूनच की काय-

अखिल भारतीय रिपब्लिकन पक्षाच्या काही कार्यकर्त्यांचं म्हणणं होतं की दलित पँथरने आर. पी. आय. च्या पुढाऱ्यांना शिव्या घालीत न बसता त्यांना एकत्र आणण्याचं कार्य करावं आणि मग स्वत: त्या अखंड रिपब्लिकन पक्षाची एक प्रभावी युवक संघटना म्हणून समाजकार्य करीत राहावं.

आर. पी. आय. च्या कार्यकर्त्यांची उपरोक्त सूचना तशी विधायक होती, रास्त होती, परंतु रीतसर अंमलात येण्यासारखी त्यावेळी परिस्थिती नव्हती.

दादासाहेब रूपवते हे 'कॅबिनेट मंत्री' म्हणून काँग्रेसमध्ये सुस्थिर झालेले, तर आर. डी. भंडारे यांना इंदिराजींनी राजसंन्यास घ्यायला लावून बिहारचे राज्यपाल

करून टाकलेले. गवई आणि खोब्रागडे या दोघांमधून विस्तव जात नव्हता, तर बी. सी. कांबळे हे स्वत:च्या दुरुस्त गटाला इतर नादुरुस्त (?) किंवा तंदुरुस्त (?) गटांचा स्पर्श होऊ द्यायला तयार नव्हते.

त्यामुळे रिपब्लिकन पक्षातील सर्व गट आधी एकत्र येणं आणि मग भंडारे यांनी आपल्या राज्यपालपदाचा त्याग करून आणि दादासाहेब रूपवते यांनी मंत्रिपदाला लाथ मारून त्यांना (आरपीआयला) येऊन मिळणं शक्यच नव्हतं. त्यामुळे अशा कधीही अखंड होण्याची शक्यता दिसत नसलेल्या रिपब्लिकन पक्षाच्या आश्रयाखाली एक युवक संघटना म्हणून दलित पँथरने राबवण्याचं काहीही कारण नव्हतं. दलित पँथर ही स्वबळाने वाढत होती.

परंतु एखाद्या संघटनेच्या आयुष्यामध्ये अशी एखादी घटना घडून जाते की त्या संघटनेचा वटवृक्ष आभाळाला जाऊन मिळतो.

दलित पँथरच्या वाटचालीतही अशीच एक अपूर्वाईची घटना घडली. किंबहुना ती घटना, दलित पँथरला भारतभरच नव्हे तर जगभर प्रसिद्धी पावायला कारणीभूत झाली. ती घटना म्हणजे १९७४ साली मध्य मुंबई मतदारसंघामध्ये झालेली लोकसभेची पोटनिवडणूक.

खासदार आर. डी. भंडारे यांची बिहारचे राज्यपाल म्हणून नेमणूक झाल्यामुळे त्यांनी खासदारकीचा राजीनामा दिल्यामुळे ही पोटनिवडणूक होणार होती. या पोटनिवडणुकीला अनन्यसाधारण महत्त्व प्राप्त झालेलं होतं, ते प्रामुख्याने दोन कारणांमुळे.

पहिलं कारण होतं गिरणी कामगारांचा सतत बेचाळीस दिवस चाललेला संप. हा संप गिरणीकामगारांच्या मागण्यांसाठी कम्युनिस्ट पक्षाच्या नेतृत्वाखाली चाललेला होता.

दुसरं आणि महत्त्वाचं कारण होतं दलित पँथरने दलितांवरील अन्याय-अत्याचाराला सत्ताधारी काँगेस पक्षाला जबाबदार धरून त्याच्याविरुद्ध चालविलेला कडवा प्रचार.

वरील दोन कारणांमुळे मध्य मुंबई मतदारसंघामधलं वातावरण एकदम काँग्रेसविरोधी बनलेलं होतं आणि बलाढ्य काँग्रेस पक्षाला या निवडणुकीत पराभवाची नामुष्की पत्करावी लागेल की काय, अशी सकारण भीती दिल्लीच्या काँग्रेस हायकमांडला वाटू लागलेली होती.

म्हणूनच काँग्रेस हायकमांडच्या आदेशानुसार मुंबई प्रदेश काँग्रेसनं रिपब्लिकन पक्षातील दोन्ही गट आणि शिवसेना यांच्याशी निवडणूक-युती केलेली होती. परंतु काँग्रेसच्या उमेदवाराला तरीसुद्धा निश्चित यशाची खात्री वाटत नव्हती. कारण मध्य

मुंबईमधले दोन तृतीयांश मतदार दलित समाजातले होते आणि त्या सर्वांवर दलित पँथरचा जोरदार प्रभाव होता. दलित पँथरचे नेते ज्यांना 'मते द्या' म्हणून सांगतील त्यांना ती मते जातील असे काँग्रेसला वाटत होते. म्हणूनच काँग्रेसने सरळ-सरळ दलित पँथरच्या कार्यकारिणीशी संपर्क साधला.

काँग्रेसच्या तिकिटावर उभे असलेले त्यावेळचे उमेदवार बॅरिस्टर रामराव आदिक यांनी त्यांचा एक खास माणूस ॲड. प्रेमानंद आवळे याला आमच्याकडे पाठविला. वडाळ्याच्या फाईव्ह गार्डन येथे त्या रात्री आमची एक खास बैठक चालली होती, तिथे तो आमचा माग काढीत आला आणि आम्हाला भेटला.

पोटनिवडणुकीसंबंधात काही अत्यंत महत्त्वाची चर्चा आमच्याबरोबर करावयाची आहे, ती इथे उघड्यावर करण्यापेक्षा आवळे यांच्या घरी केली तर बरं होईल, असे त्यांनी आम्हाला सांगितले.

आम्ही सर्वांनी एकमेकांच्या तोंडांकडे पाहिलं. शेवटी चर्चाच करायची आहे ना, काही हरकत नाही, असं सर्वांचंच म्हणणं पडलं आणि आवळे यांच्या कुर्ला येथील घरी गेलो. त्यावेळी रात्रीचे अकरा वाजून गेलेले होते.

चर्चेला प्रारंभ करताना आवळे म्हणाले की, बॅ. रामराव आदिक यांना दलित पँथरने पाठिंबा जाहीर केल्यास पँथरच्या आणखी वाढीसाठी हव्या असलेल्या गोष्टींची काँग्रेसतर्फे मदत देण्यात येईल. त्यावेळचे मुख्यमंत्री वसंतराव नाईक यांनी तसा निरोप दिला असल्याचे आवळे यांनी आम्हाला सांगितले. पँथरच्या नेत्यांवरील असलेले अनेक खटले मागे घेण्यासाठीही प्रयत्न केले जातील, एवढेच नव्हे तर, दि. ५ जानेवारी १९७४ रोजी वरळीच्या आंबेडकर मैदानामध्ये होऊ घातलेल्या दलित पँथरच्या सभेचा खर्चही देण्याचे काँग्रेस पक्षाच्या वतीने आवळे यांनी आम्हाला आश्वासन दिले. आवळे यांचे सर्व म्हणणे आम्ही शांतपणे ऐकून घेतले.

पण, कोणत्याही अंतिम निर्णयाची ती वेळ नव्हती. पाच जानेवारीच्या जाहीर सभेलाही अजून तीन-चार दिवस अवकाश होता. 'आम्ही आमचा निर्णय तुम्हाला नंतर कळवू' असं आवळे यांना सांगून आम्ही त्यांच्या घरातून बाहेर पडलो.

आम्ही सर्वजण पायीच कुर्ला रेल्वेस्टेशनकडे गेलो. तेथून डांगळे हे चेंबूरला त्यांच्या घरी गेले. मी हार्बर ब्रँच रेल्वेने डॉकयार्डला माझ्या घरी परतलो, तर ढाले, ढसाळ, खाटिक आणि ज. वि. पवार हे चौघेजण वडाळा हॉस्टेलच्या दिशेने गेले. आम्ही एकमेकांचा निरोप घेत असताना मात्र प्रत्येकाने आपापलं मनोगत बोलून दाखविलं होतं. ते असं की, काँग्रेसी सत्तेच्या कुरणात चरणारे जे धनदांडगे आणि जातदांडगे लोक खेड्यापाड्यामधल्या दीन-दुबळ्या दलितांवर अन्याय आणि अत्याचार करताहेत त्या काँग्रेसच्या उमेदवाराला मध्य मुंबईच्या पोटनिवडणुकीमध्ये अजिबात

पाठिंबा जाहीर करायचा नाही.

दिनांक ५ जानेवारी १९७४ हा दिवस उजाडला. वरळीच्या आंबेडकर मैदानामध्ये दलित पँथरची प्रचंड सभा भरली.

आंबेडकर मैदानाच्या सभोवताली कडेकोट पोलीस बंदोबस्त ठेवण्यात आला होता. कारण वरळी पोलीस लाईनजवळच्या परिसरामध्ये आणि दलितेतर वस्त्यांमध्ये दलित पँथरविरोधी घोषणा देणारे, त्याचप्रमाणे हिंदू देवदेवतांची कुचेष्टा करणाऱ्या राजा ढाले यांचा निषेध करणारेही मोठमोठे फलक जनसंघाच्या वतीने लावलेले दिसत होते. त्यामुळे दलित पँथरच्या सभेवर एक प्रचंड मोठा तणाव आल्यासारखे दिसत होते.

काँग्रेसला पाठिंबा द्यायचा की तटस्थ राहायचं, हे दोनच पर्याय दलित पँथर पुढे होते. कारण दलित पँथर ही राजकारणापासून अलिप्त असलेली अशी एक सामाजिक संघटना होती. तेव्हा मध्यावधी निवडणुकीच्या राजकारणात न पडता दलित पँथरने तटस्थतेची भूमिका घ्यायचं ठरविलं होतं. परंतु, रामराव आदिकांना वाटत होतं की त्यांनाच दलित पँथरचा पाठिंबा मिळेल आणि ते ही निवडणूक सहजपणे जिंकतील. नेमकी हीच शंका जनसंघ आणि हिंदू महासभेच्या उमेदवारांना वाटत होती. तेव्हा त्यांनी दलित पँथरच्या विरोधात जबरदस्त दहशतीचं वातावरण निर्माण करून ठेवलेलं स्पष्ट दिसत होतं. आणि त्याचाच पुढे काहीवेळाने अचानक स्फोट झाला. कारण-

दलित पँथरच्या प्रचंड सभेमध्ये राजा ढाले हे बोलायला उभे राहिले, तोच पोलिसी गणवेषातली दोन-चार पोरे अगदी अचानक सभामंचकावर चढली आणि त्यातल्या एकाने राजा ढालेंवर लाठीने हल्ला चढविला. त्यांचे डोके फोडले आणि सभेमध्ये प्रचंड गोंधळ माजला. त्याच गोंधळाचा फायदा घेऊन हल्लेखोर गर्दीमधून पसार झाले. परंतु सैरावैरा धावणाऱ्या लोकांवर एका बाजूने दगडफेक होत होती, तर दुसऱ्या बाजूने पोलिसांनी जमावाला पांगविण्यासाठी छडीमार आणि लाठीमार करायला सुरुवात केली होती.

राजा ढालेंचा काहीही अपराध नसताना त्यांना जखमी अवस्थेतच पोलिसांनी अटक केली आणि लॉकअपमध्ये बंद केलं.

पोलिसांच्या ह्या जुलूमजबरदस्तीमुळे वरळीची दलित जनता अत्यंत प्रक्षुब्ध झाली आणि त्याचेच पर्यवसान वरळीच्या प्रचंड दंगलीत झाले. तिचे पडसाद संपूर्ण मुंबईमध्ये उमटले.

वरळीची दंगल पद्धतशीरपणे घडवून आणणारे जातीयवादी लोक आणि त्यांना पाठीशी घालणारे हिंदुत्ववादी पोलीस आणि सरकार यांचा तीव्र निषेध

करण्यासाठी १० जानेवारी १९७४ रोजी नायगावातून एक मोर्चा काढला पाहिजे व त्याचे नेतृत्व मी आणि अर्जुन डांगळे यांनी केलं पाहिजे, असं मला ज. वि. पवारांनी माझ्या घरी येऊन सांगितलं.

मी आणि अर्जुन डांगळे दोघेही निम्न सरकारी नोकर असल्यामुळे जाहीर सभांमधून भाषणं करण्याचं टाळत होतो. परंतु त्याची भरपाई म्हणून ढाले-ढसाळांची स्फोटक भाषणं मी 'नवा काळ' दैनिकामध्ये सविस्तरपणे प्रसिद्ध करून ती लोकांपर्यंत पोहोचवीत होतो आणि दलित पँथरच्या वाढीला हातभार लावीत होतो.

परंतु आता परिस्थिती इतकी बदलली होती की दलित पँथर नेते म्हणून आम्हाला आमची जबाबदारी टाळता येत नव्हती. कारण ढाले यांना पोलीस कोठडीत कोंबलेलं होतं, तर ज. वि. पवार, भाई संगारे आणि नामदेव ढसाळ यांच्यावर पकड वॉरंट होतं. त्यामुळे ते तिघेही भूमिगत झालेले होते. म्हणून मी आणि डांगळे यांनीच नायगावच्या मोर्च्याचं नेतृत्व करावं हे ज. वि. पवारांचं म्हणणं मी ताबडतोब मान्य केलं.

१० जानेवारी १९७४, रणरणतं ऊन.

दहा-दहा, वीस-वीस जणांच्या घोळक्याने दलित तरुण दलित पँथरच्या मोर्च्यासाठी नायगावच्या कामगार कल्याण केंद्राच्या मैदानात जमत आहेत. कुणी दलित पँथरचा ध्वज खांद्यावरून मिरवीत येत आहेत, तर कुणी दलित पँथरचे कापडी फलक फडकावीत येत आहेत. हजारो लोकांचा जनसमुदाय घोषणांचा जल्लोष करीत मोर्च्यासाठी सज्ज झाला.

मोर्च्यामध्ये सामील होण्यासाठी तरुणांप्रमाणेच महिला, मुले आणि पोक्त माणसेही मोठ्या संख्येने हजर झालेली होती. मैदानामधून मोर्चा बाहेर पडू लागला तेव्हा पोलिसांनी आमच्या मोर्च्यात सामील होणाऱ्या प्रत्येक कार्यकर्त्याची कसून झडती घेतली आणि मगच त्याला मोर्च्यात सामील होऊ दिलं.

वरळीची दंगल पेटविणाऱ्या जातीयवाद्यांचा, तसेच पोलीस आणि निष्क्रिय महाराष्ट्र सरकारचा निषेध करण्यासाठी निघालेला आमचा निषेधमोर्चा अत्यंत शिस्तीने निघाला. नायगावच्या प्रमुख गल्ल्यांतून तो फिरला आणि मग मुंबई मराठी ग्रंथ संग्रहालयाला वळसा घालून डॉ. आंबेडकर रोडवरून परळच्या दिशेने पुढेपुढे सरकू लागला.

मोर्च्याचं पुढचं टोक परळच्या लक्ष्मी कॉटेज ह्या लांबलचक इमारतीजवळ तर शेवटचं टोक परळ नाक्याजवळच्या पेट्रोल पंपाजवळ असावं. त्याचवेळी नामदेव ढसाळ, भाई संगारे, ज. वि. पवार आणि लतीफ खाटिक अगदी अचानक कुठूनसे आले आणि मोर्च्यात सामील होऊन जोरजोराने घोषणा देऊ लागले.

त्यांच्या ह्या नाट्यपूर्ण आगमनाने मोर्चातील कार्यकर्त्यांमध्ये अधिक उत्साह वाढला आणि पूर्वीपेक्षा मोठ्या आवाजाने ते घोषणा देऊ लागले. परंतु ..

त्याचवेळी आजूबाजूच्या इमारतींमधून आमच्या मोर्च्यावर सोडावॉटरच्या बाटल्या आणि दगड यांचा धुवांधार वर्षाव होऊ लागला. जमिनीवर फुटणाऱ्या बाटल्यांच्या काचा आणि फुटलेले दगडांचे कपटे कुणाच्या पायाला, कुणाच्या गुडघ्याला, तर कुणाच्या तोंडाला लागू लागले. ज्याला ते लागत तो रक्तबंबाळ होई. त्यामुळे मोर्चातले कार्यकर्तेही संतापले. वरून खाली आलेले दगड उचलून तेच दगड ते समोरच्या इमारतींच्याकडे भिरकावू लागले. बघताबघता मोर्च्याला मारामारीचं स्वरूप आलेलं पाहून पोलिसांनी मोर्चातील लोकांना दंडुक्यांनी झोडपायला सुरुवात केली.

त्यावेळी मी, ढसाळ, संगारे, ज. वि. पवार आणि लतीफ खाटिक, इतर साठ-सत्तर पॅन्थर्सबरोबर मोर्चाच्या अग्रभागी होतो आणि उप-आयुक्त श्री. बलसारा यांनी आमच्या सभोवताली पोलिसांचं कडं केलेलं होतं.

मोर्च्यावर होणारा दगडांचा मारा जिथून होत होता, त्या लक्ष्मी कॉटेजच्याकडे बलसारा यांचं लक्ष वेधून मी त्यांना मोठमोठ्याने ओरडून सांगत होतो की, 'अहो, तुम्ही आमच्या लोकांना का मारता? तिकडे पहा, तिकडून सोडावॉटरच्या बाटल्या आणि दगड येतायत, तिकडे जाऊन त्यांना पकडा, त्यांना मारा.'

बलसारांनी माझ्याकडे दातओठ खात बघत मला शिवीगाळ केली आणि जणू काही मीच दंगल करीत आहे असं भासवत त्यांनी त्यांचं रिव्हॉलव्हर माझ्या पोटावर रोखलं.

परंतु मी त्याकडे दुर्लक्ष करून पुन्हा पुन्हा त्यांचं लक्ष दगडफेक करणाऱ्या लक्ष्मी कॉटेजकडे वेधण्याचा प्रयत्न करीत होतो. तेव्हा त्यांनी मला माझ्याजवळच उभ्या असलेल्या पोलिसांच्या सुपूर्द केलं. त्या इमानी (?) पोलिसांनी त्यांच्या हातातल्या काठ्यांनी, कातडी पट्ट्यांनी आणि लाथाबुक्क्यांनी मला झोडपलं आणि मग माझी मानगूट पकडून मला उचललं आणि एखादं बोचकं एस. टी. त भिरकावून द्यावं तसं पोलीसगाडीत टाकलं.

या निषेधमोर्चात एक अत्यंत दु:खद घटना घडली, ती म्हणजे पँथर भागवत जाधव यांच्या डोक्यात एक जडशीळ दगड टाकून त्यांचा इथल्या जातीयवाद्यांनी केलेला निर्घृण खून. (या खुनाला अजूनही वाचा फुटलेली नाही.)

परंतु ढसाळ, संगारे, खाटिक, ज. वि. पवार आणि इतर पँथर्स मिळून आम्हा पंचाहत्तरजणांना पोलिसांनी अटक करून पोलीस कोठडीत कोंबले. दुसऱ्या दिवशी कोर्टामध्ये उभे केले. कोर्टाने आमचे जामीन नामंजूर केले आणि आम्हाला

आणखी दोन आठवडे पोलीस कोठडीत ठेवण्याचाा आदेश दिला.

'वा रे, सत्यमेव जयते!' असं म्हणत आम्ही एकूण सोळा रात्री नायगावच्या पोलीस लॉकअपमध्ये इतर अनेक गुन्हेगार कैदी, तसेच पिसवा आणि ढेकणांच्या संगतीत काढल्या तेव्हा कुठे कोर्टाने (सतराव्या दिवशी) आमचे सर्वांचे जामीन मंजूर करण्याची दया दाखविली.

या सर्व गोष्टींमुळे आम्हाला थोडाबहुत त्रास झाला हे खरं असलं, तरी वरळीची दंगल आणि दहा जानेवारीच्या निषेधमोर्च्यावर झालेला पोलिसी अत्याचार या गोष्टींमुळे काँग्रेस सरकार आणि काँग्रेस उमेदवार यांच्याविरुद्ध मध्य मुंबईमधला दलित मतदार पेटून उठला आणि त्याने लोकसभेच्या पोटनिवडणुकीवर बहिष्कार टाकून आपला राग आणि संताप व्यक्त केला, निषेध नोंदविला. त्यामुळे काँग्रेस पक्षाला हमखास मिळणारं मतदान झालंच नाही आणि त्याचा व्हायचा तोच परिणाम झाला, तो म्हणजे-

काँग्रेसचे बलाढ्य उमेदवार बॅरिस्टर रामराव आदिक यांचा दारुण पराभव झाला आणि निवडणूक जिंकण्याची ज्यांना सुतरामही आशा नव्हती अशा कॉम्रेड रोझा देशपांडे (उजवे कम्युनिस्ट) ह्या बहुमताने निवडून आल्या.

उजव्या कम्युनिस्ट पक्षाला मिळालेला तो विजय हा निव्वळ दलित पॅन्थरच्या चळवळीमुळे आणि बेचाळीस दिवस चाललेल्या गिरणी कामगारांच्या संपामुळे मिळाला. प्रत्यक्षात उजव्या किंवा डाव्या अशा कोणत्याही कम्युनिस्ट पक्षाशी आमचा तसा काडीचाही संबंध नव्हता.

परंतु काँग्रेसच्या पराभवाचं खापर दलित पँथरच्या माथ्यावर फोडण्यात आलं आणि दलित पँथर ही एक कम्युनिस्टधार्जिणी संघटना आहे, अशी आवई पद्धतशीरपणे सगळीकडे उठविण्यात आली.

अशी आवई उठविणाऱ्यांमध्ये किंवा असा प्रचार करणाऱ्यांमध्ये प्रामुख्याने पुढे होती ती भांडवलशाहीधार्जिणी वर्तमानपत्रे, तसेच रिपब्लिकन पक्षाचे सर्व गट आणि शिवसेना.

कारण काँग्रेसचा पराभव हा शिवसेना आणि रिपब्लिकन पक्षाचाही पराभव होता, कारण सदरहू पोटनिवडणुकीमध्ये काँग्रेस-शिवसेना आणि रिपब्लिकन पक्ष (दोन्ही गट) अशी युती होती.

विशेषत: रिपब्लिकन पक्षाचे गवई आणि भैयासाहेब आंबेडकर हे दोन्ही गट आणि काँग्रेसमध्ये जाऊन मंत्री आणि राज्यपाल झालेले अनुक्रमे दादासाहेब रूपवते आणि आर. डी. भंडारे व तत्सम इतर अनेक पुढारी आणि कार्यकर्ते यांना तर दलित पँथर म्हणजे एक आव्हानच वाटू लागले. कारण त्यांच्या आसनांना आणि

समाजातील त्यांच्या अस्तित्वालाच पँथरमुळे धोका निर्माण झाला होता.

त्याचवेळी काँग्रेस पक्षालाही दलित पँथरच्या वाढत्या लोकप्रियतेविषयी चिंता वाटू लागलेली होती. कारण मुंबईचे हे वादळ जर सबंध महाराष्ट्रात आणि त्यानंतर हळूहळू संपूर्ण भारतात पोहोचलं तर दलित समाज एकजुटीने उभा राहील. तसा जर तो दलित पॅन्थरच्या झेंड्याखाली एकत्र आला तर काँग्रेसची 'एन् ब्लॉक' मते काँग्रेसच्या मगरमिठीतून कायमचीच निसटून जातील, आणि तशी ती निसटू दिली जाऊ देणं हे दिल्लीच्या काँग्रेस हायकमांडला मानवणारं नव्हतं, परवडणार नव्हतं.

म्हणूनच दलित पँथरचं वादळ जमलं तर कायमचंच शमविण्यासाठी किंवा आहे तिथे थोपविण्यासाठी काँग्रेसमध्ये असलेले दलित नेते आणि रिपब्लिकन पक्षातील विविध गट या सर्वांची एकजूट घडवून आणण्याचा, म्हणजेच रिपब्लिकन पक्षाचं ऐक्य घडवून आणण्याचा घाट काँग्रेस हायकमांडने घातला. त्यानुसार अठरा किंवा एकोणीस जानेवारी १९७४ रोजी मुंबईच्या आमदार निवासामध्ये रिपब्लिकन नेत्यांची एक गुप्त बैठक काँग्रेस हायकमांडच्या आदेशानुसार भरवली गेली होती, असं काही जाणकार लोक आजही सांगतात. (आम्ही त्या काळामध्ये पोलीस कोठडीत होतो, त्यामुळे त्या बैठकीची माहिती आम्हाला कळणं शक्य नव्हतं. कारण अशा गुप्त बैठकीच्या बातम्या वर्तमानपत्रांत येणं दुर्मिळच.)

आणि दलित पँथरला खतम करण्याचा विडा त्या बैठकीत उचलून उपरोक्त नेते मंडळी उठली, असं म्हणतात.

रातोरात लाखो रुपयांचा निधी जमविण्यात (की घेण्यात) आला. दलित पँथरविरोधी पोस्टर्स काढून ती मुंबईतल्या प्रत्येक भिंतीवर लावण्यात आली आणि रिपब्लिकन पक्षातील सर्व फुटीर गटांचे ऐक्य होणार, अशी दवंडी कॉर्नर मीटिंगमध्ये बडविण्यात येऊ लागली आणि एकेरात्री खरोखरच रिपब्लिकन ऐक्याचा एक लाखाचा मोर्चा निघाला. तो दादर चैत्यभूमीवर आला. तिथे एक सभा झाली. आणि सर्वच दलितांनी डॉ. बाबासाहेब आंबेडकरांच्या प्रतिमेला साक्षी ठेवून एकतेची शपथ घेतली.

गेली कित्येक वर्षे ज्यांच्यामधून विस्तवही जात नव्हता, ते सर्व रिपब्लिकन नेते एकत्र आलेले पाहून रिपब्लिकन जनतेला अमाप आनंद होणं हे स्वाभाविकच होतं. त्यांनी रिपब्लिकन ऐक्याचं उत्स्फूर्तपणे स्वागत केलं. (यावेळी मी औरंगाबाद येथे भरलेल्या अस्मितादर्शच्या पहिल्या मेळाव्याला उपस्थित होतो. तेथेच रेडिओवर रिपब्लिकन ऐक्याची बातमी ऐकावयास मिळाली.)

इथूनच खऱ्या अर्थाने दलित पँथरच्या लोकप्रियतेला ओहोटी लागली आणि काँग्रेस हायकमांडने मोठ्या अक्कलहुषारीने टाकलेला डाव यशस्वी झाला, असं

म्हणावं लागतं.

कारण ज्या दलित-बौद्ध समाजाने दलित पँथरची ताकद वाढविली होती, तोच समाज, दलित पँथरनेही आता स्वत:चा वेगळा सुभा न ठेवता रिपब्लिकन ऐक्याचे स्वागत करावे आणि ते ऐक्य कायम टिकून राहाण्यासाठी त्याने (दलित पँथरने) रिपब्लिकन पक्षाची युवा संघटना म्हणून यापुढेही सामाजिक कार्य करीत राहावं, अशी अपेक्षा करू लागला. गेली अनेक वर्षे नेतेगणांच्या फाटाफुटीमुळे होरपळलेल्या दलित समाजाची त्यात काही चूक होती असंही नव्हे; परंतु ते घडून येणं आता अशक्य होऊन बसलेलं होतं.

कारण आता वेळ फार पुढे निघून गेलेली होती.

ढसाळ-ढाले यांना अनपेक्षितपणे मिळालेल्या अफाट प्रसिद्धीमुळे आणि त्या पाठोपाठ त्यांच्याकडे अगदी सहजासहजी चालत आलेल्या अनेक प्रलोभनांमुळे ते त्यांच्या नेतेपणाच्या धुंदीतून बाहेर पडायला तयार नव्हते. कारण रिपब्लिकन पक्षाच्या ऐक्यामुळे दलित पँथरची ताकद मुळीच कमी झालेली नव्हती असंच ते मानीत होते. आणि ते काही अंशी खरंही होतं. कारण नव्या पिढीनेच दलित पँथरला डोक्यावर घेतलेलं होतं. कारण दलित पँथरचा आवाज हा त्यांचा आवाज होता.

रिपब्लिकन ऐक्य झालं तरी दलित पँथर खतम होत नाही, असं दिसताच ढसाळ आणि ढाले या नेत्यांमध्ये दुहीचं बीज पेरण्याचं कारस्थान पँथर विरोधकांनी सुरू केलं. त्यामध्ये महाराष्ट्र टाईम्ससारखे वृत्तपत्र, शिवसेनेचे मार्मिक, रिपब्लिकन पुढारी यांच्याबरोबरच प्रजा समाजवादी वालेही सामील झाले.

वास्तविक, पी. एस. पी. वाल्यांनीच त्यांच्या 'साधना' साप्ताहिकाद्वारे दलित पँथरला जन्म दिलेला होता. दलित पँथरच्या वाढीसाठी त्यांची 'युवक क्रांती दल' ही युवा संघटना राबविली होती. परंतु दलित पँथर आता आपल्या उपयोगाची तर राहिलेली नाहीच, उलट ती कम्युनिस्टांच्या हातातलं बाहुलं बनण्याची शक्यताच अधिक आहे; तेव्हा अशा दलित पँथरला आता खतम करणंच योग्य आहे, असं पी. एस. पी. वाल्यांना वाटू लागलं होतं.

म्हणून डॉ. अनिल अवचट यांनी 'मनोहर' साप्ताहिकामध्ये एका अंकात नामदेव ढसाळ आणि राजा ढाले यांच्या मुलाखती छापल्या व ढसाळ हा कसा कम्युनिस्ट आहे आणि ढाले हा कसा आंबेडकरवादी आहे, हे दाखविण्यासाठी लेखणी झिजवली.

महाराष्ट्र टाईम्सने तर ढसाळच्या ओव्हल मैदानावरील एका भाषणातील, 'आंबेडकर असे म्हणाले होते...' हा संदर्भ हेतुपूर्वक गाळून 'मी हाडाचा मार्क्सिस्ट कम्युनिस्ट आहे,' असं ढसाळांच्या नावाने छापलं.

त्याचं असं झालं-

ओव्हल मैदानावर उच्चभ्रू आणि उच्चविद्याविभूषित, परंतु डाव्या विचारसरणीच्या काही तरुण-तरुणींनी मनुस्मृतीचे दहन करून तो दिवस सॉलिडॅरिटी डे (एकता दिवस) म्हणून साजरा केलेला होता. त्या तरुण-तरुणींसमोर ढसाळांनी भाषण केले. त्या भाषणात त्यांनी सांगितले की, डॉ. बाबासाहेब आंबेडकर हे कम्युनिस्टांना उद्देशून एकदा म्हणाले होते की, हस्तिदंती मनोऱ्यात राहाणारे तुम्ही उच्चभ्रू लोक कसले आलात कम्युनिस्ट? या देशातले दु:खी, कष्टी, दरिद्री आणि हजारो वर्षे माणुसकीला पारखे झालेले आमच्यासारखे दलित लोकच खऱ्या अर्थाने हाडाचे मार्क्सिस्ट कम्युनिस्ट आहेत.

परंतु ढसाळांच्या भाषणातला डॉ. बाबासाहेब आंबेडकरांचा संदर्भ नेमका काढून म. टा. ने ढसाळांना म्हणजेच दलित पँथरला 'कम्युनिस्ट' म्हणून घोषित करण्याचा प्रयत्न केला होता.

याच बातमीचा आधार घेऊन मार्मिककारांनी 'मार्मिक'च्या अंकामध्ये एक व्यंगचित्र काढलं आणि 'अरेच्या, असं आहे काय? हे याआधीच कसं आमच्या लक्षात आलं नाही?' असं त्याखाली लिहिलं.

झालं, शिवसेनेच्या हातात 'दलित पँथर ही एक कम्युनिस्ट विचारांची संघटना आहे' असं कोलीत मिळालं आणि जो जो म्हणून दलित तो तो कम्युनिस्ट आहे, असा आरोप करून शिवसेनेने दलितांना पुन्हा एकदा झोडपायला सुरुवात केली.

त्यामुळे मध्य-मुंबईच्या पोटनिवडणुकीच्या निमित्ताने वरळी नायगाव येथे दलित-विरोधी दलितेतर अशा सुरू झालेल्या दंगलीचा पुन्हा एकदा जोराचा भडका उडाला. माणसं जणू काही माणुसकीच विसरून गेलीत की काय असं वाटावं, अशा तऱ्हेने दलितांच्यावर खुनी हल्ले होऊ लागले. तेव्हा दलितांनाही तितक्याच निकराने त्या हल्ल्यांचा प्रतिकार करावा लागला. जातीयवाद्यांनी दलितांच्या चाळीचे जिनेसुद्धा पेटवायचं सोडलं नाही. तेव्हा मात्र दलितांच्या घरातील चटणी-मसाल्यापासून ते पाटा-वरवंट्यापर्यंत सर्वांना रस्त्यात येऊन जातीयवाद्यांशी मुकाबला करावा लागला.

दलितांनी अशी जेव्हा अन्याय-अत्याचारांच्या विरोधात नाक्यानाक्यांवर आणि गल्लीबोळांमध्ये शिवसेना आणि हिंदू महासभा आणि जनसंघीय यांच्याशी निकराची झुंज द्यायला सुरुवात केली, तेव्हा कुठे त्यांच्या लक्षात आलं की, प्रत्येक दलित माणसाला कम्युनिस्ट ठरवून झोडपून काढणं तितकंसं सोपं काम नाही. म्हणूनच सद्य:स्थितीचा पुनर्विचार करण्यासाठी शिवसेनेचे शाखाप्रमुख आणि नगरसेवक यांची एक बैठक २ फेब्रुवारी ७४ रोजी झाली. तिचा वृत्तांत महाराष्ट्र टाईम्सच्या तीन फेब्रुवारीच्या अंकात छापून आला तो असा-

'मुंबई-शनिवार - नवबौद्धांना सर्व प्रकारचे संरक्षण दिले जाईल, असे शिवसेनेचे शाखाप्रमुख आणि नगरसेवक यांच्या आजच्या बैठकीत ठरले असल्याचे सांगण्यात आले. सेनाप्रमुख बाळासाहेब ठाकरे यांनी बैठकीचे मार्गदर्शन केले.

सर्व दलित पँथर हे कम्युनिस्ट नाहीत, तेव्हा इतर पँथर्सना समजून घेऊन सामाजिक समतेसाठी ते जे प्रयत्न करीत आहेत, त्याबाबत त्यांना मदत केली पाहिजे, असेही मत बैठकीत मांडण्यात आल्याचे कळते.'

उपरोक्त बातमीवरून हेच सिद्ध होते की, महाराष्ट्र टाईम्स आणि शिवसेना यांनी दलित पँथर्सना कम्युनिस्ट ठरवून वरळी-नायगावच्या दलितांना (मतदारांना) वेठीस धरलेलं होतं.

याचा परिणाम अर्थातच दलित पँथर्स कार्यकर्त्यांमध्येही झाला. कारण ढसाळ हा कम्युनिस्ट आहे, आंबेडकरवाद पुढे करून तो कम्युनिझम सांगत आहे, आणि राजा ढाले हाच खरा आंबेडकरवादी आहे, असा विचार ते करू लागले.

त्याचवेळी 'आम्ही' ह्या मासिकाचा १९७४ चा दिवाळी अंक प्रकाशित झाला. त्यामध्ये नामदेव ढसाळ यांनी लिहिलेला 'दलित पँथर्स'चा जाहीरनामा होता.

परंतु त्या जाहीरनाम्याला राजा ढाले आणि त्यांच्या पाठीराख्यांनी कम्युनिस्टधार्जिणा जाहीरनामा ठरविले. तो नागपूर मुक्कामी झालेल्या दलित पँथर्सच्या पहिल्याच अधिवेशनात फेटाळण्यात आला. तो तसा फेटाळला जाणार आहे, याची कुणकूण आधीच लागली असल्यामुळे ढसाळ, डांगळे, लतीफ खाटिक आणि मी त्या अधिवेशनाला गेलो नव्हतो.

इथूनच ढसाळ आणि ढाले असे दलित पँथर्सचे दोन गट पडले.

म्हणजेच काँग्रेस, शिवसेना, रिपब्लिकन आणि पी. एस. पी. यांनी चालविलेल्या दलित पँथर फोडण्याच्या कारवायांना यश आलं आणि दलित चळवळीच्या समुद्रामध्ये जी अनेक छोटी छोटी बेटे आधीच इतस्तत: विखुरलेली होती, त्यात दलित पँथरच्या दोन बेटांची भर पडली. कारण ऐक्याचं नाटक संपल्यानंतर काही थोड्या अवधीच्या अंतराने पुन्हा रिपब्लिकन पक्ष फुटला होता.

दलित पँथरच्या चळवळीचा हा सर्व इतिहास मी इथे एवढ्यासाठीच सांगितला, की दलित साहित्याच्या निर्मितीमुळे दलित पँथरचा जन्म झाला, परंतु दलित साहित्य हे प्रथमपासूनच जी पुरोगामी भूमिका घेऊन उभे राहिलेले आहे, त्या पुरोगामी भूमिकेला जे स्वत:ला आंबेडकरवादी म्हणवून घेतात, तेच लोक कट्टर विरोध करतात हे पाहून आश्चर्य वाटते.

●●●

३.
दलित पँथर अत्याचारी शक्तीचे डोके ठेचते

ज. वि. पवार

दलित पँथर ही समाजपरिवर्तन करू पाहणारी, सामाजिक बदल करण्यास सिद्ध असलेल्या उसळत्या रक्ताच्या तरुणांची क्रांतिकारक संघटना. समाजचौकट तोडायच्या दुर्दम्य आकांक्षेने पेटलेल्या या संघटनेला एका टोकाची ठोस भूमिका घेऊन रस्त्यावर का उतरावे लागले, हे समजून घेणे महत्त्वाचे आहे. हे समजून घेण्याच्या मन:स्थितीत जातीयवादी, प्रतिगामी शक्ती नसल्यास ते आपण समजू शकतो. पण जी मंडळी गेले पाव शतक पुरोगामित्वाचे नारे लावून वेगवेगळ्या निशाणाखाली एकत्र येऊन प्रस्थापितांविरुद्ध लढा उभारीत होती; ती मंडळी पँथरच्या विरोधात उभी राहतात त्यावेळी त्यांच्या बिनबुडी समाजबदलाच्या घोषणेची कीव येते.

डॉ. बाबासाहेब आंबेडकरांच्या बंडखोरीशी नाते सांगणाऱ्या तरुण पिढीने जेव्हा कोणतेही पूर्वग्रह न स्वीकारता जातिवाद्यांचा नंगानाच पाहिला तेव्हा या पिढीला या जातीय व्यवस्थेचा उबग आला. त्यांच्या डोळ्यांसमोर त्यांच्या आईला, त्यांच्या बहिणीला नग्न करून तिला चाबकाने फटकारणारा, बुडावर लाथा हाणणारा गावगुंड पाटील दिसतो. त्याने कधीतरी वाचलेले असते- अशाच एका वस्त्रहरणाच्या वेळी कृष्ण धावत आला होता. आज तोच कृष्ण लाजेने शरमिंदा होत नाही आणि मग त्या तरुणाचा भडका होतो. कृष्ण महाबंडल, रामायण महाभारत स्त्रीच्या अब्रूरक्षणासाठी घडलेच नाही, अशी आव्हानाची भाषा करीत तो इतिहासाकडे वळतो.

हे अन्याय, अत्याचार हा दलित वर्ग गेली साडेतीन हजार वर्षे सहन करत आला, अगदी निमूटपणे. त्याला देव वा दैव या कल्पनेखाली चिरडले गेले. पापपुण्य, पुनर्जन्म या वर्तुळात असहायपणे फिरायला लावले. डॉ. बाबासाहेब आंबेडकरांनी या मातीच्या गोळ्यात प्राण ओतला, आणि संघर्षासाठी रस्त्यात आणले. तो माणूस झाला. इतरांनी माणूस व्हावे म्हणून अट्टहास करू लागला. पण एका वर्षात १११७ कत्तली पाहून, लहानमोठ्या पन्नास गावांवर टाकलेले बहिष्कार

ऐकून, शेकडो बलात्कारांची प्रकरणे वाचून, कित्येक नारनवरेंचे बळी दिलेले, अनेकांना कुऱ्हाडीने तोडलेले, हजारोंना गावाबाहेर हुसकून लावलेले, विहिरीत टाकलेल्या विष्ठा आणि झोपड्यांना भररात्री आगी लावून त्या आगीतून प्राण वाचविण्यासाठी सैरावैरा पळणारी वृद्ध मंडळी व कोवळ्या अर्भकांच्या पोटात भाले भोसकून त्यांना त्या आगीत तडफडत मरायला लावणाऱ्यांची परंपरा अनुभवून हा तरुण शस्त्रानिशी रस्त्यात येतो. एका टोकाची, हाणामारीची भाषा करतो. तो पँथर झालेला असतो.

दलित पँथरचा जन्म झाला तो या व्यथेपोटी. काळाची गरज म्हणून ही संघटना उभी राहिली. ही व्यथा तळागाळाची असल्यामुळे ती तळागाळात सर्वमान्य होऊ लागली. खरे तर त्यांचे भवितव्य ठरायचे आहे, शाळा-कॉलेजातून त्यांना पदवीधर व्हायचे आहे; त्यांच्यावर ही अत्याचार-निर्मूलनाची जबाबदारी यायला नको होती, त्यांच्या भावनांचा उद्रेक होण्याआधी कुणीतरी हे कार्य आपल्या हाती घ्यायला हवे होते. दलित तरुणाने या आशेने आपली नजर जेव्हा चौफेर फिरवली तेव्हा त्याला अंधार दिसला. एकही राजकीय पक्ष बेंबीच्या देठापासून सामाजिक विषमतेविरुद्ध आवाज काढीत नाही, अधूनमधून उपवास, सत्याग्रह इत्यादींसारखे कार्यक्रम तो हातात घेतो, पण वर्तमानपत्रांनी रकाने लिहिल्यानंतर कृतकृत्य झाल्याच्या आनंदात सर्व विसरून जातो. समाजचौकट जशी असते तशीच राहते. पुन्हा पुन्हा कार्यक्रम देण्यासाठी ती स्थिर रहावी अशीच त्यांची अपेक्षा राहते. कोणताही राजकीय पक्ष कोणताही कार्यक्रम समस्या सोडवण्यासाठी हातात घेत नसतो. आपल्या पक्षांचे अस्तित्व टिकविण्यासाठी हे नाटक असते. निवडणुकांवर लक्ष ठेवून दिलेले कार्यक्रम व त्यांची मर्यादा आपण समजू शकतो. पण विचारवंतही जेव्हा कचखाऊ धोरण स्वीकारतात तेव्हा अस्वस्थता वाढत जाते. भारत व इतर देशांत मूलभूत फरक एकच. इतर देशांत समाजपरिवर्तनासाठी तेथल्या विचारवंतांनी देह ठेवला. कित्येकांनी कारावास भोगला, तर अनेकांनी देशत्यागही केला. भारतात राजकीय स्वातंत्र्यासाठी फाशी गेलेल्यांची उदाहरणे दिसतात, पण व्यक्तिस्वातंत्र्यासाठी फाशी गेल्याचे उदाहरण एकही नाही आणि म्हणूनच ही परंपरा दिवसेंदिवस होत जाते.

ही अन्यायी परंपरा टिकवण्यात विचारवंतही हातभार लावतात त्याचेच दुःख आहे. उदाहरणार्थ, मंदा पाटणकर प्रकरणी समाजसेवकाजवळ पिस्तुले देऊन स्त्रियांचे रक्षण करण्यास शासनाने मदत करावी, असे विचारवंत म्हणू शकतात. पण दलित स्त्रियांना नागवे करून लाथाडले जाते तेव्हा मात्र असल्या विचारवंतांचे मेंदू गहाण राहतात. अशावेळी 'दलित तरुणांना पिस्तूल द्या' असा किंवा दुसरा एखादा पर्याय सुचविण्यास गहजब केला जात नाही. याचे एकमेव कारण म्हणजे मंदा पाटणकर ही उच्चवर्णीय स्त्री होती. जातीयतेचा असा प्रचार करणाऱ्या तमाम विचारवंतांना एखाद्या मैदानावर

जाहीररीत्या चाबकाने फटकारले पाहिजे. विचारवंत विचार करण्यास असमर्थ ठरतो तेव्हा तमाम स्त्रीजातीने तरी एकत्र येऊन संघर्ष उभारायला हवा होता. खरे तर स्त्रीजात काश्मीर ते कन्याकुमारीपर्यंत एकच. तिच्या अब्रूची वर्गवारी व्हायला नको होती.

डॉ. आंबेडकर हे मात्र सर्व विचारवंतांत उजवे. उक्ती आणि कृती यांचा समन्वय व्हावाच, ही त्यांची भूमिका आणि म्हणूनच ते 'प्राण गेला तरी बेहत्तर' या अभिनिवेशाने रस्त्यात उतरले. महाड, काळाराम मंदिर सत्याग्रह केले. त्यांच्या महापरिनिर्वाणानंतर मात्र त्यांचा वारसा सांगणारी मंडळी आपापसांत झगडू लागली. आंबेडकरी चळवळीशी नाते सांगणारा रिपब्लिकन पक्ष वेगवेगळ्या राहुट्यांत विभागला गेला. समाजजीवनाच्या चिरफळ्या झाल्या. राजकीय दुभंगलेपणा येऊ लागला. सामाजिक, राजकीय आणि धार्मिक जीवन विस्कळीत झाले. आणि म्हणूनच एखाद्या रामदास नारनवरेचा खून केला जातो, तेव्हा ही गटाभिमानी मंडळी रामदास कोणत्या गटाचा होता, याचा प्रथम विचार करतात. तो जर आपल्या गटाचा नसेल तर या प्रकरणाकडे दुर्लक्ष करतात. निवडणुकांवर लक्ष ठेवून कार्यक्रम देणाऱ्या इतर पक्षांप्रमाणे रिपब्लिकन पक्षही वागू लागला. परिणामी तो शस्त्रहीन झाला व त्याने आंबेडकरी चळवळ मारून टाकली.

आंबेडकरी चळवळ मारण्याचा कट खुद्द बाबासाहेब हयात असतानाही रचण्यात आला होता. बाबासाहेबांच्या भव्य दिव्य नेतृत्वाखाली सर्व दलित वर्ग एकवटून कार्य करत होता. चर्मकार, मातंग इ. जाती-जमातींतील मंडळीही सामाजिक समतेचे निशाण घेऊन रस्त्यात उतरली होती. महात्मा गांधींनी ओळखले की, तमाम दलित समाज जर एका झेंड्याखाली आला, तर तो आज ना उद्या बदल मागेल. महात्मा गांधी हे मनाने अस्सल हिंदू होते. समाजचौकटीला धक्काही लागू नये ही त्यांची इच्छा. समाजचौकटीवर प्रखर हल्ले करून ती खिळखिळी करण्यास प्रवृत्त झालेले डॉ. आंबेडकर पाहताच अत्यंत प्रतिगामी अशा महात्मा गांधींनी विघटनासाठी तथाकथित महारेतरांना डॉ. आंबेडकरांच्या निशाणाखालून काढून घेतले. 'हरिजन' अशी गोंडस शिवी देऊन चळवळच मारण्याचा नीच प्रयत्न केला. महात्मा गांधींनी दलितांत विघटन केले तरीही हा शोषित समाज पुन्हा एकदा एकत्र येईल, या आशेवर डॉ. बाबासाहेब आंबेडकरांनी १९५२ साली रिपब्लिकन पक्षाचा खर्डा तयार केला व महार, चांभार, मांग, ढोर, कातकरी, आदिवासी इत्यादींच्या अधिकारांचे रक्षण करण्यास एक व्यासपीठ निर्माण केले. बाबासाहेबांनंतर रिपब्लिकन पक्ष हा एकजातीय, एकधर्मीय पक्ष बनला व जातीयता तोडण्यात अग्रेसर ठरला. दलित पँथरला १९५२ ची भूमिका मान्य आहे. संपूर्ण चळवळीचे तेच अधिष्ठान आहे. दलित पँथरही अठ्ठावीस कोटी लोकांच्या भवितव्याचा विचार करतेय. हा अठ्ठावीस कोटी

पददलित वर्ग जर एकवटला, बदल मागू लागला तरच हा देश 'देश' म्हणून राहील.

खेड्यात आज जो अन्याय होतो तो केवळ बौद्धांवर नव्हे; चर्मकार, मातंग, इत्यादींवर देखील होतोय. या सर्व प्रकारच्या अन्यायाविरुद्ध दलित पँथर आवाज उठवते. ज्या गावी अन्याय झाला त्या गावी जाते. तेथील दलितांना अभय देते. एखाद्या पाटलाला जबाबदार धरून त्याला माफी मागायला लावते. व 'तशा प्रकारचा अन्याय पुन्हा झाल्यास मनगटशाहीचा उपयोग करू' असा स्पष्ट इशारा देते. अत्याचारी शक्तीचे डोके ठेचते. आणि म्हणूनच वाचिवीर नसलेल्या या निधड्या छातीच्या व तरुण रक्ताच्या आवाजात अनेक बौद्धेतर स्वत:चा आवाज मिसळू लागले आहेत. सर्वहारा वर्गाच्या भवितव्याच्या दृष्टीने हे एक क्रांतिकारक पाऊल आहे. एखादा विठ्ठल साठेसारखा मातंग समाजाचा कार्यकर्ता सर्व शक्तीनिशी दलित पँथरमध्ये उतरतो, हे ह्याचेच चिन्ह आहे.

महाराष्ट्राच्या नव्हे तर देशाच्या आजच्या चित्राकडे पाहिल्यास एक गोष्ट प्रकर्षाने जाणवते, की मराठा समाजाच्या हाती आज क्षत्रियांचे भवितव्य आहे. भारतात हा समाज बहुसंख्य असल्यामुळे सरपंचापासून मंत्र्यापर्यंत त्यांचाच नंबर लागतो. निवडणुकीत निवडून आल्यावर पाच वर्षांत लाखो रुपये मिळवता येतात, हा आदर्श त्या समाजासमोर आहे. पण एकेकाळी सत्यशोधक समाजाच्या रूपाने हा समाज 'वैचारिक' क्रांतीचे निशाण घेऊन उतरला होता. बहुजन समाजातून महर्षी शिंदे यांनी उभारलेल्या चळवळीने समाज ढवळून निघाला आणि म्हणूनच या मंडळीच्या कर्तृत्वशक्तीने व आंबेडकरी चळवळीने दोन तपांत आश्चर्यकारक झेप घेतली. या मंडळींचा आदर्श जर आजच्या राज्यकर्त्या वर्गाने ठेवला असता तर देशाचे चित्र खासच बदलले असते.

ह्या अन्यायाकडे ब्राह्मणवर्ग तटस्थतेने पाहात आहे. त्याला संपूर्ण बदल नकोय. अन् बदल म्हणजे काय हे समजण्याइतका मराठा समाज विवेकी नाही. परिणामी, दलित समाज अधांतरी लटकतोय. दलितांवरील अन्याय दूर करण्यास व एकूण देशाचे भवितव्य उज्ज्वल करण्यास मराठा समाजाने ज्ञानाची कास धरणे अत्यावश्यक आहे. बहुजन समाजातल्या बाबा आढावांसारख्या एखाददुसऱ्यानेच विवेकी होऊन जमणार नाही; तर खुर्चीकडे न पाहता स्वत:चा कार्यक्रम घेऊन दलितांकडे आले पाहिजे.

साम्यवादी मंडळी ही या मातीतली मनोरंजक खेळणी. त्यांनी येथे साम्यवाद रंगवण्यासाठी पंचवीस वर्षे थयथयाट केला. स्टेजवर धर्मातीत भूमिका घेणाऱ्या साम्यवाद्यांनी कारखान्यातून बाहेर पडलेल्या कामगाराला स्वजातीची आठवण करून देणाऱ्या वस्त्या तोडल्या असत्या तर जातीयतेच्या नावाने आज हजारो समस्या

निर्माण झाल्या नसत्या. दहा-वीस रुपयांसाठी कामगाराला मालकाची मनधरणी करावी लागते. कामगार दोन आणे व्याजाने कर्ज काढून गणपतीसाठी गावी जातो तेव्हा हा साम्यवादी कार्यकर्ता 'गणपती हे एक थोतांड आहे' हे सांगण्यास कचरतो. खरे तर साम्यवाद दोघांनाही कळलेला नसतो. तो कळला असता तर कारखान्यात सत्यनारायण केला गेला नसता. कोणीही धर्मभावनेला धक्का लावण्यास धजत नाही. याचे उदाहरण म्हणून मुंबईतील गिरणगाव घेता येईल. हे गिरणगाव श्रमकऱ्यांचे. कालपरवापर्यंत यांचे नेतृत्व साम्यवाद्यांकडे होते. आज ते अत्यंत कर्मठ हिंदू असलेल्या शिवसेनेकडे आहे. शिवसेना ही हिंदुत्ववादाचा उघडपणे प्रचार करते. साम्यवाद्यांनी या गिरणगावकरांना विज्ञाननिष्ठा शिकवली असती तर आज लालचे रूपांतर भगव्यात इतक्या सहजतेने झालेच नसते.

समाजाला ढवळून तळागाळातल्यांना एकत्र करणाऱ्या दलित पँथरच्या विरोधात अनेक उभे राहतील. कारण त्यांना जातीयतेच्या रोगावर मलमपट्ट्या साफ अमान्य. हा रोग जुनाट आहे. तो रक्तारक्तात भिनलाय. तो नष्ट करण्यास आम्ही ऑपरेशनला सज्ज आहोत. या कामी कोणाचेही सहकार्य घेण्यास आम्ही तयार आहोत. मात्र या संदर्भात शत्रू-मित्र ओळखणे महत्त्वाचे आहे.

हा देश आमचा आहे. या देशावर खरा अधिकार आमचा. पूर्वेकडून आलेल्यांनी या देशाला बदनाम केले. त्याला जातीयतेचा कलंक लावला. त्याची प्रतिमा विद्रूप केली. चेहरा- मोहरा पार बदलून टाकला. ही विद्रूपता आम्हाला अस्वस्थ करते आणि म्हणूनच हा कलंक पुसण्यास आम्ही रस्त्यात आलो. बाबासाहेबांनी म्हटल्याप्रमाणे या देशाला रेतीच्या ढिगाऱ्यांचे स्वरूप आले आहे. रेतीच्या दोन कणांत आत्मीयता नसते. एका कणाचे दुसऱ्या कणाशी नाते नसते. तसेच भारतात एका जातीच्या सुख-दुःखाशी दुसऱ्या जातीला देणे-घेणे नाही. हे दोन कण सांधण्याचे कार्य सिमेंट करते. आम्ही तेच करणार. रक्ताच्या शिंपणाने एक जात दुसऱ्या जातीशी निगडित करणार. एकसंध करणार. अवघा समाज एकसंध झाला नाही, तो असाच वाड्यावाड्यांत अडकून पडला तर या देशाला भवितव्य नाही.

दलित पँथर ही दलितांची आहे. तिला वाटते की देशातल्या प्रत्येक स्त्रीची अब्रू अबाधित राहिली पाहिजे. ती कोणत्याही जातीची असो, तिच्या अब्रूची वर्गवारी होता कामा नये. दलित पँथरची तर स्पष्ट भूमिका आहे, की दलित स्त्रीच्या कासोट्याला हात घालणाऱ्याचे हात कलम केले जातीलच, पण उद्या एखाद्या ब्राह्मण स्त्रीच्या कासोट्याला जरी कोणी हात घातला तरी त्याचे हात कलम करण्यास दलित पँथरच पुढे असेल.

जातीयतेसारख्या जुनाट रोगावर प्रहार करण्यास डाव्या चळवळी एक बनून

रस्त्यात यायला हव्यात. या सगळ्या डाव्यांना वर्णविग्रहाचा लढा प्रथम अभिप्रेत असावा. तो आम्ही उभारतोय. त्यांनी आम्हाला साथ द्यायचीच. जे देणार नसतील त्यांचे पुरोगामित्व कागदावरच शिल्लक राहील. राजकीय पक्षाचा विचार करता दलित पँथरला आज तरी रिपब्लिकन (सर्व गट-उपगटांसह) पक्ष, सोशालिस्ट, शेतकरी-कामकरी व कम्युनिस्ट पक्ष मित्र वाटतात. यांतील बरीच मंडळी आमच्यावर चिखलफेक करत आहेत. तरीही ती आमची मित्रमंडळी आहेत. त्यांना आज ना उद्या आपल्या चुका कळतील. ते आमचे शत्रू नसल्याने त्यांच्याशी संघर्ष करण्यात काही अर्थ नाही. मित्रपक्षात अधून-मधून खटके उडून संघर्ष बळावेल की काय, असे वाटते. पण मित्रपक्षात आम्ही संघर्ष वाढू देणार नाही. त्यांनीही संघर्ष निर्माण करून नसता वाद करीत बसू नये. मित्र ठरविल्यानंतर शत्रूकडे बोट दाखवणे महत्त्वाचे. राजकीय पक्षापुरते बोलायचे झाल्यास सत्ताधारी काँग्रेस, जनसंघ, हिंदू महासभा, शिवसेना व धर्माच्या नावाखाली राजकारण करणारी मुस्लिम लीग हे आमचे शत्रू आहेत. त्याचप्रमाणे राष्ट्रवादाच्या पोकळ वल्गना करणारा राष्ट्रीय स्वयंसेवक संघ व तमाम जटाधारी, भोंदू आचार्य रजनीश व दत्ता बाळ यासारख्यांचे टोळके हेही आमचे शत्रूच. या भोंदूंच्या भोंदूगिरीवर निव्वळ भाई माधवराव बागल यांनीच हल्ला करून भागणार नाही. अनेक भाई बागल निर्माण झाले पाहिजेत. कारण जातीयतेचा पुरस्कार करणाऱ्या अनेक संघटना आज अस्तित्वात आहेत. जाती-धर्माच्या नावाने मोठ्या अभिमानाने वावरत आहेत.

पँथरला हे निपटून काढायचे आहे. येथे कोणत्याही जाती-धर्मांची संमेलने होऊ नयेत, ही आमची मनीषा आहे. राजकीय पक्षांना नारळ फोडल्याशिवाय निवडणूकप्रचार करता येत नाही. त्यामुळे हा प्रश्न गुंतागुंतीचा झालेला आहे. डोळसपणे मुंबई महानगरपालिकेचा निवडणूक-निकाल तपासला तर प्रतिगामी शक्ती डोके वर करतेय हे स्पष्ट दिसेल. जनसंघासारखा हिंदुत्ववादी, परंपरावादी पक्ष बलवान ठरू पाहतोय. पुण्यात पँथरने शंकराचार्यांना जोडे दाखवले तेव्हा पँथरच्या विरोधी उभी राहिलेली संघटना शंकरचार्यांना पाठीशी घालतेय. मागे एकदा गीतादहनाचे आम्ही आव्हान दिले होते तेव्हा सुद्धा ही संघटना 'गीता का जाळता' असे वैचारिक आव्हान आम्हास देऊ शकली नाही.

अशा परिस्थितीत सर्वहारा वर्ग एकत्र येऊन बदल मागण्यास संघर्ष उभारील अशी आशा आहे. प्रतिगामी शक्ती डोके वर करते तोच तिला ठेचण्याचे कार्य डाव्यांना करायचे आहे. आपापसातील बंडाळी मोडून पडली तर नवे वारे वाहण्यास सुरुवात होईल. जाती-धर्म-हीन समाजरचना निर्माण झाल्याशिवाय, म्हणजे गावाबाहेरील गावागावात आल्याशिवाय हे शक्य होईलसे वाटत नाही.

दलित पँथरने आजवर अनेक कामे केली आहेत. ब्राह्मणगाव, भूगाव, संगमनेर, पेठ इ. गावांत जाऊन 'जबाबदार' मंडळींना दम भरला, तर लहानमोठी तीस प्रकरणे हाताळली. गावात जाऊन प्रत्यक्ष भेट देण्याच्या परिपाठामुळे महाराष्ट्राच्या जवळजवळ सगळ्याच जिल्ह्यांत पँथरच्या शाखा निर्माण झाल्या आहेत. पँथर दिवसेंदिवस फोफावत चाललीय. आज ती असंख्य लोकांची झालीय. डोक्याला कफन बांधून आज अनेक मंडळी रस्त्यात उतरली आहेत.

विद्यार्थी व त्यांचे भवितव्य याबद्दल पँथर उदासीन आहे. शाळा-कॉलेजांतील शिक्षण व प्रत्यक्ष जीवन यांतील प्रचंड दरी मिटवण्यासाठी पँथरला शिक्षणपद्धतीत आमूलाग्र बदल पाहिजे. शाळा-कॉलेजातील शिक्षणक्रमातून रामायण-महाभारत यांना गचांडी मिळाली पाहिजे. देवधर्माच्या नावाने देण्यात येणाऱ्या सुट्ट्यांऐवजी डॉ. आंबेडकर, महात्मा फुले, आगरकर, शाहू महाराज, शिंदे इत्यादींच्या नावाने त्या दिल्या जाव्यात.

शिक्षणपद्धतीत बदल म्हणजे नेमके काय? याबद्दल निश्चित कार्यक्रम पँथरपुढे आहे. पण तो कार्यक्रम मान्य होणार नाही, कारण केंद्र व राज्यसरकारचे शिक्षणमंत्री ब्राह्मण असतात. सेक्रेटरी ब्राह्मणेतर, विशेषत: दलितवर्गीय होतील, तेव्हा हे चित्र पुसले जाईल. पण काही नेमक्या ठिकाणी दलितांना मज्जाव असतो हे तर आमचे दु:ख आहे. बाबासाहेबांनी दलित समाजाला 'शासनकर्ती जमात व्हा' असा संदेश दिला. पण परंपरावादी शासनकर्ते बाबासाहेबांच्या महापरिनिर्वाणानंतर दलित समाजाला रस्ते झाडायचे काम देऊन बाबासाहेबांवर सूड उगवीत आहेत. खरे तर शहर सुंदर ठेवायचा ठेका दलितवर्गीयांनीच घेतलेला नाही. कमी शिकलेल्या एखाद्या ब्राह्मणाला सुद्धा हे काम करावे लागेल. नोकऱ्यांतील जातीयता नष्ट करण्याची पँथरची इच्छा आहे.

काल-परवापर्यंत सर्वसामान्य दलित जनतेवर अन्याय होत होता. आज जो जवान प्राणपणाने सीमेवर लढून देशरक्षण करतो, त्याच्यावरही अन्याय होतोय, त्यालादेखील त्याच्या जातीची आठवण होण्याइतकी क्रूर वागणूक दिली जाते. सैन्यातही जातीच्या नावाने वर्गवारी केली जाते. सैनिकाला कोणतीही जात नसावी. देशसंरक्षण हे एकमेव ध्येय त्यांच्यासमोर असायला हवे. पण महार पलटण, मराठा पलटण अशी जातिवाचक नावे ठेवली जातात. सीमेच्या आत जसा तो वस्तीवस्तीत वाटला जातो, तसा तो सीमेवरही जातीजातीत विभागला जातो. जातिवाचक नावे ठेवण्याऐवजी भिमू कांबळेसारख्या शूराच्या नावे पलटणी असल्यास स्फूर्ती येईल. जवान आपल्या गावी गेल्यावर मानसन्मानाने जगला पाहिजे. अशाच प्रकारचे अन्याय जवानांवर होत राहिल्यास एक दिवस ते आपण कोणासाठी लढतोय, हा प्रश्न विचारतील.

●●●

४.
दलित पँथरमुळे समाज चळवळमय बनला
भाई संगारे

दलित पँथरच्या स्थापनेपासून मी पँथर चळवळीत काम केले आहे. पण पुढे आमच्यात फूट झाली आणि पँथर दुभंगली. नेतृत्वाच्या प्रश्नावरून पँथर चळवळीत मतभेद निर्माण झाले. वैचारिक मतभेदांमुळे पँथर फुटली नाही. तो एक भास आहे. खरे तर पँथर चळवळीचा नेता कुणी व्हायचे, या नेतृत्वलालसेमुळे पँथर पुढाऱ्यांत वैमनस्य निर्माण झाले. 'मी खरा नेता आहे. माझ्यामागे चळवळ आहे. चळवळीची सर्व सूत्रे माझ्या हाती असली पाहिजेत', या भावनेतून पँथर चळवळीमध्ये नेतृत्वस्पर्धा सुरू झाली आणि त्यामुळे पँथर फुटली.

राजा ढालेंनी मास मूव्हमेंटची स्थापना केली, तर ढसाळने दलित पँथरमध्ये राहून काम केले. या फाटाफुटीमुळे चळवळ नेतृत्वहीन झाली. अशावेळी पर्याय म्हणून जे नवे नेतृत्व उदयाला आले, त्याला समाजाने उचलून धरले आणि तीच भारतीय दलित पँथर होय. ढसाळ-ढाले आणि माझ्यात मतभेद झाल्यानंतर पँथर चळवळीचे नेतृत्व हे इतरांकडे गेले. भारतीय दलित पँथरचे नेतृत्व चळवळीला पुढे नेऊ शकले नाही. ते खुरटे निघाले आहे. लोकांनी आम्हाला पर्याय म्हणून रामदास आठवले वगैरे मंडळींना स्वीकारले. पण त्यांनी जनतेच्या अपेक्षा पूर्ण केल्या नाहीत. केवळ नामांतराच्या प्रश्नावर अनेक वर्षे लढत राहिल्यामुळे चळवळ एकाच प्रश्नाभोवती गुरफटली गेली आहे. केवळ नामांतराच्या प्रश्नावर दलित समाजाला आणखी किती दिवस वेठीला धरणार? नामांतराशिवाय इतर प्रश्नांकडे भारतीय दलित पँथरने लक्ष दिले नाही. आम्ही पँथर चळवळीमध्ये आरंभीच्या काळात जो दबदबा निर्माण केला होता, त्याचाच फायदा नंतरच्या नेतृत्वाने उठविला आहे. आजची पँथर चळवळ थांबल्यासारखी वाटते. म्हणून पुन्हा एकदा मी-ढसाळ-ढाले एकत्र येऊन चळवळीत काम करण्याचा विचार करीत आहोत.

दलित पँथरच्या स्थापनेमुळे जो दलित तरुण शिवसेनेसारख्या प्रतिगामी

जातीवादी संघटनेमध्ये काम करीत होता, तो दलित पँथरमध्ये आला. दलित तरुणांची प्रबळ अशी लढाऊ ताकद म्हणून दलित पँथर नावारूपाला आली. पण आज भारतीय दलित पँथर निळा आणि भगवा ध्वज एकत्र आणण्याचे स्वप्न पाहत आहे. भीमसैनिक व शिवसैनिक एकत्र आले पाहिजेत, असे रामदास आठवलेंसारखे पँथर पुढारी म्हणत आहेत. खरे तर पँथरचा जन्मच शिवसेनेसारख्या जातिवादी संघटनेच्या विरोधात झाला आहे. शिवसेना आणि दलित पँथर एकत्र येऊ शकत नाहीत. 'जयभवानी जयशिवाजी' म्हणून दलितांच्या झोपड्या जाळणारे शिवसैनिक पँथरचे दोस्त कसे होऊ शकतात?

आजची पँथर चळवळ केवळ अजगरासारखी पसरलेली आहे. या चळवळीला दलित समाजाची आणि त्याच्या समस्यांची जाणीव नाही. डॉ. बाबासाहेब आंबेडकरांच्या विचारांशी प्रामाणिक असणे, ही पँथरची भूमिका आहे. पण अलीकडचे नेतृत्व समाजाची दिशाभूल करणारे आहे. पॅन्थरस्थापनेच्या वेळचा म्हणजेच १९७२ साली चळवळीत असलेला कार्यकर्ता आज तटस्थ आहे. अशा कार्यकर्त्याला समर्थ आणि समजूतदार नेतृत्व हवे आहे. आम्ही- म्हणजेच ढसाळ-ढाले–मी– परवा एका सभेत एकत्र आलो होतो. तेव्हा आमच्या सभेला प्रचंड गर्दी लोटली होती. चळवळीला पुन्हा एकदा आमचे नेतृत्व हवे आहे.

आमच्यात फूट पडल्यामुळे आम्ही चळवळीबाहेर फेकलो गेलो. चळवळीबाहेर गेल्यानंतरचा अनुभव आमच्या पाठीशी आहे. चळवळीपेक्षा समाज मोठा आहे. आमच्यात फूट पडल्यानंतर समाजात एकता राहिली नाही. पुनरुज्जीवनवादी विचार फोफावत आहेत. प्रतिगामी संघटनांचे पेव फुटले आहे. दलितांवर संघटितपणे क्रूर हल्ले होत आहेत. पूर्वी एखाद्या दलितावर अन्याय व्हावयाचा, पण आज सामुदायिकपणे सर्व दलित वस्त्यांवर हल्ला होतो आहे. परत एकदा पँथरस्थापनेपूर्वीची भीषण परिस्थिती निर्माण झाली आहे. या जातिवादी हल्ल्यांना प्रतिउत्तर द्यावयाचे असेल तर संघटितपणे लढणे हा एकच पर्याय आहे. दलितविरोधी आघाड्या मजबूत होत असताना आम्ही पँथर चळवळीपासून दूर असणे हे समाजहिताचे नाही. आता स्वार्थाचे राजकारण सोडले पाहिजे. शत्रू आणि मित्र ओळखले पाहिजेत. तरच आपण समाजप्रवाहात टिकू शकू.

दलित पँथरची स्थापना झाली, त्याचा महाराष्ट्राच्या सांस्कृतिक जीवनावर फार मोठा परिणाम झाला. दलित पँथरच्या स्थापनेमुळे दलितांना संघर्ष आणि स्वाभिमानाची जाणीव झाली. बाबासाहेबांच्या मरणानंतर दलित चळवळीला दादासाहेब गायकवाड यांनी समर्थ नेतृत्व दिले. पण त्यानंतर मात्र दलित चळवळीला योग्य नेता मिळाला नाही. दलित पँथरच्या चळवळीमुळे दलित समाज चळवळमय

बनला. पुढे ज्या दलित नावाने छोट्या-मोठ्या चळवळी झाल्या त्यांचे जननबीज ही दलित पँथरची चळवळ आहे. दलित पँथरने मरगळलेल्या दलित समाजाला फार मोठ्या प्रमाणात जागे केले. विस्तवाच्या रूपानं धगधगता विद्रोह दलित समाजात धुमसतोय याची जाणीव शत्रूला करून देण्याचे काम दलित पँथरने केले आहे. दलित लेखक आणि कलावंतांच्या लेखणीला समर्थ करण्याचे काम दलित पँथरने केले आहे. जिथे जिथे अन्याय होईल तिथे जाऊन दलित पँथरने अत्याचार करणाऱ्यांना चोपून काढले. त्यामुळे दलित पँथर सर्वसामान्य माणसाचे मदतकेंद्र बनल्याचे दिसून येईल.

चळवळीत लीडिंग पार्ट महत्त्वाचा असतो. मातीला जिवंत करण्याचे काम, समाजाला संघर्षमय करण्याचे काम नेतृत्वाकडे असते. यासाठी नेतृत्वाला प्रश्नांची समज आणि व्याप्ती यांचं नीट आकलन पाहिजे. प्रश्नाला आंदोलनाचे स्वरूप देण्याची कुवत नेतृत्वात असली पाहिजे. पण पँथरमध्ये नवे नेतृत्व वांझोटे ठरले आहे. आमचा फाटाफुटीचा इतिहास पाहून मी अस्वस्थच होतो. जोगेंद्र कवाडेंसारखा माणूस दलित चळवळीला हाजी मस्तानच्या दावणीला बांधत आहे. कवाडेंना 'थॉटस्‌ ऑन पाकिस्तान' मधील बाबासाहेबांचे विचार कळलेच नसावेत. गेली दहा-पंधरा वर्षे भारतीय दलित पँथरने नामांतराच्या प्रश्नात चळवळ गुंतवून ठेवली आहे. प्रकाश आंबेडकरांचे नेतृत्व ही निव्वळ घराणेशाही आहे. आज दलित समाजाचे प्रबोधन करणे महत्त्वाचे आहे. नवीन कार्यकर्ते निर्माण झाले पाहिजेत. पुन्हा एकदा नव्याने हेवेदावे सोडून एकत्र आले पाहिजेत. तरच चळवळीला भवितव्य आहे.

दलित पँथरमधून मी बाहेर पडल्यानंतर 'प्रॅक्टिकल सोशॅलिझम' नावाची संघटना स्थापन केली आहे. दलित पँथर म्हटले, की एका विशिष्ट जातीची संघटना असा बोध होतो, पण प्रॅक्टिकल सोशॅलिझम ही संघटना कुठल्याही एका विशिष्ट अशा जातीची नाही. जातीच्या प्रश्नाशिवाय इतर प्रश्नांवर मी लढे दिले. त्यामुळे माझा अन्य पुरोगामी चळवळींशी संबंध आला. माझे अनुभवक्षेत्र वाढले. मला इतर चळवळींबरोबर काम करता आले. मी अन्य जातीजमातींमधील माणसांचाही विचार केला. त्यांच्या प्रश्नांसाठी संघर्ष केला. आज मी प्रॅक्टिकल सोशॅलिझम या संघटनेत आहे, पण मला सर्वांनी एकत्र येऊन शत्रूविरुद्ध लढण्याची गरज वाटते.

(शब्दांकन- अरुण म. कांबळे)

●●●

५.
नामांतर लढ्यामुळे चळवळीला नवे परिमाण

अरुण कांबळे

डॉ. बाबासाहेब आंबेडकर यांच्या संकल्पनेतला प्रबळ असा विरोधी पक्ष म्हणून रिपब्लिकन पक्ष रुजू शकला नाही, तो एकजातीयच राहिला. युती आणि फाटाफूट या संधिसाधू राजकारणात रिपब्लिकन पक्षाची वाताहत झाली. रिपब्लिकन पक्ष दलित समाजाच्या मूलभूत प्रश्नांवर खंबीर असे नेतृत्व देऊ शकला नाही. या पक्षाची ही राजकीय शोकांतिका होय. याच काळात नव्या जोमाने दलित साहित्य प्रकाशित होत होते. दलित साहित्यामुळे नव्या जाणिवा आणि नव्या वाटा दृष्टिपथात येऊ लागल्या. याचवेळी दलितांतील अन्याय-अत्याचार वाढले होते. पेरुमल कमिटी व ब्राह्मणगाव-बावडा येथील घटनांमुळे दलित तरुणांमध्ये क्षोभ निर्माण झाला होता. अशा संघर्षमय परिस्थितीत दलित पँथरचा उदय झाला. तो सामाजिक पातळीवरचा सामुदायिक हुंकार होता. प्रत्येकाला आपल्याच भावना व्यक्त होत आहेत, असंच वाटत होतं. स्थापनेच्या वेळी पँथरचे स्वरूपही स्पष्ट नव्हते. ही चळवळ हळूहळू वाढत गेली. १९७०-७४ मध्ये मी मुंबईत नव्हतो, त्यामुळे पँथरस्थापनेत मी नव्हतो. पण जेव्हा पँथरची स्थापना झाली त्याचवेळी मी सांगलीत पँथरची शाखा सुरू केली. पँथर्स स्थापनेचे श्रेय कोण्या एका व्यक्तीकडे जात नाही, तर स्थापनेपूर्वी होऊ घातलेल्या समग्र सांस्कृतिक बदलाकडे जाते. यात प्रामुख्याने दलित साहित्याचा वाटा अधिक आहे. याच काळात मीही लिहीत होतो.

दलित पँथर जेव्हा सुरू झाली तेव्हा हजारोंच्या संख्येने तरुणांनी पँथरमध्ये प्रवेश केला. प्रत्येकाला पँथर ही आपल्या मनातील असंतोषाचे समर्थ व्यासपीठ वाटत होती. सर्व तरुण बेदरकार होते. विचाराने वेगळ्या असलेल्या पण एकदिलाने काम करणाऱ्या तरुणांची संघटना म्हणून सुरुवातीच्या पँथर चळवळीकडे पाहता येईल.

दलित पँथर या चळवळीचे लढाऊ आणि आक्रमक रूप म्हणून लोकांच्या

पुढे आले ते वरळी दंगलीमुळे. वरळी दंगल ही शिवसेना आणि दलित पँथर यांच्यामध्ये होती. यावेळी डाव्या शक्ती पँथरच्या पाठीशी होत्या. वरळी दंगलीमुळे दलित पँथरला बळ मिळाले. भागवत जाधव आणि रमेश देवरुखकर यांच्या बलिदानातून ही संघटना उभी राहिली. या दंगलीमुळे दलित तरुणांना आपल्या प्रतिकारक्षमतेची जाणीव झाली, प्रत्यक्ष जाणीव झाली, प्रत्यक्ष लढ्याचा अनुभव मिळाला. आणि दलित पँथर या दंगलीनंतर 'लढाऊ संघटना' म्हणून ओळखली जाऊ लागली. त्यामुळे नव्या दमाच्या तरुणांचा ताफा पँथरकडे आकर्षिला गेला. रिपब्लिकन पक्षाचे स्वरूप असे नव्हते.

वरळी दंगलीनंतरच्या काळात बलदंड पँथर चळवळीला तडे गेले आणि फाटाफुटीला सुरुवात झाली. फाटाफुटीचे कारण तात्त्विक होते असे नाही. नामदेव ढसाळ हा संधिसाधूपणाचं राजकारण करणारा नेता होता. त्याची स्पष्ट अशी वैचारिक भूमिका नव्हती. त्याच्यावर नक्षलवाद्यांचा प्रभाव होता. त्याच्या स्वभावात अनेक वैगुण्यं होती. ढसाळ कवी होते. त्यामुळे त्यांना प्रसिद्धीही मिळाली. चळवळ वाढत असताना जो ठाम निश्चय लागतो आणि खंबीर धोरण लागते, ते त्यांच्याजवळ नव्हते. त्यामुळे नामदेव ढसाळ बाजूला फेकले गेले, त्यांच्या साम्यवादी विचारसरणीमुळे नव्हे. दलित पँथरचा जाहीरनामा हे केवळ 'निमित्त' आहे. हा जाहीरनामा अगोदर सर्वांनी मान्य केला होता, पण फाटाफुटीमुळे पुढे तो अमान्य केला गेला. राजा ढाले यांनी ढसाळांच्या कम्युनिस्टपणाला विरोध केला. ढालेंनी आपली भूमिका 'एकनिष्ठ की कम्युनिस्ट' या पुस्तिकेत मांडली आहे. १९७४ च्या नागपूर अधिवेशनामध्ये ढसाळांना संघटनेतून काढण्यात आले. त्यावेळी मी ढालेंबरोबर होतो. अविनाश म्हातेकर, ज. वि. पवार, भाई संगारे आणि रामदास आठवले आम्ही सर्वजण एकत्रित होतो. पुढे नेतृत्वाची स्पर्धा आणि व्यक्तिगत आकस यामुळे संघटनेत धुसफूस वाढली. म्हणून दुसऱ्या टप्प्यात भाई संगारे आणि अविनाश म्हातेकर यांनाही काढून टाकण्यात आले.

जून १९७५ मध्ये आणीबाणी जाहीर करण्यात आली. या आणीबाणीला माझा विरोध होता. आणीबाणीच्या काळात इंदिरा गांधींनी अनेक संघटनांवर बंदी घातली होती आणि अनेक कार्यकर्ते, तसेच नेत्यांना तुरुंगात टाकले होते. दलित पँथरवरही बंदी घातली जाईल आणि आपण तुरुंगात जाऊ, अशी भीती राजा ढालेंना वाटत होती. त्यामुळे आणीबाणीच्या काळात ढाले पूर्ण निष्क्रिय बनले होते. त्यावेळी महाराष्ट्राच्या मुख्यमंत्रीपदी शंकरराव चव्हाणांसारखा मराठी माणस होता. वरळी दंगलीची चौकशी चालू होती. आपण सरकारविरुद्ध गेलो तर वरळी दंगलीचा ठपका पँथरवर येईल, अशी भीती राजा ढालेंना वाटत होती. याच दणक्यात राजा

ढालेंनी दलित पँथर बरखास्त करून टाकली आणि मास मूव्हमेंटची स्थापना केली. कुणालाही न विचारता त्यांनी हा निर्णय घेतला. इतकेच नव्हे तर, कुणालाही न विचारता पत्रकावर आम्हा सगळ्यांची नावे टाकली. स्वत: रामदास आठवले यांनी ही निवदने वाटली आहेत. आम्ही दलित पँथरच्या बरखास्तीला विरोध केला आणि पँथर चळवळ पुढे चालू ठेवली.

१९७६ मध्ये औरंगाबादला आम्ही मंडळींनी बैठक बोलावली. या बैठकीमध्ये माझ्याकडे अध्यक्षपद देण्यात आले. दलित पँथर बरखास्त न होता पँथरला नवं वळण दिलं आणि पँथर चळवळ पुन्हा एकदा मजबूत करण्याचा प्रयत्न केला. यात आम्ही यशस्वी ठरलो. औरंगाबादच्या बैठकीमध्ये आम्ही जे निर्णय घेतले ते पँथर चळवळीच्या बांधणीमध्ये खूप महत्त्वाचे ठरले आहेत. ते निर्णय असे-

(१) मूलभूत आणि पायाभूत धंद्यांचे राष्ट्रीयीकरण झाले पाहिजे.

(२) बौद्धांना केंद्रशासनाच्या सवलती मिळाल्या पाहिजेत.

(३) जातीयवाद पसरविणारे अभ्यासक्रमातील लेखन वगळले पाहिजे.

(४) १०+२+३ हा दलितद्रोही अभ्यासक्रम बंद झाला पाहिजे.

(५) दलितांवरील अन्याय, अत्याचार बंद झाले पाहिजेत. दलितांवर अन्याय अत्याचार होऊ नये म्हणून फिरती न्यायालये आणि फिरती पोलीसयंत्रणा राबविली पाहिजे.

(६) मराठवाडा विद्यापीठाचे 'डॉ. बाबासाहेब आंबेडकर विद्यापीठ' असे नामांतर झाले पाहिजे.

अशा मुख्य मागण्या असलेला दहा कलमी कार्यक्रम आम्ही स्वीकारला. यावेळी महाराष्ट्राच्या मुख्यमंत्रीपदी वसंतदादा पाटील हे होते. आम्ही शिष्टमंडळ घेऊन वसंतदादांना भेटलो. त्यांना मराठवाडा नामांतराची मागणी पसंत पडली. लोकांकडून नामांतराची मागणी आली तर मराठवाडा विद्यापीठाचे नामांतर करता येईल, असे आश्वासन वसंतदादांनी आम्हाला दिले आणि आम्ही नामांतराच्या प्रश्नावर कामाला लागलो. मराठवाडा विद्यापीठाचे 'डॉ. बाबासाहेब आंबेडकर विद्यापीठ' असे नामांतर व्हावे म्हणून औरंगाबादला दलित पँथरने मोर्चा काढला. यामध्ये युक्रांद ही संघटनादेखील सहभागी होती. मराठवाडा विद्यापीठाच्या एक्झिक्युटिव्ह कौन्सिलमध्ये नामांतराचा ठराव झाला आणि पँथर संघटनेला बळ मिळाले. या ठरावामुळे दलित पँथरच्या आशा पालवल्या. पण प्रतिगाम्यांनी या नामांतराला विरोध केला. ठिकठिकाणी नामांतराच्या विरोधात दंगली उसळल्या. अन्याय-अत्याचाराच्या अनेक घटना घडल्या. दलितांच्या झोपड्या जाळल्या गेल्या. काही ठिकाणी खून झाले. मराठवाड्यात खेड्यापाड्यापर्यंत हे लोण पोहचले. आंबेडकरांना

पर्याय म्हणून मौलाना आझाद आणि रामानंद तीर्थ अशी दोन नावे पुढे आली.

१९७६ ते ८६ या दशकात दलित पँथरने नामांतराच्या निमित्ताने महाराष्ट्रभर संघटनेचे जाळे विणले. हजारो मोर्चे काढून पँथरने आपली मागणी लोकांपुढे मांडली. नामांतर लढ्यामुळे दलित चळवळीला नवे परिमाण मिळाले. नामांतर लढा आमच्या अस्मितेचे प्रतीक होता. तो आमच्या मुक्तीचा लढा होता. नामांतराचा लढा हा दलितांचा स्वातंत्र्योत्तर काळातील सर्वात मोठा लढा होता. या लढ्यामध्ये इतर जाती-जमातींचा सहभाग होता. आदिवासी, भटके-विमुक्त नामांतराच्या प्रश्नावर आमच्याबरोबर रस्त्यात आले. नामांतराच्या लढ्यात दलितेतर समतावाद्यांचा सहभाग होता. नामांतरासाठी १९७७ साली पँथरने मुंबईला काढलेला मोर्चा आणि १९७९ साली औरंगाबादला नामांतरासाठी केलेला सत्याग्रह या दोन घटना पँथर इतिहासात फार महत्त्वाच्या आहेत.

दलितांचे लढे फारसे यशस्वी झाले नाहीत, तेच नामांतराचेही झाले. पण नामांतर चळवळीमुळे मोठ्या प्रमाणात शक्ती निर्माण झाली. समतावादी चळवळ उभी राहिली. सर्वसामान्य माणूस मोठ्या संख्येने आंदोलनात उतरला. लाखोंच्या संख्येने लोक तुरुंगात गेले. हे या लढ्याचे यश म्हणता येईल. नामांतरामुळे पँथर ही सगळ्या दलितांची लढाऊ संघटना म्हणून ओळखली गेली. पण दलितांच्या इतर संघटना नामांतराच्या प्रश्नावर तटस्थ राहिल्या आणि दलित पँथर ही चळवळ नामांतराच्या प्रश्नावर लढत राहिली. जणू नामांतराचा प्रश्न हा या चळवळीचा प्राणबिंदू ठरला. याचा असाही परिणाम झाला की, पँथर चळवळ नामांतरात अडकून पडली. नामांतराच्या प्रश्नावर चळवळीला किती वेठीस धरावे, हे नेत्यांना उमजले नाही. या प्रश्नावर प्रदीर्घ काळ चळवळीने लक्ष दिल्यामुळे इतर महत्त्वाच्या प्रश्नांकडे पँथरचे दुर्लक्ष झाले, हे कबूल करावेच लागेल.

नामांतराच्या प्रश्नामुळे पँथरला आलेली स्थितिशीलता मंडल आयोगाच्या लढ्याने नष्ट होईल, असे वाटले होते. मंडल आयोगाची अंमलबजावणी व्हावी यासाठी दलित पँथरने महाराष्ट्राच्या विधानभवनावर पहिला मोर्चा काढला. नामांतर आणि मंडल आयोग या प्रश्नांवर लढा देणे हे आमच्या काही सहकाऱ्यांना मान्य नव्हते. फक्त नामांतराचा लढाच पुढे रेटण्याचा त्यांचा इरादा होता. कारण नामांतर लढ्याचे नेतृत्व दलित पँथरकडे होते. मंडल आयोगाचे नेतृत्व बाबा आढाव यांनी स्वतःकडे घेतले होते. (कारण दलित पँथरने नामांतर लढ्याचे नेतृत्व एस्. एम्. जोशी यांना देण्याचे नाकारले होते.)

डॉ. बाबासाहेब आंबेडकरांनी महाडचा सत्याग्रह आणि काळाराम मंदिर प्रवेश सत्याग्रह केला. पण त्याच प्रश्नावर ते पुन्हा पुन्हा लढे देत बसले नाहीत.

एकाच प्रश्नावर लढा देत राहिल्याने चळवळ थांबते व लोकांची सहानुभूती कमी होते आणि कार्यकर्त्यांतील उत्साह कमी होतो, याचे नेतृत्वाला भान असले पाहिजे. महाडच्या चवदार तळ्याचा सत्याग्रह आणि काळाराम मंदिराच्या प्रवेशाचा सत्याग्रह या दोन लढ्यांत बाबासाहेबांनी नवा आणि व्यापक पर्याय दिला होता- तो म्हणजे धर्मांतर होय. पण पँथर चळवळीत असे घडले नाही. नेतृत्व परिपक्व नाही, सुशिक्षित तरुण वर्ग नोकरीत अडकला आणि चळवळीत बकाल वर्ग वाढला. या बकाल वर्गाला थोपविणं अवघड झालं. हताश झालेले अनेक तरुण चळवळीत सामील झाले होते. गुंड प्रवृत्तींना पाठिंबा देणारे काही नेते आमच्यातही होते. पँथर चळवळीला नवं परिमाण देण्याचा माझा विचार होता. संघर्षाबरोबर रचनात्मक कार्य झाले पाहिजे, असे मला वाटते. म्हणून मी डॉ. आंबेडकर विश्वविद्यापीठाची घोषणा केली. पण हे आमच्या काही मित्रांना आवडले नाही. नामांतराला पर्याय म्हणून डॉ. आंबेडकर विश्वविद्यापीठाची स्थापना केली जाते आहे, असे भासविले गेले, आणि मला पँथरमध्ये विरोध झाला. खरे तर खाजगीत मी सर्वांशी चर्चा केली होती आणि आंबेडकर विश्वविद्यापीठाला सर्वांचा पाठिंबाही होता. पण माझ्या प्रयत्नाला विरोध का झाला हेच कळत नाही. मला बदनाम करून चळवळीपासून दूर लोटण्याचे प्रयत्न केले गेले.

शरद पवार मुख्यमंत्री असताना दलित पँथरने नागपूरला एक भव्य मोर्चा काढला होता. या मोर्च्याचा परिणाम म्हणून महाराष्ट्र शासनाने डॉ. बाबासाहेब आंबेडकर ग्रंथ प्रकाशन समितीची स्थापना केली. या समितीचा मी पूर्वीपासून सदस्य आहे. या समितीने प्रकाशित केलेल्या चौथ्या खंडामधील 'रिडल्स् इन हिंदुइझम' या बाबासाहेबांच्या निबंधावर महाराष्ट्रात वादळ माजले. अमरावतीच्या मंडळींनी नागपूर खंडपीठाकडे या निबंधाच्या विरोधात रिट भरला होता. ही बातमी महाराष्ट्र टाईम्समध्ये आली होती आणि लगेच माधव गडकरींनी लोकसत्तेमध्ये 'रिडल्स्'च्या विरोधात लिहिले. त्यामुळे वातावरण तापले. 'रिडल्स'च्या निमित्ताने परत एकदा सवर्ण आणि दलितांमध्ये उग्र संघर्ष होईल, अशी भीती निर्माण झाली. दोन्ही बाजूंनी मोर्चे आणि मागण्या वाढू लागल्या. यामुळे डॉ. बाबासाहेब आंबेडकर ग्रंथ समितीची बैठक झाली. या बैठकीत मी आंबेडकरी विचारांचा जोरदार पुरस्कार केला. 'रिडल्स्' मधील साधे स्वल्पविराम, पूर्णविरामदेखील वगळण्याचा अधिकार आपल्याला नाही, अशी भूमिका मी घेतली. पण आमच्यातील काही मंडळी बाबासाहेबांच्या विचारांशी विसंगत वागली. आम्ही शासनाबरोबर आहोत, शासनच सर्वश्रेष्ठ आहे, आंबेडकरांनी मनाच्या उद्विग्न अवस्थेतून 'रिडल्स्'चे लेखन केले आहे. ते आज हयात असते तर असे लेखन त्यांनी केले नसते, अशी भूमिका

आमच्या काही बड्या मंडळींनी घेतली. या सर्वांचा परिणाम असा झाला की, मुख्यमंत्री शंकरराव चव्हाणांनी 'रिडल्स इन हिंदुइझम' हे परिशिष्ट वगळण्याचा निर्णय घेतला.

'रिडल्स्' प्रकरणात दलित चळवळीला मिळालेले यश महत्त्वाचे होते. 'रिडल्स्' मुळे जनता आणि नेत्यांमध्ये ऐक्याची भावना निर्माण झाली आणि येथूनच भारतीय दलित पँथरने दलित एकता परिषद घेण्याला सुरुवात केली.

सगळ्या दलित जनतेला एकत्रित घेऊन आपल्याला पुढे गेले पाहिजे. तरच मूलतत्त्ववादी, धर्मांध, फॅसिस्ट, सनातनी विचारांना आपण पराभूत करू शकू. देशाच्या अस्तित्वाचा प्रश्न म्हणजे सर्वसामान्य माणसांच्या अस्तित्वाचाच प्रश्न आहे. आम्ही सर्वप्रथम माणसाला महान मानतो. आज देशात प्रतिगामी, प्रतिक्रांतिवादी विचार जोराने फैलावत असताना दलित चळवळीला अधिक व्यापक पायावर उभे राहिल्याशिवाय भवितव्य नाही, असे मला वाटते.

(शब्दांकन - अरुण म. कांबळे)

●●●

६.
कार्यकर्त्याचा त्याग हाच चळवळीचा प्राण

रामदास आठवले

भारतीय दलित पँथर ही दलित तरुणांची 'लढाऊ शक्ती' आहे. भारतीय दलित पँथरने कार्यक्रमाच्या माध्यमातून दलित समाजाचा विश्वास संपादन केला आहे. सुरुवातीची पँथर चळवळ भावनात्मक स्वरूपाची होती, पण आजची पँथर मजबूत पायावर उभी आहे. पँथर आज महाराष्ट्राबाहेर काम करीत आहे. दलित पँथर ही संघटना भारतीय पातळीवर काम करीत आहे. आम्ही दलित पँथरचे 'भारतीय दलित पँथर' असे नामांकन केले आहे. संघटना संख्यात्मक बळावर, त्याचबरोबर योग्य दिशा घेऊन उभी आहे. आमचा लढा आंबेडकर, बुद्ध, फुले यांच्या सम्यक् विचारांचा लढा आहे. देशातील पंच्यांयशी टक्के लोक हे तळागाळातील आहेत. ज्या समाजाचे आणि माणसांचे सामाजिक, आर्थिक आणि राजकीय शोषण झाले आहे, होते आहे अशांच्या बाजूने पँथर उभी राहते. दलितांना संघटित करून मूलभूत समाजबदलासाठी आम्ही संघर्ष करीत आहोत. सम्यक् क्रांती हा आमचा संकल्प आहे.

भारतीय दलित पँथर राजकारणापासून दूर नाही. आमचा संसदीय लोकशाहीवर विश्वास आहे. लोकशाहीच्या मार्गानेच आम्ही आमचे प्रश्न सोडवू इच्छितो. आम्ही दलितांच्या हिताचे राजकारण करतो. आमची जमात ही राजकीय जमात बनली पाहिजे, यासाठी आम्ही प्रयत्न करीत आहोत. आज दलित पँथर ही दलितांच्या बाजूने लढणारी मोठी राजकीय ताकद आहे. आमचे हजारो कार्यकर्ते कसलीही अपेक्षा न बाळगता समाजसेवा करीत आहेत. आमच्या कार्यकर्त्यांचा त्याग आणि बेदरकार संघर्ष हाच आमच्या चळवळीचा प्राण आहे. आम्ही दलित माणसांचे प्रश्न समजून घेऊन विकासाचे प्रश्न राबवीत आहोत, आम्हाला लोकसभा, विधानसभा निवडणुकांमध्ये अपयश मिळाले आहे, पण महानगरपालिका व नगरपालिकेच्या निवडणुकांमध्ये आम्हाला यश मिळाले आहे. आज महाराष्ट्रामध्ये भारतीय दलित

पँथरचे एकशे एकुणऐंशी नगरसेवक आहेत.

भारतीय दलित पँथरने मराठवाडा विद्यापीठाला डॉ. बाबासाहेब आंबेडकरांचे नाव द्यावे म्हणून मोठे आंदोलन सतत चालू ठेवले आहे. नामांतरासाठी पँथरने वेळोवेळी अनेक पातळ्यांवरून लढे दिले आहेत. नामांतराचा लढा केवळ बाबासाहेबांच्या नावापुरता मर्यादित नाही, तर तो समतेचा लढा आहे. नामांतरानिमित्ताने आम्ही समाजपरिवर्तनाची भाषा जातीजमातींच्या लोकांना समजावून सांगत आहोत. नामांतराचा लढा हा जसा संघर्षाचा आहे, तसा तो समाजप्रबोधनाचाही आहे. नामांतराच्या चळवळीमुळे दलित समाजामध्ये स्वाभिमानाचे पौरुष परत एकदा उफाळून आले आहे. आम्ही नामांतरवादी आहोत. आमच्या लहान मुलांपासून ते वृद्ध माणसांपर्यंत सर्वांची नामांतराचीच मागणी आहे. भारतीय दलित पँथर बाबासाहेबांच्या समता सैनिक दलाचेच काम करीत आहे.

दलित साहित्य आणि दलित पँथर ही या प्रस्थापितांविरुद्धची दोन आंदोलने आहेत. पँथरच्या चळवळीमुळे अनेक दलित लेखकांना प्रेरणा मिळाली आहे. दलित साहित्यामुळेही पँथरलाच नव्हे तर दलितांच्या सर्व संघटनांना एक ऐतिहासिक दस्तऐवज लाभला आहे. दलित साहित्य हीदेखील एक सांस्कृतिक चळवळच आहे. दलित साहित्य वाढले पाहिजे, या मताचे आम्ही आहोत. दलित साहित्याने परिवर्तनाची प्रेरणा दिली पाहिजे.

दलितांना राजकीय राखीव जागा देण्यामागे सर्व राजकीय पक्षांचा फार मोठा स्वार्थ दडलेला आहे. दलितांना राखीव जागा दिल्या तर त्यांची सहानुभूती मिळवता येते. अशा राखीव जागांमुळे त्यांच्यात गटबाजी निर्माण करण्यातही ते यशस्वी होत आहेत. राजकीय सत्तेच्या स्वार्थापोटी ते दलित समाजाला एका अर्थाने उद्ध्वस्त करायलाच निघाले आहेत. त्याचा विचार तमाम दलितांनी अंतर्मुख होऊन करणे आवश्यक आहे आणि म्हणूनच ते राखीव जागांना विरोध करायला तयार नाहीत. पण नोकरी व शिक्षणविषयक ज्या सवलती आहेत त्यांना मात्र उच्चवर्णीयांमधल्या फार मोठ्या गटाचा विरोधच आहे.

दलितांमध्ये मतभिन्नता निर्माण करण्याचे काम काही पक्ष करतात, त्याचा तमाम दलितांनी एकत्र येऊन परामर्श घेणे अत्यंत आवश्यक आहे. शैक्षणिक व नोकरीविषयक राखीव जागांना विरोध करण्याची भूमिका चुकीची आहे. त्यामुळे लोकशाहीला जबरदस्त धक्का देण्याचे काम काही शक्तींकडून होते. त्याचा आम्ही निषेध करतो. राखीव जागांना विरोध करणारी भूमिका विरोधकांनी जर सोडली नाही तर या देशाची एकात्मताच धोक्यात येते की काय, अशी शंका वाटल्यावाचून राहत नाही.

बौद्धांच्या सवलतींबाबत बोलायचे झाल्यास, धर्मांतरित बौद्धांनी जरी धर्म बदलला असला तरी त्यांच्या आर्थिक परिस्थितीत कोणताही बदल झालेला नाही. आणि म्हणूनच समतेवर आधारलेला बौद्ध धम्म स्वीकारलेल्या देशातल्या तमाम बौद्धांना केंद्र सरकारने व देशातील सर्व राज्य सरकारांनी सवलती जाहीर करणे अत्यंत आवश्यक आहे. केंद्र सरकारने बौद्धांना सवलती द्याव्यात म्हणून भारतीय दलित पँथरच्या एका शिष्टमंडळाने भारताच्या पंतप्रधानांकडे आग्रह धरला होता आणि 'या प्रश्नाचा सांगोपांग विचार करून माझे सरकार योग्य ती भूमिका घेईल' असे पंतप्रधानांनी आश्वासन दिले होते. या प्रश्नाच्या संदर्भात पुन्हा आम्ही पंतप्रधानांना भेटणार असून पंतप्रधानांनी जर आमची भूमिका मान्य केली नाही तर बौद्धांना सवलती मिळवण्यासाठी आम्ही देशभर प्रखर लढा उभारू.

मराठवाडा विद्यापीठ नामांतर, मंडल आयोग, भूमिहीन शेतमजुरांचा लढा, आदिवासी- वेठबिगारांचा लढा, झोपडपट्टीचे प्रश्न, बौद्धांना सवलती आणि महिला कामगारांचे प्रश्न आमच्यापुढे असून हे प्रश्न सोडवण्यासाठी पँथर आत्मविश्वासाने लढा देत आहे. दलित समाजाचे सगळेच जे प्रश्न आहेत, ते संघर्षाने सोडवता येतात अशातला भाग नाही. त्याला रचनात्मक आणि विधायक कार्याची जोड असावयास हवी. ज्या ठिकाणी अन्याय होत असेल तिथे संघर्ष झालाच पाहिजे. अशीच आमची ठाम भूमिका आहे. अन्यायाच्या निर्मूलनासाठी संघर्ष निर्माण केल्याशिवाय न्यायाची प्रतिष्ठापना होत नाही, असेही आम्हाला वाटते. रचनात्मक विधायक दृष्टिकोन ठेवून दलित समाजाचा विकास करण्याची भूमिका अनेक सामाजिक संघटना, राजकीय पक्ष व काही सेवाभावी संस्थांनी पार पाडणे आवश्यक आहे. संघर्षाला रचनात्मक व विधायक कार्याची जोड नसेल तर त्या संघर्षाला काहीच अर्थ उरत नाही. आणि म्हणून अन्यायाचा प्रतिकार करण्याची भूमिका ज्याप्रमाणे असावयास हवी, त्याप्रमाणे रचनात्मक-विधायक काम करण्याचीही भूमिका असावयास हवी.

आज देशामध्ये दलितांना उद्ध्वस्त करण्याचे षड्यंत्र जातीयवादी शक्तींकडून रचले जात आहे. छत्रपती शिवाजी महाराजांचे नाव घेऊन महाराष्ट्राच्या परंपरेला कलंकित करण्याचा प्रयत्न अखिल भारतीय मराठा महासंघासारख्या एका संघटनेकडून होत असल्याबद्दल आम्हाला खेद वाटतो.

मराठा समाजाला एकत्र करून मराठा समाजाचे प्रश्न सोडविण्यासाठी मराठा महासंघ प्रयत्न करत असेल तर त्याला आमचा पाठिंबाच असेल. परंतु दलितांच्या विरोधी मराठा समाजाच्या मनामध्ये विष पेरून 'दलित-मराठा' असा महाराष्ट्रामध्ये संघर्ष उभा करण्याचा प्रयत्न जर मराठा महासंघाने केला तर त्याला आम्ही कडाडून

विरोध केल्यावाचून राहणार नाही. दलितांना समजून घेण्यात त्यांनी जर चूक केली तर तो त्यांचाच आत्मघात ठरेल. महाराष्ट्रातल्या बहुजन समाजाचे कल्याण करून, पतितांना पावन करून, दीन-दुबळ्यांची बाजू घेण्याची भूमिका मराठा महासंघ घेणार असेल तर आम्ही मराठा महासंघाशी दोस्ती करायला तयार आहोत.

सद्य:परिस्थितीचा विचार करता देशातल्या तमाम दलितांनी डॉ. बाबासाहेब आंबेडकरांच्या भूमिकेला समजावून घेण्याचा प्रयत्न करणे अत्यंत आवश्यक आहे. देशातला तमाम कष्टकरी माणूस एकत्र आल्याशिवाय व एकत्र येऊन देशाची सत्ता हाती घेतल्याशिवाय त्यांचे प्रश्न सुटू शकत नाहीत. डॉ. बाबासाहेब आंबेडकरांचे स्वप्न साकार करण्यासाठी, देशातल्या दलितांची एकजूट करण्यासाठी पँथर प्रयत्नांची पराकाष्ठा करीत असून एक दिवस आम्ही दलितांना एकत्रित केल्याशिवाय राहणार नाही, अशी प्रतिज्ञा करीत आहोत.

दलित पक्ष आणि संघटनांचे ऐक्य तर व्हायलाच हवे, ही भूमिका दलित पँथरच्या स्थापनेपासूनच आम्ही मांडतो आहोत. दलितांतले सर्व पक्ष एकत्र असते आणि खेड्यापाड्यातल्या, शहराशहरातल्या लोकांचे संरक्षण करून त्यांचा त्यांनी विश्वास संपादन केला असता, सत्ता, प्रतिष्ठा आणि स्वार्थाच्या हव्यासापोटी त्यावेळच्या नेत्यांनी समाजाची विक्री करण्याचा प्रयत्न केला नसता, बाबासाहेबांचा मार्ग सोडून जर ते भलत्या मार्गाकडे वळले नसते तर दलित पँथरला जन्म घेण्याची अजिबात आवश्यकता नव्हती.

कित्येकवेळा दलित नेत्यांना एकत्रित करण्याचा प्रयत्न केला. काही प्रमाणात ते प्रयत्न यशस्वी झालेही. परंतु फार काळ ते ऐक्य टिकले नाही. सिद्धांतांवर व चळवळीवर प्रामाणिक प्रेम असेल तरच ऐक्याची प्रक्रिया यशस्वी होऊ शकेल, असे माझे प्रांजळ मत आहे. ज्यावेळी स्वत:च्या नेतृत्वासाठी सिद्धांत व चळवळ बाजूला ठेवून पक्ष वा संघटना चालविण्याचा प्रयत्न होतो, त्यावेळी नेत्याला समाजापेक्षा स्वत:चे नेतृत्वच महत्त्वपूर्ण वाटते.

भावनेवर उभे ठाकलेले जे नेते असतात, ते नेते त्या चळवळीला सैद्धांतिक आणि वैचारिक अधिष्ठान प्राप्त करून देण्यासाठी असमर्थच ठरतात. अशा नेत्यांच्या संदर्भातही विचार करण्याची वेळ जनतेवर येऊन ठेपली आहे. सर्व पक्ष आणि संघटना एकत्रित येण्यास तयार असतील तर आमची तयारीच आहे. प्रश्न एवढाच आहे की एकत्र यायचे कसे, आणि कोणी कोणाचे नेतृत्व करायचे? नेतृत्व करण्यासाठीच चळवळीत काम करायचे, अशी माझी भूमिका नाही. ज्यांच्यामध्ये सामर्थ्य असेल, जो नीतिमूल्ये पाळून चळवळ योग्य दिशेने घेऊन जाण्यास तयार असेल, त्याचे नेतृत्व स्वीकारायला माझी तयारी आहे. परंतु डोळे झाकून मात्र मी

कोणाचे नेतृत्व स्वीकारायला तयार नाही.

सध्या अस्तित्वात असलेल्या सर्व पक्ष व संघटना एकत्र करण्याचा प्रयत्न पँथरने अनेकवेळा केला असून तो प्रयत्न आम्ही थांबवलेला नाही. डॉ. बाबासाहेब आंबेडकरांच्या संकल्पनेतला रिपब्लिकन पक्ष उभा राहावा, अशीच आमची भूमिका असून दलित-शोषित-पीडित आणि अन्यायाने ग्रस्त झालेल्या तमाम ऐंशी टक्के लोकांचा रिपब्लिकन पक्ष लवकरात लवकर उभा राहावा, या मनोभूमिकेतून आम्ही प्रयत्न करत आहोत.

रिपब्लिकन पक्षाचे सर्व गट व इतर विविध गट एकत्र आले तर अशा ऐक्याला आमचा पाठिंबाच असेल. एकसंध रिपब्लिकन पक्ष उभा राहिला तर भारतीय दलित पँथर हा रिपब्लिकन पक्षाची एक 'तरुणांची फळी' म्हणून काम करेल. म्हणून आम्ही असे आवाहने करीत आहोत की ऐक्याच्या कोणत्याही प्रक्रियेत आम्ही तसूभरही मागे राहणार नाही. काळाची गरज ओळखून रिपब्लिकन पक्षाच्या सर्व गटांनी एकत्र येणे आजमितीस अत्यंत महत्त्वपूर्ण ठरणार आहे. सर्व दलित संघटनांचे ऐक्य तर झालेच पाहिजे, परंतु त्याचबरोबर दारिद्र्यरेषेखाली असणाऱ्या देशातील पंच्यांयशी टक्के लोकांचे ऐक्य करण्याचा आमचा प्रयत्न आहे.

देशाच्या भ्रष्ट सत्ताधीशांनी जनसामान्यांच्या विकासाला गती देण्याऐवजी त्यांच्या जीवनामध्ये दुःख आणि दारिद्र्याचा आघात करण्याचे भयंकर काम करण्याचा प्रयत्न स्वातंत्र्यप्राप्तीच्या चाळीस वर्षांच्या काळामधे केल्याचे निदर्शनास येते. देशाची बेइज्जत करणाऱ्या अशा या सत्तेला आव्हान देण्यासाठी आम्ही ताठ मानेने उभे राहण्याचा प्रयत्न करीत आहोत.

डॉ. बाबासाहेबांच्या भूमिकेला शिरसावंद्य मानून आम्ही आमची चळवळ त्याच दिशेने रेटण्याचा प्रयत्न करीत आहोत. देशाची सत्ताच दलित आणि कष्टकऱ्यांच्या हाती आल्याशिवाय प्रगती होणार नाही, हे बाबासाहेबांचे सूत्र पकडूनच आम्ही देशातील पंच्यांयशी टक्के लोकांना एकत्रित करून, देशाला समृद्ध करण्याकरिता, देशामध्ये सामाजिक, आर्थिक समानता प्रस्थापित करण्यासाठी निकराचा लढा देण्याचा प्रयत्न करीत आहोत.

●●●

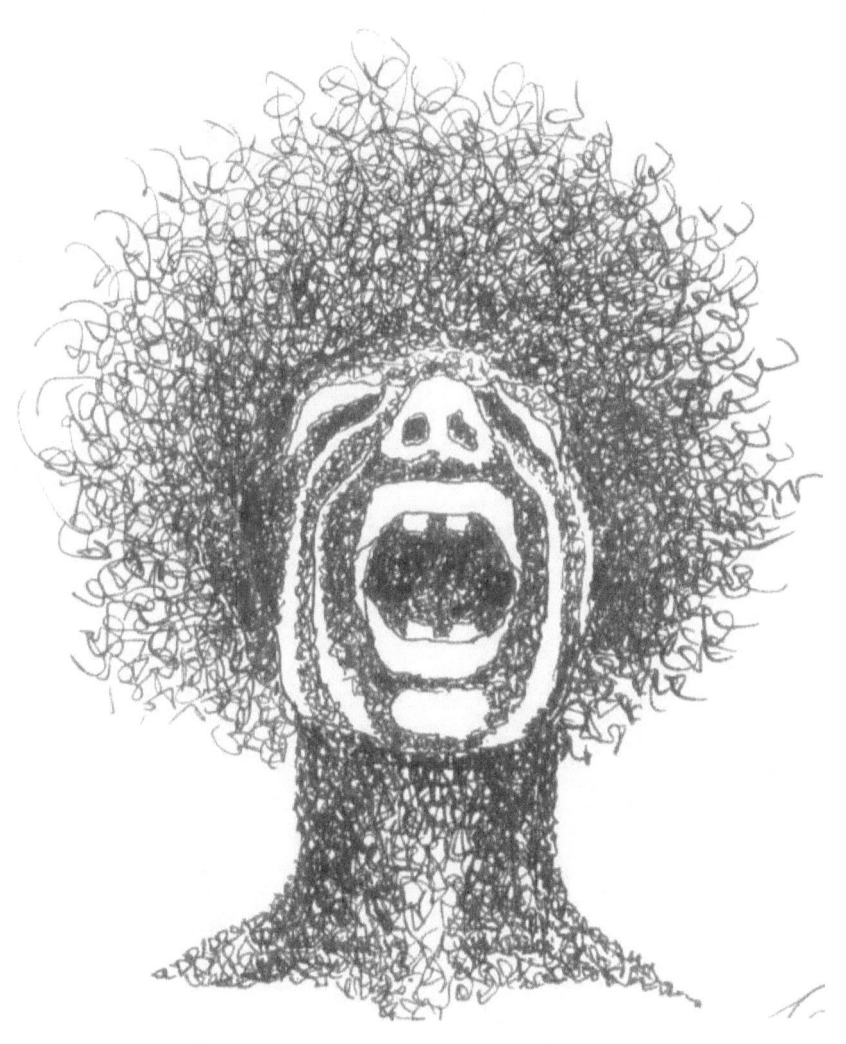

७.
दलित पँथर आणि आंबेडकरवाद

भालचंद्र फडके

'आंबेडकरवादाचा उगम आणि विकास' हा माझ्या शोध- प्रकल्पाचा विषय आहे. या नव्या अभ्यासातून मला जाणवले की, डॉ. बाबासाहेब आंबेडकरांनी ज्या विविध राजकीय-सामाजिक चळवळी चालवल्या आणि जे तत्त्वज्ञान त्यांनी मांडले, त्यातूनच आंबेडकरवादाची जडणघडण झाली आहे. महाडच्या धर्मसंगरापासून जी आंदोलने झाली, त्यांचा विविध कागदपत्रांच्या आधारे साद्यंत इतिहास लिहिणे, हे एक आव्हानच आहे. पण ते स्वीकारून काम केले पाहिजे. त्याशिवाय आंबेडकरवादाचे स्वरूप वस्तुनिष्ठ पद्धतीने विशद करता येणार नाही.

दलित साहित्याप्रमाणे 'दलित पँथर' ही आंबेडकरवादाच्या प्रभावामुळे निर्माण झालेली संघटना आहे. म्हणजे दलित पँथर हे आंबेडकरवादाचेच अपत्य आहे. 'वर्णहीन, वर्गहीन समाज निर्माण केल्याशिवाय खरेखुरे स्वातंत्र्य येणार नाही' असे डॉ. बाबासाहेब म्हणत असत. डॉ. बाबासाहेबांनी स्वतंत्र भारताचे स्वप्न पाहिले होते, पण दुर्दैवाने हे स्वप्न सत्यसृष्टीत उतरलेले नाही, ही वस्तुस्थिती नाकारून चालणार नाही. 'दलित पँथर्स' च्या जाहीरनाम्यातही हीच व्यथा व्यक्त झाली आहे. त्यात म्हटले आहे, '१९४७ ते ७३ दीर्घकाळ. या सव्वीस वर्षांचा काळात राष्ट्रीय आंदोलनाचे भांडवल करणारे काँग्रेस सरकार अव्याहत एकछत्री राज्य करतंय. चार पंचवार्षिक योजना, पाच सार्वत्रिक निवडणुका, आणि तीन युद्धे या स्वातंत्र्याच्या गद्धेपंचविशीत झाली. परंतु दलितांचे प्रश्न आणि जनतेचे प्रश्न या सरकारने जसेच्या तसे ठेवले. स्वत:च्या हातातील सत्ता येन-केन-प्रकारेण टिकवण्यापलीकडे या सरकारने कुठल्याही उद्दिष्टाला महत्त्व दिले नाही. उलट लोकराज्याची, समाजवादाची गरिबी हटावची, हरितक्रांतीची वल्गना करून या सरकारने दलितांच्या, भूमिहीनांच्या, शेतमजुरांच्या, कामगारांच्या डोक्यावर पाऊल ठेवून रगडले आहे. त्यांच्या जीवनाशी खेळून, सौदेबाजी करून यांच्यातल्या बोटांवर मोजता येतील त्यांना आमिषे दाखवून

ह्या सर्वांच्या अस्तित्वाला नेस्तनाबूत करण्याचाच प्रयत्न केला. धार्मिक, जातीय, फुटीर कृतीचा वापर करून लोकशाहीच्या एकसंधपणाला धाका आणला. ज्या लोकशाहीत माणसाला मानसन्मान, सत्तासंपत्ती, प्रतिष्ठा मिळत नाही, व्यक्तिविकास, समाजविकास करता येत नाही, देशातील मातीचा कण्-न-कण् रक्तानं भिजवणाऱ्याला भुकेकंगाल राहावे लागते, पायाखालच्या जमिनीला व डोक्यावरच्या छप्पराला मुकावे लागते, नाकासमोर चालणाऱ्याला मोडून पडावे लागते, आयाबहिणींच्या इज्जतीचे धिंडवडे पाहावे लागतात, असल्या स्वातंत्र्याला 'स्वातंत्र्य' म्हणता येणार नाही.' आज १९८९ साल उजाडले तरी या स्थितीत काहीही फरक पडलेला नाही. दलितांच्या समस्या तर सुटल्या नाहीतच, पण नव्या समस्यांची त्यात भर पडलेली आहे. अन्न, वस्त्र, निवारा, पाणी हे दलितांपुढील मूलभूत प्रश्न सुटले आहेत काय? नोकऱ्यांत राखीव जागांचे तत्त्व स्वीकारले तरी घटनामान्य जागांची टक्केवारी पूर्ण झाली आहे काय? अजूनही 'अनुशेष भरून काढण्याचा प्रयत्न करू' अशा घोषणा निवडणुकीवर लक्ष ठेवून केल्या जातात की नाही? जमिनी हस्तांतरित करण्याचा प्रश्न सुटला आहे काय? दलितांवर होणाऱ्या अत्याचाराचे चक्र थांबले आहे काय? सामाजिक बहिष्कार, वस्त्या जाळणे, हत्याकांड चालू ठेवणे इ. प्रकार चालू नाहीत काय? देशातील सर्व नागरिकांप्रमाणे दलितांना माणुसकीचे हक्क प्राप्त झाले आहेत काय? दलितांतील निरक्षरतेचे प्रमाण घटले आहे की वाढले आहे? हे आणि अशांसारखे अनेक प्रश्न आजही आहेत तसेच आहेत.

घटनासमितीत घटनेच्या मसुद्याचा उपसंहार करताना डॉ. बाबासाहेब आंबेडकर म्हणाले, "अल्पसंख्यांकांच्या हक्कांच्या संरक्षणाबाबत मला सांगावयाचे आहे. अल्पसंख्यांकांजवळ एकप्रकारची स्फोटक शक्ती आहे. या शक्तीचा यदाकदाचित स्फोट झाला तर या राज्याच्या मूलभूत रचनेला धोका पोचेल. युरोपच्या इतिहासातील अनेक उदाहरणे मी देऊ शकेन. भारतातील अल्पसंख्यांकांनी बहुसंख्यांकांचे शासन मान्य केले आहे. आयर्लंडची संभाव्य फाळणी टाळण्यासाठी वाटाघाटी चालू होत्या तेव्हा रेडमंड कार्सनना म्हणाले, 'प्रॉटेस्टंट अल्पसंख्यांकांसाठी तुम्ही संरक्षणाच्या कोणत्याही तरतुदी मागा, पण आपला आयर्लंड अखंड असू द्या.' कार्सन यांनी तात्काळ उत्तर दिले, 'चुलीत घाला तुमच्या संरक्षणविषयक तरतुदी. आम्हाला तुमचे आमच्यावरील राज्यच नको आहे.' पण भारतातील कोणत्याही अल्पसंख्य गटाने अशी भूमिका घेतलेली नाही. आम्ही निष्ठापूर्वक बहुसंख्यांकांचे शासन मान्य केले आहे आणि आम्हाला जाणीव आहे, की हे शासन बहुसंख्यांक असलेल्या जातींचे आहे. हे बहुमत केवळ राजकीय नाही. म्हणून सत्तारूढ बहुसंख्यांकांनी अल्पसंख्यांकांविषयी पक्षपाती धोरण अवलंबता कामा नये.' म्हणून त्यांचा सतत

आग्रह होता, की दलितांना विकासाची समान संधी मिळाली पाहिजे. दलिमुक्तीसाठी सर्वंकष क्रान्तीची आवश्यकता त्यांना वाटत होती. पण त्याचबरोबर त्यांचा लोकशाही मार्गावर विश्वास होता. डॉ. बाबासाहेब सांगत की कोणत्याही राजकीय क्रान्तीपूर्वी सामाजिक व धार्मिक क्रान्ती होत असते, ही इतिहासाची साक्ष आहे. पण भारतात राजकीय सत्तांतर तेवढे झाले. ज्या सर्वंकष सांस्कृतिक क्रान्तीची आवश्यकता आहे, ती अद्याप तरी झालेली नाही. म्हणून या देशातील बहुसंख्य जनता भयंकर दारिद्र्यात बुडालेली आहे. अंधश्रद्धा, दैववाद, कर्मकांड, शोषण, जादूटोणा इत्यादी अजस्र शक्तींच्या विळख्यात ती बद्ध आहे. या दलित-शोषित जनतेला स्वराज्याचा सूर्य केव्हा पाहता येईल? दलित पँथर्सचे म्हणणे होते की, "हृदयपरिवर्तन किंवा उदारमतवादी सार्वत्रिक शिक्षणामुळे आमचे शोषण थांबणार नाही. आम्ही प्रबोधनाची मशाल हाती घेऊन जनतेला क्रान्तिलढ्यासाठी सिद्ध करू, त्यांना संघटित करू आणि त्यांची एकजूट करून इष्ट ध्येय साध्य करू. सोयीसवलतींच्या मागण्या, अर्ज-विनंत्या, निवडणुका, सत्याग्रह इ. साधनांच्याद्वारा समाजव्यवस्था बदलून टाकू." बाबासाहेबांना देखील येथील शोषणग्रस्त समाजव्यवस्था बदलली पाहिजे असे वाटत होते. राजकीय सत्तांतर तसे सोपे असते, पण समाजव्यवस्थेचे परिवर्तन कठीण असते. बाबासाहेबांनाही स्पष्टपणे दिसत होते, की या देशात समाजव्यवस्था बदलण्यासाठी जी आंदोलने उभी राहिली ती फार काळ टिकू शकलेली नाहीत. कारण ज्यांच्याजवळ राजकीय सत्ता आहे, आर्थिक बळ आहे, उत्पादनाच्या साधनांची मालकी आहे, ते व्यवस्थाविरोधी आंदोलने निष्प्रभ करून टाकण्याचे विविध मार्ग अवलंबित असतात. सामान्यत: हे मार्ग कोणते?

(१) येन-केन-प्रकारे चळवळ दडपून टाकावयाची.

(२) 'फोडा व झोडा' या भेदनीतीचा अवलंब करून चळवळ कमजोर करावयाची.

(३) चळवळीचे नेतृत्व करणाऱ्या नेत्यांची प्रतिमा गढूळ करायची, त्यांचे चारित्र्यहनन करायचे आणि चळवळीची बांधणी खिळखिळी करून टाकायची.

(४) आमिषे दाखवून नेत्यांना फोडावयाचे.

(५) सतत सांगत राहायचे की क्रान्तीसाठी संथ मार्ग अनुसरावेत. संपूर्ण बदलाच्या विरोधी भूमिका घेत राहावयाचे. चळवळीशी खोट्या, दिखाऊ मैत्रीचे नाते जोडावयाचे.

(६) तात्त्विक काथ्याकूट करावयाचा आणि चळवळीच्या कार्यक्रमाची अंमलबजावणी होऊ नये म्हणून काटे पसरवीत जायचे.

(७) चळवळीमधील या ना त्या कारणाने दुर्लक्षित व वंचित राहिलेल्या

व्यक्तींना आपल्यात सामावून घ्यायचे व त्यांचाच उपयोग चळवळ मोडून काढण्यासाठी करावयाचा.

(८) चळवळीत भाग घेणाऱ्यांच्या मनात अंतर्गत कलहाची बीजे पेरून ती चळवळ आमूलाग्र उद्ध्वस्त करून टाकावयाची.

या विविध मार्गांचा निर्देश केला तो एवढ्यासाठी की दलित पँथर्स या चळवळीला प्रस्थापित व्यवस्थेच्या विविध व्यूहांना तोंड द्यावे लागले आहे.

एका प्रस्थापित समालोचकाने 'एक वेगळा दृष्टिकोन' या शीर्षकाखाली एक लेख लिहिला आहे. (पाहा इकॉनॉमिक अँड पोलिटिकल विकली. ता. ४-५-७४). त्यात म्हटले आहे, 'आपण सर्व शोषणग्रस्त विविध दलित पीडित गटांचे प्रतिनिधित्व करीत आहोत असा दलित पँथर्सचा दावा आहे. अनुसूचित जातींची संख्या पस्तीस लाखांवर आहे आणि त्यात सत्तावन्न उपजातींचा समावेश आहे. त्यात महार पस्तीस टक्के, मांग तेहतीस टक्के, चांभार बावीस टक्के आणि बाकीचे अन्य उपजातींचे आहेत. दलित पँथर्स महार युवकांची संघटना बनावी, हे साहजिकच आहे. म्हणून दलित पँथर्स महारेतर जातींची प्रतिनिधी म्हणून मानता येणार नाही. महाराष्ट्रात महार-मांग-महार-चांभार संघर्ष सतत चालू आहे. बाबासाहेबांच्या आवाहनानुसार बहुसंख्य महारांनी बौद्ध धर्म स्वीकारला. हीच जात रिपब्लिकन पक्षात प्राधान्याने आहे. अनेक गटांत विघटित झालेल्या रिपब्लिकन पक्षात व्यक्तिमाहात्म्य बोकाळले, स्वार्थ बळावले आणि दलित पँथर्सने या पक्षाविरुद्ध बंडखोरी करून आपला वेगळा कार्यक्रम आखला.' या आशयाच्या अनुरोधाने विचार केला तर 'दलित पँथर्स' या संघटनेकडे प्रस्थापित समालोचक दूषित दृष्टीने पाहात होते हे स्पष्ट होईल. डॉ. आंबेडकरांच्या नेतृत्वाखाली ज्या चळवळी उभ्या राहिल्या त्यावर असाच दूषित ग्रह करून घेऊन शिक्का मारला आहे. एलिनॉर झेलियट यांच्या प्रबंधाचे नावच मुळी 'डॉ. आंबेडकर ॲन्ड महार मूव्हमेंट' आहे. हे शीर्षकच चुकीचे आहे. डॉ. आंबेडकरांनी अनेकवेळा स्पष्ट केले आहे की, आपला लढा दलितांच्या मुक्तीसाठी आहे आणि दलितांचा मुक्तिलढा हा मानवमुक्तिलढ्याचा भाग आहे. दलित पॅन्थर्सची घटना आणि कार्यक्रमविषयक पुस्तिकेत म्हटले आहे, 'आमचा मुक्तिलढा सर्वंकष क्रान्ती इच्छितो. भागशः बदल अशक्य आहे व तो आम्हाला नको. संपूर्ण क्रान्तिकारकच बदल आम्हाला हवा आहे. सामाजिक अवमानातून बाहेर पडण्याबरोबरच आम्हाला आर्थिक - राजकीय- सांस्कृतिक केन्द्रस्थानी आमचे प्रभुत्व स्थापन करावे लागेल.' आंबेडकरवादाला सर्वंकष क्रान्ती हवी आहे. दलित पँथर्स म्हणतात त्याप्रमाणे जात, धर्म, वर्ण, वर्ग विरहित, शोषणमुक्त, सुखी, समृद्ध, सुसंस्कृत आणि विज्ञाननिष्ठ समाजनिर्मितीसाठी दलित- श्रमिक वर्गाची राजसत्ता स्थापन करणे, हे उद्दिष्ट

आंबेडकरवादाचे एक वैशिष्ट्य आहे.

तसे पाहिले तर दलित पॅन्थर्सचा जन्म होणे अपरिहार्य होते. ती एक काळाची गरज होती. 'पँथर्स'च्या स्थापनेत ज्यांचा सहभाग होता, त्यांपैकी एक कार्यकर्ते श्री. ज. वि. पवार लिहितात, 'हे अन्याय, हे अत्याचार हा दलित वर्ग गेली साडेतीन हजार वर्षे सहन करीत आला- अगदी निमूटपणे. त्याला देव व दैव या कल्पनेखाली चिरडले गेले. पाप, पुण्य, पुनर्जन्म या वर्तुळात असहायपणे फिरायला लावले. डॉ. बाबासाहेब आंबेडकरांनी या मातीच्या गोळ्यात प्राण ओतला. त्यांच्या शिरा ताणवल्या आणि संघर्षासाठी रस्त्यात आणले. तो माणूस झाला, इतरांनी माणूस व्हावे म्हणून अट्टाहास करू लागला.' आंबेडकरवाद मनुष्यतेचे श्रेष्ठत्व हे मूल्य मानतो. पँथर्सनेही हेच तत्त्वज्ञान स्वीकारले. 'माणसाने माणसांशी माणसासारखे वागावे' हे धम्मसत्य त्यांनी स्वीकारले होते.

'दलित पँथर्स' ची चळवळ सतत आव्हाने देत आक्रमक बनत गेली. पुण्यात पॅन्थरने शंकराचार्यांना जोडे दाखवले तेव्हा प्रक्षोभ उसळला. तसा राजा ढाले यांच्या 'साधने' मधील लेखाने गदारोळ माजला. श्री. ढाले लिहितात, 'सालं, राष्ट्रध्वज म्हणजे निव्वळ कापड. विशिष्ट रंगात रंगवलेले प्रतीक! त्या प्रतीकाचा अपमान झाला तर मोठा दंड आणि सोन्ना गावच्या सोन्यासारखा प्रत्यक्षातील हालत्या बोलत्या स्त्रीचं पातळ फेडलं तर ५० रु. दंड! असला राष्ट्रध्वजाचा अपमान नि राष्ट्रध्वज काय कुणाच्या गांडीत घालायचाय काय? राष्ट्र हे लोकांचं बनतं. त्यातल्या लोकांचं दु:ख मोठं की प्रतीकाच्या अपमानाचं दु:ख मोठं?' या लेखावर तीव्र प्रतिक्रिया झाल्या, निषेध झाला. साधना जाळली. यदुनाथ थत्ते यांनी राजीनामा दिला. पण श्री. ढाले यांनी जो प्रश्न विचारला, त्याचे उत्तर कोणी दिले नाही. प्रा. सरोजिनी वैद्य यांनी लिहिले होते की, 'त्यांच्यावर (दलितांवर) झालेल्या अन्यायाच्या व अत्याचाराच्या करुण कथा एका ठरावीक ठशाच्या असतात.' (साधना २-९-७२) दलितांच्या वस्त्या जाळणे, त्यांना मारहाण करणे, दलित स्त्रियांची धिंड काढणे, त्यांच्यावर बलात्कार करणे इ. अत्याचार आणि त्यांच्या करूण कथा ठराविक ठशाच्या आहेत असे मानणे हे हिंदू मानसिकतेचे लक्षण आहे, असे म्हटले तर ते चूक ठरेल काय? ज. वि. पवार लिहितात, 'देशातील प्रत्येक स्त्रीची अबू अबाधित राहिली पाहिजे- ती कोणत्याही जातीची असो. तिच्या अब्रूची वर्गवारी होता कामा नये.' आंबेडकरवादाचे 'स्त्री-मुक्ती' हे एक वैशिष्ट्य होते. दलित आणि स्त्री यांना माणूस म्हणून प्रतिष्ठेने जगता आले पाहिजे ही त्यांची मागणी होती. ९ सप्टें. ७२ च्या 'साधने' च्या अंकात एस्. एम्. जोशी यांनी संपादकीय विवेचन केले. या लेखाचे शीर्षक होते- 'तेजोभंगाचे पाप आम्ही करणार

नाही'. 'राष्ट्रध्वजाचे प्रचलित समाजव्यवस्थेशी आणि शासनाशी समीकरण बसवण्यामध्ये श्री. ढाले यांच्याकडून चूक होत आहे.' असे सांगून एस्. एम्. जोशी लिहितात, 'बहुसंख्य सवर्ण समाजाकडून जी पापे आणि अत्याचार घडत आहेत त्याबद्दल त्यांना जाब कोण विचारणार?' या प्रश्नाचे उत्तर कोणी दिले आहे काय? 'आम्ही' चे संपादक बाबूराव बागूल लिहितात, 'जग केवढ्या गतीने पुढे जात आहे! पण भारतीय माणसे मात्र मृतवत् असलेल्या सामंती संस्कृतीचे संस्कार उराशी बाळगून आहेत.' दलितांवरील अत्याचारांचे मूळ या व्यवस्थेत आहे. ही व्यवस्था का बदलायची? कारण आंबेडकरवादाला आदरणीय वाटतो तो माणूस! जो माणूस येथील धर्मव्यवस्थेने अस्पृश्य मानला, हीनदीन मानला; त्याला प्रतिष्ठा मिळावी म्हणून पँथर्सचा लढा होता. बाबूराव बागूल लिहितात, 'या युगाचे महान सामर्थ्य त्याला प्राप्त व्हावे आणि सर्व शोषणांतून, बंधनांतून तो मुक्त होऊन जावा आणि त्याचा स्वयंसिद्ध मोठेपणा त्याला प्राप्त व्हावा.' आंबेडकरवाद नेमके हेच उद्दिष्ट समोर ठेवतो.

डॉ. बाबासाहेब आंबेडकरांच्या महानिर्वाणानंतर रिपब्लिकन पक्षात विघटनाची प्रक्रिया सुरू झाली. रमेश आवाड आपल्या लेखात म्हणतात, '(१९७२ च्या सुमारास) रिपब्लिकन पक्षातील गटबाजी आणि लाथाळी कळसाला पोहोचली होती आणि रिपब्लिकन पक्ष दलित प्रश्नांवर ठाम भूमिका घेऊ शकणार नाही व घेतलीच तर राजकीय वा अन्य स्वार्थासाठी रिपब्लिकन पक्षनेते बोलण्यापेक्षा अधिक काम करणार नाहीत अशी खात्री पटल्यामुळे दलित समाजातील तरुण वर्ग रिपब्लिकन पक्षात राहून काही काम करता येईल याबाबत निराश झाला होता.' (मैत्रीच्या पलीकडे) म्हणून या निराश अवस्थेतून बाहेर पडावे म्हणून दलित पँथर्स उदयाला आली. बावडा येथील बहिष्कार प्रकरणाबाबत पक्षनेत्यांनी का मौन पाळावे ते समजत नाही. जिथे अन्याय होईल त्याविरुद्ध लढा देणे हे आंबेडकरवादाचे वैशिष्ट्य! असे असताना दलितांवर होणारे अत्याचार पक्षनेत्यांनी मूकपणे पाहावेत हे तरुण मनाला पटले नाही. लेबर कँपमधील दोन बौद्ध युवक मोरे-आवळे यांनी ब्राह्मणगाव व बावडा येथील दलितांवरील अत्याचाराकडे लक्ष वेधण्यासाठी निदर्शने केली. (पाहा - साधना १५-८-७२) येथील राजकीय व सामाजिक व्यवस्थेवर सतत हल्ला करण्याचे कार्य पँथर्सने केले. पण त्यांच्या हिंसक हल्ल्यामुळे पँथर्सविरोधी प्रवृत्ती डोके वर काढू लागल्या. रिपब्लिकन पक्षनेत्यांना पँथर्सबद्दल सहानुभूतीही नव्हती. काँग्रेस पक्षातील राखीव जागा धरून बसणारे खैरे, भारस्कर, व्हटकर इ. नेते म्हणून लागले, की पँथर्सच्या चळवळीची काळजी आम्ही का करावी? पँथर्स ही रिपब्लिकन पक्षाची डोकेदुखी आहे. हे नेते चांभार, मांग, ढोर समाजातले

असल्यामुळे ते असेही म्हणत की, महारांमधील अंतर्गत लढाईशी आमचे काहीही नाते नाही. पण ही भूमिका चुकीची होती. डॉ. बाबासाहेब आंबेडकरांनी राज्यघटनेत अनुसूचित जाती-जमातींना लोकसभेत, विधानमंडळात राखीव जागा निर्माण करण्यासाठी प्राणपणाने लढा दिला होता याचा राखीव जागांवर निवडून येणाऱ्या काँग्रेसपक्षीयांना विसर पडला होता काय?

डॉ. बाबासाहेब आंबेडकरांनी आपल्या चळवळीला जे वैचारिक अधिष्ठान दिले होते, तेच दलित पँथर्सनी स्वीकारले होते. त्यामुळे डॉ. बाबासाहेबांनी जे प्रश्न मांडले, त्यांची पुन: एकदा मांडणी दलित पँथर्सने केली यात शंका नाही. दलित पँथर्सने ताबडतोबीचा कार्यक्रम स्पष्ट केला होता, त्याची अंमलबजावणी प्रभावीपणे करण्याचा त्यांचा प्रयत्न यशस्वी होऊ शकला नाही, दलितांवरील अत्याचाराची प्रकरणे मार्गी लावण्यासाठी त्यांच्याजवळची साधने अपुरी होती. ना द्रव्यबळ, ना संख्याबळ, ना प्रबोधनाची आधुनिक संपर्कमाध्यमे, अशी स्थिती असलेल्या दलित पँथरला डॉ. आंबेडकरांच्याप्रमाणे अनेक आपत्तींना तोंड द्यावे लागले. डॉ. आंबेडकरांनी हिंदूधर्म, हिंदूंच्या गीता, मनुस्मृती, वेद इ. ग्रंथरचना, हिंदूंची पुराणे इत्यादींवर घणाघाती हल्ले केले. वरळी भागात दंगली झाल्या आणि पोलिसांनी बी. डी. डी. चाळीतील दलित स्त्री-पुरुषांना निर्घृणपणे झोडपून काढले. प्रदेश काँग्रेसच्या बैठकीत तिरपुडे यांनी सरकार व पोलिसांवर कडाडून टीका केली. मुंबई येथील असोसिएशन ऑफ डिफेन्स ऑफ डेमॉक्रेटिक राइटस् या संस्थेच्या श्री. नवरोज मोदी यांनी इकॉनॉमिक ॲन्ड पोलिटिकल वीकलीच्या १९-१-७४ च्या अंकात बी. डी. डी. चाळीत दलितांवर पोलिसांनी जे अत्याचार केले त्यावर भाष्य करताना म्हटले आहे की, 'पोलिसांचे वागणे समर्थनीय नव्हते - एवढेच नव्हे तर ते पक्षपाती होते. १० जानेवारीच्या निषेध मिरवणुकीवर जी दगडफेक झाली ती निंद्य होती.' पँथर्सचा कार्यकर्ता भागवत जाधव ठार झाला. या दंगलीची न्यायालयीन चौकशी करावी, पोलिसांवर कारवाई करावी, ढाले-ढसाळ इत्यादींवरील आरोपपत्र मागे घ्यावेत. इत्यादी मागण्या या संस्थेने आपल्या लेखात मांडल्या होत्या. (इकॉनॉमिक ॲन्ड पोलिटिकल वीकली १९-१-७४) या लेखात जे म्हटले आहे, ते वस्तुस्थितीचे चित्र रेखाटते. त्यात श्री. मोदी म्हणतात, 'जोपर्यंत अनुसूचित जाती शोषण निमूटपणे सहन करतात, तोपर्यंत सरकारची सहानुभूती प्राप्त होते, पण शोषणाविरुद्ध लढा देण्यासाठी अनुसूचित जाती संघटित होऊ लागल्या आणि त्यांनी बंडाचे निशाण फडकावले की सरकार या संघटित होऊ लागलेल्या जातींचा आवाज बंद करण्यासाठी दडपशाहीचे तंत्र अवलंबत असते. अशावेळी राजकीय दृष्ट्या संघटित होण्यावाचून त्यांच्यापुढे पर्याय नसतो.' दलित पँथर्स उदयाला आल्यावर शिवसेनेशी त्यांचा

संघर्ष उभा राहिला. शिवसेनेने पँथर्सवर आरोप केला की त्यांनी महाराष्ट्राच्या एकात्मतेस सुरुंग लावला आणि जातीय तणाव वाढवले. तर पॅन्थर्सनी त्यांच्यावर आरोप केला की शिवसेना ही सवर्ण हिंदूंची संघटना आहे आणि दलितांच्या प्रश्नांबद्दल त्यांना आस्था नाही. जानेवारी १९७४ मध्ये मुंबईच्या कामगार विभागात लोकसभेची पोटनिवडणूक जाहीर झाली. डॉ. बाबासाहेब आंबेडकराचे एकेकाळचे सहकारी श्री. आर. डी. भंडारे यांची बिहार

३टश काळात जेवढी क्रूर नव्हती त्यापेक्षा शंभरपटीने ती आता दलितांच्याबाबत क्रूर होऊ शकते. कारण उत्पादनाच्या नसनाड्या नोकरशाही, न्यायसंस्था, लष्करीदल, पोलीसदल आणि या सर्वांना पूरक होणारे सरंजामदार, भांडवलदार, धर्मपिते या हिंदू सामंतशाहीच्या हातात आहेत. यामुळे दलितांचा अस्पृश्यतेचा प्रश्न हा नुसता मानसिक गुलामगिरीचा राहिलेला नाही.' हे म्हणणे खरे होते. त्यासाठी दलितांना गुलाम करणारे वर्णव्यवस्थेचे, जातिव्यवस्थेचे आणि वर्गव्यवस्थेचे जे सापळे आहेत, ते मुळापासून उखडण्यासाठी दलित पँथर्स सिद्ध होते. मतदानावरील बहिष्कारामुळे काँग्रेस-रिपब्लिकन-शिवसेना युतीचा उमेदवार पराभूत झाला आणि कम्युनिस्ट नेत्या रोझा देशपांडे विजयी झाल्या. पँथर्सविरुद्ध जो क्षोभ उसळला, त्यामागे पँथर्स बलवान होत चालल्याची जाणीव होती. २०-४-७४ च्या 'इकॉनॉमिक अ‍ॅन्ड पोलिटिकल वीकली'च्या अंकात मोईन शकीर यांनी विश्लेषण करणारा लेख लिहिला. त्यांचे म्हणणे होत की दलित पँथर्समुळे दलित जाती-जमातीतील 'आहे-रे' आणि नाही-रे' यांच्या दरम्यान दरी निर्माण झाली हे स्पष्ट झाले. रिपब्लिकन पक्षात जे तीन गट होते ते सवलतीचे व जातीय राजकारण करण्यात गुंतले, हेही स्पष्ट झाले आणि दलित पँथर्सचे बळ म्हणजे रिपब्लिकन पक्षाच्या भवितव्याला धोका असल्याचेही स्पष्ट झाले. 'केसरी' च्या संपादकीयात (३०-१-७४) लिहिले आहे की, 'रिपब्लिकन पक्षाच्या नेत्यांनी सत्ताधाऱ्यांबरोबर सलगी करण्याचा पवित्रा घेतला नसता आणि अस्पृश्य वर्गाच्या आर्थिक, सामाजिक व शैक्षणिक सुधारणांवरच काही काळ लक्ष केंद्रित केले असते तर रिपब्लिकन पक्षाची शोकांतिका झाली नसती.' या भाष्याचा अर्थ एवढाच की रिपब्लिकन पक्ष हा साऱ्या दलित-शोषितांचा जातीनिरपेक्ष पक्ष व्हावा, हे बाबासाहेबांचे स्वप्न सत्यसृष्टीत आले नाही.

दलित पँथर्स जसजशी प्रभावी ठरत चालली, तसतसे पँथर्सची चळवळ मोडून काढण्याचे प्रयत्न झाले. काहीजणांनी आरोप केला की पँथर्सचे आंदोलन आततायी, अविचारी, विध्वंसक व विनाशकारी आहे. पण पँथर्सने आंबेडकरवादाची ताकद कमावली होती, हे आरोप करणाऱ्यांच्या लक्षात आले नाही. काहीजणांनी आरोप केला की पँथर्सचे नेते पोथीनिष्ठ मार्क्सवाद्यांच्या कच्छपी लागले आहेत.

काहीजणांचे म्हणणे होते की, पँथर्सनी धर्मकारण व समाजकरण यांची गल्लत केली. रमेश आवाड यांनी 'बियाँड फ्रेंडशिप'च्या अंकात एक मुद्दा अचूक उपस्थित केला आहे. ते म्हणतात, 'व्यक्तिमाहात्म्य' हा रिपब्लिकन पक्षाचा वारसा दलित पँथरने सोडून द्यावयास हवा.' कारण रिपब्लिकन पक्षात जी फाटाफूट झाली आणि जे गटोपगट निर्माण झाले ते त्या व्यक्तींच्या नावे नोंदले गेले. बाबासाहेब तर सतत आग्रहाने सांगत की, 'व्यक्तीपेक्षा देश मोठा आणि विभूतिपूजा ही राजकारणातील विवेकवादाला बाधक असते.' 'दलित पँथर्स'ची गतही रिपब्लिकन पक्षाप्रमाणे झाली आणि पँथर्समध्येही फाटाफूट झाली. डॉ. आंबेकडकरांचे तत्त्वज्ञान आणि त्या तत्त्वज्ञानाच्या पायावर उभ्या राहिलेल्या चळवळी फोफावू नयेत यासाठी काँग्रेस व प्रतिगाम्यांचे प्रयत्न सुरू आहेत, हे श्री. राजा ढाले यांचे निदान होते. दलित पँथर ही संघटना बरखास्त करून श्री. ढाले यांनी 'मास मूव्हमेंट' स्थापन केली. नामदेव ढसाळांचा पँथर गट वेगळा झाला. ही ऐतिहासिक वस्तुस्थिती विचारात घेतली की एक प्रश्न उभा राहतो की, डॉ. बाबासाहेब आंबेडकरांच्या तत्त्वज्ञानाची मशाल घेऊन दलितांच्या समस्या सोडविण्यासाठी सर्वंकष क्रान्तीची नांदी कोण करेल? आंबेडकरवादाची ध्वजा या देशात फडकत राहणार नाही का? बाबासाहेबांचे भारत देशाविषयीचे स्वप्न सत्यसृष्टीत उतरणार नाही काय?

●●●

८.
दलित पँथर आणि रिपब्लिकन पक्ष

भूषणकुमार जोरगुलवार

१५ ऑगस्ट १९४७ रोजी भारत देशाला स्वातंत्र्य मिळाल्यानंतर माणसाची प्रतिष्ठा, समता, सामाजिक न्याय आणि बंधुत्व या तत्त्वांवर येथील राज्यघटनेची निर्मिती करण्यात आली. लोकशाही संघराज्यात जाती, धर्म, भाषा यांसारख्या भेदभावांचा विचार न करता सर्व नागरिकांना समान हक्क देण्यात आले. भारतातील दलितांचा प्रश्न हा एक ज्वलंत प्रश्न आहे. आठ कोटींपेक्षा जास्त अशा दलित जनतेचे स्वास्थ्य, सुरक्षितता आणि आशा-आकांक्षा त्यात गुंतलेल्या आहेत. दलितांचा मागासलेपणा नाहीसा करून त्यांना अन्य वर्गाच्या बरोबरीने आणण्याचा प्रयत्न करणे हे शासकीय धोरणाचे मार्गदर्शक तत्त्व म्हणून स्वीकारण्यात आले. सार्वजनिक जीवनात अस्पृश्यता नष्ट केल्याचे घटनेत जाहीर करण्यात आले व सार्वजनिक ठिकाणी अस्पृश्यता पूर्वीसारखीच कायम आहे. त्यांच्यावर होणारे अत्याचार, सामाजिक बहिष्कार, मारझोड, स्त्रियांची अप्रतिष्ठा, प्राणघातक हल्ले हे थांबलेले नाहीत. असे असले तरी भारतीय समाजातील आर्थिक, सामाजिक व शैक्षणिकदृष्ट्या मागासलेल्या अन्य गटांच्या तुलतेत अस्पृश्य समाज हा अतिशय जागरूक व संघटित असा समाज आहे. शैक्षणिक प्रसारामुळे या समाजातून असामान्य असे साहित्यिक, राजकीय नेते, प्रशासक, प्राध्यापक मोठ्या प्रमाणात पुढे येत आहेत. या वर्गातील सुशिक्षितांची, विशेषतः बौद्ध तरुणांची मने सवर्णांकडून दलितांवर होणाऱ्या अन्याय-अत्याचारांमुळे संतापून, पेटून उठली नाहीत तरच नवल. भारतामध्ये स्पृश्य जातीतील बहुतेक शहरी सुशिक्षितांनी आपली अशी चुकीची समजूत करून घेतली आहे की, भारतातील अस्पृश्यता आता नष्ट होत चालली आहे. त्यांच्या या समजुतीला ते 'शहरात अस्पृश्यता कटाक्षाने पाळली जात नाही' हा आधार सांगतात. भारताच्या भवितव्याच्या दृष्टीने हे शहरी सुशिक्षित जितक्या लवकर या भ्रमातून बाहेर पडतील तितके चांगले आहे. दुर्दैव असे की, भारतीय विचारवंतांमध्येसुद्धा या प्रश्नाप्रती उदासीनताच आहे.

तुलनेने पाश्चिमात्य विचारवंतांनी या विषयाचे जास्त साक्षेपी व सांगोपांग अध्ययन केलेले आहे. मात्र त्यांच्या या संशोधनाचा प्रमुख हेतू त्यांच्या देशातील शासनाचे धोरण ठरविण्यास साहाय्य करणे हा असल्याने भारतातील सामाजिक चळवळीची दिशा ठरविण्यासाठी या संशोधनाचा फारसा उपयोग होत नाही. भारतीय विचारवंतांच्या तुलनेत भारतातील राजकीय पुढाऱ्यांना दलितांच्या चळवळीत अधिक रस दिसतो. मात्र हे राजकारणी असल्यामुळे त्यांची भूमिका पक्षीय लाभ-हानीच्या हिशेबाने ठरत असते. सत्ताधारी वर्गाची स्वार्थी व संकुचित वृत्ती, सर्वसामान्य लोकांवरील जातिनिष्ठेचे दृढ संस्कार, दलितांमधील संघटित व जबाबदार नेतृत्वाचा अभाव आणि संतप्त तरुणांचा अतिरेकीपणा यामुळे भारतातील दलितांच्या प्रश्नांचे स्वरूप दिवसेंदिवस अधिकाधिक स्फोटक बनत चालले आहे.

भारतीय राज्यघटनेनुसार दलितांना इतरांच्या बरोबरीने राजकीय हक्क उपलब्ध झाले. अस्पृश्यता पाळणे हा कायद्याने गुन्हा ठरविण्यात आला. त्यांच्या शैक्षणिक व आर्थिक उन्नतीसाठी विशेष सवलती बहाल करण्यात आल्या. स्वातंत्र्योत्तर काळात बदललेल्या या परिस्थितीत दलितांच्या चळवळीची ध्येय-धोरणे काय असावीत, असा प्रश्न उपस्थित होतो. या काळात डॉ. बाबासाहेब आंबेडकर हेच दलित चळवळीचे सर्वमान्य पुढारी व प्रवक्ते होते. तेव्हा साहजिकच या परिस्थितीत नवे ध्येय-धोरण ठरविण्याची जबाबदारी त्यांनाच उचलावी लागली. मात्र दुर्दैव असे की, या संदर्भातील त्यांचे विचार व धोरणे पुरेशी स्पष्ट होण्यापूर्वीच त्यांचा अंत झाला. हिंदू कोड बिलाच्या प्रकरणामुळे केंद्रीय मंत्रिमंडळातून बाहेर पडल्यावर डॉ. आंबेडकरांनी आपल्या कार्याची तीन अंगे मानली- ती म्हणजे शिक्षणप्रसार, धर्मांतर आणि संघटना. यापूर्वीच त्यांनी शिक्षणप्रसाराच्या दृष्टीने पीपल्स एज्युकेशन सोसायटीची स्थापना केली होती आणि यावेळेपर्यंत तिच्या कार्याचा व्याप पुष्कळच वाढलेला होता. परिणामी दलित समाजातील विद्यार्थी मोठ्या प्रमाणात उच्च शिक्षणाकडे वळू लागले. आयुष्याच्या अगदीच शेवटच्या काळी त्यांनी हिंदू धर्माचा त्याग करून बौद्ध धर्माची दीक्षा घेतली व हजारो अनुयायांना धर्मांतरास उद्युक्त केले. शे. का. फे. बरखास्त करून रिपब्लिकन पक्ष स्थापण्याची योजनाही याच काळात त्यांनी तयार केली. डॉ. आंबेडकरांच्या पश्चात त्यांच्या अनुयायांनी याच दिशेने आपले कार्य पुढे चालू ठेवले. असे असले तरी रिपब्लिकन पक्षाची घटना व ध्येय-धोरणे अजून तयार व्हावयाची होती. निवडणुका आणि संघर्ष यासंदर्भात रिपब्लिकन पक्षाने इतर पक्षांशी काय संबंध ठेवावेत, याचे चित्र स्पष्ट नव्हते. शैक्षणिक सवलती आणि प्रातिनिधिक संस्था व शासकीय नोकऱ्या यांतील राखीव जागांच्याद्वारे आत्मविकासाची संधी उपलब्ध होताच दलित समाजामध्ये विविध वर्ग उदयास आले. त्यांच्या आशा-आकांक्षांचे दलित चळवळीत प्रतिबिंब पडणे

साहजिकच होते. तेव्हा स्वाभाविकपणे पुढील चळवळीची दिशा व धोरणे याबाबत रिपब्लिकन पक्षाच्या कार्यकर्त्यांमध्ये तीव्र मतभेद निर्माण झाले. पक्षातील विविध गटांच्या भूमिकांचा समन्वय साधून त्यांचे ऐक्य कायम राखण्यास नेते असमर्थ ठरले. त्यामुळे एकेकाळी प्रबळ व संघटित असलेल्या या पक्षाची वाताहत झाली.

१९२७ च्या महाडच्या चवदार तळ्याच्या सत्याग्रहापासून डॉ. आंबेडकरांचे सामाजिक जीवन सुरू झाले ते १९३७ च्या प्रांतिक कायदे मंडळाच्या निवडणुकीपर्यंत. त्यादृष्टीने त्यांनी बहिष्कृत हितकारिणी सभेच्या माध्यमातून प्रयत्न केले. परंतु जेव्हा निवडणुकांचे राजकारण समोर आले, तेव्हा आंबेडकरांनी आपले धोरण बदलले. श्रमजीवींचा आपला लढा यशस्वी रीतीने लढवायचा असेल तर जातपात, धर्म, देश इत्यादी भेदांना थारा न देता मजूर तेवढे सारे एक ही वर्गभावना मनात ठसवून त्यांनी आपली अभेद्य संघटना केली पाहिजे, ही मार्क्सवादी व्यापक भूमिका आंबेडकरांनी स्वीकारली व स्वतंत्र मजूर पक्षाची स्थापना १९३७ साली केली. नंतर काही दिवसांनी व्हाईसरॉयच्या सल्लागार मंडळात बाबासाहेब गेले आणि स्वतंत्र मजूर पक्ष संपला. आपल्या चळवळीसाठी १९३६ साली घेतलेल्या व्यापक भूमिकेचा त्याग करून १९४२ साली नागपूरला शेड्युल्ड कास्ट फेडरेशनची स्थापना करून जातीयवादी भूमिकेचा आश्रय घ्यावा लागला. कारण भारतीय परिस्थिती मार्क्सवादी विचारांना पोषक नाही, इथे आर्थिक दृष्टीने पिळले गेलेले सर्व जनसमूह वर्गीय पातळीवर येणे अशक्य आहे, याची जाणीव बाबासाहेबांना झाली. बाबासाहेबांनी जातीय भूमिका स्वीकारली असली तरी एका अर्थाने दलितांच्या इच्छित ध्येयासाठी परिस्थितीशी केलेली ती एक तडजोड होती. आपल्या कोणत्याही चळवळीचा पाया जातीय असू नये ही बाबासाहेबांची मनोमन इच्छा होती. यासाठीच त्यांनी आपल्या अनुयायांना शेड्युल्ड कास्ट फेडरेशन बरखास्त करून रिपब्लिकन पक्षाची स्थापना करण्याचा सल्ला दिला.

रिपब्लिकन पक्षाच्या निर्मितीमागे डॉ. आंबेडकरांची मनोमन जी इच्छा होती ती त्या पक्षात पूर्ण झाली नाही व शेवटी रिपब्लिकन पक्ष हा शेड्युल्ड कास्ट फेडरेशनच राहिला. याचे प्रमुख कारण म्हणजे या पक्षाला व्यापक भूमिका देणारा समर्थ नेता मिळालाच नाही. रिपब्लिकन पक्षाच्या नेत्यांचे प्रमुख भांडवल म्हणजे बाबासाहेबांचा सहवास आणि आंबेडकरी चळवळीशी नाते. विविध समस्यांवर लक्ष्यवेधी बोलणारा वा लिहिणारा दुसरा कुणी नेता तिथे निपजला नाही. एवढेच नव्हे तर, समग्र आंबेडकरी चळवळ समजलेले नेतृत्वही दुर्मिळच होते. परिणामी, रिपब्लिकन पक्षाच्या चळवळीसंबंधी काही भ्रामक समजुती उराशी बाळगून ही मंडळी कार्य करीत होती. त्यातील प्रमुख भ्रम म्हणजे 'रिपब्लिकन पक्ष भारतीय राजकारणातील संतुलित शक्ती आहे' हा ठासून

मांडला जाणारा सिद्धांत होय. कोणत्या राजकीय पक्षाच्या हातात सत्तेची सूत्रे द्यायची, हे ठरविणारे आपणच आहोत या विचारापोटीच 'आपण सत्ता हातात का घेऊ नये?' या विचाराचा जन्म झाला. पण वस्तुस्थिती अशी आहे की, रिपब्लिकन पक्ष किंवा आंबेडकरी चळवळ भारतीय राजकारणातील 'संतुलित शक्ती' कधीच होऊ शकली नाही. रिपब्लिकन नेत्यांतील हा भ्रम वेळीच काढून टाकणारे दूरदर्शी नेतृत्व या पक्षाला लाभले असते तर रिपब्लिकन पक्षाची ही दुर्दशा टळली असती. रिपब्लिकन पक्षाच्या वाताहतीचे एक महत्त्वाचे कारण म्हणजे 'सत्तेची लालसा.' या लालसेपोटी बाबासाहेबांच्या वचनांची उधळण रिपब्लिकन पुढाऱ्यांकडून सभा-संमेलनांमधून होऊ लागली. 'तुम्ही शासनकर्ती जमात बना' हे बाबासाहेबांचे वचन उद्धृत करून आपल्या स्वार्थी राजकारणापायी शत्रूंशीही केलेल्या युतीचे पाप बाबासाहेबांच्या माथी मारले जाऊ लागले. ही सत्तेची लालसा शेवटी या मंडळींना काँग्रेसच्या अंगणात घेऊन गेली.

वास्तविक पाहता, बाबासाहेबांची संपूर्ण दलित चळवळ त्यांच्या म्हणण्याप्रमाणे समाजवादी समाजरचना निर्माण करण्याचे सूत्र सांगणारी आहे. बाबासाहेबांचा असा आदेश होता की, भारतामध्ये समाजवादी समाजरचना निर्माण करण्यासाठी संसदीय लोकशाही व बुद्ध धम्म या दोन साधनांचा वापर करावा. परंतु बाबासाहेबांच्या नंतरच्या दलित नेतृत्वाला 'समाजवादी समाजरचना' हे साध्य व संसदीय लोकशाही आणि धम्म ही साधने यांचा अर्थ समजलाच नाही. म्हणून बाबासाहेबांचा हा आदेश, या नेतृत्वाने फारसा पाळलेला दिसत नाही. बाबासाहेबांची 'एक असामान्य निर्मिती' म्हणून भारतीय राज्यघटनेकडे ही मंडळी अंत:करणापासून आदराने पाहात होती, यालासुद्धा समाधानकारक पुष्टी मिळत नाही. कारण आंबेडकरांनी एका वेगळ्या मन:स्थितीत या घटनेची निर्मिती केली. नव्हे, बऱ्याच ठिकाणी बाबासाहेबांना पर्याय नव्हता. बाबासाहेबांची निर्मिती म्हणून घटनेकडे पाहणाऱ्यांनी एका गोष्टीची सतत आठवण ठेवली पाहिजे. ती म्हणजे, घटना स्वीकारल्यानंतर एका वर्षाच्या आत बाबासाहेब 'ही घटना जाळून टाका' असे म्हणाले होते. याची आठवण दलित पुढाऱ्यांना नाही असे नाही. कारण बाबासाहेबांनी आपल्या या विधानातून राज्यघटनेप्रती आपली जळजळ व्यक्त केली होती. याची जाणीव असूनसुद्धा समाजवादी समाजरचनेच्या निर्मितीसाठी घटनात्मक चौकटीच्या पलीकडे आणि संसदीय राजकारणाच्या मर्यादांच्या बाहेर काहीतरी करणे भाग आहे याचा विसर दलित नेत्यांना पडला. केवळ बाबासाहेबांची निर्मिती म्हणून राज्यघटनेप्रती व तिच्यावरील सर्व मर्यादांच्याप्रती त्यांचे प्रेम व आदर आहे असे म्हणणे निराळे व राजकारणातील आपल्या एकंदर वागणुकीने ते सिद्ध करणे निराळे. कारण ज्यावेळी दलित नेत्यांच्या फायद्याचे आहे, त्यावेळी ही राज्यघटना बाबासाहेबांनी लिहिली म्हणून तिला पवित्र मानायचे व ज्यावेळी फायद्याचे नाही, त्यावेळी विविध

कोलांट्या उड्या मारायच्या हे आता सर्वांना विदित झाले आहे. बुद्धानंतर इंदिरा गांधी व बाबासाहेबांच्या नंतर यशवंतराव चव्हाण अशा घोषणा देऊन मूळ राज्यघटनेच्या प्रकृतीशी विसंगत असूनही बेचाळिसाव्या घटनादुरुस्तीचे जाहीर समर्थन करायचे; या घटनादुरुस्तीसाठी विरोधी पक्षांचे मत घेण्याचीसुद्धा गरज नाकारायचे, हे सारे आंबेडकरांच्या घटना निर्मितीसंबंधीचे प्रेम व आदर खचितच दर्शवीत नाही.

आजच्या दलितांचे प्रश्न भारतातील सध्याची विषम समाजव्यवस्था नष्ट झाल्याशिवाय सुटू शकणार नाहीत आणि त्याशिवाय दलित चळवळीला जातीय पातळीवरून व्यापक अशा वर्गीय पातळीवर नेताही येणार नाही. म्हणून आज दलितांच्या चळवळीला ही समाजव्यवस्था मोडून टाकून सामाजिक-आर्थिक न्यायावर उभ्या असणाऱ्या क्रांतिकारी चळवळीचे स्वरूप येणे आवश्यक आहे. ही चळवळ जर केवळ अस्पृश्यांच्या राखीव जागांसाठी आणि सवलतींसाठी झगडणार असेल तर त्यातून अस्पृश्य व बौद्ध समाजातील फक्त दोन ते अडीच टक्के सुशिक्षित घटकांनाच फायदा मिळेल; तोही प्रामाणिकपणे बॅकलॉग भरला गेला तर. असंख्य अस्पृश्यांच्या पदरी तेच परावलंबित्व, तीच गरिबी व तीच विटंबना शिल्लक राहील. त्यांना मुक्त करण्याचा मार्ग राखीव जागा व संसदीय राजकारणाच्या पलीकडचा आहे. याची जाणीव दलित नेतृत्वाला होत नाही, ही खेदाची गोष्ट आहे. यापेक्षा खेदाची गोष्ट म्हणजे आंबेडकरांच्या नावानेच त्यांना आहे त्या स्थितीत ठेवण्याचा प्रयत्न या नेतृत्वाकडून होत आहे. हा शिक्षित दलित वर्ग पूर्णपणे मनाने दुभंगला आहे. उच्चवर्गात जाण्यासाठी त्याला स्वत:चा समाज, नातलग, एवढेच नव्हे तर प्रसंगी आई-वडीलही नको आहेत. त्याला या सर्वांची लाज वाटते. ज्यांच्या कष्टावर त्याने शिक्षण घेतले, त्यांनाच लाथाडण्याची त्याची तयारी आहे. त्याला सन्माननीय अपवाद आहे, पण बहुसंख्यांची हीच अवस्था आहे. या सुशिक्षित वर्गाचा या परिवर्तनाला विरोध आहे. या संपूर्ण परिवर्तनाशिवाय खेड्यातील आपल्या आई-वडिलांच्या पायातील परंपरेने बांधलेल्या बेड्या तुटणार नाहीत, याची अंधुकशी कल्पना असूनही तो या परिवर्तनाला विरोध करीत आहे. एखाद्या समाजात सुखलोलुपतेच्या मागे धावणारा वर्ग निर्माण झाला की, तो समाजद्रोही कसा बनतो, याचे रिपब्लिकन - काँग्रेस आणि दरम्यानच्या काळातील जनता पक्षातील दलित नेते व त्यांच्याभोवती फिरणारा दलित सुशिक्षित हे जिवंत उदाहरण होय.

बाबासाहेब आंबेडकरांच्या नंतर रिपब्लिकन चळवळ ही कम्युनिस्टविरोधावर उभी केली गेली. कम्युनिस्टविरोध हेच चळवळीचे प्रमुख सूत्र आणि ध्येय होते. ह्या कम्युनिस्टविरोधाने त्यांना आंबेडकरांच्या समाजवादी समाजरचना निर्माण करण्याच्या ध्येयाचा विसर पडला. वस्तुस्थिती अशी आहे की, दलित नेत्यांचा कम्युनिस्टविरोधसुद्धा

प्रामाणिक नाही. त्यांचा कम्युनिस्टविरोध हा सोयीच्या राजकारणाचा एक भाग आहे. दादासाहेब गायकवाडांची अंतर्गत कोंडी करून त्यांना काँग्रेसच्या अंगणात जाण्यासाठी विवश केले गेले. १९६७ नंतर काँग्रेस आणि कम्युनिस्टांच्या युतीच्या दृष्टीने वातावरणनिर्मिती व्हायला लागली. १९६९ साली ही युती पक्की झाली. १९७१ च्या भारत-रशिया कराराने या युतीवर शिक्कामोर्तब झाले. १९७१ च्या निवडणुकीत रिपब्लिकन पक्ष काँग्रेस पक्षाबरोबर आणि काँग्रेस कम्युनिस्टांच्याबरोबर होती. याचा अर्थ काँग्रेस-कम्युनिस्ट-रिपब्लिकन हे राजकारणातले मित्र होते. १९७७ च्या निवडणुकीत दादासाहेब रूपवते यांची काँग्रेस कॉ. डांग्यांच्या कम्युनिस्ट पक्षाबरोबर होती आणि रा. सु. गवईंचा रिपब्लिकन पक्ष आर. डी. भंडारे आणि बी. पी. मौर्यांच्या काँग्रेसबरोबर होता. बी. सी. कांबळे जनता पक्षाच्या करारात होते आणि जनता पक्ष नंबुद्रीपादांच्या मार्क्सवादी कम्युनिस्ट पक्षाबरोबर होता. तर, राजाभाऊ खोब्रागडे जनता पक्षाच्या बरोबरच संसदीय निवडणुकांचे राजकारण करीत होते. हा सगळा तपशील पाहिल्यानंतर दलित चळवळ खरोखरच कम्युनिस्टविरोधात आहे, असे म्हणवत नाही. डॉ. आंबेडकरांच्या नावाने दलितांना कम्युनिस्टविरोधी संघटना करायला विवश करणारे आणि प्रत्यक्षात कम्युनिस्टांशी मैत्रीचे राजकारण करणारे कोणाशी प्रतारणा करीत होते? स्वत:शी? बाबासाहेबांशी? की, दलित जनतेशी? याचा एकदा संपूर्ण विचार झाला पाहिजे.

दलितांच्या चळवळी मोडून काढण्यासाठी सत्ता आणि श्रीमंतीवर उभ्या असणाऱ्या वर्गाने प्रयत्न करावा, याबद्दल खेद बाळगण्याचे कारण नाही. कारण त्यांच्याशी होणारा संघर्ष ही एक लढाई असते. पण भारतात ही लढाई विचित्र आहे. दलित जनतेची चळवळ मोडून टाकण्यासाठी इथे श्रीमंत सत्ताधारी वर्ग पुढे येत नाही, तर पुढे येतात ते दलितांचे विविध पक्षोपपक्षांतील नेते. दलित पँथरची चळवळ मोडून काढण्यासाठी हे नेते आपले व्यक्तिगत हेवे-दावे विसरून पक्षाची शिस्त आणि तात्त्विक भूमिका यांना बगल देऊन एकत्र आले. एकीकडे शरद पवारांच्या मदतीने रूपवते- गवई पँथरच्या विरुद्ध गेले, दुसऱ्या बाजूने पँथरच्या ढसाळांना हुसकून दिले म्हणून नागपुरात राजाभाऊ खोब्रागडेंनी आनंद व्यक्त गेला. जे बी. सी. कांबळे आतापर्यंत ऐक्याची टिंगल करायचे, ते एका रात्रीतून रिपब्लिकन ऐक्यासाठी तयार झाले. दलित पँथरच्या चळवळीत आंबेडकरांच्या मनातील जळजळ, नकार, विद्रोह आणि नवनिर्माणाची अभिव्यक्ती होती. त्यांच्या चळवळीला दिशा नव्हती हे जरी खरे असले, तरी तिला जगवली असती तर दिशा देणे इतके काही कठीण नव्हते. दलित नेत्यांतील सुशिक्षित वर्गाच्या हिताच्या राजकारणाविरोधी दलित नेतृत्वाने झिडकारलेल्या असंख्य अशिक्षित, कामगार, भूमिहीन व शेतमजूर यांच्यातून उभारलेली दलित पँथर ही उत्स्फूर्त प्रतिक्रिया होती. दलित पँथरच्या सभा खूप गर्दी खेचत असत, त्या केवळ

हिंदू देवतांना दिल्या जाणाऱ्या शिव्या ऐकण्यासाठी नव्हे, तर रिपब्लिकन आणि इतर पक्षांतील दलित नेतृत्वालाही ते शिव्या देत होते म्हणून. त्यांच्या एकंदर वागणुकीचा ते पंचनामा करीत होते. हे त्यांचे असे करणे चूक की बरोबर हा मुद्दा बाजूला जरी ठेवला तरी एक गोष्ट स्पष्ट होते, ती म्हणजे दलित नेत्यांबद्दल दलित जनतेत कमालीचा असंतोष खदखदत होता. दलित जनतेच्या अपूर्ण राहिलेल्या व दलित नेत्यांनी अशक्य करून टाकलेल्या इच्छा-आकांक्षांचे अंशत: का होईना, पँथरच्या चळवळीत प्रतिबिंब पडले होते. १९५० साली राजकीय लोकशाहीचा सांगाडा उद्ध्वस्त करण्यासाठी बाबासाहेबांनी पुढे येणाऱ्या समाजाचे जे भवितव्य वर्तविले होते; जे स्वप्न पाहिले होते त्याचे, अंशत: का होईना, पँथर हे मूर्त स्वरूप होते. दलित नेते आणि त्यांनी पाळलेले कार्यकर्ते यांविरुद्ध सामान्य शोषित जनता असे या संघर्षाचे स्वरूप होते. पण दुर्दैव की, पँथर फुटली. नव्हे, ती फोडली गेली. पँथर फोडून काढणे व अस्तित्वात असलेली परिस्थिती कायम ठेवणे ही श्रीमंत सत्ताधारी वर्गाची आवश्यकता असते. मात्र हा श्रीमंत सत्ताधारी वर्ग पँथर फोडण्यासाठी समोर आला असता आणि पँथरला निष्ठावंत नेतृत्व मिळाले असते तर जातीपातींच्या मर्यादा ओलांडून इथे आंबेडकरांना अभिप्रेत असणारा वर्गसंघर्ष उदयाला आला असता. परंतु दलित पँथरची चळवळ फोडण्यासाठी ह्या श्रीमंत सत्ताधारी वर्गाने दलित चळवळीतील घरभेद्यांना हाताशी धरले व त्यात तो यशस्वी झाला. याचा अर्थ असा की, दलित नेत्यांतील सुशिक्षित वर्ग जसा दलितांची चळवळ वाढू देत नाही तसा दलित चळवळ फोडून काढण्यासाठी रिपब्लिकन व इतर पक्षांतील सर्व दलित नेते एकत्र येतात व चळवळ फुटली की आपापल्या तंबूत परत जातात. संसदीय राजकारणाला ध्येय मानून आंबेडकरांच्या समाजवादी समाजरचनेच्या ध्येयाशी तडजोड करण्यात या नेत्यांची आंबेडकरी निष्ठा आड येत नाही. साम्यवाद्यांना मदत करताना बाबासाहेबांच्या विचारांची त्यांना पर्वा वाटत नाही. श्रीमंत सत्ताधाऱ्यांचे संबंध अबाधित ठेवताना त्यांना आंबेडकरांची विस्मृती होते आणि पँथरची चळवळ मात्र ते आंबेडकरांच्या नावानेच फोडण्यास एकत्र येतात. म्हणजेच, ज्या आंबेडकरांची उभी हयात दलितांच्या चळवळी करण्यात गेली, त्यांच्या अनुयायांना दलितांची चळवळ उभी करणे नको वाटते. ती कुठे उभी राहाण्याची चिन्हे दिसताच ती मोडून काढण्यात हे नेते सर्वांत पुढे असतात.

प्रारंभीच्या काळात दलित पँथरची चळवळ, तिचे समर्थक मान्य करोत की न करोत, पण काहीशी जातीय चळवळ होती. १९४७ नंतर उघडपणे जातीय संघर्षात उतरलेली दलित पँथर ही पहिलीच जातीय संघटना होय. भारताच्या इतिहासात जातीय संघटनांना फार मोठी परंपरा आहे. तसे पाहिल्यास भारताच्या स्वातंत्र्याचा इतिहासच संपूर्णपणे जातीय संघटनांचा, त्यांच्या चळवळींचा, जातीय करारांचा आणि जातीय

निवाड्यांचा आहे. या पार्श्वभूमीवर दलित पँथरला दोषी ठरवणे बरोबर नाही. संपूर्ण भारतीय राजकारणच मुळात जातीय आधारावर उभे असल्याने सामान्य जनतेचे संघटन करण्याचे दोनच प्रभावी पर्याय शिल्लक आहेत. एक जात, दुसरी भाषा किंवा प्रांत. एखादी संघटना जेव्हा आपली जातीय अथवा प्रांतीय मर्यादा ओलांडून अधिक व्यापक होऊ लागते, त्यावेळी त्या संघटनेच्या अस्तित्वालाच धोका निर्माण होतो. शेड्युल्ड कास्ट फेडरेशनचे रूपांतर रिपब्लिकन पक्षात झाल्याबरोबर ती संघटना लयाला गेली. दलित पँथरची संघटना जातीय पातळीवरून वर्गीय पातळीवर झेप घेण्याच्या पवित्र्यात उभी राहिली तेव्हा तिची शकले झाली.

रिपब्लिकन पक्षाचे राजकारण आणि त्याचे डावपेच तपासले तर एक गोष्ट निदर्शनास येते, ती म्हणजे रिपब्लिकन पक्षाने नेहमीच काँग्रेसची सत्ता टिकविण्याचेच राजकारण केले आहे. म्हणून रिपब्लिकन पक्षाच्या ध्येय-धोरणाचा, डावपेचांचा प्रश्न हा त्यांचा राहिला नसून तो काँग्रेसच्या सत्तेचा आणि काँग्रेसी नेत्यांचा प्रश्न आहे. यासाठीच तर दलित पँथरची चळवळ मुंबईसारख्या ठिकाणी वाढू लागली की, रिपब्लिक पक्षाचे सर्व गट पँथरला ठोकण्यासाठी एकत्र येतात आणि पँथर फुटली की आपापल्या गटात परत जातात. यातून दोन बाबी स्पष्ट होतात. एक म्हणजे, रिपब्लिकन पक्षाला जातीय राजकारण करता येणे शक्य नाही. कारण बहुसंख्य जमात कोणत्याही अल्पसंख्य जमातीला राजकीय पातळीवर सुसंघटित होऊ देईल, हे या रचनेत शक्य दिसत नाही. सर्व अल्पसंख्यांक जाती नेहमी विघटित ठेवून सत्ता संपादण्यासाठी आवश्यक असलेले जातीय राजकारण फक्त बहुसंख्य जातच खेळू शकणार आहे. दुसरे म्हणजे, रिपब्लिकन पक्ष किंवा दलित पँथर हे कोणाच्यातरी सहकार्याशिवाय जिवंत राहू शकणार नाहीत. आता राहिला प्रश्न सहकार्याचा. तर, हे सहकार्य कोणाशी व कोणत्या पातळीवर करावयाचे, हे प्राप्त परिस्थिती व आपली अंतिम ध्येये यांची मनोमन जाणीव ठेवूनच करावे लागेल.

रिपब्लिकन पक्षाच्या पुढाऱ्यांनी पक्षाच्या स्वतंत्र चळवळीने फायदा होणार नाही, असे गृहीत धरून काँग्रेसशी सख्य करून फायदे उठविण्याचे धोरण अवलंबिले. हाच त्यांचा कार्यक्रम. संधिसाधूपणा असेही या कार्यक्रमाला म्हणता येईल. या कार्यक्रमात सवर्ण पुरोगामी पुढाऱ्यांचाही फायदा होतो. त्यांना मुलाची मुंज टाळावी न लागता दलितांचे मित्र म्हणून मिरवता येते. समाज सलोख्याने, शांततेने, सहकार्याने चालला पाहिजे, अशी गोड लोकशाही भाषा बोलता येते. उदा- १९६९ साली महात्मा गांधी जन्मशताब्दीच्या वर्षी सरकारने सर्व खेड्यांतल्या सरपंच व पाटलांकडून आमच्या गावात अस्पृश्यता पाळली जात नाही, हरिजनांना आडावर पाणी भरू दिले जाते, देवळात प्रवेश चालू आहे असे दाखले मागवून घेतले; असे खुद्द हरिजन सेवक

संघाच्या एका सेवकानेच एके ठिकाणी सांगितले होते. अशा पद्धतीने अस्पृश्यांच्या प्रश्नांशी प्रतारणा शासन करते. कृती काहीही नाही केली तरी चालते. कार्याप्रमाणे नवबौद्धांचे जे फायदे होतात, त्यात पुढाऱ्यांचे अधिक आणि इतरांचे कमी. सरकारी यंत्रणेत हे असे अपरिहार्यपणे घडतेच आणि त्यातून पुढारी आणि अनुयायी यामध्ये अंतर पडते आणि बेबनाव होतो. काँग्रेस सरकारला नवबौद्धांसाठी कार्यक्रम राबवीत असताना एक गोष्ट लक्षात ठेवावी लागते की, त्यामुळे काँग्रेसचा सवर्णातील पाठिंबा गमावला जाता कामा नये. या धोरणामुळे नवबौद्धांवर होणाऱ्या अन्यायाकडे दुर्लक्ष करावे लागते. फायद्यावर लक्ष ठेवून त्याची किंमत म्हणून समाजातील अन्यायाविरुद्ध होणाऱ्या व्यापक लढ्यापासून या पुढाऱ्यांनी आपल्या पक्षाला दूर ठेवले. परंतु दलित पँथरला दलित पुढाऱ्यांची ही भूमिका मान्य नव्हती, याची जाणीव 'दलित पँथरची भूमिका' या पुस्तिकेतून होते.

गेल्या काही वर्षांपासून सवर्णातील एक विशिष्ट वर्ग समाजात निर्माण होत आहे, जो नेहमीच स्वत:ला समाजात पुरोगामी (व्यासपीठावरून) सिद्ध करण्याच्या प्रयत्नात असतो. आपणाला दलितांविषयी, त्यांच्या प्रश्नांविषयी किती आस्था आहे, हे तो नेहमीच शब्दांतून व्यक्त करीत असतो. मात्र कृतीच्या संदर्भात विचार केला तर ही मंडळी किती दांभिक आहेत, याचा प्रयत्य येतो. त्यांचे स्वत:चे बसणे उठणे, सहकार्य -संबंध, मैत्री क्वचितच आपल्या जातीच्या परिघाबाहेर असते. प्रामुख्याने दलित साहित्यासंबंधी अत्यंत पोटतिडिकीने व आस्थेने व्यासपीठावरून कंठशोष करणारे, जबरदस्त शाब्दिक समर्थन करणारे, प्रसंगी परंपरागत, रूढीग्रस्त जीवन जगणाऱ्या सवर्णांना-विशेषत: ब्राह्मण समाजाला– शिव्या घालणारे खाजगीत दलित साहित्य व बौद्ध धर्माची टिंगल करतात. एक प्रकारे व्यासपीठावरून 'आम्ही दलितांना कसे बनवले' या विजयी मुद्रेने वावरतात. याला निश्चितच सन्माननीय अपवाद आहेत. पण दुर्दैव,बहुसंख्य सवर्णांची हीच तऱ्हा. ही मंडळी डॉ. आंबेडकर, त्यांची विद्वत्ता, दलितांचे प्रश्न, अस्पृश्यता, सवर्णांचे अत्याचार या विषयांवर सतत बोलत राहातात. मात्र कृतीच्या बाबतीत शेकडो योजने जाणीवपूर्वक दूर राहतात याचे जिवंत उदाहरण म्हणजे मराठवाडा विद्यापीठ नामांतर प्रकरण. तेव्हा आजच्या दलितांनी वेळीच अशा दांभिकांपासून सावध राहणे आवश्यक आहे.

सर्व महापुरुषांची त्यांच्या अनुयायांकडून नंतर ओढाताण होत आलेली आहे आणि डॉ. बाबासाहेब आंबेडकर हे देखील त्याला अपवाद नाहीत. आजच्या दलित समाजाच्या समस्या- मग त्या सामाजिक असोत, राजकीय असोत अथवा आध्यात्मिक असोत- त्या धर्माचा किंवा जातीच्या चौकटीत सुटणाऱ्या नाहीत, हे डॉ. बाबासाहेबांना १९५२ सालच्या निवडणूक पराभवानंतर लक्षात आले. विज्ञाननिष्ठ दृष्टिकोन, वर्गीय

जाणिवा आणि पूर्णपणे निधर्मी लढाऊ मानवतावाद यांच्या साहाय्यानेच दलितांच्या चळवळींना तेज येईल. यासाठी बाबासाहेबांना शे. का. फेडरेशनचे व्यापक पक्षात रूपांतर करावयाचे होते. पण दुर्दैव, शे. का. फे. चे नाम ाकरण फक्त रिपब्लिकन पक्ष असे करून जातीय राजकारणाचाच पाठपुरावा केला जात आहे. वेशीबाहेरच्या सर्व दलितांना आणि आर्थिक शोषणाने पिळलेल्यांना त्यांनी कधीच सांधले नाही.

आज सतत बदलत्या परिस्थितीने या दलित चळवळीसमोर अनेक नवी आव्हाने निर्माण केली आहेत. या चळवळीत या बदलत्या परिस्थितीचा वेध घेऊन चळवळीला दिशा मिळेल, अशा नव्या चिंतनाचा अभाव आहे. यामुळेच या चळवळींना अनेकदा प्रचंड गती आलेली आपल्याला जाणवते, परंतु ही चळवळ पुन्हा थंड होते. हे काही एक-दोनवेळा झालेले नाही, तर अनेकदा होताना आपण पाहिलेले आहे. याचे कारण 'दिशाहीन गती' हे असावे असे वाटते. सामान्य जनतेच्या चळवळी या सामाजिक पुनर्रचनेच्या चळवळी असतात. त्यांना स्वत:ची एक गती आणि दिशाही असते. नेतेमंडळी जेव्हा विविध प्रश्नांवर जनसंघटन करून चळवळ उभारीत असतात, तेव्हा त्यांना सतत बदलणाऱ्या वास्तवाचे भान असावे लागते. आपण आंबेडकरांच्या तत्त्वज्ञानाला गतिमान विचार मानतो. मार्क्सने मांडलेल्या विरोध-विकास तत्त्वज्ञानाचे मूळ अडीच हजार वर्षांपूर्वीच्या बुद्ध तत्त्वज्ञानात आपण शोधून दाखवतो. डॉ. राम मनोहर लोहियांच्या जातिविहीन, वर्गविहीन समाजनिर्मितीच्या स्वप्नांची चर्चा करीत असतो, पण व्यवहारात मात्र आपण तसे वागत नसतो. जनतेच्या चळवळींना दिशा देण्यासाठी म्हणूनच, विचार आणि व्यवहार यांत अद्वैत निर्माण व्हावे लागते. ते आपोआप होत नसते. त्यासाठी भगवान बुद्ध, कार्ल मार्क्स, डॉ. आंबेडकर आणि डॉ. लोहिया यांचे विचार तर आज उपलब्ध आहेतच, परंतु त्यासाठी वास्तवाचे सम्यक् आकलन करून घेऊन नेतृत्वाने नवे चिंतन करण्याचीही गरज असते. या नव्या चिंतनाची गरज केवळ दलित चळवळीलाच आहे असे नाही, तर सर्वच श्रमिकांच्या, कष्टकऱ्यांच्या चळवळीची ती तातडीची गरज आहे. या देशातील श्रमिकांची चळवळ व दलितांची चळवळ भिन्न दिशांनी जाणे या देशातील श्रमिकांना आणि दलितांना दोघांनाही न परवडणारे आहे. या दोन्हीही चळवळी हातात हात घालूनच पुढे गेल्या पाहिजेत. तरच त्यांच्यातील गतिरोध टळेल. या चळवळी आजपर्यंत परस्परविरोधी दिशेने नसल्या तरी भिन्न-भिन्न मार्गांनी वाटचाल करीत असल्यानेच शहरी श्रमिकांच्या चळवळी अर्थवादात अडकून पडल्या आहेत. समाजाच्या भौतिक पायातील आमूलाग्र परिवर्तनाच्या आंबेडकरी विचारांचे या ना त्या कारणाने विस्मरण होत असल्याने दलित चळवळ हवेत तलवारी फिरवताना आढळते. म्हणून या देशात गरिबांच्या विरुद्धचा संघर्ष हातात हात घालून जाणेच अटळ आहे. या समाजाची पुनर्रचना केल्याशिवाय

या देशातील श्रमिकांची गरिबी नष्ट होणार नाही आणि या देशातील जातिप्रथेच्या अंताचीही सुतराम शक्यता नाही. कारण गरिबी आणि जातिप्रथा ही व्यवस्थेची जुळी अपत्ये आहेत. ही व्यवस्था तशीच ठेवून गरिबी आणि जातिप्रथा आपल्याला नष्ट करता येणार नाही.

समान नागरिकत्वाचे दलितांचे हक्क आता कायद्याने मान्य झाले आहेत. यापुढचा झगडा अधिक गुंतागुंतीचा आहे. शिक्षणाच्या सवलती प्राप्त झाल्या, नोकरीच्या सवलती मिळाल्या म्हणजे वैचारिक विकासाची शक्यता निर्माण होते. पण शक्यता निर्माण झाली म्हणजे विकास होतोच असे नाही. शक्यता असूनसुद्धा विकास का खुंटतो याचे उत्तर इतरांशी भांडून मिळत नसते. ते आत्मपरीक्षण करून मिळत असते. अस्पृश्यांना कायद्याने समानता मिळाली तरी सवर्ण हिंदू समाजाने त्यांना मनाने समान मानले नाही. सवर्ण हिंदू समाजाच्या मनाने आपल्याला समान म्हणून स्वीकारावे, यासाठी केवळ झगडा पुरत नसतो. त्यासाठी काही सौजन्य, कृतज्ञता यांचीही गरज लागते. उठता-बसता हिंदू धर्माला शिव्या देऊन, गांधी-नेहरूंना तुच्छ लेखून काँग्रेसच्या छायेखाली वावरायचे व सत्तेच्या राजकारणात तडजोडी करायच्या, ही पद्धत संघटनेची शक्ती वाढवीत नसते, सौजन्यही वाढवीत नसते व हक्कांची जाणीवही वाढवीत नसते. पण याहीसाठी एकदा आपण आपले नेते, आपल्या संघटना, आपली कार्यपद्धती यांचे चिंतन करावे लागते.

दलितांच्या समोरचा सर्वांत मोठा प्रश्न आर्थिक दारिद्र्याचा आहे. आणि हा प्रश्न केवळ अस्पृश्यांचा नाही, तो अठ्ठ्याहत्तर टक्के शेतमजुरांचा व दहा टक्के औद्योगिक मजुरांचाही प्रश्न आहे. हा प्रश्न आदिवासींचाही आहे. याबाबत जातीच्या आणि पंथाच्या चौकटीबाहेर आल्याशिवाय दलितांच्या संघटना काहीही करू शकणार नाहीत. सवर्ण हिंदूंना अस्पृश्यांचा विश्वास संपादन करता आला नाही, पण अस्पृश्य समाजातील एका जाती-जमातीलासुद्धा दुसऱ्या जाती-जमातीचा विश्वास संपादन करता आला नाही, याही बाबीचे एकदा मूल्यमापन झाले पाहिजे.

शेवटी दलित चळवळीच्या निमित्ताने काही प्रश्न पुढे उभे राहातात ते असे की, दलितांना दलित म्हणून उरावयाचे आहे की आपले दलितपण संपवायचे आहे? अस्पृश्यता टिकवायची आहे की संपवायची आहे? दलितांच्या संघटनांनीसुद्धा उरलेला सगळा समाज अस्पृश्य समजून स्वतःपासून दूर ठेवलेला आहे. कोणत्याच राजकीय नेत्याविषयी, सामाजिक तत्त्वज्ञानाविषयी आणि कोणत्याही राजकीय संस्थेविषयी आपल्यातील कुणाला ममत्व वाटू नये, याची फार काळजी या संघटनांनी घेतलेली आहे.

समाजजीवनाचा प्रवाह कधी थांबत नसतो. तो सतत पुढे जात असतो. तो जसा वेदावर थांबला नाही, तसा बुद्धावरही थांबणार नाही. हा प्रवाह बाबासाहेबांच्या

नंतरही चालूच राहाणार आहे. काही प्रश्न एका मार्गाने सुटतात, काही प्रश्न दुसऱ्या मार्गाने सुटतात. अस्पृश्यांच्या बलाढ्य संघटना उभारून जे प्रश्न सुटणे शक्य होते ते सुटलेले आहेत. या संघटनांच्या चौकटी ओलांडून जे प्रश्न सोडवायचे आहेत त्यासाठी जुने मार्ग उपयोगी पडणारे नाहीत. जी आव्हाने दलित वर्गासमोर आहेत त्यांचे स्वरूप सांस्कृतिक, सामाजिक, राजकीय व आर्थिक आहे. फार मोठा विचारसंघर्ष केल्याशिवाय हे प्रश्न सुटू शकणार नाहीत.

अस्पृश्य आणि दलित समाजातून निर्माण झालेले बुद्धिवान संशोधक, कुशल वादविवादपटू, वरच्या श्रेणीचे खेळाडू, कवी, कलावंत आणि साहित्यिक यांचा एक समूह जोपर्यंत न्यूनगंड सोडून समाजामध्ये आत्मविश्वासाने वावरत नाही, तोपर्यंत भारताचे मानसिक वातावरण समतेच्या दृष्टीने खुले होईल, ही आशा सफल होणे फार कठीण आहे. डॉ. आंबेडकरांचा अपवाद वजा जाता अजूनही त्यादृष्टीने फार मोठी वाटचाल व्हावयाची राहिलेली आहे. राजकीय नेत्यांपेक्षा सुर्वे, ग्रेस यांसारखे कवी, बाबूराव बागूल, दया पवार, शंकरराव खरात, रावसाहेब कसबे यांच्यासारखे साहित्यिक व विचारवंत यांचे समाजातील अस्तित्व ही गोष्ट मला महत्त्वाची वाटते. यासंदर्भात बाबासाहेबांच्या नावापुढे असणारी पदव्यांची मालिका, त्यांच्या नावे असणारे ग्रंथ, त्यांनी उभारलेल्या शैक्षणिक संस्था, त्यांचे समृद्ध खाजगी ग्रंथालय या सर्व बाबी मला महत्त्वाच्या वाटतात.

●●●

९.
दलित पँथर आणि ब्लॅक पँथर

भास्कर जाधव

दलित पँथरने आर्थिक, राजकीय व सामाजिक प्रश्नांसंबंधी एक समग्र भूमिका घेतल्याचे मला जाणवले नाही. भूमिका घेण्याबाबत त्यांच्यात धडपड व संघर्ष चाललेला असावा, असे वाटते. त्यांनी गेल्या स्वातंत्र्यदिनानिमित्त प्रसिद्ध केलेले निवेदन मला प्रयत्न करूनही पाहावयास मिळाले नाही. मात्र त्यांपैकी 'मागोवा' मधील, नामदेव ढसाळ यांचा, 'बियाँड फ्रेंडशिप' मधील ज. वि. पवारांचा, इ. काही अलीकडील लेख व पँथरने प्रसिद्ध केलेल्या निवेदनावरील 'साधने' तील दोन लेख मी वाचले आहेत. ही मर्यादा लक्षात घेऊन मी लिहीत आहे.

'मागोवा' तील लेखात (आणि त्यांच्या 'गोलपिठा' या संग्रहातील काही कवितांतून) मार्क्सवादी शास्त्रीय क्रांतिकारक विचाराने चालणाऱ्या शक्तींना ढसाळ 'अस्पृश्य' मानीत नाहीत. जुटीने जावे अशी भूमिका घेतात. तरीपण दलितांच्या मूलभूत प्रश्नांसंबंधीची समग्र भूमिका दलित पँथर्सने मांडलेली नाही. अजून ते प्रतिक्रियात्मक व प्रतीकात्मक अवस्थेत आहेत.

अमेरिकेतील ब्लॅक पँथर्सच्या चळवळीने १९६६ साली एक समग्र कार्यक्रम हाती घेतला. त्यात काळ्यांच्या व सर्व दडपलेल्या समूहांच्या जीवनाच्या पुनर्रचनेच्या मागण्यांचा अंतर्भाव आहे. (त्या कार्यक्रमातील महत्त्वाचा भाग मी परिशिष्ट- ३ म्हणून देत आहे.) तसा समग्र कार्यक्रम अद्याप दलित पँथर्सने घेतलेला नाही. दलितांवरील घृणास्पद सामाजिक अत्याचाराच्या प्रश्नांवरच सध्या दलित पँथर्स हालचाल करतात. त्या हालचाली, मोहिमा आवश्यकच आहेत. मात्र हे अत्याचार म्हणजे देशातील आजच्या समाजव्यवस्थेचे अत्यंत घृणास्पद परिपाक आहेत व ही समाजव्यवस्था आमूलाग्र बदलण्यावर त्यांचे अखेरचे पारिपत्य अवलंबून आहे, हे लक्षात घेतले पाहिजे. आणि त्या त्या दिशेने करावयाच्या जमवा-जमवीचा-संघटना, लढाप्रकार, लढारचना, कायमचे व काही काळचे दोस्त, कायमचे व काही काळचे शत्रू असा-

समग्र विचार करूनच ताबडतोबीची पावले त्या दिशेने पडतात की नाही, याची तपासणी केली पाहिजे.

अमेरिकेतील ब्लॅक पँथर्सनी सुरुवातीची 'काळ्यांची सत्ता' ही घोषणा सोडून 'काळ्यांची सत्ता व जनतेची सत्ता' ही घोषणा घेतली. गोऱ्या साम्राज्यवादी अमेरिकेचा परदेशात आणि देशातही पराभव केल्याशिवाय प्रश्न सुटणार नाहीत, ही भूमिका घेतली आहे. काळ्यांच्या चळवळीचा त्रोटक आढावा व अँजेला डेव्हिस हिच्या मुलाखतीतील काही भाग 'परिशिष्ट' म्हणून दिला आहे. दलित पँथर्स अजून असा विचार करीत नाही. तेव्हा दलितांच्या मूलभूत प्रश्नांच्या सोडवणुकीला त्यांनी हात घातलेला आहे, असे म्हणता येत नाही.

दलितस्थान, दलित विद्यापीठ याबाबतच्या मागण्या दलितांच्या मूलभूत सोडवणुकीचा मार्ग म्हणून मांडल्या जात आहेत, त्याचा विचार करूया.

दलितांना स्वावलंबीपणाने जगता यावे, केवळ एक वेळच्या भाकरीसाठी, पटकुरासाठी, झोपडीसाठी शहरे वा गावातील बड्या टग्यांच्या मर्जीवर अवलंबून राहावे न लागणे ही प्रथम महत्त्वाची गोष्ट. सध्या सारे जिणेच परावलंबी आहे. सध्याच्या व्यवस्थेतील मालकीसंबंधांना घटनेने अभय दिले आहे. (घटनादुरुस्त्या लक्षात घेऊनही) सध्याच्या शिक्षणपद्धतीतून श्रमाबद्दल, श्रम करून जगण्याबद्दल घृणा शिकविली जाते. काहीच श्रम न करता आयते खाणारे माड्या-गाड्यावाले हे आजचे 'आदर्श' बनले आहेत. आभाळाला भिडलेले सीलिंग, कुटुंबाची व्याख्या बदलून एक इंच खाली आणण्याचे जाहीर होताच नवरा-बायकोचे कायदेशीर घटस्फोट होतात. त्यांत मंत्र्यांपासून सर्व उच्चपदस्थ आहेत.

स्त्रियांच्या शरीराचे सिनेमांतून, कादंबऱ्यांतून, वर्तमानपत्रांच्या जाहिरातींतून कामुक नागडे प्रदर्शन घडविणे ही आजची संस्कृती आहे. दारूची दुकाने आणि लॉटरीची टेबले उघडून विकासासाठी पैसा गोळा केला जात आहे. ओबेरॉय शेरेटन आणि अशीच चार चांदण्यांची, पाच चांदण्यांची हॉटेले उघडण्यासाठी सिमेंट-पत्र्यांचा तुटवडा नाही. मात्र मोरीसाठी सिमेंट किंवा छपरासाठी पत्रा मिळत नाही. टायर, सुटे भाग नसल्याने सध्या ग्रामीण भागात एस्. टी. बसेस बंद आहेत. मात्र ॲम्बेसॅडर, फियाटामुळे रस्त्यावरून चालता येत नाही. पार्लमेंटमध्ये 'छोटी गाडी' केव्हा येणार म्हणून वाद चालू आहे. अशी ही रचना कायम ठेवून 'दलितस्थान' ला जमीन कुठे मिळणार? नि दलित विद्यापीठात कोण आणि कोणता अभ्यासक्रम शिकविणार.? या साऱ्यांचा मुळातून विचार होण्यावरच दलितांच्या प्रश्नांची सोडवणूक अवलंबून आहे.

दलित साहित्याच्या चळवळीची वाढ ही रिपब्लिकन पक्षाच्या गटोपगटांच्या कक्षेबाहेर झाली. नवशिक्षित व स्वत:ची अस्मिता व्यक्त करण्यास आसुसलेल्या बौद्ध

युवकांची लेखनाची व वाचनाची भूक भागविण्याची ही ऐतिहासिक गरज दलित साहित्याच्या चळवळीने पुरी केली. (मराठी साहित्यातील साचलेपणाच्या संदर्भात दलित साहित्याची कामगिरी हा वेगळा विषय आहे.) दलित साहित्यामागे दलित समाजजीवनाचे एक व्यापक अधिष्ठान आहे. निरनिराळ्या वैचारिक निष्ठा बाळगणाऱ्यांना त्या चळवळीने एकत्र आणले. कम्युनिस्ट असलेल्या अण्णाभाऊ साठेंना दलित लेखक मानले. पँथर्सपैकी बरेच कवी-लेखक प्रथम दलित साहित्यिक म्हणून पुढे आले.

दलित साहित्य आणि पँथर्स हे दोन्ही पडत व वाढत आहेत. दोन्हीही बाबतीत परिपूर्ण विचार ही अवस्था अद्याप यावयाची आहे. दलित साहित्यातून दलितांच्या व्यापक एकजुटीचा पुरस्कार बाबूराव बागूल व इतर दलित साहित्यिक मोकळेपणाने करतात. दलित पँथर्स चळवळीस सार्वत्रिक लढ्याचे स्वरूप देण्याचा ते प्रयत्न करीत आहेत, असे विधान निःसंकोचपणे करता येईल, असे वाटत नाही.

भारत जातीजातील विभागला आहे. हा विचार येथील समाजजीवनाच्या एका अंगाचे वर्णन करणारा आहे. तेवढेच आहे आणि बाकी काहीच नाही असा याचा जो अर्थ होतो तो बरोबर नाही. एकूण हिंदू धर्मातील जातींचा विचार करूया. प्रत्येक जातीत गरीब-श्रीमंत, मालक-चाकर, अशी विभागणी सध्या वाढत्या प्रमाणात स्पष्ट होत आहे. जुन्या चातुर्वर्ण्यातील ब्राह्मण-क्षत्रिय-वैश्यातील काही जातींपैकी काहीजण काही प्रमाणात जुन्या स्थानावर आहेत. हे खरे असले तरी वर्गीय पायावरची उभी आणि आडवी विभागणी वाढत्या गतीने होत आहे. हे आजचे प्रमुख वास्तव आहे.

हिंदू धर्मातल्या जाती जन्मावर आधारित आहेत. महाराष्ट्रातल्या किर्लोस्करांची मुलगी मोरारजी देसाईंच्या घरी जाते. वसंतराव नाईक, शेषराव वानखेडे, नरेन्द्र तिडके यांच्या बायका ब्राह्मण जातीतील आहेत. पण महाराष्ट्रातला 'खानदान' मराठा आपल्या शेतावरील 'खानदान' शेतमजुरालाही आपली मुलगी देत नाही किंवा ब्राह्मण अधिकारी आपल्या पोटशाखेतल्या पट्टेवाल्यासही देत नाही (हे ठरवून होणाऱ्या विवाहाबद्दल लिहिले. वास्तविक, विवाह ही मुला-मुलीने ठरविण्याची खाजगी बाब आहे.) चांभार कारखानदारांच्या कारखान्यातल्या चांभार समाजातील इसमास कामगार म्हणून व्हायचा तो त्रास होतोच व इतरांसारखेच वेतन मिळते. वरिष्ठ बौद्ध अधिकारी आई-बापांना, नातेवाइकांना ओळख देत नाहीत व लग्ने चोरून लावतात. बाटाच्या कारखान्यात चांभार थोडेच आहेत. बौद्ध वकील बौद्ध अशिलासही चांगलाच पिळतो. सहकारी साखर कारखान्यात मराठा-माळी कामगार वशिल्याने लागला तरी वेतन मंडळाप्रमाणे पगार मिळविण्याकरिता तो संप करतो, लाठ्या खातो व तुरुंगातही जातो. म्हणजे भारत झपाट्याने बदलतोय.

किल्वेन मनीला जाळले गेलेले चाळीस वृद्ध-स्त्रिया-मुले अस्पृश्य आहेत हे

खरेच. पण शेतमजूर म्हणून मजुरीत वाढ मागितली म्हणून जाळले जातात आणि 'घटने'चे राखणदार असलेले हायकोर्ट त्या जमीनदारांना मोकळे सोडते! धुळे जिल्ह्यातील शहादे-तळोदे भागात आदिवासींना वेठबिगारी करावी लागते. पंधरा दिवसांच्या बाळंतिणीवर गुजर बलात्कार करतात. अशा अनेक अत्याचारांची उदाहरणे 'माणूस'च्या एका खास अंकात दिली आहेत. आदिवासींच्या जमिनी हिसकावून गुजर गबर झाले, पण पाटीलवाडी प्रकरणात आदिवासी गोळीचे भक्ष्य झाला. गुजर कोर्टात निर्दोष सुटले अन् तीरकमठे बाळगणारे आदिवासी अनेक वर्षांपर्यंतच्या शिक्षेवर गेले.

'हरितक्रांती' चा डांगोरा पिटणाऱ्या पंजाब-हरियानात, पंतप्रधान इंदिरा गांधींच्या उत्तरप्रदेशात चांभार शेतमजूर मेलेली जनावरे ओढून टाकण्यासाठी मजुरी वाढवून मागतात, किमान वेतनाच्या अंमलबजावणीचा हट्ट धरतात म्हणून अत्याचार घडत आहेत. 'टाईम्स ऑफ इंडिया' ची गेल्या दोन महिन्यांतील वार्तापत्रे पहावीत.

याचा अर्थ असा की, आता जातीला महत्त्व उरलेले नाही, सामाजिक व्यवहारातून ती नेस्तनाबूत झाली असा नसून बदल कसा घडत आहे, हे दर्शविण्यासाठी ही ठळक उदाहरणे दिलीत. दलितांच्या मुक्तीचा ध्यास लागलेल्यांना बदलते वास्तव लक्षात घेणे आवश्यक आहे. म्हणून जातीजातीची रचना ही सर्वच जातींच्या डोक्यावरचे युगायुगाचे ओझे आहे आणि ते ओझे फेकून देण्याचा झगडा चिवट, जीवघेणा, दीर्घकाळ चालणारा आहे.,

वरिष्ठ जातीतील प्रतिष्ठित त्यांचे जुने पिळवणुकीचे हक्क नव्या स्वरूपात चालू रहावेत म्हणून जातीचा आधार घेण्याचा प्रयत्न करणार. वरिष्ठ जातीतील लोक गरिबांना सांस्कृतिक मागासलेपणाचा फायदा घेऊन भडकवणार. मारामाऱ्या करण्यासाठी त्यांना पुढे पाठवून हे लब्धप्रतिष्ठित मागे बसणार. पण वर्गचळवळ वाढेल तशी प्रतिष्ठितांचीही क्षमता वाढणार. त्यांच्या व दलितांच्या जीवनातील समान प्रश्नांवरील लढ्यातील जूट यास खास महत्त्व आहे. अर्थात हा दुहेरी क्रम आहे. पण त्यासाठी सध्या दोन्ही बाजूंनी मदतकारक असा परिसर तयार होत आहे, हे लक्षात घेणे आवश्यक आहे.

दलितांच्या विविध जाती-जातींत व्यापक जूट उभारणे शक्य आहे आणि खरे म्हणजे ती फार आवश्यक आहे. वर वरिष्ठ-कनिष्ठ जातीच्या संदर्भात विचार केलेला आहे. जातीच्या संदर्भात 'दलित' या शब्दात सर्व पूर्वास्पृश्य वर्गीकृत जाती व वर्गीकृत जमाती (आदिवासी व भटक्या जमाती) गृहीत धरून विचार करता तर त्यांची जूट मुळीच अवघड नाही. हे सर्व समाज बव्हंशाने भूमिहीन, शेतमजूर, गरीब शेतकरी- 'ग्रामीण श्रमिक' असे म्हणता येईल- या विभागात मोडतात, बड्यांच्या शेतावर वर्षभर किंवा वर्षातील मोठा काळ त्यांना शेतमजूर म्हणून अथवा सार्वजनिक कामावर मजूर

म्हणून राबावे लागते. सारेच सामाजिक अत्याचारांचे बळी ठरतात. तेव्हा जीवनातील रोजच्या व समग्र परिवर्तनाच्या कार्यक्रमावर त्यांची एकजूट होऊ शकते.

मात्र अशी जूट उभारण्यासाठी करावयाची आवाहने, कार्यक्रम हा व्यापक, या विभागांच्या दैनंदिन जीवनातील प्रश्नांना गवसणी घालणारा, आड येणारा 'जातवाला' असला तरी त्याला बाजूला सारून पुढे नेण्याचा विश्वास पैदा करणारा असला पाहिजे (मी पंधरा वर्षे ग्रामीण भागातील कोतवाल, जि. प. व इरिगेशनकडील बांधकाम कामगार, नगरपालिका कामगार, शेतमजूर, दुष्काळी कामगार आणि विविध धंद्यांतील औद्योगिक कामगार यांत काम करतो आहे. यात सर्व जातींचे लोक आहेत. अनेक संघटनांत राज्य पातळीवरचा मी पदाधिकारी आहे. सगळीकडे हाच अनुभव घेतो आहे आणि या संघटनांतील माझ्या कामात माझी 'जात' अजून आडवी आलेली नाही.)

दलित पँथर्सचे आजचे आवाहन फक्त बौद्धांनाच आणि त्यातील तरुणांनाच पोचत आहे. वर नमूद केल्याप्रमाणे त्यांनी समज घेतली, आवाहनाची दिशा बदलली व हा सारा समाज आमूलाग्र बदलणाऱ्या क्रांतिकारकाची भूमिका घेऊन या कामातील लढाईचे आणि कारकुनीचे दोन्ही कामे करण्याची तयारी ठेवून पँथर्स चळवळीत पडले तर ते कार्य करू शकतील. (आणि ते करण्यासाठी पँथर्सचे नाव घेतले पाहिजे असेही नाही.) पँथर्स तशी सिद्धता करतील का, हा प्रश्न आहे.

धर्म आणि समग्र परिवर्तन

महाराष्ट्रातील बौद्ध समाजाने बाबासाहेबांच्या नेतृत्वाखाली अनेक दशके चळवळीत भागीदारी करून राजकीयदृष्ट्या जागृती कमावली. (महार समाजाचे जुन्या ग्रामरचनेतील शेती या मुख्य उत्पादनपद्धतीतील स्थान केवळ सेवेचे होते. त्यातूनही काही मदतकारक वैशिष्ट्ये तयार झाली, पण तो प्रश्न वेगळा.) दलितांतील पूर्वास्पृश्यांतील इतर जाती व आदिवासी यांना बौद्ध धर्माच्या आवाहनावर एकत्र आणता येणार नाही. त्यांना करावयाचे आवाहन त्रिसरण पंचशीलाने सुरू केल्याने व्यत्ययच निर्माण होईल. कारण सध्या तरी बौद्ध धर्म हा महारांनीच स्वीकारला आहे. समज अथवा गैरसमजाने पाळला जाणारा धर्म (म्हणजेच रूढी, लोकाचार) रक्तात खोल बसलेला असतो. तो जातो, पण दुसऱ्या धर्माच्या आवाहनाच्या पायावर नव्हे. मला मूठभर शिक्षितांची जूट अभिप्रेत नाही तर सर्व समाजाची जूट अभिप्रेत आहे. पँथर्सनी जर लक्ष्मीआईचा उद्धार करून आवाहनास सुरुवात केली तरी मातंग समाजातील माणसाला लगेच जुटीचे आवाहन पटणार, पेलणार आहे का?

अधिक खोलीने विचार करता आज धर्म हा जीवनाचा नियंता नाही, हे लक्षात घेतले पाहिजे. मनुस्मृतीत, भगवद्गीतेत लिहिले आहे म्हणून, शंकराचार्य सांगतो म्हणून अस्पृश्यता पाळली जाते, असे नाही. ती एक परंपरेने मनाला लागलेली सवय

आहे अन् सवय ही फार प्रतिगामी गोष्ट आहे, असे लेनिन म्हणतात. ही सवय स्पृश्यांत आहे तशी अस्पृश्यांतील निरनिराळ्या जातींतही आहे. म्हणूनच जातीविरुद्धचा सांस्कृतिक लढा हा सर्व जातिसंस्थेविरुद्ध दलितांना दीर्घकाळ करावा लागणारा लढा आहे. अमेरिकेतील काळ्यांनी धार्मिक आवाहनावर उभे राहण्याचे प्रयोग केले, शेवटी ब्लॅक पँथर्स नव्या धोरणावर उभे राहिले. (परिशिष्ट १ पहा)

बौद्ध धर्माचे प्रबोधन हे हा धर्म स्वीकारण्यातही आचारात्मक पातळीवरच राहिले आहे. ही व्यथा म्हणून मांडली जाते. आमच्या काळात त्यापेक्षा वेगळे घडण्याची शक्यता गृहीत धरणेही स्वप्नरंजनात्मक आहे. चीनमधील कन्फ्युशियस नियमाने वागणाऱ्या एका कर्मठ बौद्ध जमीनदाराला गावातील सर्वांत सुंदर स्त्रियांनी नागव्या अवस्थेत दळलेल्या पिठाचीच पेज (ब्यूटी सूप) लागत असे, हा इतिहास आहे. बौद्ध जपानमधून फॅसिझमचा अवतार झाला. आग्नेय आशियातील काही बौद्ध देशांत क्रौर्याचे मूर्तिमंत पुतळे असलेले हुकूमशहा सेनानी आहेत. लंकेत बौद्ध मंदिराच्या पुढे भिकाऱ्यांच्या रांगा लागतात.

याचा अर्थ, धर्म हा वाईट आहे असा नाही. धर्माचा तौलानिक विचार केला तर बौद्धधर्म निरनिराळ्या कारणांनी श्रेष्ठ आहे. पण मुख्य प्रश्न असा आहे की, आजच्या युगाची 'नियंती शक्ती' म्हणून धर्माला स्थान राहिलेले नाही. वैयक्तिक जीवनात पटेल तो धर्म पाळावा, पण जातीजमातीतील दलितांची जूट होण्याचा पाया धर्म होऊ शकणार नाही. तसा आग्रह धरणे जुटीला योग्य ठरणारे होणार नाही.

क्रांतीलढा संघटित करण्यातील पुढाकार

खरीखुरी डावी चळवळ म्हणजे कामगार वर्गाच्या नेतृत्वाखाली भूमिहीन, शेतमजूर, गरीब शेतकरी या विभागांना बरोबर घेऊन, सध्याचे देशाचे नववासाहतिक अवलंबित्व वाढवणारी, भांडवलदारांच्या व भांडवली शेतकऱ्यांच्या हितसंबंधांचे राखण करणारी, कोट्यवधींना उपाशी ठेवणारी, देशाचा, दलित-कष्टकरी समुदायांचा विकास गोठवणारी शासनयंत्रणा मोडून भांडवली लोकशाही क्रांती पुरी करण्याचे स्पष्ट उद्दिष्ट पुढे ठेवणारी, सारा व्यवहार ह्या दृष्टीने संघटित करणारी क्रांतिकारक चळवळ होय.

अशी क्रांती परकीयांची मालमत्ता ताब्यात घेईल, परदेशी व देशी कर्जे उधळून देईल, बड्या धंद्यांचे राष्ट्रीयीकरण करील, शेतीचे श्रमावर आधारलेले क्रांतिकारक फेरवाटप करील, सध्याच्या पिळवणुकीच्या संबंधातील सांस्कृतिक रचनासंबंध उधळून लावून नवा समाज, नवा माणूस, नवी संस्कृती उभी करील. अशी क्रांती कामगार व ग्रामीण श्रमिकांचे 'समुदाय वर्ग' म्हणून, संघटित व जाणते होऊन लढा-साधन उभारल्याशिवाय पुढाकाराने, स्वावलंबीपणाने लढविल्याशिवाय होणे शक्य नाही. असे पक्ष अजून घडायचे आहेत. सध्या अस्तित्वात असलेले डावे पक्ष, डावे पुढारी क्रांतीचे साधन

होणार नसून हे वर्गच संघटित होऊन खरेखुरे पक्षसाधन निर्माण करू शकणार आहेत.

क्रांतीच्या या पायाभूत वर्गात पँथर्स ज्या समुदायांची अस्मिता व्यक्त करतात ते समुदाय आहेत. हे समुदाय क्रांतीच्या लढ्यात उतरल्याशिवाय, त्यातील लढाऊ कामगार, शिक्षित तरुणांनी, युवकांनी या क्रांतीचे वाण घेऊन पुढाकार घेतल्याशिवाय ही क्रांती घडू शकणार नाही. क्रांती वाट पहातेय. तिचे सुईणपण करू शकणाऱ्या क्रांतिकारक घटकांची उणीव आहे. लढाऊ, जाणत्या संघटित शक्ती म्हणून क्रांतिकार्यात पुढाकार घेणार आहोत काय, असा खरा सवाल आहे.

प्रस्थापितांचे प्रयत्न

शिवसेना व दलित पँथर ह्या दोन्ही संघटना युवकांच्या आकांक्षा व संताप व्यक्त करणाऱ्या चळवळी आहेत. शिवसेनेचे पुढारीपण हे साधन-सामुग्रीयुक्त प्रस्थापितांशी संबंधित होते, ते भांडवलशाहीशी सौदा ठरवू बघणारे होते. पँथरचा मुख्य मारा खेड्यापाड्यांतून होणाऱ्या अन्यायाविरुद्ध अद्यापही आहे. मात्र प्रस्थापितांतील मंडळी पँथर्सला भडक प्रसिद्धी देऊन या चळवळीत असलेले अराजकवादी वळण वाढावे व त्यातच तिचा अंत व्हावा, यासाठी खटपट करीत आहेत. पॅन्थर्सच्या पुढारीपणातील कच्च्या दुव्यांना व अननुभवी तरुणांना हाताळण्याचा प्रस्थापित प्रयत्न करताहेत. ही सावध रहाण्याची वेळ आहे.

दलित पँथर ही इतर युवक संघटनांच्या मानाने राजकीयदृष्ट्या जागृत, काहीशा एकसंध बौद्ध समाजातील संतप्त तरुणांची चळवळ असल्याने तिला व्यापकता आली. पण तिच्यात बांधेसूदपणा, वैचारिक ऐक्य, शिस्त याबाबतीत उणिवा आहेत. दलित पँथरच्या भावी लढ्याबद्दल बरेच निदर्शन वर केलेले आहे. सूत्ररूपाने असे म्हणता येईल की-

(१) रिपब्लिकन पक्षातील व्यक्तिवाद, अहंगड, पुढारीपणाची हाव, वाचाळता याबद्दल आत्मपरीक्षण करून संघटनेची नीट बांधणी व घडलेल्या इतिहासाचे वस्तुनिष्ठ मापन.

(२) सर्व दलितांना एकवटण्यासाठी दलित समाजाच्या मूलभूत मागण्या हस्तगत करण्याचा मार्ग व साधनसामुग्री यांचा स्वच्छ विचार.

(३) सध्याच्या दलितांच्या मूलभूत प्रश्नांची सोडवणूक संसदीय लोकशाहीच्या चौकटीत शक्य आहे काय? नसल्यास पर्यायांचा विचार. याबद्दल निश्चिती.

(४) बौद्धधर्माच्या प्रबोधनाच्या स्तरावर समग्र दलित जनतेची एकजूट होणे शक्य आहे काय? नसल्यास निश्चित निर्णय घेण्याची गरज. (बौद्धधर्मासंबंधी डॉ. बाबासाहेब आंबेकडकर यांनी काठमांडू येथील भाषणात मार्क्सवाद व बौद्धधर्म यातील साम्यस्थळे नोंदवून सामाजिक परिवर्तनाच्या साधनांच्या बाबतीत हिंसा व अहिंसा या

भेदावर जोर देऊन जे विवेचन करून मार्क्सवादाला पर्यायी म्हणू बौद्धधर्माचा मार्ग दाखवला आहे; त्या स्वातंत्र्यातील चाळीस वर्षांतील अनुभवाच्या व घटना अंमलात येऊन सदतीस वर्षांच्या अनुभवाच्या संदर्भात निरपेक्ष समीक्षेची निकड आहे.)

(५) अत्याचाराच्या संदर्भात मोहिमा आखताना ज्या भागात अत्याचार घडला असेल त्या घटनेशी संबंधित आरोपीस शासन झाले पाहिजे. हे करत असतानाच तेथील जागृत होऊन लढत असलेल्या ग्रामीण युवक व ग्रामीण श्रमिकांशी, मूलभूत रीतीने परिवर्तनाचे कार्य करणाऱ्या संघटनांशी संपर्क साधून भविष्यकाळात अत्याचार घडणार नाहीत याची हमी मिळेल अशी परिस्थिती निर्माण करण्याच्या दृष्टीने विचार व व्यवहार.

(६) भारतीय समाजाच्या समग्र परिवर्तनाशी बांधीलकी मानणाऱ्या युवक विद्यार्थी संघटनांशी भ्रातृत्वाचे नातेसंबंध, ट्रेड युनियन व ग्रामीण श्रमिकांच्या वर्गीय संघटनांनी पुढाकाराने काम करणे व भ्रातृत्वाचे संबंध जोडणे.

(७) समाजाच्या समग्र परिवर्तनाचा मार्ग हा खडतर आहे. जीवनाच्या सर्व क्षेत्रांत ऑक्टोपसप्रमाणे विळखा घालणाऱ्या प्रस्थापितांशी दैनंदिन व अंतिम झगडणाऱ्या, प्रसंगी प्रस्थापितांची राखण करणाऱ्या, दंडशक्तीशी, पोलीसदले, न्याययंत्रणा, तुरुंग या साऱ्यांशी टकरा घेण्याचा, अनामिक बलिदानाच्या तयारीचा मार्ग आहे याची जाण ठेवून संघटनेची बांधणी.

(८) जगातल्या निरनिराळ्या मुक्तिलढ्यांचा अभ्यास (अमेरिकेतील वर्णभेदातून निर्माण झालेला संघर्ष व भारतातील दलितांचा संघर्ष यात काही मौलिक फरक आहे. तरी) त्यांच्या अनुभवातून शिकण्याची तयारी, त्याच्या लढ्यातल्या चुका टाळून पुढे जाण्यासाठी प्रयत्न करणे. उदाहरणादाखल- काळ्यांच्या सत्तेपासून जनतेच्या सत्तेपर्यंत त्यांची वाटचाल.

परिशिष्ट १ : काळ्यांची सत्ता ते जनतेची सत्ता

ब्लॅक पँथर्स निरनिराळ्या अवस्थांतून गेले. डॉ. मार्टिन ल्यूथर किंवा त्यांच्या ख्रिश्चन धर्मातील मूलभूत भूमिकांवर आधारलेली अहिंसात्मक परिवर्तनाची व ब्लॅक-मुस्लिमची कडव्या धार्मिकतेचा पाया घेऊन या चळवळीची वैयर्थता पटून ब्लॅक पँथर्सचा नवा विचार करून पुढे आले. पोलिसांची दहशत कमी करण्यासाठी बंदुका घेऊन निग्रो वाड्यांना गस्त घालणे, गोऱ्या दुकानदाराकडून सक्तीने माल वसूल करून काळ्या मुलांच्या नाश्त्याची व जेवणाची व्यवस्था करणे इ. कार्यक्रम केले.

अलीकडे तर कर गोळा करणाऱ्यांना नागडे करून परत पाठविणे अशा विविधांगी चळवळी ते करतात. वर्षानुवर्षे तुरुंगवास भोगतात. गोळीबाराला बळी पडतात. निवडणुकाही लढवतात. पण अजून ते वाकलेले नाहीत. त्यांचा एक पुढारी जॉर्ज जॅक्सन वयाच्या सतराव्या वर्षापासून तेरा वर्षे तुरुंगात राहिला. तुरुंगातच

मार्क्सवादी बनला. शेवटी अमेरिकन सरकारने त्याचा खून केला.

ब्लॅक पँथरची 'काळ्यांची सत्ता' ही घोषणा होती. १९६७ मधील डेमोक्रॅटिक पक्षाच्या सभेत दंगल केल्याच्या खटल्यात ब्लॅक पँथरचा नेता बॉबीसोल याने, 'आमचा लढा काळ्यांच्या सत्तेसाठी नसून जनतेच्या सत्तेसाठी आहे.' असे सांगितले व त्यांनतर ते एकमेकांना लिहिलेल्या पत्रांचा शेवट 'पॉवर टु द पीपल' असा करू लागले. त्याने मार्क्सवाद व लेनिनवाद यांचा मार्गदर्शक तत्त्वे म्हणून स्वीकार केला.

परिशिष्ट २ : अँजेला डेव्हिसच्या मुलाखतीतील काही अंश-

पार्श्वभूमी : जॉर्ज जॅक्सनचा धाकटा भाऊ जोनाथन याने सतरा वर्षांचा झाल्यावर सोलेदाव तुरुंगातील भावासह, इतर काळ्या कैद्यांवर चाललेल्या खटल्याच्या वेळी, त्यांना न्यायालयातून तुरुंगात नेत असताना पहारेकऱ्यावर गोळीबार केला. पहारेकरी मेला, पण जोनाथनही ठार झाला. हुतात्मा जोनाथनजवळ जी स्टेनगन होती, ती अँजेला डेव्हिसची होती अशा आरोपावरून अँजेला डेव्हिसवर खटला भरला. तो जगात गाजला (ती नंतर निर्दोष सुटली). त्या खटल्यात पॅरोलवर सुटका झाल्याच्या काळात अँजेलाने दिलेली मुखाखत 'महम्मद स्पीक्स्' या नियतकालिकात प्रसिद्ध झाली होती. या मुलाखतीत केलेली काही विधाने खाली दिलेली आहेत. (ही मुलाखत लाल निशाण पाक्षिकाच्या दि. २५ जून १९७२ च्या अंकात प्रसिद्ध झाली आहे.)

'अमेरिकन समाजाच्या अगदी तळाशी असलेल्या आम्हा कृष्णवर्णीयांना जे आत्यंतिक दारिद्र्याचे जिणे जगावे लागते, त्याचा भांडवलशाहीच्या रचनेशी संबंध आहे, त्याबद्दल माझी खात्री झाली आहे. हे दारिद्र्य व जुलूम ह्यामधून माझ्या समाजाची मुक्ती व्हावयाची असेल आणि वंशद्वेषी पोलिसांच्या तडाख्यातून आमची सुटका व्हावयाची असेल तर आम्हाला अमेरिकन भांडवलशाही नष्ट करणे भाग आहे. ज्या समाजरचनेमध्ये मूठभर भांडवलदार अधिक श्रीमंत होतात आणि त्यांच्यासाठी झटत असलेली जनता, विशेषत: कृष्णवर्णीय जनता, आपली परिस्थिती फारशी सुधारू शकत नाही, अशी समाजपद्धती नष्ट केलीच पाहिजे.

'आज अमेरिकन सरकार आग्नेय आशियातील गौरेतर जनतेचा आपल्या जीवनाचे नियमन करण्याचा अधिकार हिंस्रपणे नाकारत आहे. जसे आम्हाला शेकडो वर्षे दडपण्यात आले तसे आता त्यांनाही दडपण्यात येत आहे. सरकारने सुरू केलेल्या ह्या वंशवादी-साम्राज्यवादी युद्धात कृष्णवर्णीय सक्तीने भाग घ्यावा लागतो, ह्या गोष्टीला माझा विरोध आहे. मी कम्युनिस्ट आहे.

'भांडवलशाही व तिच्या दडपणुकीच्या संस्था संपूर्णपणे उलथून दिल्याशिवाय कृष्णवर्णीय जनतेची मुक्ती होणे शक्य नाही; याची खात्री झाल्यानंतर मी कम्युनिस्ट पक्षाच्या चेगे गेव्हारी लमुम्बा विभागात (कृष्णवर्णीय) सामील झाले. कृष्णवर्णीय

जनतेला ताबडतोबीच्या मागण्यांवर संघटित करणे हे ह्या विभागाचे एक कार्य आहे. पण त्याचबरोबर मागण्यांवर संघटित करणे हे ह्या विभागाचे एक कार्य आहे. पण त्याचबरोबर आमच्या शत्रूंना उलथवून देण्यासाठी स्वातंत्र्यसैनिकांचे सैन्य उभारणे हेही ह्या विभागाचे कार्य आहे. हे कार्य पार पाडण्यासाठी गौरवर्णीय अमेरिकेतील पुरोगामी शक्तीबरोबर आम्हाला सहकार्य केले पाहिजे.'

परिशिष्ट ३ : ब्लॅक पँथर्सच्या कार्यक्रमातील महत्त्वाचा भाग

(१)आम्हाला स्वातंत्र्य पाहिजे, काळ्या आणि दडपल्या गेलेल्या जमातींचे भवितव्य घडविण्याचा अधिकार आम्हाला हवाय.

(२)आम्हाला आमच्या जनतेसाठी पूर्ण वेळचे काम हवे. (अमेरिकन केंद्रशासनाची ही जबाबदारी आहे. अमेरिकन उद्योगपती ती पार पाडू शकत नसतील तर उत्पादकांची साधने समाजाच्या हवाली करावीत. आम्ही उत्पादन संघटित करून सर्वांना काम व उच्च प्रतीचे जीवन देऊ.)

(३)आमच्या काळ्या आणि दडपल्या गेलेल्या जमातींवर भांडवलदार जी दरोडेखोरी करताहेत, ती आम्हाला बंद करायची आहे.

(४)माणसांना राहण्यास योग्य अशी चांगली घरे आम्हाला हवीत.

(५)अमेरिकेच्या सध्याच्या सडलेल्या समाजपद्धतीच्या खऱ्या स्वरूपाची जाण येईल, असे शिक्षण आम्हाला हवेय; आम्हाला आमचा खरा इतिहास व आजच्या समाजातील आमची भूमिका समजेल असे शिक्षण हवेय.

(६)सर्व काळ्या आणि दडपलेल्या जनतेसाठी पूर्ण मोफत वैद्यकीय सुविधा आम्हाला हव्यात.

(७)अमेरिकेतील सर्व काळे व इतर (गौरेतर) रंगाच्या सर्व दडपल्या गेलेल्या लोकांवरील पोलिसी दडपशाही आम्हाला बंद करायचीय.

(८)सर्व (अमेरिकेने चालविलेल्या) आक्रमक युद्धांना पायबंद घालायचाय.

(९)अमेरिकेतील केंद्र, राज्य, स्थानिक व सैनिकी तुरुंगातील सर्व काळ्या व गरीब, दडपलेल्या लोकांची मुक्तता पाहिजे. या देशातील कायद्याप्रमाणे जे तथाकथित आरोप आमच्यावर केलेले आहेत त्यांच्याबद्दल पंचांपुढे (ज्युरी) खटले चालविले पाहिजेत.

(१०) आम्हाला जमीन, भाकरी, घरे, शिक्षण, कपडे, न्याय, शांतता व आधुनिक तंत्रज्ञानावर समाजाचे नियंत्रण हवेय.

●●●

१०.
दलित पँथर आणि मराठा महासंघ

बा. ह. कल्याणकर

'दलित पँथर्स' हा आंबेडकरी चळवळीचा फार मोठा उठाव होता. 'होता' हा शब्द मी आज जाणीवपूर्वक वापरतो आहे. कारण आज सारी आंबेडकरी चळवळ गारठलेली आहे. ती गारठू नये आणि थांबता कामा नये अशी माझ्यासारख्या माणसाची इच्छा आहे. कारण मी दबलेल्या आणि दडपलेल्या माणसाच्या साऱ्या चळवळी या माझ्या चळवळी मानतो. या चळवळी बळकट झाल्या पाहिजेत, अशी माझी इच्छा आहे. आपली इच्छा असणं हे वेगळं. आज तशी परिस्थिती नाही, याचं पूर्ण भान मला आहे. बर्फ वितळायला लागतो तेव्हा नद्याही दुथडी भरून वहायला लागतात, असाच अनुभव आंबेडकरांच्या चळवळीतून सर्व भारतीय जनतेच्या अनुभवाला आला होता.

डॉ. बाबासाहेब आंबेडकर यांचं व्यक्तित्व, कर्तृत्व आणि त्यांचे विचार भारतीय समाजातील दबलेल्या साऱ्या घटकांना अवसान प्राप्त करून देणारे आहेत. अज्ञानाचा काळोख थिजलेला होता. सारा समाज यात गोठून गेला होता. अज्ञानाची युगायुगांची बर्फभूमी फोडण्याचं काम डॉ. आंबेडकर यांनी केलं. भारतीय राज्यघटनेत त्यांनी सामान्य जनतेला फार मोठी जागा दिली. आज ती मार्गदर्शक तत्त्वे घटनेच्या पानांतच गोठवली गेली आहेत. डॉ. आंबेडकर यांच्या विचारांत नव्या भारताची मागणी होती. काँग्रेस पक्षाला परंपरा आणि पुराणमतवाद जवळचा वाटत राहिला. यात डॉ. आंबेडकरांचा द्रष्टेपणा होता. भारतीय काँग्रेस पार्टीला मर्यादा होती. राष्ट्रहितापेक्षा पक्षाचं हित आणि पक्षापेक्षा स्वत:च्या घराण्याचं हित याकडेच काँग्रेस पार्टीच्या प्रमुखाचा कल राहिला. यामुळे त्यांच्या घराण्याच्या हातात सत्ता राहिली. डॉ. आंबेडकर म्हणाले होते, 'ह्या देशात लोकशाही आहे. परंतु त्या लोकशाहीने आपली विवेकबुद्धी चालविण्याचे स्थगित केले आहे, तिने आपले हातपाय एकाच पक्षाशी जखडून ठेवले आहेत. त्या पक्षाचे विचार आणि त्याची कृती ह्याविषयी कठोर चिकित्सा करून न्यायनिर्णय करण्याची तिची तयारी नाही. माझ्या मते ते तिला जडलेले एक मोठे दुखणे आहे.

तो एक रोग आहे. त्या रोगाने आपल्या लोकांस पछाडले आहे. गाडीला दोन चाके असल्याशिवाय गाडी नीट चालत नाही. तसेच कोणत्याही देशात दोन प्रभावी पक्ष असल्याशिवाय त्याचा कारभार सुरळीत चालणार नाही.'

डॉ. आंबेडकर यांच्या विचार आणि चळवळीचा परिणाम दलित समाजावर तर झालाच, शिवाय दलितेतर समाजात नवे सामाजिक अभिसरण सुरू झाले. दलित समाज जागा झाला. आपल्या हक्काची भाषा तो बोलू लागला. बुद्ध, फुले, राजर्षी शाहू, कर्मवीर भाऊराव पाटील, महर्षी विठ्ठल रामजी शिंदे आणि डॉ. आंबेडकर यांच्या विचारांचा, कृतीचा सर्व समाजावर मिळून जो परिणाम झाला तो महत्त्वाचा होताच होता, तसाच तो सामाजिक समतेच्या आंदोलनाला गती आणि शक्ती देणारा होता. त्यामुळे दलित समाजाला शिक्षणाची ओढ लागली. दलितांची मुलं महारवाड्यातून आणि मांगवाड्यातून शाळेत आली. हजारो वर्षांच्या अंधाराचं हे उजाडणं होतं. उजेडाची वाट त्यांना सापडली होती. डॉ. आंबेडकरांचा विचार हेच या समाजाचं शस्त्र होतं, शास्त्रही होतं.

१९७०च्या सुमारास दलित समाजातील पहिली पिढी शिकून तयार झाली. डॉ. आंबेडकर यांनी मुंबई आणि औरंगाबाद इथं स्थापन केलेल्या शिक्षणसंस्था म्हणजे या पिढीसाठी चळवळीचं विद्यापीठ ठरल्या. ग्रामीण भागांतून शहरात आलेली आणि शहरातल्या बदलत्या आणि धावत्या जगाचं वारं प्यालेली तरुण पोरं एक बंड होऊ पाहू लागले. आपल्या समतेच्या हक्कासाठी ते पाय रोवू लागले. नव्या जगाच्या हाका देण्यासाठी त्यांची जीभ वळवळू लागली.

'शिका, संघटित व्हा आणि संघर्ष करा' हा डॉ. आंबेडकर यांनी दिलेला युगमंत्र या पिढीच्या काळजात रुतू लागला, रुजू लागला. या तरण्याबांड मुलांच्या ओठांवर समतेचं गाणं उमटू लागलं. आपल्या हक्कासाठी लढणाऱ्या तरुणांची संघटना म्हणून 'दलित पँथर्स' या संघटनेची स्थापना झाली.

'दलित पँथर्स' ची स्थापना ही महाराष्ट्रातील दलित तरुणांच्या जीवनातली अतिशय महत्त्वाची घटना आहे. दलित पँथर्सची स्थापना ही त्यावेळच्या प्रस्थापित दलित नेतृत्वाला तरुण पिढीनं दिलेली सणसणीत अशी प्रतिक्रिया होती, हे जसं खरं आहे, तसंच सवर्ण समाजाला 'आम्ही आता पँथर्स झालो आहोत; अन्याय कराल तर याद राखा!' अशी ती दणदणीत बातमी होती. दलित पँथर्सच्या मर्यादा पुढे-पुढे निश्चितच स्पष्ट झाल्या हे खरं असलं, तरी दलित तरुणांतलं सामर्थ्य जागवणारी आणि त्याला आपल्यातल्या सामर्थ्याची ओळख करून देणारी ही चळवळ आहे, असं मी मानतो.

''हक्क 'दे ग बाई जोगवा' म्हणून मिळत नसतात. तुम्ही आपले तेज प्रगट

केले पाहिजे. बकऱ्याला बळी देतात, सिंहाला नाही.'' या आंबेडकरांच्या विचाराच्या पायावर दलित पँथर्स जन्माला आली. आंबेडकरी चळवळीला पुढे जे फाटे फुटले आणि दलित नेत्यांत जी फूट पडली, त्या पार्श्वभूमीवर पँथर्सनी आपलं वेगळेपण निश्चितच सिद्ध केलं असं म्हटल्यास वावगं ठरू नये. दलित पँथर्सच्या पायाखालची माती शोषणाची होती. हजारो वर्षं चाललेल्या अन्यायाची होती. अप्रतिष्ठित अशा स्वरूपाच्या जीवनाची होती. आणि हे जीवन दलितांवर लादलेलं होतं. हे सारं ओझं झुगारून देण्याची भाषा जेव्हा तरुणांचा एक समूह करू लागला, त्यावेळी महाराष्ट्रभर पँथर्सनी एक काहूर निर्माण करून सोडलं.

दलित पँथर्सचं कार्य प्रामुख्यानं शहरांतच मोठ्या प्रमाणात चालू राहिलेलं आहे. आजच्या ग्रामीण वास्तवात त्यांना उतरता आलं नाही. कोणत्याही चळवळींना भोवतीच्या सामाजिक वास्तवाच्या काही स्वाभाविक मर्यादा असतात. पँथर्सलाही या स्वाभाविक मर्यादांना तोंड द्यावं लागलं. ग्रामीण पुनर्रचनेचा विचार शहरांतील व्यासपीठावर मांडून आता फार उपयोगाचे नाही. त्यासाठी तळातल्या समाजात उडी घेण्याची आवश्यकता आहे.

वस्तुत: आज मराठा महासंघ आणि शिवसेना ग्रामीण समाजात बरोबरीच्या भूमिकेनं उतरत चाललेल्या संघटना आहेत. ग्रामीण जीवनाच्या वास्तवात त्यांना तसा वाव आहे. तसा वाव आणि संधी दलित पँथर्सना कमी होती. कारण गावकुसाबाहेरचा समाज एक तर संख्येनं कमी आहे आणि मुख्य म्हणजे आर्थिकदृष्ट्या विपन्न आहे, दबलेला आहे. बहुसंख्य इतर समाजाच्या शक्तीसमोर दलित पँथर्सनं तेवढी शक्ती उभी करणं आजचं सर्वात कठीण असं काम आहे. त्याउलट शिवसेना आणि मराठा महासंघाला ग्रामीण समाज म्हणजे मोकळं कुरण मिळाल्यासारखं वाटतं. कारण ग्रामीण समाजातले विरोधी पक्ष जवळ जवळ संपल्यातच जमा आहेत. त्यामुळं फ्रस्ट्रेटेड ग्रामीण तरुण शिवसेनेच्या किंवा मराठा महासंघाच्या बॅनरखाली गोळा होऊ लागला आहे.

दलित पँथर्स हे नाव जातिवाचक नाही, ते वर्गवाचक नाव आहे. आणि तात्त्विकदृष्ट्या हे बरोबर आहे. व्यवहारात दलित पँथर्स म्हणजे महारांच्या तरुण पोरांची संघटना असं सर्वत्र, सर्व समाजातले लोक कुत्सितपणे बोलायला लागतात. दलित पँथर्समधील उत्साही गट हेच मत कायम करण्याच्या कामी झटून कार्य करतात. मांग, बुरुड, आदिवासी आणि तत्सम दलित घटक दलित पँथर्सच्या वाऱ्याला ही उभे रहात नाहीत की त्यांना उभं राहू दिलं जात नाही, याचे संबंधितांनाच आत्मपरीक्षण करावे लागेल.

दलितांच्या हितासाठी झटणारी जशी दलित पँथर्स तशी मराठ्यांचं हित

जपणारी संघटना म्हणून मराठा महासंघ ही संघटना मोठ्या जोमाने साधारणत: १९८०-८१ च्या दरम्यान पुढे आली. त्यावेळी महाराष्ट्राचे मुख्यमंत्री बॅ. अे. आर. अंतुले हे होते. मराठा महासंघाच्या जन्माचं कारण सामाजिक धोरण म्हणून जेवढं होतं, त्यापेक्षा एक राजकीय दबावगट म्हणून मराठा महासंघाची भूमिका बोलकी होती. मराठ्यांवरचा अन्याय दूर करण्यासाठी आम्ही आता संघटित झालं पाहिजे. मराठ्यांच्या जवळच्या साऱ्या तत्सम जाती मिळून मराठा महासंघ बनलेला आहे. दलितांच्या शिष्यवृत्त्या आणि राखीव जागा बंद करा!' अशा घोषणा देत, मराठा महासंघाचे भगवे झेंडे आपल्या कारवर फडकवीत मराठा महासंघाचे नेते महाराष्ट्रभर चौखूर उधळू लागले. मराठा महासंघाच्या निर्मितीला काही सामाजिक संदर्भ जसे आहेत, तसेच राजकीय संदर्भ पण निश्चितच आहेत.

दलित पँथर्सनी आपल्या चळवळीचं केंद्र नागरी समाजात उभं केलं असलं तरी दलित पँथर्सच्या चळवळीचा परिणाम ग्रामीण समाजावर फार मोठा झाला. दलित पँथर्सच्या नेत्यांची आक्रमक भाषणं, जहाल वाणी आणि युद्धखोर पवित्रा यामुळं दलित समाज जागा झाला. सवर्ण समाज सावध झाला, पण तो चेतवला जाऊ लागला. महार-मांगांनी आपल्यासमोर लवून वागायला हवं, आदब ठेवायला हवी, आपली-आपली पायरी सांभाळायला हवी, ही त्यांची दलितांकडूनची अपेक्षा होती. दलित पँथर्स या अपेक्षेचा चक्काचूर करीत होते. दलित पँथर्सच्या शिवराळपणावर टीका करताना सवर्ण समाज आक्रमक होऊ लागला, दलितांवर गावाने बहिष्कार टाकण्याचे प्रकार सुरू झाले.

मराठवाडा विद्यापीठाच्या नामांतराच्या आंदोलनाच्या वेळी काँग्रेस पक्षाच्या एका आमदार मित्रासोबत माझी चर्चा झाली. मी त्यांना मराठवाडा विद्यापीठाला डॉ. बाबासाहेब आंबेडकर यांचं नाव देणं किती योग्य आहे, हा माझा मुद्दा पटवून देत होतो. त्यांच्यात आणि माझ्यात कडाक्याची चर्चा सुरू होती. ते रागावून म्हणाले, "अहो, दलित पँथर्सचं टोळकं जिजाबाई आणि शिवाजी महाराजांबद्दल काय बोलतंय, आणि तुम्ही चक्क त्यांची बाजू घेता? हे बरोबर नाही. या पँथर्सच्या गुंडांना ठोकून काढायला पाहिजे." मी त्यांना म्हणालो, "हे बघा, तुम्ही म्हणता ते खरंही असेल. दलित पँथर्स फक्त शिवराळ बोलण्यालाच संघर्ष मानत असेल तर त्याला आंबेडकर कसे जबाबदार धरता तुम्ही?" माझे आमदार मित्र थोडे नरम झाले. हेच आमदार मित्र माझ्याशी बोलताना अगदी अलीकडे म्हणाले, "काही होऊ द्या, भारतातील साऱ्या विद्यापीठांना डॉ. आंबेडकर यांचं नाव देऊन टाकलं पाहिजे. त्याशिवाय या भटांची जिरणार नाही." १९७८ ला 'मराठवाडा विद्यापीठाला डॉ. आंबेडकरांचं नाव देता कामा नये' असं म्हणणारे माझे आमदार मित्र परवा भारतातील साऱ्या विद्यापीठांना डॉ. आंबेडकर यांचं

नाव देण्याची भाषा करू लागले, याबद्दल कुणालाही आश्चर्य वाटेल. कारण सोपं होतं. आर. एस्. एस्. च्या ग्रुपनं माझ्या या आमदार मित्राविरुद्ध कारस्थानं चालविली होती आणि त्या कारस्थानांतून माझ्या या आमदार मित्राची ही प्रतिक्रिया उमटत होती. आमच्या या मराठा आमदाराची मानसिकता समजून घेऊनच आजच्या या संघटनांचं स्वरूप समजून घ्यायला हवं. नामांतराच्या ठरावाच्या विरोधात तुम्ही बोलू नका इतकं मतपरिवर्तन मी माझ्या या आमदार मित्रांचं करू शकलो होतो, हे इथे नमूद केलं पाहिजे. त्यांनी अनुकूल बोलण्याचं धैर्य दाखविलं नाही, पण त्यांनी (मला शब्द दिल्याप्रमाणे) विरोध केला नाही.

दलित पँथर्सना सवर्ण समाजातून फार तीव्र अशी प्रतिक्रिया आली. मला वाटतं, हेही दलित पँथर्सच्या चळवळीतील सामर्थ्याचं प्रतीक आहे. सवर्ण समाजाची झोप मोडायला लावणारा दबाव पँथर्सनी निर्माण केला होता, ही खरी गोष्ट आहे. मुंबई-पुण्यातल्या आणि इतर शहरी विभागातल्या वृत्तपत्रांनी आणि संघटनांनी दलित पँथर्सची पाठराखण केली ही वस्तुस्थिती आहे. दलितांच्या चळवळीसोबत आपण राहिलं पाहिजे ही त्यांची धारणा योग्य अशीच होती. गायरानाचा प्रश्न, अस्पृश्यता निर्मूलनाचा प्रश्न, एक गाव एक पाणवठा, दलितांना सहिष्णुतेची वागणूक, त्यांच्या शिक्षणाचा प्रश्न, दलित विद्यार्थ्यांच्या शिष्यवृत्तीत वाढ करण्याचा प्रश्न इ. प्रश्नांवर दलित पँथर्स रान उठवीत आहे. आणि सवर्ण समाज आपल्या षंढ परंपरा गोंजारू पहात होता. पँथर्सचा आक्रमक घाव त्यांच्या जिव्हारी लागत होता. त्यांचे पारंपरिक अहंकार बदला घेण्यासाठी चेतू लागले. त्याचाच परिणाम म्हणून दलित-सवर्ण दंगली पेटू लागल्या. मुंबईत झालेली वरळीची दंगल एक उदाहरण म्हणून सांगता येईल. औरंगाबादला १९८५च्या अखेरीस शिवसेनेच्या मोर्च्याच्या निमित्तानं दंगल उसळली होती. हिंदू आणि मुसलमानांची दंगल असं या दंगलीला स्वरूप आलं. यावेळी माझ्याशी बोलताना आर. एस्. एस्. चे प्राध्यापक मला म्हणाले, "आम्ही ब्राह्मण हुशार डोक्याचे आहोत. आम्ही फक्त तुम्हा लोकांना 'काठ्या हातात घ्या' असं सांगतो. मग आम्ही कॉलनीतील आमच्या घरी बसून झालेल्या दंगलीच्या सायंकाळच्या सातच्या बातम्या ऐकतो. काठ्या तुमच्या आणि फुटणारी डोकी तुमचीच. आणि नंतर शांतता मोर्चा काढून दंगल निवळायला आवाहन करायला आम्हीच पुढं.' म्हणून त्यांनी 'द्या टाळी!' साठी हात समोर केला. दंगलीतली काठी हातात घ्यावी तसा माझा हात त्यांचा हात हातात घेत होता.

मराठा महासंघाची स्थापना एक प्रतिक्रिया म्हणून झाली. 'मुस्लिमांना वेगळा कायदा आणि आम्हाला वेगळा कायदा असे नको. सर्वांना समान नागरी कायदा हवा' अशी मराठा महासंघाची, शिवसेनावाल्यांची आणि राष्ट्रीय स्वयंसेवक संघाची मागणी

आहे. 'मुस्लिमांनी या देशात निमूटपणे रहावे, अन्यथा पाकिस्तानात निघून जावे.' अशा पद्धतीचा निर्वाणीचा इशारा ते आपल्या व्यासपीठावरच्या भाषणांतून देत असतात.

मराठा समाज अद्याप शिक्षणात मागे आहे. मराठा स्त्रियांचे शिक्षण जवळजवळ नाहीच आणि मराठा शेतकऱ्यांची तर फारच हलाखीची अवस्था आहे. आपल्यापेक्षा दलित आणि त्यातही विशेषत: महार समाजातले लोक, आर्थिक आणि सामाजिक दृष्ट्या दबलेले असतानाही, शिक्षणात पुढे येत आहेत, त्यांना शिष्यवृत्त्या मिळतात, नोकऱ्यांत राखीव जागा आहेत. यावरून 'दलितांमुळे आपले नोकऱ्यांतील आणि शिक्षणातील स्थान नाहीसे होत आहे', अशी चुकीची समजूत मराठा समाजाची करून दिली जात आहे. मराठा शेतकरी समाजाचा आणि दलितांचा खरा शत्रू कोण आहे, हे मात्र त्यांना कुणीच सांगत नाही. दोन समाजांतले उपेक्षित आणि उपाशी तरुण भाकरीच्या तुकड्यासाठी एकमेकांच्या उरावर बसवले जात आहेत आणि या दोघांचे जे समान शत्रू आहेत, त्यांची मुलं विना-अनुदान तत्त्वावर निघालेल्या खाजगी अभियांत्रिकी अणि खाजगी वैद्यकीय महाविद्यालयांत लाखो रुपयांच्या देणग्या देऊन शिकत आहेत.

ज्यांच्याकडे अमाप पैसा आहे, अशा संपत्तिपुत्रांना व्यावसायिक ज्ञान आणि जीवनातल्या सुवर्णसंधी विकण्याचं कारस्थान साऱ्या गरीब समाजाविरुद्ध केलं जात आहे, हे मात्र या दोन्ही समाजांना कुणी सांगत नाही. गरीब शेतकऱ्याच्या मुलांना शिक्षण आणि नोकऱ्यांपासून तोडणाऱ्या कारस्थानाविरुद्ध मराठा महासंघ काय किंवा शिवसेना काय, यांची भूमिका काहीही नाही. दलित पँथर्सनीसुद्धा यासंदर्भात काही ठोस भूमिका आणि कृती केली आहे असे ऐकिवात नाही.

अस्पृश्यतानिर्मूलन कायद्याचा फायदा दलितांनी चुकीच्या पद्धतीने घेतला असं अनेक मराठा मित्रांनी मला सांगितलं. आणि त्याची संघटित प्रतिक्रिया नामांतराच्या आंदोलनाच्या निमित्तानं दलितांची घरे पेटवण्यात झाली, असं त्यांचं म्हणणं होतं. काही अंशी ते खरं होतं. पण दलितांना या कायद्यासाठी वापरलं कुणी? दलितांना चुकीचे खटले भरण्यास प्रवृत्त कुणी केलं? हिंदू स्त्रियांच्या तुलनेत दलित स्त्रियांवरच जास्त बलात्कार का होतात? हे प्रश्न मी समोर टाकले तेव्हा त्यांची उत्तरे देण्यात त्यांना स्वारस्य वाटेना. या व्यवस्थेवरची आपली दादागिरी चालली पाहिजे, असा हा एकंदर प्रकार आहे. 'मुस्लिम आणि दलितांना सरकारने फार लाडावून ठेवले आहे. त्यांचे हे लाड आम्ही चालू देणार नाही' अशी वक्तव्ये मराठा महासंघाच्या नेते-मंडळींनी जाहीरपणे करताना मी ऐकलेली होती. मराठा महासंघाचा एक बडा नेता जाहीर सभेत म्हणाला होता, ''मुस्लिमांनी आमच्या स्त्रियांना हात लावला तर आम्हीसुद्धा त्यांच्या स्त्रियांना रस्त्यानं फिरू देणार नाही.'

मी हे ऐकून मराठा महासंघाच्या एका कार्यकर्त्याला म्हणालो होतो, ''तुमच्या नेत्यांचं हेच का कर्तृत्व? परिणामी, तुम्ही दोन्ही समाजातले लोक स्त्रियांनाच वेठीस धरणार. त्यांची पिळवणूक करणार. बळी पडणार त्या स्त्रियाच. तुम्ही पुरुष मात्र नामानिराळे. हीच का तुमची मर्दुमकी?'' अर्थातच हा कार्यकर्ता माझ्या मताशी सहमत झाला. मराठा महासंघाच्या भूमिकेतला हा भोंगळपणा आहे. कोणतेही निश्चित तत्त्वज्ञान मराठा महासंघाला नाही, हेच यावरून सिद्ध होते. फक्त जात हेच तत्त्व मराठा महासंघाच्या तत्त्वज्ञानाचा प्राण आहे. 'जय भवानी,' 'जय शिवाजी' ह्या मराठा महासंघाच्या दोन घोषणा आहेत. जणू भवानी आणि शिवाजीमहाराज मराठ्यांची खाजगी मालमत्ता आहे!

समाजाचं जुन्या वळणावर पुनरुज्जीवन करणं हेच या संघटनांच्या कृतीतलं मर्म आहे. शिवाजीमहाराजांना मराठा समाजापुरतं सीमित करणं यात आपण शिवाजी महाराजांना लहान करीत आहोत हे या भावनाकुल मनांच्या लक्षात येत नाही. वास्तविक, शिवाजीमहाराजांच्या फौजेत साऱ्या जातीधर्मांचे लोक होते. अफजलखानाच्या बॉडीगार्डमध्ये शंकररावजी मोहिते आणि पिलाजी मोहिते हे दोन मराठे, तर फौजेमध्ये शिवाजी महाराजांचे चुलते मंबाजीराजे भोसले हे होते. तेव्हा शिवाजी महाराज हे फक्त आमचे मराठ्यांचेच असं म्हणणं हे केवळ मराठ्यांचं अज्ञान ठरेल. त्यांना शिवाजीमहाराज कळले नाहीत, हेच यावरून स्पष्ट होते. आमचं इतिहासाचं ज्ञान किती कच्चं आहे, हे सिद्ध होतं. पूर्वजांनी पराक्रम करायचे आणि आम्ही त्यावर पिढ्यान्पिढ्या जगायचं आणि खोट्या दांभिक क्षुद्रत्वाला कुरवाळत बसायचं हे लक्षण काही समाजाला पुढे नेणारं नाही. आपल्या समाजाची सुधारणा करणारं तर निश्चितच नाही.

मराठा महासंघाचं अस्तित्व केवळ प्रतिक्रिया म्हणून पुढे आलं आणि तितक्याच गतीनं ते ओसरायलाही लागलं आहे. कोणत्याही पुरोगामी आणि सर्वसमावेशक तत्त्वज्ञानाच्या बांधीलकीचा अभाव असल्यावर जे होतं तेच नेमकं आज मराठा महासंघाचं झालं आहे. केवळ एक व्यासपीठ असावं, त्यावर चार हौशी पुढाऱ्यांना मिरवता यावं, नेता म्हणून जातीच्या मखरात कुणाचीतरी स्थापना व्हावी केवळ इतक्याच ध्येयानं प्रेरित झालेल्या उत्साही लोकांची संघटना म्हणून मराठा महासंघानं थोडंफार कार्य केलं. समाजाचा भावनात्मक प्रतिसाद पण त्यांना मिळाला. असे असूनही संघटना वाढल्याचं चित्र दिसत नाही आणि समाजही पुढे गेल्याचं जाणवत नाही. हौशी मंडळींची हौस भागली. मराठा महासंघाचे काही कार्यकर्ते एका शिवजयंतीच्या निमित्तानं माझ्याकडे आले आणि म्हणाले, ''सर, आमच्या गावी मराठा महासंघाच्या वतीनं आम्ही शिवजयंती साजरी करीत आहोत. दलितांची मंडळी भीमजयंती मोठ्या उत्साहानं साजरी करू लागली आहेत, मग आम्हालाही वाटलं की आपण त्यापेक्षा

अधिक व्यापक शिवाजी महाराजांची जयंती साजरी करावी. आपला माणूसच व्याख्यानाला बोलवायचा आम्ही निर्णय घेतला आहे, म्हणून पहिल्यांदा आम्ही तुमच्याकडे आलो. तुम्ही काही नाही म्हणू नका.'' कार्यकर्ते उत्साहात बोलत होते. मी त्यांचं शांतपणे ऐकून घेतलं आणि त्यांना विचारलं, 'काहो, शिवाजीमहाराजांनी स्वराज्य स्थापन केलं हे खरं ना?''

कार्यकर्ते म्हणाले, ''हो, ते खरं आहे.'

''तीनशे-साडेतीनशे वर्षांपूर्वी त्यांना मराठा महासंघ काढावा वाटला नाही. खरं म्हणजे त्यांना तसं वाटायला हवं होतं. तरी त्यांनी येथील जनतेचं स्वराज्य स्थापन केलं. आता तुम्ही मला सांगा, आजचे मराठे शहाणे की शिवाजीमहाराज?' कार्यकर्ते वरमले. एक कार्यकर्ता म्हणाला, ''सर, तुम्ही म्हणता ते खरं आहे.''

'सर्व जातीतील समान प्रश्न असलेल्या तरुणांची एकजूट करणं आज गरजेचं असताना तुम्ही तुमची शक्ती जातीतच व्यर्थ का दवडता? मी मराठा असलो तरी मराठा महासंघाच्या व्यासपीठावर आणि शिवाजी महाराज फक्त आपलेच असे मानणाऱ्या संघटनेत शिवाजीमहाराजांवर बोलण्यासाठी येणार नाही. कारण महाराज असते तर त्यांनी मला असलं काम मी करतो म्हणून तोफेच्या तोंडी दिलं असतं. तुम्ही ग्रामपंचायतीच्या वतीनं जयंती साजरी करा, मी येतो.' असं मी त्यांना सांगताच सर्व कार्यकर्ते हसले आणि तसा बदल त्यांनी करून घेतला. समाजाला योग्य दिशा देणाऱ्या माणसांचा अभाव असला की समाज पुराच्या पाण्यासारखा उतार दिसेल तिकडे कसा वाहत जातो, हेच यावरून सिद्ध होते.

मराठा महासंघ काय वा राष्ट्रीय स्वयंसेवक संघ काय, ते म्हणजे वाहून गेलेल्या व्यवस्थेच्या दिशेनं म्हणजे इतिहासाची चाकं मागे खेचण्याच्या प्रयत्नाच्या दिशेनं समाजाला घेऊन जाणारे सामाजिक प्रयत्न आहेत. ब्राह्मणसभा, पतितपावन संघटना, विश्व हिंदू परिषद, जमाते इस्लाम काय अथवा मुस्लीम लीग काय, या सर्व संघटनांचा पाया जातीय आहे, धर्मीय आहे. जात आणि धर्माचा विद्वेष करणं हेच या संघटनांच्या अस्तित्वातून दिसते.

शिवसेना ही आता राजकीय पक्षाचं रूप धारण करू पाहणारी महाराष्ट्रातील हिंदूंची संघटना आहे. एक नेता, एक संघटना हे त्यांचं ब्रीद आहे. मुंबई, ठाणे या नागरी विभागातील मराठी माणसाच्या पीछेहाटीला रोखण्यासाठी शिवसेना कार्य करू लागली. त्याचा परिणाम असा झाला, की मुंबई आणि ठाणे महापालिकेवर शिवसेनेचा झेंडा फडकला. शिवसेनेला आता मंत्रालयावर झेंडा फडकविण्याची ओढ लागली आहे. तशी ओढ लावणारी राजकीय परिस्थिती महाराष्ट्रात निर्माण झाली आहे.

महाराष्ट्रातला सत्ताविरोधी 'मूड' असलेला तरुण आज शिवसेनेकडे खेचला

जातो आहे ही खरी गोष्ट आहे. त्याचं कारण विरोधी पक्षीयांच्या नाकर्त्या राजकारणात आहे, असं मला वाटतं. महाराष्ट्रातील राजकीय पक्षाला एवढी मोठी ओहोटी लागल्याचं चित्र यापूर्वी फार कमीवेळा दिसलं असावं. नसल्यातच जमा असलेले विरोधी पक्ष स्वत:च्या अस्तित्वावर भाकडपणाचं आवरण पांघरून घेऊन, फुटकळ मोर्चे काढून अल्प समाधान मानून घेत आहेत. या पार्श्वभूमीवर शिवसेनेचा आक्रमक पवित्रा तरुणांना जवळचा वाटला नाही तरच नवल. एक तर आपल्याकडचा कोणताच राजकीय पक्ष आपल्या कार्यकर्त्यांचं प्रबोधन करीत नाही. आपल्या कार्यकर्त्यांचं उद्बोधन करावं, अशी या पक्षांची आज मानसिकता राहिलेली नाही. त्यामुळे तत्त्वज्ञानाचा पाया नसलेला तरुण भगव्या झेंड्याला लोंबकळला तर त्याला दोष देता येणार नाही. ग्रामीण आणि शहरी भागातल्या तरुणांवर हा फॅसिस्ट रोग पडत चालला आहे.

जातीय आणि धर्मीय पातळीवरच्या संघटनांचं पीक आज ज्या गतीनं फोफावत आहे ते पाहता एक गोष्ट स्पष्ट जाणवते, की आमची धर्म-जाती-निरपेक्ष राजनीती साफ अपयशी ठरली आहे. आणि याचं कारण विरोधी पक्षांसकट सत्ताधारी पक्षानं ज्या कचखाऊ आणि मतखाऊ भूमिका घेतल्या त्यात आहे असं मला वाटतं. घटनासमितीतील समारोपाच्या भाषणात डॉ. आंबेडकर म्हणाले होते-

'जेथे राष्ट्र अस्तित्वात असते तेथे बंधुभाव उत्पन्न होऊ शकतो. बंधुभाव अस्तित्वात नसेल तर समता व स्वातंत्र्य यांच्या अस्तित्वाला काय अर्थ राहणार?'

बंधुभाव म्हणजे एका जिव्हाळ्याची, परस्परांत एकत्वाचं नातं जपणारी जनता असते. केवळ भूगोलाला भूगोल जोडणं म्हणजे राष्ट्र ही संकल्पना मूर्त स्वरूपात येत असते. आमच्या धर्मनिरपेक्ष राजनीतीला धर्माच्या तत्त्वावर कार्य करणाऱ्या धार्मिक सत्तेनं फार मोठं आव्हान आज उभं केलं आहे. पंजाब रोज त्यासाठी हत्याकांडाच्या रक्ताची दरी पार करीत आहे. शिवसेना 'हिंदू धर्मातील लोकांनी आज हातात शस्त्र घेतलं पाहिजे' असं आवाहन करीत एका धर्माच्या शक्तीचं आव्हान उभं करीत आहे. पुरोगामी, समाजवादी आणि स्वातंत्र्यप्रिय जनतेला हे फार मोठं आव्हान आहे.

सर्व समाजभर आज अराजक घोंघावत आहे. सारे इझम् आपले पिंजरे घेऊन उभे आहेत. तत्त्व गाडलं तरी हरकत नाही, पण आपले हितसंबंध साधले पाहिजेत. या स्पर्धेत देशापेक्षा पक्ष आणि लोकांच्या हितापेक्षा संघटना मोठी ठरते. आपले छोटे स्वार्थ मोठे ठरतात. मराठा महासंघ मराठ्यांचा, शिवसेना हिंदूंची, दलित पँथर महारांची यापुढे गणित जात नाही. तत्त्व म्हणजे आवरणे ठरतात. आतील कातडी महत्त्वाची असते. दलितांच्या हितापेक्षा पैसा श्रेष्ठ ठरतो. मराठा समाजापेक्षा पक्षाची उमेदवारी श्रेष्ठ ठरते. हिंदूंच्या नावावर नेतेपद मिळत असेल तर ते फायद्याचेच ठरते. समाजवादी मूल्यांना आव्हान देणारं हे जातीय, धर्मीय आव्हान फार मोठं आव्हान आहे.

याचा मुकाबला केला नाही तर या देशाचे तुकडे पडण्याचा आणि आमचं स्वातंत्र्य पुन्हा गमावायचा धोका निर्माण झाला आहे. फॅसिस्ट शक्तीचा मुकाबला करण्यासाठी जातीय/धर्मीय आधार घेऊन काम करणाऱ्या संघटनांना आवर घालावा लागणार आहे. सामाजिक समतेचा आमच्या स्वातंत्र्याला आधार द्यावा लागणार आहे. नाहीतर अब्राहम लिंकन यांनी सांगितल्याप्रमाणे 'मोडकळीस आलेले घर फार काळ टिकू शकत नाही' हा धोका जाणीवपूर्वक समजून घ्यावा लागेल. संसदीय लोकसत्तेला आर्थिक न्यायाचं अधिष्ठान दिल्याशिवाय ती टिकणार नाही. स्वतंत्रता, समता आणि बंधुता या व्यासपीठावरच्या घोषणा न ठरता त्या आमच्या साऱ्या भारतीय जीवनाचा अनुभव बनल्या तरच आमचं राष्ट्र हे एक 'राष्ट्र' होऊ शकेल.

आमच्याकडचं सारं समाजजीवन फॅसिस्ट वृत्तीनं पोखरण्याचं काम चालू आहे. सारे धर्मवाले गट आपले जुने रंग परत फासून घेण्यात व्यस्त आहेत. त्यामुळे धर्मश्रद्धा या अंधश्रद्धा म्हणून वाढविल्या जात आहेत. व्यक्तिस्तोम माजविले जात आहे. लोकांच्या हातात सत्ता देण्यापेक्षा घराण्याच्या हातात सत्ता देऊन सारा देश झोपविण्याचा प्रयत्न होत आहे. जॉन स्टुअर्ट मिल यांनी सांगितले होते- ''आपल्यातील एखादी व्यक्ती कितीही मोठी असली तरी तिच्या चरणी आपल्या सर्व प्रकारच्या स्वातंत्र्याची सुमने अर्पण करू नयेत किंवा आपल्या संस्थांची उलथापालथ करण्याचे अधिकार तिला देऊ नयेत.'' हा इशारा भारतीय जनतेनं ओळखण्याची गरज आहे. मोठ्या व्यक्तींवर श्रद्धा ठेवणाऱ्यांनी अगोदर जातीच्या आणि धर्माच्या चिखलातून बाहेर पडण्याची खरी गरज आहे. भोवतीच्या जीवनाचा आणि विचाराचा विकास हाच शिवाजीमहाराजांच्या धोरणाचा, मार्क्सवादाचा आणि आंबेडकरवादाचा विकास ठरू शकेल. तिथंच थांबणं याला मरणाशिवाय दुसरं नाव देता येणार नाही.

●●●

११.
दलित स्त्री
ज्योती लांजेवार

एकोणिसाव्या शतकात स्त्रीविषयक सुधारणांची गरज वाटू लागली, तेव्हा भारताच्या इतिहासात प्रथम प्रयत्न झाला तो महंमद तुघलकाकडून. त्याच्या त्या प्रयत्नांमुळे त्याला 'वेडा' ठरविले गेले. इथल्या ढोंगी शास्त्री-पंडितांनी, मुल्ला-मौलवींनी महंमदाच्या 'सक्ती सत्ती बंदी' प्रयत्नाला व्यवहारातून बाद केले. बदलौकिकप्राप्त अल्लाउद्दीन खिलजीने वेश्याबंदी करून, वेश्यांनी विवाह केलाच पाहिजे, यासाठी हुकूमनामा काढला. तोही फसला.

पुढे दोन हजार वर्षांच्या इतिहासात स्त्रीविषयक सुधारणांचे मोठ्या प्रमाणात प्रयत्न चालविले ते अकबराने. त्याने 'ऐने अकबरी' लिहून हिंदू तसेच मुसलमान स्त्रियांना पूर्वी कधी नव्हते एवढे अधिकार प्राप्त करून दिले. परंतु सुधारणांसाठी जेव्हा जेव्हा कोणी पुढे सरसावले, तेव्हा तेव्हा समाज त्यांच्या विरोधात उभा ठाकलेला दिसला. अकबराच्या मृत्यूनंतर तर दोन्ही धर्मांतले सनातनी चेकाळतच गेले. दोन्ही शासनकर्त्यांच्या पराभवानंतर इंग्रज आले व त्यांनी काही सुधारणा घडवून आणल्या. त्या त्याकाळी महत्त्वाच्या ठरल्या.

म. गांधीजींच्या चळवळीत स्त्रियांनी प्रवेश केला. आगरकर, रानडे, राजा राममोहन रॉय, कर्वे यांनी स्त्रीविषयक सुधारणांचा पुरस्कार केला. परंतु त्यांची व्याप्ती प्रामुख्याने पांढरपेशा वर्गापुरतीच मर्यादित राहिली. विधवाविवाह, बालविवाह, स्त्री-शिक्षण, सतीबंदी इ. स्वरूपात शहरी, पांढरपेशा स्त्रियांचाच विचार होत गेला. सर्वसामान्य, बहुजन, अस्पृश्य स्त्रियांचा व ग्रामीण स्त्रियांचा विचार करण्यासाठी म. फुल्यांना जन्म घ्यावा लागला. डॉ. बाबासाहेब आंबेडकरांना दलित, अस्पृश्य स्त्रियांचा विचार करावा लागला.

महात्मा फुल्यांनी स्त्री-समानतेच्या लढ्याबरोबर शूद्र-अतिशूद्रांच्या लढ्यालाही महत्त्व दिले. प्रौढविवाह, विधवाविवाह, पतित-परित्यक्ता यांचे बिकट न नाजूक प्रश्न,

अनाथालये या सर्व क्षेत्रांत स्वत: पुढाकार घेऊन प्रत्यक्ष कार्य केले. संस्था काढल्या व कार्यकर्तेही तयार केले. पँथरसारख्या लढाऊ दलित पुरुषांच्या संघटनेची आज जशी गरज आहे, तशी दलित पँथरची 'महिला आघाडी' असणे हेही मला आवश्यक वाटू लागले आहे. महिला पँथरमुळे दलित स्त्रीवर होणाऱ्या क्रूर अन्यायाला समर्थपणे वाचा फोडता येईल.

आज मध्यमवर्गीय स्त्रियांजवळ भरपूर वेळ, पैसा, आराम उपलब्ध असल्यामुळे त्यांच्या संघटना मजबूत झाल्या आहेत. या मध्यमवर्गीय स्त्रियांच्या संघटना धर्म आणि संस्कृतीच्या बंधनात जखडलेल्या आहेत. दलित स्त्री ही खऱ्या अर्थाने शोषित आहे. दलित स्त्री, गरीब म्हणून, अस्पृश्य म्हणून, अज्ञानी म्हणून आणि 'स्त्री' आहे म्हणून तिच्यावर हरप्रकारचा अन्याय होत असतो.

दलित, कष्टकरी, आदिवासी, भटक्या-विमुक्त स्त्रीला आज न्याय मिळणे कठीण झाले आहे. मध्यमवर्गीयांच्या स्त्री-संघटना ह्या तकलादू बनल्या आहेत. दलित स्त्रीसाठी अशा सो-कॉल्ड संघटना कुचकामी आहेत. दलित स्त्रियांवरील अन्याय निवारण्यासाठी, दलित स्त्रीला सुशिक्षित व संघटित करण्यासाठी आज दलित स्त्रियांचीच 'दलित पँथर'सारखी लढाऊ संघटना बांधणे गरजेचे आहे.

मध्यमवर्गीय स्त्री-संघटनांच्या उणिवा-जाणिवा

मध्यमवर्गीय स्त्री-संघटना बहुतेक 'हुंडा' या एकाच संज्ञेभोवती घुटमळताना दिसतात. हुंड्यामुळे अत्याचार करणे, जाळणे, हत्या करणे किंवा आत्महत्येला प्रवृत्त करणे अशाप्रकारची संकटे स्त्री म्हणून स्त्रियांच्या वाट्याला आली आहेत. यात दलित स्त्रियांचा समावेश नाही. दारिद्र्यामुळे आज दलित समाजात हुंडा सुरू होतो आहे, तोही या मध्यमवर्गीयांची मेहरबानीच. हुंडाविरोधी चळवळींत सामील होणारी तथाकथित उच्चवर्गीय स्त्री क्वचितच सापडते. मोर्च्याचे नेतृत्व करणारी एखादी उच्चवर्णीय स्त्री तिच्या चार-पाच मैत्रिणी व बाकी साऱ्या सामील होणाऱ्या दरिद्री दलित स्त्रियाच हे आजच्या स्त्री-चळवळीचे दृश्य आहे.

याचा अर्थ असा की, या मध्यमवर्गीय स्त्रियांच्या चळवळी पोसल्या जातात त्या दलित स्त्रियांमुळेच. पण ह्याचा फायदा दलित स्त्रीला किती मिळतो, ते मात्र सांगता येत नाही. अत्याचारग्रस्त महिलेचे कुटुंब एवढेच काय ते त्यात सामील असते. अशा भरकटलेल्या दलित स्त्रियांना एकत्र बांधण्यासाठी 'महिला पँथर' आवश्यक आहे. एखाद्या दलित स्त्रीला हुंड्यासाठी नाकारले म्हणून ह्यांचा मोर्चा निघाला आहे, असे चित्र कोठेच दिसत नाही.

हुंड्यासाठी सुनांना मारणारी, छळणारी माणसे ही दलितांत सापडत नाहीत. विधवा, परित्यक्ता, दलित स्त्रियांना 'पाट' लावायची (दुसरे लग्न) पूर्वीपासूनच मुभा

असल्यामुळे 'तो मी नव्हेच' म्हणणारा दलित पुरुषही नाही किंवा 'तिला न्याय मिळालाच पाहिजे' यासाठी मोर्चेही काढावे लागत नाहीत. ज्यांच्यासाठी मोर्चे काढावे लागतात, त्या सर्व स्त्रिया मध्यमवर्गीय व उच्चवर्णीय असतात. त्यामुळे ही समस्या दलित स्त्रियांची आहे, असे म्हणता येत नाही. दलित समाजात अपवादाने अशा काही गोष्टी घडत असतीलही.

एक मात्र खरे, मोलकरणींची संघटना असो, स्त्री-अत्याचार-विरोधी संघटना असो, त्या श्रीमंत व दलितेतर स्त्रियांवरील अन्यायाच्या संदर्भातच लढा उभारतात, आवाज उठवतात, शहरात खळबळ माजवतात. त्याचे 'रिझल्टस्' मात्र कोणाला कधीच कळत नाहीत. मोर्च्यात उच्चवर्णीय, स्वत:ला घरंदाज समजणाऱ्या स्त्रिया कधीच येत नाहीत. दरिद्री, अशिक्षत, दलित व आदिवासी स्त्रियांना आमिषे दाखवून, खोटी आश्वासने देऊन मोर्च्यात सहभागी होण्यास भाग पडतात. आणि त्यांच्या बळावरच या संघटना नावारूपाला येतात आणि पोसल्या जातात, हे निर्विवाद सत्य आहे.

मोलकरणींच्या समस्या अनेक आहेत, हे कबूल. त्यांच्या समस्या दूर करण्यासाठी संघटना असावी हेही खरे. या संघटना 'मोलकरीण' म्हणून तिला दरवर्षी पगारवाढ, चहा, सणाला कापड, भेटवस्तू, आजारपणासाठी सुट्ट्या, फार झाले तर प्रसूतीसाठीही सुट्ट्या इत्यादी मागण्यांवर भर देतात.

मला एक गोष्ट खटकते की, यातल्या 'गोंड' स्त्रिया किंवा इतर मोलकरणींची कामे करणाऱ्या स्त्रिया मालकाची 'जात' तपासून घेतात. 'बाई, तुम्ही बुद्ध. बुद्धाच्या घरी काम करणे जमत नाही.' म्हणून वाटेला लागतात. आवश्यकता असूनही 'जाती'मुळे मोलकरीण मिळत नाही. मग त्या स्त्रियांची संघटना चालवणाऱ्या मोलकरणींच्या पगाराची व इतर सोयींचीच काळजी करतात काय? मोलकरणीच्या मनातील जातीयतेचे विष त्या काढू शकत नाहीत तर अशा संघटनांची गरजच काय? जातीयता नष्ट करणे व त्यांना मानसिक गुलामीतून मुक्त करणे हे संघटनेचे कार्य नव्हे काय? देवदासी प्रथा, मुरळी, जोगतीण, भावीण, वेश्या इत्यादींच्या प्रश्नांवर या संघटनांनी काय कार्य केले आहे? हे कार्य या संघटना करत नसतील तर अशा संघटनांचा दलित स्त्रीला काय उपयोग?

महिला पँथरची गरज

वरील सर्व प्रकारामुळे दलित स्त्रीची खरी समस्या जशीची तशी राहते. एक तर पैसा नसल्यामुळे मध्यमवर्गीय स्त्री-संघटना त्यांना जवळ करत नाहीत. आपले गाऱ्हाणे सांगावयास गेलेल्यांचा 'अदमास' घेऊन, भरपूर प्रसिद्धीलायक 'प्रकरण' आहे का, हे पडताळून साहाय्य करायचे 'आश्वासन' मिळते. तोपर्यंत पाच-दहावेळा पायपीटही होते. उसना आणलेला पैसाही टायपिंग, प्रसिद्धी यात 'खर्च झाला' असे

घडते. यासाठी तरी 'महिला पँथर' असणे आवश्यक वाटते. दलित स्त्रीच्या समस्या मध्यमवर्गीय स्त्रीला आजतागायत तरी कळल्या नसाव्यात.

त्यामुळे 'हुंडा व त्याचा परिणाम', 'मोलकरीण व त्यांचे प्रश्न' एवढ्याच मर्यादित क्षेत्रात त्यांचे भ्रमण सुरू आहे. स्त्री म्हणून त्यांच्यावर होणाऱ्या अत्याचाराबरोबर दलित म्हणून तिची होत असलेली परवड त्यांच्या उघड्या डोळ्यांना दिसू नये हे आश्चर्यच आहे.

आजच्या दलित स्त्रीची परिस्थिती तर फारच चिंतनीय आहे. यांत्रिकीकरणामुळे व औद्योगिकीकरणामुळे शहराकडे पळणारा समाज निराश्रित, निराधार होत चालला आहे. जीवनाविषयीची स्थिरता शहरी संस्कृती देत नाही. त्यातल्या त्यात शहरात सामाजिक सुरक्षिततेचा प्रश्न निर्माण झाला आहे.

बंगल्यात राहणाऱ्या, मानाचे जीवन जगणाऱ्या, मध्यमवर्गीय स्त्रियांना सुरक्षितता लाभते. दरिद्री, अज्ञानी, दलित स्त्रिया ज्यांना कामानिमित्त, मजुरीनिमित्त, पोटापाण्यासाठी तरी बाहेर जावेच लागते, राबावे लागते, अशांवरचे अन्याय-अत्याचार-बलात्कार वाढीला लागले आहेत. मध्यमवर्गीयांच्या संघटना त्यांना मदत करण्यापेक्षा विविध स्वरूपात फसवणूक करीत आहेत. त्यामुळे अशा निष्प्रभ ठरलेल्या नेतृत्वाकडून दलित स्त्रीच्या समस्या दूर होणार नाहीत, हे सूर्यप्रकाशाइतपत सत्य आहे. या साऱ्यांसाठी निष्ठावान व प्रामाणिक नेतृत्वाची गरज म्हणून 'महिला पँथर' असणे आवश्यक आहे.

दलित स्त्रीच्या समस्या

दलित स्त्रीच्या समस्या तिच्या स्वत:च्या संसारापासूनच सुरू होतात. मग ती अशिक्षित असो की, सुशिक्षित असो. दलितेतर स्त्रियांच्या दु:खापेक्षा निश्चितच तिचे दु:ख अतिशय दारुण आहे.

सुशिक्षित दलित स्त्रीलाही आज मुक्तपणे वावरता येत नाही. तिने आत्मविश्वासावर, विवेकबुद्धीवर विश्वास ठेवून स्वतंत्रपणे आपल्या क्षेत्रात पाऊल उचलले तर तिला नावे ठेवली जातात. ती 'फॉरवर्ड' समजली जाते. पतीसुद्धा कधी कधी गैरसमज करून घेतो. एखाद्या सभेहून किंवा नोकरीवरून घरी यायला उशीर झाला तर 'हे काय म्हणतील?' याची तिला सतत धास्ती असते. यातून आजच्या दलित स्त्रीला जो मनस्ताप होतो, जे मतभेद व वैचारिक संघर्ष निर्माण होतात ते तिला तिच्या पतीपासून दूर करायला भाग पाडतात. म्हणूनच आज घटस्फोटांचे प्रमाण ग्रामीण व दलित स्त्रियांमधे जास्त दिसते. अशा घटस्फोटितांसाठी किंवा परित्यक्तांसाठी आज कुठलीच आश्रमव्यवस्था नाही. असली तरी ती तोकडी व दलितेतरांसाठीच. 'महिला पँथर' ही गरज भागवू शकेल, असे वाटते.

नोकरीनिमित्त ज्या विभागात काम करावे लागते तिथे परिस्थिती भयानकच. स्त्री म्हणून व त्यातही दलित म्हणून तिची हेटाळणी जास्त. ती कितीही बुद्धिवान असली तरी तिच्या कलागुणांची कदर दलितेतरांना नसते. तिच्याकडे बघण्याचा त्यांचा कुत्सित दृष्टिकोन अजूनही बदललेला नाही.

सामाजिक, औद्योगिक किंवा शैक्षणिक नोकरीच्या निमित्ताने पुरुषांबरोबर वावरताना स्वत:ला जपता-जपता तिची पुरेवाट होते. अशा परिस्थितीत तिच्यावर येणारे दडपण, बदलीच्या किंवा पदावरून कमी करण्याच्या मिळालेल्या धमक्या, मेमो हे सर्वच तिला असहनीय होते. नोकरीसाठी 'सोसत' राहणे तिच्या जिवावर येते. अशा परिस्थितीत तिला मदतीचा हात द्यावा म्हणून एकही दलित स्त्री-संघटना नाही. तिला मानसिक कुचंबणेमुळे जीवन नकोसे वाटते. तिचे आत्मबळ वाढावे, यासाठी 'महिला पँथर'ची नितांत आवश्यकता आहे. दलित स्त्रीवरची कौटुंबिक बंधने सैल होऊ पाहात आहेत. परंतु आजही ती मागेच रेंगाळते याला कारण दलित पुरुषवर्ग. तो पदवीधर असेल, कुशल, प्रशासकीय अधिकारी असेल, पण त्याची भावनिक व वैचारिक योग्यता अजूनही सीमित आहे. त्यामुळे 'काहीतरी करायचे', 'आपणही कुठल्या ना कुठल्या क्षेत्रात आघाडी मिळवायची' ही तिची इच्छा मनातल्या मनातच लोप पावते. त्यामुळे मानसिक ताण वाढतो. यासाठी तिला कराव्या लागणाऱ्या संघर्षाची पुरुषाने किमान दखल घ्यावी. तिच्यावर विश्वास टाकून, तिला मानसिक मुक्तता देऊन, तिच्या प्रगतीच्या आड न येता, तिच्या कार्यात मदत करून तिला प्रोत्साहन द्यावे.

आजच्या दलित स्त्रीची अस्मिता आणि जाणिवा जाग्या झाल्यात. पण सध्याचे मोर्चे, निदर्शने, सभा आदींतून स्त्रियांचे, दलितांचे, प्रश्न नेमकेपणे तिला कळत नाहीत. कारण दलित स्त्रियांची अशी संघटना आजही अस्तित्वात नाही. त्यामुळे स्त्रियांचे खास प्रश्न धसास लावणे कठीण झाले आहे.

ग्रामीण दलित स्त्रीच्या समस्या

शहरातील परिस्थिती काहीशी बदलली तरी खेड्यात मात्र अजूनही फरक पडलेला नाही. दारिद्र्य, अज्ञान, जातिव्यवस्था, सामाजिक रूढींचा पगडा, अंधविश्वास ग्रामीण भागात जास्त प्रमाणात दिसतो. अशिक्षितपणामुळे आजही मोठ्या प्रमाणावर अंधश्रद्धा आहे. आजारी मुले औषधाने बरी होत नसून त्यांना देवऋषी बरे करील, ही त्यांची श्रद्धा. ग्रहणाला दान मागण्यासाठी त्या जातात. देवाला मुली वाहणे, खंडोबाला मुरळी सोडणे, यल्लमाचे बोलावणे येणे, त्यासाठी तिचा देवाशी विवाह करून देणे, तिला 'देवदासी' बनवून साऱ्या गावची 'भोगदासी' बनवणे, अंगात देव आणणे, कोंबडे-बकरे यांचे नवस करणे, आदी अनेक अनिष्ट प्रथा आजही आहेत.

बहुसंख्य ग्रामीण स्त्रिया परिस्थितीमुळे इतरांच्या शेतीवर कामाला, मोलमजुरीला,

निंदा-खुरपायला जातात. त्यांच्या अज्ञानाचा आणि लाचारीचा फायदा घेऊन त्यांना मजुरीचे पैसे बरोबर दिले जात नाहीत. मालकाच्या आणि मुकादमाच्या वासनेलाही कधी कधी बळी पडण्याची पाळी त्यांच्यावर येते. त्यातून संपूर्ण आयुष्याचीच बरबादी होते.

सफाई कामगार, रोजगार हमीतील मजूर, तंबाखू गोदामात काम करणाऱ्या स्त्रिया, विड्या बांधणाऱ्या स्त्रिया यांचे आर्थिक व शारीरिक शोषण होते. शारीरिक पिळवणुकीला स्त्रिया बळी पडतात. हे प्रमाण दलित स्त्रियांमध्ये अधिक असण्याचे कारण म्हणजे शिक्षणाचा अभाव आणि परिस्थिती. इतर रोजगाराअभावी ही कामे करणे अपरिहार्यच असते. याचा परिणामही त्यांनाच भोगावा लागतो. दलित समाज याविषयी लाज बाळगणार नाही. कारण या ना त्या कारणाने दलितांवर होणाऱ्या अन्यायाचीच परंपरा म्हणून हे सर्व घडत असते. शरीर विकून पोट भरायची पाळी एखाद्या दलित स्त्रीवर यावी, ही केवढी लज्जास्पद बाब!

ज्या भारतीय समाजाने हजारो वर्षांपासून स्त्रीला मानवी अधिकारांपासून वंचित केले, त्या समाजाला त्याची लाज वाटली नाही तरी चालेल, पण दलितांना वाटावयास पाहिजे. यासाठी आपल्या मिळकतीतला निश्चित वाटा त्या स्त्रीला मिळून तिचे जीवन कोल्ह्या-लांडग्यांपासून सुरक्षित ठेवण्याचा प्रयत्न करावा लागेल आणि या प्रयत्नांसाठी 'महिला पँथर' सारखी संघटना असणे आवश्यक आहे.

स्त्री ही स्त्रीची नंबर एकची शत्रू आहे. ती स्वत:च कधी कधी स्त्रीच्या नैतिक, सामाजिक अध:पतनाला जबाबदार असते. तिला चांगल्या-वाइटाचे भान नसते. असले तरी परिणामांची प्रखरता जाणवत नसते. लहान-सहान महिला मंडळे गल्लोगल्ली स्थापन होतात. अशा महिला मंडळांचे काम म्हणजे गटागटांत उदबत्ती लावणे, फोटोला हार घालणे असल्या स्पर्धा घेणे एवढेच असते. अशा संटना अन्यायाविरुद्ध कशा लढणार?

देवदासी स्त्रीच्या समस्या

भारतात देवदासी प्रथा फार पुरातन काळापासून आहे. देवदासीला नित्य सावित्री समजतात. तिला वैधव्यप्राप्ती नाहीच. म्हणून विवाहाच्या वेळेस मंगळसूत्रातले मणी तिच्याकडून ओवून घेण्याची प्रथा आहे. ही अंधश्रद्धा आहे. देवदासीने मंगळसूत्र ओवले तरी कोणाचे मरण थांबत नाही.

देवदासीला कर्नाटकात 'बसवी' म्हणतात. भोई, बेडर, मातंग, मांग तिला 'गादिया' म्हणतात तर, आंध्रामध्ये तिला 'बोगम' किंवा 'सानी'. तामीळनाडूमध्ये 'वैल्लाळ' आणि 'कैकोळ' या जातीतल्या देवदासी असतात. मध्यप्रदेशात 'कसबी' किंवा 'गायन', ओरिसात 'गुणी', बंगालमध्ये 'वैलावी', कोकणात 'भावीण' किंवा

'जोगतीण' आणि महाराष्ट्रात खंडोबाला वाहिलेल्या 'मुरळ्या' आहेत. या सर्वच देवदासींचे वर्तन एकसारखे असते. काहींची बांधीलकी देवाशी असते, काहींची नसते.

केसांमध्ये 'बट' होणे म्हणजे देवीचे (यल्लमाचे) बोलावणे येणे असा समज आहे. काही देवदासी अंधश्रद्धा व अज्ञान, दारिद्र्य आणि परंपरा यामुळे घडतात. श्रीमंत लोकांची वासना शमविण्यासाठी देवाचा आधार घेऊन गरीब व कनिष्ठ जातीतल्या मुलीकडून इच्छेविरुद्ध वेश्याव्यवसाय करवून घेणे, तिला संसार करावा वाटला तरी 'देवाचा कोप होईल' अशा खोट्या धमक्या देऊन, तिला कायमचीच आपली भोगदासी बनवण्याची कृत्ये सातत्याने चालू आहेत.

काही देवदासी संपत्तीच्या लोभाने, स्वच्छंदपणे जगण्याच्या वृत्तीने हा व्यवसाय स्वीकारतात. या प्रथेविरुद्ध दोन आघाड्यांवरून लढता येईल,

१) अंधश्रद्धा व अज्ञान दूर करणे.

२) बाह्य प्रलोभनास बळी पडलेल्यांना समजावून सांगणे.

या दोन्ही आघाड्यांवर काम करण्यासाठी 'महिला पँथरची' गरज आहे.

आज बाबा आढाव यांनी देवदासी प्रथेविरुद्ध चळवळ उभी केलेली आहे. स्त्रीमुक्ती-चळवळीत देवदासी आणि वेश्यांचे प्रश्न का येत नाहीत? कष्टकरी, दलित, आदिवासी यांचे अनेक प्रश्न आहेत. यावर लढण्यासाठी दलित स्त्रियांनी दलित स्त्रियांसाठी चालवलेली, दलित स्त्रियांची संघटना असणे आजघडीला महत्त्वाचे आहे.

आदिवासी स्त्रियांची समस्या

आदिवासी स्त्री अशिक्षित असली तरी ती धर्मभोळी, अंधश्रद्धा, रूढी-परंपरा आदींना चिकटलेली नाही. ती इतरांपेक्षाही याबाबतीत मुक्त आहे. ढळत्या पदराचा चाळा नाही की सभ्यपणाचा (!) शहरी तोरा नाही. ती मुक्तपणे जगते. तिच्या हुंड्यासाठी बाप त्रस्त नाही. उलट मुलगाच हुंडा देतो. हुंडा देण्याइतपत पैसा नसला तर मुलीच्या बापाकडे मुलगा 'लांबडा' राहतो आणि हुंड्याची रक्कम फिटेपर्यंत राबतो. आदिवासी स्त्रीची सुधारणा शासकीय पातळीवर होत आहे. स्वच्छता, नीटनेटकेपणा आणि शिक्षणाचे महत्त्व आदिवासींना कळू लागले आहे. दलित महिला पँथरची निर्मिती झाली, तर या आदिवासी स्त्रियांना संघटित करून एक नवी शक्ती निर्माण करता येईल.

बंजारा स्त्री

बंजारा स्त्रीच्या पायात बेडी असते. तिला ते 'वाकडी' म्हणतात. खांद्यापर्यंत मोठमोठ्या बांगड्या. पूर्वजन्मीचे पाप म्हणून हा स्त्रीजन्म आला आहे, अशी त्यांची समजूत. बंजारा स्त्री गुलामासारख्या अवस्थेत आहे. पायातील बेडी व हातातील जाड

बांगड्या यामुळे अंघोळ करताना हात स्वच्छ करणे अवघड जाते.

अशावेळेस रूढी-धर्मापेक्षा खरूज-नायटे यांसारख्या रोगांना खतपाणी मिळते. मुलगी जन्मत:च मारून टाकण्याची प्रथा पूर्वी या जमातीत होती. सरकारी दडपणामुळे व कायद्यामुळे ही प्रथा संपुष्टात आलेली आहे. हातभर घुंघट काढावा, घरधन्याचे जोडे सांभाळावे, उंबरठ्याआडून बोलावे अशी या स्त्रीची अवस्था आहे. बंजारा स्त्रीला शिक्षण आणि मार्गदर्शन मिळाले तर ती या जाचक बंधनातून मुक्त होऊ शकेल. महिला पँथरला हे कार्य करता येईल.

दलित चळवळीचे सहकार्य

उच्चवर्णीय व उच्चवर्गीय महिलांचे पुढारीपण सर्वसामान्य दलित स्त्रीच्या हिताचे नाही. तसेच सुशिक्षित दलित स्त्रियांनीही आपापली संकुचित घरटी तयार केली आहेत. काही संघटना व मंडळे असूनही ती निव्वळ नाममात्र आहेत. स्वत:भोवती प्रसिद्धीचे व प्रतिष्ठेचे वलय निर्माण करून त्या जगत आहेत. दलित स्त्री शिकून-सवरून अशिक्षित दलित स्त्रीपासून दूर गेली आहे, जात आहे. शहरी सुशिक्षित स्त्री ग्रामीण स्त्रीच्या भावना समजून घेण्यास असमर्थ आहे.

त्यामुळे शहरी आणि ग्रामीण अशिक्षित स्त्री ही 'उपेक्षितच' आहे. या स्त्रियांवरील अन्याय-अत्याचाराची दखल घेणारा किती सुशिक्षित दलित वर्ग आहे? स्वत:च्या स्वार्थासाठी दलितांच्या खांद्यावर बंदुका ठेवून हळूच गोळी झाडणारे प्रस्थापित, 'आम्ही नाहीच बुवा, ते तुमचेच आहेत'असे म्हणून कानावर हात ठेवीत आहेत आणि हे दलितांच्या लक्षात येत नाही.

शहरात गरीब, मोलमजूर, कष्टकरी स्त्री सुरक्षित नाही, तर खेड्यात ग्रामसेविका, परिचारिका, शिक्षिका भीतीने ग्रासलेले जीवन जगत आहेत. या प्रश्नाकडे उच्चवर्गीय व उच्चवर्णीय स्त्री-संघटनांचे लक्षच जात नाही. दुष्काळ, महागाई, पुढारी हटाव, लाटणे मोर्चा, घागर मोर्चा यामध्येच या संघटना गुरफटल्या आहेत. यासाठी दलित चळवळीने स्त्रियांच्या प्रश्नांवर संघर्ष करण्याची गरज आहे.

दिवसेंदिवस वाढत जाणारी व्यसने, दारूचा प्रभाव आणि घाणेरड्या बाबींना सामोरे जाण्यासाठी दलित महिला मागेपुढे पाहणार नाही. महिला संघटना उभी राहिली तर तिला लढा देणे अटळ राहील. हा लढा परंपरेविरुद्ध राहीलच, परंतु तो पुरुषीपणाविरुद्धही राहील. सक्तीच्या वेश्याव्यवसायाविरुद्ध, अस्पृश्यतेविरुद्ध आणि अन्याय-अत्याचाराविरुद्ध 'महिला पँथर' लढू शकेल.

दलित साहित्यातून व्यक्त झालेली स्त्री

अण्णाभाऊ साठेंपासून ते आजतागायत दलित साहित्यातून चित्रित झालेली दलित स्त्री ही 'बंडखोर'च आहे. तिची ही बंडखोरी मात्र वेगवेगळ्या रूपांत दिसते.

अब्रूवर शिंतोडे उडताना पाहून, गरिबांवर अन्याय होताना पाहून, देशासाठी, समाजासाठी लढणारा प्रियकर पाहून, देशद्रोह, समाजद्रोह होताना पाहून, चवताळणाऱ्या, झेपावणाऱ्या, बंडखोरी करणाऱ्या नायिका दलित साहित्यात व्यक्त झाल्या आहेत. अण्णाभाऊ साठेंच्या कादंबऱ्यांतील सोना, सई, मंगल, हरणा यांसारख्या बंडखोर नायिका आजच्या लेखणीला प्रेरणाच देत आहेत.

दलित स्त्री लेखिका-साहित्यिका खूप कमी आहेत. कुमुद पावडे 'अंत:स्फोट' मधून उद्विग्न, संतापलेल्या स्त्रीचे प्रतिनिधित्व करतात. मल्लिका अमर शेख 'उद्ध्वस्त व्हायचंय मला' मध्ये दलित पँथरच्या चळवळीबद्दल, कार्यकर्त्यांबद्दल परखड लिहितात. हिरा बनसोडे, मीना गजभिये, ज्योती लांजेवार आदींनी आपल्या आशयघन काव्यातून दलित स्त्रीच्या व्यथा-वेदना चितारल्या आहेत.

नारायण सुर्वे, दया पवार, लक्ष्मण माने, बाबूराव बागूल, शंकरराव खरात, शरणकुमार लिंबाळे यांच्या लेखणीतून स्त्री-सामर्थ्याचे व स्त्रीत्वाचे जागोजागी आढळणारे अढळ सौंदर्य साकारले आहे. दलित साहित्यातून दलित स्त्रीची लढाऊ वृत्ती, आक्रमक पवित्रा, बंडखोरी, मुकाबल्याचे सामर्थ्य चित्रित झालेले आहे. दलित लेखकांनी दलित स्त्रीवरील अत्याचाराचे, बलात्काराचे चित्रण करताना तिला दुबळी दाखवून चालणार नाही. दलितेतर साहित्यिकांनी रंगविलेली 'अबला' ही 'सबला' आहे, याचे भान 'दलित लेखकांनी'च ठेवले पाहिजे.

वाघाची मादी ही वाघासारखीच शूर असते. भूक लागली, की ती गवत खात नाही. ती आपल्या प्रतिष्ठेनेच जगते. कोणत्याही परिस्थितीत ती झुंजण्यासाठी तयार असते. 'दलित पँथर' लढायला पुढे सरसावत असेल तर 'दलित महिला पँथर' ही मागे राहणार नाही. फक्त तिला प्रतीक्षा आहे, योग्य संधीची, मार्गदर्शनाची आणि सहकार्याची.

●●●

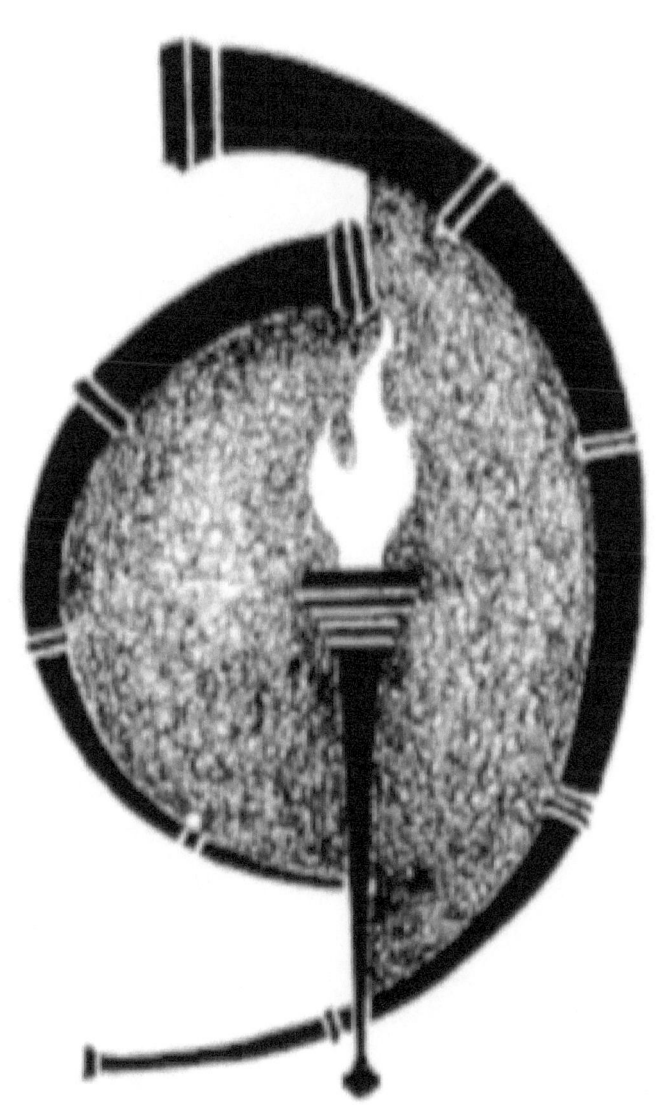

१२.
आंबेडकरवाद हेच पँथरचे तत्त्वज्ञान

यशवंत मनोहर

हजारो वर्षांच्या संस्कारांनी भारतीय समाज हा कायम भूतकालनिवासी समाज बनलेला आहे. भूत, वर्तमान व भविष्य असे आपण सोयीसाठी तीन कालविभाग पडतो. पण भारतीय समाज भूतकाल या एकाच कालविभागात वावरताना दिसतो. त्याला भविष्य नाही, कारण तो भूतकालाच्या सीमांच्या बाहेर येत नाही. त्याला वर्तमान नाही, कारण भूतकालाने भरलेला नाही असा एकही कण त्याच्या वर्तमान मन:कोषात नाही. समता व बंधुता, न्याय व बुद्धिप्रामाण्य यांसाठी जिवावर उदार झालेल्या एखाद्या सैनिकाप्रमाणे लढणाऱ्या भूतकाळाच्या नावाने ध्वज लावायला काहीच हरकत नव्हती. पण या समाजाचा सामाजिक भूतकाळ म्हणजे अमानुषतेची एक अंतहीन यात्रा, विषमतेची एक अखंड भक्ती आणि खुळचटपणाची सश्रद्ध पूजा होय.

अशा समाजाच्या आयुष्यातला कोणताही क्षण क्रांतिकारी संघटनेची धास्ती उरात वागवीत असतो म्हणून, क्रांतिकारी संघटना जन्मालाच येऊ नये यासाठी असा समाज स्वतंत्र अशी यंत्रणा राबवीत असतो आणि नजर चुकवून एखादी क्रांतिकारी संघटना जन्माला आलीच तर तिचा खून करण्यासाठीही असा समाज स्वतंत्र असा मारेकरी फोर्स वापरीत असतो. अशा संघटनेला फोडून निकामी करण्याचे कौशल्यही या समाजाजवळ भरपूर असते. मूल्यात्मक परिवर्तनाला घाबरणाऱ्या समाजाचा हा स्थायी स्वभाव असतो. त्यामुळे वरील संकटांपुढे हार खाणे किंवा वरील संकटांवर विजय मिळविणे या दोनच गोष्टी कोणत्याही क्रांतिकारी संघटनेच्या वाट्याला येऊ शकतात. पँथरच्याही वाट्याला ते आलेच असते.

हेगेलच्या सूत्रातला थिसिस शक्तिशाली व हिकमती असला आणि ॲन्टिथिसिस अपरिपक्व असला तर ॲंटिथिसिस मार खातो, पराभूत होतो. पँथर ॲन्टिथिसिस होती. पण अति उत्साह, अति उतावळेपणा आणि वैचारिक अप्रगल्भता यामुळे या भारतीय ॲन्टिथिसिसला पराभूत व्हावे लागले. पँथर कोणाही बाबाबुवाने मोडलेली असो, ती

या समाजातील थिसिसने मोडलेली असते आणि 'थिसिस' हे एका न बदलणाऱ्या स्वभावाचे नाव असते.

बाबासाहेब आंबेडकरांचे एक थोर अनुयायी डॉ. म. ना. वानखडे यांच्या ब्लॅक पँथरसंबंधीच्या बोलण्यातून पँथर शब्द परिचित झाला आणि पँथर बहात्तर साली सिद्ध झाली. आंबेडकरी चळवळ खंडविखंड झाली. लहान नेत्यांमध्ये मोठे स्वार्थ निर्माण झाले. आंबेडकरी समाजाचे, शैक्षणिक, धार्मिक प्रबोधन कोपऱ्यात पडले आणि राजकारणाचा आंधळा खेळ सुरू झाला. ज्ञानाराधनेचा आंबेडकरी वारसा दुर्लक्षिला गेला. आंबेडकरी चळवळीची 'गाव वाहून गेले, नाव राहून गेले' अशी स्थिती झाली. अशा सुन्न आणि शून्य काळात पँथरचा जन्म झाला. पण पँथरनेही आर. पी. आय. च्या चुकांचीच तारुण्यसुलभ नवी आवृत्ती काढली. शिव्यांच्या सभा सुरू झाल्या. विश्लेषणाऐवजी सेंटिमेन्टॅलिझमचा खळाळ मोहक ठरला. प्राप्त वाळवंटात गरम भावनांचे वादळ मोठे अपरूप ठरले. प्रारंभीच्या या उफाळकाळात पँथर्सनीही विश्लेषक दृष्टीने पँथरकडे पाहिले नाही. भावनेच्या लोकलाटेवर पँथरही वाहवत गेली. शांत डोक्याने पँथरचे तत्त्वज्ञान निश्चित करण्याचा प्रयत्न करणे, संघटनेच्या मजबूत बांधणीची आधारतत्त्वे निश्चित करणे या गोष्टींकडे पँथरने लक्ष दिले नाही. लोकांचा भावनिक प्रतिसाद आणि धूर्त राजकीय प्रतिसाद अशा दुहेरी प्रतिसादाच्या मृगजळामागे चळवळ धावत गेली आणि समकाळात एखाद्या क्रांतिकारी संघटनेची अर्थवत्ता नेमकी कशात असते, हे लक्षात न घेतल्याने अशा अस्तित्वार्थालाच पँथर पारखी होत गेली.

नेतृत्वविषयक स्वार्थाचा उष:काल त्यावेळच्या तरुणांमध्ये झालेला पाहताच 'आंबेडकर की मार्क्स' या प्रश्नाच्या हातोड्याने पँथर फोडणे सोपे झाले. पैशाचे चारापाणी टाकून पँथरचा गळा दोरखंडात अडकविता येते, हे मुत्सद्द्यांच्या लक्षात येताच पुढील कार्यक्रमांच्या केसाने चळवळीचा गळा कापणे सुरू झाले. एका स्वप्नाची समाप्ती झाली. पँथरची चळवळ मातीमोल झाली.

पँथरची आज नितांत गरज आहे, पण कालच्या पँथरची आज गरज नाही. आज आंबेडकरी पँथरची गरज आहे. आंबेडकरवाद या राष्ट्राच्या माणुसकीचा सर्वश्रेष्ठ जाहीरनामा आहे. भारतीय समाजक्रांतीची चळवळ आंबेडकरांनी निरीश्वरवादाच्या मैदानावर आणून उभी केली आहे. त्यांनी धर्मसंस्थेचा त्याग केला आणि नास्तिक बुद्ध-विचाराचा अवलंब केला. धम्म ही बुद्धिप्रामाण्यवाद्यांची नीती होय. समता, स्वातंत्र्य, बंधुता आणि न्याय या सर्वच मूल्यांचा जीवनाशय बुद्धिप्रामाण्यवादाच्या संदर्भबंधात निश्चित करायला हवा. पँथरने आंबेडकरी प्रबोधनाची ही पायाभूत तत्त्वे चळवळीचा प्राण म्हणून स्वीकारायला हवीत. आणि त्या दिशेने समाजप्रबोधनाचा अखंड कार्यक्रम आखायला हवा. आंबेडकरवाद हे समग्र समाजक्रांतीचे दर्शन आहे. 'आंबेडकरी

समाजवाद' असे त्याचे वर्णन करता येईल. जीवनाच्या सर्व अंगांची मांडणी त्यात आहे. आंबेडकरांचा अर्थविचार त्यांच्या अर्थविचारातच केवळ नाही तर त्यांच्या समग्र राजकीय विचाराला, समाज विचाराला, शैक्षणिक विचारालाही तो व्यापून आहे. त्यांचे समाजचिंतन हे जसे अर्थचिंतन आहे तसे त्यांचे राजकीय चिंतनही अर्थचिंतनच आहे. सांसदीय लोकशाहीच्या माध्यमातून हा आंबेडकरी समाजवाद आहे त्या स्थितीत अधिक प्रभावीपणे साकार होऊ शकेल. ही आंबेडकरवादाची मूळ घटना तपशीलवार लक्षात घेण्याची गरज आहे. त्यामुळे आंबेडर-मार्क्स हा वाद निर्माण होण्याची गरज पडणार नाही.

आंबेडकरवाद हेच पँथरचे तत्त्वज्ञान व्हायला हवे. येत्या काही वर्षांत त्यामुळे आंबेडकरवादाच्या अंगोपांगांची बौद्धिक चर्चा व मांडणी पँथरने करण्याची गरज आहे. आज सांप्रदायिकतेचे विष या देशाच्या घशात ओतले जात आहे. धर्मांधतेचा गळफास या राष्ट्राच्या माणुसकीच्या गळ्यात आवळला जातो आहे. अंधश्रद्धांची देशी-परदेशी दारू पाजून तरुणाईला झिंगत ठेवण्याचे यशस्वी प्रयत्न होत आहेत. शे-दीडशे वर्षांच्या प्रबोधनाच्या काळात प्रतिगामी शक्तींनी डोके वर काढले नव्हते, आज त्या डोकं वर काढत आहेत. काऊन्टर रिव्होल्युशनच्या मगरमिठीत देश हवालदिल आहे. भारतीय खोमेनी शक्तिशाली होत आहेत. अंधार गडद होतो आहे. प्रकाश दुबळा होत चालला आहे. मनुष्यताविरोधी शक्ती अधिकच अमानुष होत आहेत आणि दलितांसकट या देशातील शोषितांना आपला विचार आणि आपले वर्तन याची निश्चिती करता येत नाही. पँथरने या ठिकाणाहून प्रबोधनाच्या अग्निध्वजा खांद्यावर घेण्याची गरज आहे. या मार्गाने पँथरच्या गरजेची व अन्वर्थकतेची युद्धपर्वे साकार व्हावीत.

हिंदूधर्माच्या कक्षेतील इतर काही परिवर्तनवादी चळवळी जशा मूलत: क्रांतिविरोधी कार्य करीत असतात, त्याचे नेतेही जसे एक विघातक टाईमपास रोल करीत असतात, त्याप्रमाणे दलितांमधीलही धार्मिक खाते यात अडकलेली मानसिकताही क्रांतिविरोधी कार्यच करीत असते. बुद्ध, डॉ. आंबेडकर आणि धर्मांतर यासंबंधी 'जात्युच्छेदक निबंध' या पुस्तकात सावरकर काय म्हणतात ते पँथर्सनी दलितांना समजावून सांगायला हवे. असे झाले तर दलितांमधील आर. एस. एस. चा एखादा माणूस 'सावरकरांना दलितांनी बाबासाहेबांइतकेच पूजनीय मानायला हवे' असे चळवळीला तत्त्वच्युत करणारे, चळवळीला प्रतिगाम्यांच्या दारात बांधणारे वक्तव्य करणार नाही. हेडगेवार आणि आंबेडकर यांच्यातील फरक यापुढच्या पँथरने समजावून सांगायला हवा. अन्यथा हेडगेवारांच्या जन्मशताब्दी समितीचे सदस्य होण्यासाठी दलित माणसांमध्ये चुरस लागेल. गीतेसंबंधी आंबेडकरांची भूमिका काय होती, हेही समजावून सांगायला हवे, अन्यथा एखादा परंपराधर 'बाबासाहेबांनी गीतेपासून प्रेरणा घेतली,' असे आंबेडकरी

चळवळीचा चेहरा कुरूप करणारे वक्तव्य करीतच राहील.

आंबेडकरवादाच्या कक्षेत येत नाही असा प्रश्न दुनियेत नाही. या कक्षेत शेतकरी येतो, भूमिहीन शेतमजूर येतो, अल्पभूधारकांच्या यातना येतात, स्त्रियांच्या सकल समस्या येतात, कामगारांची दु:खे येतात. सामाजिक, आर्थिक, धार्मिक शैक्षणिक अशा सर्व शोषितांच्या प्रश्नांसाठी आंबेडकरवाद आहे. पँथर आंबेडकरवादी असावा आणि कोणतेही शोषण नष्ट व्हावे, यासाठी त्याने आकाशपाताळ एक करावे. धम्म ही नीती आणि बुद्धिप्रामाण्यवाद ही या नीतीची बैठक या गोष्टी पँथरची आधारशिला असाव्यात.

काही चांगल्या गोष्टी पँथरच्या नावावर जमा आहेत. त्या अधिक यशस्वी पातळीवरून पँथरच्या नावावर जमा होणे आवश्यक होते, पण पँथरचे नेतृत्व प्रचंड वैचारिक ताकदीचे असायला हवे. मनुष्यशक्ती तर हवीच, पण त्याहूनही मोठी विचारशक्ती आहे. शोषणसत्ता वरील दोन्हींच्या युतीपुढे मोडून पडत असतात. आपल्यापुढे डॉ. आंबेडकर हा महान नेतृत्वाचा एक आदर्श नमुना आहे. आचारविचारातील विशुद्ध आंबेडकरवादीपणाच एखाद्या व्यक्तीला पॅन्थरचे यशस्वी नेतेपण बहाल करू शकेल. असा नेता हवा. त्याच्या नेतृत्वावर मोहोरणारी आंबेडकरवादी पँथर हवी. अशा पँथरची गरज आहे. अशा पँथरचीच गरज आहे.

●●●

१३.
मराठवाडा विद्यापीठ नामांतर लढा

कमलाकर कांबळे

राजा ढालेंनी क्षुल्लक कारणे पुढे करून 'दलित पॅन्थर' ही संघटना बरखास्त केली. त्यावेळी त्यांनी निदान आपल्या जवळच्या सहकाऱ्यांचा तरी सल्ला घ्यायला हवा होता अथवा विचारपूस करायला हवी होती. पँथर चळवळ महाराष्ट्रभर फोफावली होती. लोकांमध्ये, विशेषत: तरुणांमध्ये, या चळवळीने 'घर' केले होते. त्यामुळे ही संघटना जनमानसातून बरखास्त झाली नाही.

ढालेंनी पँथर बरखास्तीची घोषणा केल्याबरोबर अरुण कांबळे, भाई संगारे, रामदास आठवले, उमाकांत रणधीर, एसेम, प्रधान, ॲड. प्रीतमकुमार शेगावकर, वामन निंबाळकर, टी. एम. कांबळे आदी पँथर-कार्यकर्त्यांनी या बरखास्तीवर आक्षेप घेऊन 'आम्ही ही संघटना-चळवळ चालवू' अशी घोषणा केली. मुंबईच्या आकाशवाणीवरून पँथर चळवळ चालवण्याची घोषणा केली गेली. भारतीय दलित पँथर या नावाने, नव्या उमेदीने संघटना बांधणीला सुरुवात झाली, त्यांना यशही लाभले. आडमुठेपणाचे धोरण कमी केले गेले व संघटनेत वैचारिक नेतृत्वाला संधी मिळाली आणि चळवळीला एक प्रतिष्ठा प्राप्त झाली. ही आठवण एवढ्यासाठी दिली की, नामांतर ठरावापूर्वी 'भारतीय दलित पँथर' ने प्रा. अरुण कांबळे यांच्या नेतृत्वाखाली कार्याला प्रारंभ केला होता. प्रा. अरुण कांबळे आणि त्यांचे सहकारी बुद्धिवादी होते, समंजस होते. त्यांनी अतिशय कुशलपणे चळवळ उभारणीस प्रारंभ केला. राज्या-राज्यातील अनेक युवकांशी संपर्क साधून त्यांनी चळवळ मजबूत करण्याचा प्रयत्न केला.

१९७७ च्या मे महिन्यात पँथरने नामांतराची जाहीर मागणी पहिल्यांदाच मुंबईतून केली. बाबासाहेबांचे औरंगाबादेतील शैक्षणिक कार्य लक्षात घेऊनच विद्यापीठाचे नाव ठरवताना इतर दोन-तीन नावांबरोबर डॉ. बाबासाहेब आंबेडकर यांचेही नाव सुचवले गेले होते. याचा संदर्भ देऊन मराठवाडा विद्यापीठाला डॉ. बाबासाहेब आंबेडकर यांचे नाव द्यावे. अशी मागणी पँथरने केली. पुढे १५ ऑगस्ट १९७७ ला तेव्हाच्या

सचिवालयावर एक मोर्चा काढून मुख्यमंत्री वसंतदादा पाटील यांना एक निवेदन पँथरच्या शिष्टमंडळाने दिले आणि नामांतराची मागणी केली. वसंतदादा पाटलांनी 'यासंबंधी सहानुभूतीने विचार करू' असे आश्वासन दिले.

दरम्यान महाड येथे भरलेल्या बौद्ध साहित्य संमेलनातही इतर ठरावांबरोबर मराठवाडा विद्यापीठास डॉ. बाबासाहेब आंबेडकर यांचे नाव द्यावे अशी मागणी केली गेली.

या काळातच या मागणीला औरंगाबादच्या भारतीय दलित पँथरसहित सर्व संघटनांनी, विद्यार्थी-युवक-विचारवंत-साहित्यिक यांनी उचलून धरले आणि आपापल्या परीने तयारीलाही लागले. मुख्यमंत्री वसंतदादा पाटलांनी महाड सुवर्णमहोत्सव प्रसंगी नामांतराचा प्रश्न शासनाच्या विचाराधीन आहे, अशी घोषणा केली. १७ जुलै १९७७ ला औरंगाबादच्या सरस्वतीभुवन महाविद्यालयाच्या प्रांगणात एक बैठक झाली. मराठवाडा विद्यार्थी कृती-समितीच्या या बैठकीत इतर अकरा मागण्यांबरोबर मराठवाडा विद्यापीठाला डॉ. बाबासाहेब आंबेडकर यांचे नाव द्यावे, ही मागणी सर्वमताने संमत केली होती. याच विद्यार्थी कृती-समितीच्या समन्वय समितीने १८ जुलै १९७७ रोजी मराठवाडा विद्यापीठावर मोर्चा नेऊन निवेदन दिले आणि नामांतराची मागणी केली. या कृती-समितीत भारती दलित पँथरबरोबर युवक क्रांती दल, अ. भा. वि. परिषद, दलित व दलितेतर विद्यार्थीयुवकांच्या संघटना होत्या.

'बुक्टा' या दलित प्राध्यापकांच्या संघटनेनेही त्याच दिवशी विद्यापीठावर मोर्चा नेऊन विद्यापीठ कार्यकारिणी व कुलगुरूंच्यासमोर नामांतराची बाजू मांडली होती.

२२ जुलै १९७७ रोजी भारतीय दलित पँथरचा एक मोर्चा विभागीय समाजकल्याण अधिकाऱ्यांच्या कार्यालयावर नेण्यात येऊन सुमारे चार तास पँथर्सच्या कार्यकर्त्यांनी धरणे धरून नामांतराची मागणी केली. पुढे २ सप्टेंबर १९७७ रोजी औरंगाबाद येथील भडकळ गेटपासून पँथरने मोर्चा काढून तो विभागीय आयुक्त कार्यालयावर नेला आणि आयुक्तांना निवेदन देऊन नामांतराची मागणी केली. नंतरच्या जाहीर सभेत ॲड प्रीतमकुमार शेगावकर, गंगाधर गाडे, प्रकाश थोरात, आण्णाराव लामतुरे यांची भाषणे झाली.

गंगाधर गाडे यांच्या नेतृत्वाखाली एका शिष्टमंडळाने कुलगुरू व विद्यापीठ कार्यकारिणीच्या सदस्यांची भेट घेऊन नामांतराची मागणी केली. यावेळी पँथरच्या वतीने महाराष्ट्रातील प्रत्येक जाहीर सभेतून इतर मागण्यांबरोबनर नामांतराची मागणी करण्यात येत होती.

परिणामी, १८ जुलै १९७७ ला सर्व निवेदनांवर निर्णय देण्यासाठी कुलगुरू व विद्यापीठातील कार्यकारिणीची बैठक झाली व तीत 'मराठवाडा विद्यापीठाला डॉ.

बाबासाहेब आंबेडकर यांचे नाव द्यावे' असा ठराव झाला नि तो शासनाकडे पाठविण्यात आला. हे मर्यादित स्वरूपाचे यश नामांतरवाद्यांच्या पदरात पडले.

मराठवाडा विद्यापीठाने नामांतराचा ठराव पास केल्याबरोबर झालेल्या जाहीर सभेत गंगाधर गाडे यांनी 'या ठरावाचे श्रेय पँथरला आहे' असे मत व्यक्त केले. यामुळे जातीयवादी हिंदू विद्यार्थी बिथरले. यासंबंधी गंगाधर गाडेंना प्रतिक्रिया विचारली असता ते म्हणाले, 'भारतीय दलित पँथरने प्रामाणिकपणे नामांतराचा प्रयत्न केला होता. इतरांचे सहकार्य आम्ही कधीच नाकारले नाही आणि नाकारणार नाही. प्राधान्याने नामांतराचे श्रेय पँथरला जाते असे म्हटल्यास चुकीचे काय?' नामांतराच्या मागणीचे श्रेय कुणाला? हा प्रश्न माझ्या मते गौण होता. विद्यापीठ कार्यकारिणीने , विद्यार्थ्यांनी ज्या अनेक मागण्या केल्या होत्या त्यातील, फक्त नामांतराचीच मागणी मान्य केल्याने जातीयवादी हिन्दू विद्यार्थी बिथरले, चिडले आणि इथूनच खरी धुसफूस सुरू झाली. पण याचा फारसा ताणतणाव वाढला नाही. विद्यापीठानेच नामांतराचा ठराव केल्याने मागणीला एक बळ लाभले आणि संपूर्ण महाराष्ट्रात नामांतराची मागणी जोर धरू लागली. वसंतदादा पाटलांनी या मागणीची गांभीर्याने नोंद घेतली आणि नामांतराचा मसुदा तयार केला. 'दोन्ही घरांत दिवा' या न्यायाने 'मराठवाडा' शब्द अस्मितावाल्यांसाठी कायम ठेवून 'डॉ. बाबासाहेब आंबेडकर मराठवाडा विद्यापीठ' असा अनौपचारिक ठराव तयार केला होता. त्याचवेळी महाराष्ट्रात राजकीय उलथापालथ झाली आणि पुरोगामी लोकशाही दलाचे नेते शरदराव पवार मुख्यमंत्री झाले. त्यांनी लागलीच सद्भावनेने २७ जुलै १९७८ला नामांतराचा ठराव दोन्ही सभागृहांत मांडला नि तो ठराव बिनविरोध संमतही झाला.

२७ जुलैचा ऐतिहासिक ठराव दोन्ही सभागृहांत मंजूर होण्याआधी २६ जुलै १९७८ ला एक बैठक घेऊन नामांतराचा ठराव मान्य करण्यात आला होता. या बैठकीस मुख्यमंत्री शरद पवार, सभापती शिवराज पाटील, श्री. रा. सु. गवई, माजी मुख्यमंत्री वसंतदादा पाटील, नासिकराव तिरपुडे हजर होते.

दि. २७ जुलै १९७८ ला नामांतराचा ठराव (प्रस्ताव) विधानसभेत मांडताना 'डॉ. बाबासाहेब आंबेडकर यांनी देशाची महान सेवा केली आहे. शिक्षणक्षेत्रातील त्यांच्या सेवेने दलित समाजात जागृती व स्वाभिमान निर्माण झाला आहे.' असा गौरव करून मुख्यमंत्री शरद पवार यांनी 'नामांतरामुळे मराठवाडा विद्यापीठ केवळ दलितांचे स्थान होईल, ही भीती निरर्थक आहे. मराठवाडा विद्यापीठाची अस्मिता, नावलौकिक आणि धर्मनिरपेक्ष स्वरूप कायमच राहील' असे आश्वासनही दिले होते. नामांतराचा ठराव पूर्वीच्याच सरकारने घेतला होता, हे सांगून कृतज्ञता व्यक्त करताना मुख्यमंत्री पुढे म्हणाले होते, 'नामांतराचा निर्णय पूर्वीच्याच सरकारने घेतला होता. नामांतराचा

निर्णय अनौपचारिक चर्चेतून घेण्यात आला होता व तो निर्णय डावलण्याचा त्या सरकारचा उद्देश नव्हता.'

या ऐतिहासिक ठरावाच्या बाजूने श्रीयुत वासुदेवराव देशमुख, यशवंतराव मोहिते, मधुकरराव चौधरी, उत्तमराव पाटील, बाळासाहेब देसाई, सौ. जयवंतीबेन मेहता, डॉ. कुमार सप्तर्षी, पां. ना. राजभोज यांची भाषणे झाली होती.

विधिमंडळाबाहेर महाराष्ट्रातीलच नव्हे तर देशातील तमाम आंबेडकरप्रेमी जनतेने या ठरावाचे स्वागत केले अन् सन्माननीय शरद पवारांचे मन:पूर्वक अभिनंदन केले.

नामांतराचा ठराव झाल्यादिवशी दलित व नामांतरवादी जनता आनंदात असतानाच मराठवाड्यातील काही वयोवृद्ध ज्येष्ठ अस्मितावाद्यांनी नामांतर हत्याकांडाची योजना आखली. त्यांनी गैरसमज पसरवायला सुरुवात केली, की हे विद्यापीठ आता महारांचे, कुलगुरू, कुलसचिव महारांचे रहणार. असा हास्यास्पद व मूर्खपणाचा प्रचार जाणीवपूर्वक सुरू करून, जातीय वैमनस्याला खतपाणी घालून, समाजकंटकांना चिथावणी देऊन मराठवाड्यात दलित हत्याकांड घडवून आणले. एरवी संतभूमीचा गौरव करणारी ही मंडळी संतांना लाजवेल अशी नराधम कृती करणाऱ्यांना प्रेरणा देऊन त्यांचाच आपल्या वृत्तपत्रांतून गौरव करू लागली.

नामांतराला विरोध का झाला, याविषयी सांगताना ॲड. प्रीतमकुमार शेगावकर म्हणाले, 'मराठवाड्यातील काही ज्येष्ठ आणि श्रेष्ठ समजल्या जाणाऱ्या व्यक्तींनी जाणीवपूर्वक गैरसमज पसरवून नामांतरविरोधी वातावरण तयार केले. आपल्या दैनिकाचा वापर केवळ नामांतर-विरोधासाठी करून मूठभर नामांतर-विरोधकांच्या बातम्या पान भरून छापून येऊ लागल्या! उलट नामांतरवाद्यांचा आवाज दडपून टाकण्याचा प्रयत्न झाला. केवळ जातीयवादातून नामांतर ठरावाला विरोध झाला.' गंगाधर गाडेही अशीच प्रतिक्रिया व्यक्त करतात- 'नामांतराला लोकांचा विरोध नव्हता, तर चार-दोन व्यक्तींचा विरोध होता. त्यांना मराठवाड्याचे नेते व्हायचे होते म्हणून त्यांनी नामांतराला विरोध केला!' मूठभर लोकांच्या विरोधाने मराठवाडा प्रदेश कसा पेटला? या प्रश्नाचे उत्तर देताना ॲड. शेगावकर म्हणतात, 'विरोध मूठभर लोकांचा होता हे त्रिवार सत्य आहे, पण या लोकांनी आपल्या वृत्तपत्रांतून, आपल्या पाहुण्या-सोयऱ्यांकडून दंगली घडवून आणल्या. घरे जाळण्यात आली, माणसांना जिवंत जाळले गेले आणि अतिशय जाणीवपूर्वक प्रत्येक गावच्या मराठा तरुणांना भडकावून देऊन दंगल अधिक काळ व अधिक विस्तृत-व्यापक करून आपला हेतू साध्य केला. गावागावांतून ज्या दंगली झाल्या त्या नामांतर विरोधासाठी नसून दलित विरोधासाठी झाल्या. त्यांना दलितांची प्रगती, शिक्षण अगोदरच खुपत होते. नामांतर

ठराव हे केवळ निमित्त होते.'

याच प्रश्नाचे उत्तर देताना गंगाधर गाडे म्हणतात, 'जय भवानी-जय शिवरायच्या घोषणा देत आज अमुक ठिकाणी दंगल झाली, जाळपोळ झाली, माणसं मारली, बहिष्कार टाकला अशा काही खऱ्या, काही खोट्या पण जातीयवादी तरुणांची मने भडकवणाऱ्या बातम्या औरंगाबादच्या वृत्तपत्रांनी दिल्या. त्यामुळे दंगली अधिक तीव्र बनल्या. सत्य हे की केवळ दलित विरोध म्हणून दंगली झाल्या. पण संपूर्ण मराठवाड्यातील लोक नामांतर विरोधासाठी सज्ज झाले' अशा बातम्या छापून आल्या. एवढेच नव्हे तर 'नामांतर विरोधी विद्यार्थी कृती-समिती' वृत्तपत्रातूनच पहिल्यांदा छापून आली.

प्रा. सुधीर गव्हाणे एका अनौपचारिक चर्चेत म्हणाले, 'नामांतर हत्याकांड खऱ्या अर्थाने अजूनही नीटपणे उघडकीस आले नाही. रामधन समितीलाही काहीवेळा खोटीच माहिती पुरवण्यात आली आहे. मी या हत्याकांडाची माहिती गोळा केली असून लवकरच ती प्रसिद्ध करणार आहे.'

२७ जुलै ते ७ ऑगस्ट या काळात दलितांची आर्थिक हानी आणि प्राणहानी फार झाली. अतिशय क्रूरपणे यावेळी दंगली घडवून आणल्या गेल्या. यासंबंधीचा तपशील केंद्राच्या रामधन समितीने गोळा केला आहे. त्याहीपेक्षा पी. सोसायटीच्या वतीने 'नामांतरविरोधी अत्याचारी आंदोलन' ही पुस्तिका प्रसिद्ध करून आईच्या मायेने माहिती गोळा करून ती लोकन्यायालयासमोर ठेवली आहे.

नामांतर हत्याकांडाच्या वेळी पँथरची भूमिका काय होती? या प्रश्नाचे उत्तर देताना ॲड. शेगावकर म्हणाले, 'प्रारंभी आम्हास हे हत्याकांड शासन थांबवेल असे वाटले होते, परंतु शासन या कामी कुचकामी ठरले. दंगली केवळ मराठवाड्यातच झाल्या नाहीत तर नासिक, मनमाड, नागपूर आदी ठिकाणीही त्या झाल्या. पोलिसांनीही यावेळी सवर्णांचीच बाजू घेतली. अशावेळी आम्ही शासनावर सर्व मार्गांनी दबाव आणला. पत्रके काढली. जिथे जिथे दलित संघटित होते, तेथे हल्ले झाले नाहीत. विशेष म्हणजे पँथरच्या मजबूत छावण्यांनी अन्यायाचा प्रतिकार केला. 'स्वसंरक्षणासाठी दलितांना शस्त्रे द्यावीत' अशी मागणी आमच्या नेत्या डॉ. माईसाहेब आंबेडकर यांनी केली.'

याच प्रश्नाचे उत्तर देताना गंगाधर गाडे म्हणाले, 'आम्ही जनतेला शांततेचे आवाहन करीत होतो. पण आमची बातमी त्या काळी मराठवाड्यातील वृत्तपत्रांनी छापली नाही. आम्ही अनेक गावांना भेटी देऊन लोकांना दिलासा दिला. शांतता समितीच्या बैठकीत नामांतर दंगलीच्या सूत्रधारकांवर वैचारिक हल्ले केले. त्यामुळे हे सूत्रधार नरमाईला आले.'

नामांतर ठरावानंतर घडलेले 'दलित हत्याकांड' हे अनेक पैलूंचे आहे. त्या प्रत्येक पैलूवर एकेक संशोधन ग्रंथ लिहिता येईल. नामांतर हत्याकांडानंतरही पँथरने आपली भूमिका सोडली नाही. त्यांनी सतत समविचारी मित्रांना जवळ करीत नामांतराचा लढा अधिक तीव्र करण्यासाठी विविध मार्गांचा अवलंब सुरू केला. १५ ऑगस्ट १९७८ ला नामांतरासाठी मराठवाड्यातील प्रत्येक जिल्ह्यात प्रचंड मोर्चे काढण्यात आले. विशेषत: औरंगाबाद, उस्मानाबाद, बीड या जिल्ह्यांत मोठ्या संख्येने लोक मोर्च्यात सहभागी झाले. औरंगाबाद येथील जाहीर सभेत बोलताना डॉ. माईसाहेब आंबेडकर नामांतर ठरावाच्या अंमलबजावणीची मागणी करून पुढे म्हणाल्या, 'विद्यार्थी कृती समितीच्या पोरांनी शरदरावांना 'खुर्ची सोडा' म्हटले तर ते सोडतील का? नामांतराला विरोध होणारच. या विरोधाला न जुमानता शरदरावांनी नामांतर करावे.' पँथरच्या कार्यकर्त्यांनी मराठवाडाभर फिरून लोकांना दिलासा दिला, त्यांच्या मनातील भीती दूर केली. जे दलित संघटित नव्हते, त्यांच्यावरच हल्ले झाले असा खराखुरा प्रचार करून पँथरवाल्यांनी पँथरच्या 'छावण्या' उभारल्या. 'गाव तेथे छावणी' अन् 'नामांतर करू अथवा मरू' अशा घोषणा देण्यात आल्या. आपला संघटित मोर्चा काढताना पँथरचे लक्ष्य केवळ 'शासन' होते. त्यांनी एकाही सवर्णाला त्रास दिला नाही.' याविषयी प्रा. ई. बी. कांबळे आपल्या पुस्तकात लिहितात, 'पँथरने नामांतराच्या मागणीसाठी मोर्चे, उपोषणे रस्तेबंदी, घेराव आणि विविध पत्रके काढून मराठवाडा विद्यापीठाला डॉ. बाबासाहेब आंबेडकर यांचे नाव दिले पाहिजे अशी खंबीर भूमिका घेतली आहे. या मागणीचा पाठलाग करीत असताना केव्हाच, कुठेच हिंसा घडू दिली नाही. सामाजिक मालमत्तेचा नाश केला नाही.'

पँथरच्या कार्यकर्त्यांनी नामांतर ठरावाची अंमलबजावणी व्हावी, यासाठी अनेकांगी प्रयत्न केले. प्रत्येक १५ ऑगस्ट, २६ जानेवारी, ६ डिसेंबर, १४ ऑक्टोबर, १४ एप्रिल या तारखांना कधी तालुका कचेरीवर तर कधी मंत्रालयावर मोर्चे नेले. अतिशय संघटितरीत्या लाखो पॅन्थर्स स्त्री-पुरुषांचे मोर्चे नेऊन शासनावर दबाव आणला. यावेळी प्रत्येक मुख्यमंत्र्यांनी मात्र 'नामांतराशी आम्ही बांधील आहोत, योग्य वेळ येताच नामांतर करून टाकू' एवढेच आश्वासन दिले. शरद पवार, वसंतदादा पाटील, अ. र. अंतुले, बाबासाहेब भोसले आणि आता शंकरराव चव्हाण या सर्व मुख्यमंत्र्यांनी नामांतराची केवळ आश्वासने दिलेली आहेत.

जुलै ७८ ते नोव्हेंबर ७९ पर्यंत प्रा. अरुण कांबळे, रामदास आठवले, गंगाधर गाडे, प्रीतमकुमार शेगावकर, उमाकांत रणधीर, रमेशचंद्र परमार, टी. एम्. कांबळे, यशपाल सरवदे यांनी मराठवाड्याचा दौरा करून नामांतरास अनुकूल वातावरण तयार करण्याचा प्रयत्न केला.

पँथरने नामांतराचा प्रयत्न केवळ मराठवाड्यापुरता मर्यादित न ठेवता तो भारतभर नेला. दिल्ली, गुजरात, कर्नाटक, मध्यप्रदेश, गोवा, आंध्र, तामिळनाडू या राज्यांतून नामांतरासाठी मोर्चे काढले. एवढेच नव्हे तर, लंडनमध्येही नामांतरासाठी मोर्चा काढण्यात आला होता. त्यासाठी लंडनमध्येच वास्तव्य करणारे कृष्णा गमरे प्रयत्नशील होते. नामांतराचा प्रश्न हा सामाजिक प्रश्न असून तो समतेच्या लढ्याचा एक भाग आहे या भूमिकेने पँथर्सनी या प्रश्नाकडे पाहिले. 'सामाजिक एकात्मतेची वाटचाल' या पुस्तकात प्रा. ई. बी. कांबळे म्हणतात, ... 'पँथरने सारा मराठवाडा, पश्चिम महाराष्ट्र आणि विदर्भ या नामांतराच्या मागणीसाठी जागा केला होता. सारे रान पेटवले होते. पॅन्थर ही बाबासाहेबांची भीमसेना आपल्या पित्याचे नाव साकार करण्यासाठी संघर्षात उतरली होती. नामांतराच्या मागणीसाठी ज्या काही दलित युवकांच्या संघटना पुढे सरसावल्या होत्या त्यात पँथर ही फ्रंटला होती.'

भारतीय दलित पँथर आणि नामांतरवादी विद्यार्थी नागरिक कृती-समिती तर्फे ६ डिसेंबर १९७९ ला सत्याग्रह करून 'डॉ. बाबासाहेब आंबेडकर मराठवाडा विद्यापीठ' नावाचा फलक विद्यापीठ दारावर स्वहस्ते लावण्याचा निर्धार करण्यात आला. संपूर्ण महाराष्ट्र आणि अनेक राज्यांतून या विराट सत्याग्रहासंबंधी जनजागरण करण्यात आले होते. नागपूरच्या नामांतरवादी विद्यार्थी-नागरिक कृतीसमितीने प्रा. जोगेंद्र कवाडे यांच्या नेतृत्वाखाली लाँगमार्च (नागपूर- ते- औरंगाबाद) काढायचे ठरवले, तर मराठवाड्यातील लोकांनी औरंगाबादपर्यंत लाँगमार्च काढून महाविराट सत्याग्रह करायचे ठरवले. मुंबई, पुणे, नासिक येथूनही औरंगाबादला लाँगमार्च निघाले.

६ डिसें. १९७९ च्या सकाळी सर्व सत्याग्रहींचे जथ्थे औरंगाबादेत हजर झाले होते. सत्याग्रही एवढ्या मोठ्या संख्येने आले होते की, त्यामुळे सत्याग्रह दोन ठिकाणी करावा लागला. भडकळ गेट- आंबेडकर पार्क येथे डॉ. माईसाहेब आंबेडकर यांच्या नेतृत्वाखाली सत्याग्रह झाला, तर क्रांती चौकात बाबा आढाव, सुभाष लोमटे, कुमार सप्तर्षी, प्रा. मोतीराज राठोड, प्रा. बापूराव जगताप, प्रा. अविनाश डोळस, प्रा. फ. मुं. शिंदे आदींच्या नेतृत्वाखाली सत्याग्रह झाला. पोलिसांनी आपल्या सर्व बळाचा वापर करून क्रांती चौक आणि भडकळ गेट येथे लाठीहल्ला केला. सत्याग्रहींना अटक झाली. अटक केलेल्या सत्याग्रहींना औरंगाबादच्या मध्यवर्ती काराग्रहात व कारागृहाच्या प्रांगणात ठेवण्यात आले. याशिवाय विसापूर, येरवडा, नासिक येथील कारागृहांत सत्याग्रहींना नेऊन ठेवण्यात आले. शासनाची सर्व जेल अपुरी पडली. औरंगाबादेत लाखो लोकांना त्यांच्या-त्यांच्या गावांना मोफत पाठवण्याची सोय करण्यात आली. जायला तयार नसतील त्यांना लाठीमार करून बसमध्ये बसवले जाई. नागपूरवरून निघालेला लाँगमार्च एका नदीवरच्या पुलावर अडवून तिथे क्रूर लाठीहल्ला करण्यात

आला. त्यातून पळून आलेले सत्याग्रही औरंगाबादला दुपारी पोहोचले. हा सत्याग्रह दडपण्याचा शासनाचा प्रयत्न अयशस्वी झाला. या सत्याग्रहामुळे दलितांची एकजूट झाली. शिवाय दलित-दलितेतरांची एकजूट होऊन नामांतर विरोधकांना थप्पड बसली. त्यावेळी औरंगाबाद शहराला युद्धभूमीचे स्वरूप आल्याचे मला आजही आठवते. नामांतर ठरावाच्या अंमलबजावणीसाठी हा सर्वांत मोठा संघटित सत्याग्रह होता. पण शासनाने या सत्याग्रहाकडे संवदेनाशून्य कातडीने अन् भावशून्य अंत:करणाने पाहिले तरी या सत्याग्रहाची नोंद देशाने आणि जगानेही घेतली.

या महासत्याग्रहानंतरही पँथरने आपला नामांतर लढा चालूच ठेवला. त्यांनी नामांतर विरोधकांना वैचारिक धारेवर धरले. 'राष्ट्रीय स्मारक', 'स्वतंत्र विद्यापीठ', 'मराठवाड्याची अस्मिता' या विरोधकांच्या प्रचाराची खिल्ली उडवून या हास्यास्पद पर्यायांचा व प्रचाराचा ढोंगीपणा उघडा केला. याच्या मुळाशी जातीयवादच कसा आहे, हे पँथरवाल्यांनी सांगायला सुरुवात केली.

महाराष्ट्र विधिमंडळाच्या प्रत्येक अधिवेशनाच्या (उन्हाळी, पावसाळी, हिवाळी) कधी पहिल्या दिवशी, तर कधी शेवटच्या दिवशी नामांतरासाठी पँथरने लाखांचे मोर्चे काढले.

२४ मे ते ३० मे १९८२ या काळात महाराष्ट्रभर 'जेल भरो' सत्याग्रह करण्यात आला. या सत्याग्रहाचे निमंत्रक पँथरचे प्रा. अरुण कांबळे व युक्रांदचे सुभाष लोमटे होते. याही सत्याग्रहात नामांतरवाद्यांनी जेल भरून गेले होते, पण शासनाने त्याची घ्यावी तेवढी दखल घेतली नाही.

सर्व मंत्र्यांना आपापल्या जिल्ह्यात प्रवेशबंदी करण्यात यावी, असे परिपत्रक पँथरने काढून सामान्य कार्यकर्त्यांना प्रत्येक छावणीला पाठवले. परिणामी आमदार, खासदार, मंत्र्यांना मराठवाड्यात प्रत्येक ठिकाणी घेराव घालण्यात आले, निदर्शने झाली आणि नामांतराची लढाई सुरूच ठेवली गेली.

मुख्यमंत्री शरद पवार सोलापूर जिल्ह्याच्या दौऱ्यावर आले असता सोलापूर शहरात एका वळणावर पँथरचे मराठवाडा प्रदेशाध्यक्ष यशपाल सरवदे यांनी मुख्यमंत्र्यांच्या गाडीवर झेप घेतली होती. यावेळी शरद पवारांचा चेहरा बघण्यासारखा झाला होता. या प्रसंगाच्या साक्षीला मंत्री सुशीलकुमार शिंदे होते. नंतर पोलिसांनी पँथरच्या कार्यकर्त्यांना पवार सोलापूरबाहेर जाईपर्यंत अटक करून ठेवली होती. यशापालवर खटलाही भरला होता. पण पुढे तो 'आपोआप' काढून घेण्यात आला.

मुख्यमंत्री बाबासाहेब भोसले यांनाही सोलापुरात पँथर्सनी अडवून सौम्य धक्काबुक्की केली होती! त्यावेळी भोसलेंनी काढलेले 'आग रामेश्वरी, बंब सोमेश्वरी' हे उद्गार नामांतर चळवळ फक्त मराठवाड्यातच नव्हे तर देशभर पसरली होती हे सांगणारेच

नव्हते का?

१९८३ च्या दरम्यान नामांतरासाठी वर्षभरात नामांतर परिषदा घेण्यात आल्या. मुंबई, पुणे, नागपूर आणि औरंगाबाद येथे विभागीय परिषदा घेण्यात आल्या. तद्वतच प्रत्येक जिल्हा/तालुका पातळीवरही नामांतर परिषदा घेण्यात आल्या होत्या.

१९८० ला भारतीय दलित पँथरचे अखिल भारतीय पातळीवरील अधिवेशन दिल्ली येथे घेण्यात आले होते. ॲड. बापूसाहेब फखिड्डे हे अधिवेशनाचे संयोजक होते, तर डॉ. माईसाहेब आंबेडकर उद्घाटक होत्या. या अधिवेशनात जवळजवळ दहा ते पंधरा राज्यांचे प्रतिनिधी हजर होते. या अधिवेशनात नामांतर ठरावाची अंमलबजावणी करावी अशी मागणी केली होती. दुसरे अ. भा. पातळीवरचे अधिवेशन मुंबई येथे १९८४ मध्ये शिवाजी पार्कवर पार पडले. या अधिवेशनाचे उद्घाटक विजय तेंडुलकर होते, तर प्रा. अरुण कांबळे अध्यक्षस्थानी होते. याही अधिवेशनात नामांतर ठरावाची अंमलबजावणी करावी, अशी मागणी करण्यात आली होती. राज्यपातळीवर व मराठवाडा पातळीवर झालेल्या सर्वच अधिवेशनांत ह्या मागणीचा सातत्याने पाठपुरावा करण्यात आला आहे.

बॅ. अ. र. अंतुले यांनी कोकण तंत्र विद्यापीठाला डॉ. बाबासाहेब आंबेडकर यांचे नाव देण्याची घोषणा केली. या घोषणेचे घन:श्याम तळवटकर, प्रकाश आंबेडकर यांनी स्वागत केले. पण भारतीय दलित पँथरने 'हा नामांतराला पर्याय नसेल तर आम्ही स्वागत करू' असे जाहीर केले अन् 'मराठवाडा विद्यापीठ नामांतर ठरावाची अंमलबजावणी केलीच पाहिजे' अशा आशयाचे पत्रक प्रसिद्ध केले.

पँथरने नामांतराचा ठराव लोकांना समजावून दिला. जनजागृती केली. भित्तिपत्रके, बॅनर्स, पुस्तिका प्रसिद्ध करून, भिंती रंगवून नामांतर ठरावाची अंमलबजावणी किती आवश्यक आहे, याची जाणीव युवकांमध्ये निर्माण केली.

१९७८ नंतरच्या प्रत्येक अखिल भारतीय मराठी साहित्य संमेलनावर कधी डॉ. माईसाहेब आंबेडकरांच्या नेतृत्वाखाली तर कधी रामदास आठवले यांच्या नेतृत्वाखाली पँथरने पाच-पाच हजारांचे मोर्चे नेऊन साहित्य संमेलनातील इतर ठरावांबरोबर 'नामांतर ठरावाची अंमलबजावणी करा' हाही ठराव पारित करावा यासाठी दबाव आणला. कधी चर्चा करून यश मिळवले. विशेषत: गं. बा. सरदार, शंकरराव खरात, शंकर पाटील यांनी नामांतराच्या बाजूने कौल दिला.

पँथरने नामांतराचा लढा अनेक पातळ्यांवरून लढवला आहे. भारतीय विद्यार्थी संसद, भारतीय कर्मचारी संसद, भारतीय बौद्ध धाम संसद, ह्या भारतीय दलित पँथरच्या अनुक्रमे विद्यार्थी, कामगार आणि धार्मिक 'विंग' आहेत. या 'विंग'द्वारेही नामांतराचा प्रश्न रेटण्यात येत आहे. संघटनेचे मुख्यपत्र असावे, विशेषत: लोकांना

नामांतराच्या प्रश्नावर लढण्यास उभे करावे, यासाठी पँथरने अनेक नियतकालिके चालवण्याचा अयशस्वी प्रयत्न केला आहे. औरंगाबाद (पँथरमित्र), नांदेड (दलितसत्ता), कोल्हापूर, मुंबई येथून निरनिराळ्या नावांनी नियतकालिके सुरू केली होती.

पँथर चळवळीने अखेरपर्यंत नामांतराचा लढा द्यायची तयारी ठेवूनच युद्धभूमीवर प्रवेश केला आहे, असे दिसते. अगदी परवा-परवा म्हणजे २८ मे १९८६ ला 'राख सांभाळून ठेवा, राख झालेल्या घरांची । सुरू झाली पुन्हा लढाई, यार हो नामांतराची ।।' ही जाहीर घोषणा देऊन पन्नास हजारांचा मोर्चा मंत्रालयावर नेऊन नामांतर ठरावाची अंमलबजावणी करावी, अशी मागणी शिष्टमंडळाने केली. 'मी नामांतराशी बांधील असून मराठवाड्यातील लोकांचे मतपरिवर्तन झाल्यावर नामांतराचा विचार करू' असे आश्वासन मुख्यमंत्री श्री. शंकरराव चव्हाणांनी दिल्याचे प्रदेश अध्यक्ष रामदास आठवले यांनी आकाशवाणीवरून जाहीर केले. शंकररावांचे विधान ढोंगीपणाचे वाटते, पण ते नामांतराला विरोध करू शकत नाहीत!

नामांतर ठरावाच्या अंमलबजावणीसाठी पँथरने कधी कायदेशीर तर कधी बेकायदेशीर मार्गाचा अवलंब केला. महाराष्ट्र विधानभवनात पँथर्सनी दोनवेळा उड्या टाकल्या होत्या. अनेकवेळा पत्रके उधळली होती. काही वर्षं सतत विधानभवनात एक प्रकारचा ताण रहात असे.

याच विद्यापीठाला बाबासाहेब आंबेडकरांचे नाव का, किंवा याच विद्यापीठाचे नामांतर का, असा बालिश प्रश्न नामांतर विरोधकांकडून विचारला गेला होता. कधी कधी आजही विचारला जातो. यासंबंधी पँथरची भूमिका समजून घेणे अत्यावश्यक आहे.

पहिले असे की, भारतातील सर्व विद्यापीठांपेक्षा या विद्यापीठात दलित विद्यार्थ्यांची संख्या जास्त होती. शिवाय थोर व्यक्तीच्या नावावर विद्यापीठ असावे, असा सूर होताच.

दुसरे असे की, मराठवाडा प्रदेश मुक्त करण्यासाठी तेव्हाचे गृहमंत्री सरदार वल्लभभाई पटेल यांना बाबासाहेबांनीच लष्करी कार्यवाहीची सूचना केली होती. परिणामी, १४ सप्टेंबर १९४८ ला भारतीय फौजांनी काश्मीर आणि हैद्राबाद संस्थानांना वेढा दिला आणि चुटकीसरशी दोन्ही प्रांत जिंकून ते प्रदेश भारतीय संघराज्यास जोडले. म्हणून मराठवाड्याच्या स्वातंत्र्याचे आणि अस्मितेचे श्रेय बाबासाहेबांकडे का जाऊ नये?

तिसरे असे की, या प्रदेशात बाबासाहेबांनी शिक्षणाची गंगोत्री मिलिंद महाविद्यालयाच्या रूपाने आणली आणि या प्रदेशात एक विद्यापीठ असावे, अशी मागणीही त्यांनी केली.

चौथे असे की, औरंगाबादविषयी बाबासाहेबांना खूप प्रेम होते. येथे ब्रॉडगेज

आवश्यक आहे, असे सांगून औरंगाबाद दक्षिणेची राजधानी होऊ शकेल, असे प्रतिपादन केले होते. शिवाय भाषावार प्रांतरचनेच्या वेळी महाराष्ट्राचे चार विभाग करावे, मध्य महाराष्ट्राची राजधानी औरंगाबादला करावी अशी साक्ष त्यांनी फाजल अली कमिशनपुढे दिली होती.

पाचवे असे की, या परिसरातील बौद्ध गुंफा, वेरुळ आणि अजिंठा लेणी बाबासाहेबांना आकर्षित करीत.

सहावे असे की, १९५८ साली विद्यापीठ स्थापन झाले, त्यावेळी ज्या नावांची शिफारस समितीने केली होती, त्यात प्रामुख्याने अजिंठा विद्यापीठ, स्वामी रामानंद तीर्थ विद्यापीठ, डॉ. बाबासाहेब आंबेडकर विद्यापीठ आणि मराठवाडा विद्यापीठ या नावांचा समावेश होता. हे संदर्भ 'मराठवाडा विद्यापीठाला डॉ. बाबासाहेब आंबेडकर यांचे नाव का?'' या प्रश्नाचे उत्तर देऊन जातात. शिवाय डॉ. बाबासाहेब आंबेडकर यांचे अष्टपैलू व्यक्तिमत्त्व लक्षात घेतले तर या महान देशभक्त आणि शिक्षणतज्ज्ञाचे नाव विद्यापीठाला का देऊ नये अशी विचारणा पँथरने केली, ती गैर नव्हती.

भारतीय दलित पँथरची यापुढची नामांतराबद्दलची भूमिका समजावून देताना अ‍ॅड. शेगावकर म्हणाले, 'आम्ही मूठभरच असलेल्या नामांतर विरोधकांना भेटून त्यांची मनधरणी करू इच्छितो. मराठवाड्यातील सर्वसामान्य लोक नामांतराच्या विरोधी नाहीत, मग बुद्धिवाद्यांचा तर प्रश्नच नाही. यापूर्वीचा पाठिंबा देऊन ते लढ्यात उतरलेही होते. त्याशिवाय काही जणांचा विरोध रहाणारच आहे. पंजाब प्रश्न, आसाम प्रश्न बिनविरोध सुटले नाहीत किंवा महाराष्ट्र-कर्नाटक सीमा प्रश्न बिनविरोध सुटणार नाही. चांगले प्रश्न सोडवताना विरोध होणारच. तेव्हा त्याची सरकारने एवढी गंभीर दखल घ्यायला नको. यापुढे लढ्याचे केंद्र नासिक, सोलापूर, नागपूर, पुणे, मुंबई, आंध्र, कर्नाटक, मध्यप्रदेश, गुजरात, दिल्ली ठेवणार आहोत. हा प्रश्न न्यायालयात वा युनोत मांडता येईल काय यासंबंधी प्रा. अरुण कांबळे इतर नामांतरवाद्यांशी कायदेशीरपणाबद्दल सल्लामसलत करीत आहेत.'

मराठवाडा विद्यापीठ नामांतराचा प्रश्न सर्व आंबेडकरप्रेमी आणि लोकशाहीवर ज्यांची असीम निष्ठा आहे, त्यांनी मोठ्या ताकदीने हाताळला आहे. हा लढा समता, स्वातंत्र्य, बंधुता आणि न्यायाचा आहे. या लढ्यात पँथर चळवळ अग्रेसर होती, आहे आणि राहील याबद्दल मला विश्वास वाटतो. अर्थात पँथर चळवळ नामांतराचा लढा लढवते म्हणजे ती त्याग किंवा उपकार म्हणून नव्हे, तर 'नामांतर हा दलितांचा जन्मसिद्ध हक्क आहे आणि तो पँथर मिळवणारच' या न्यायाने.

हा लेख लिहिताना अनेक बाबी विस्तारभयास्तव टाळल्या आहेत. भारतातून नामांतराला कुणी-कुणी पाठिंबा दिला. किती माणसे शहीद झाली, किती आर्थिक

नुकसान झाले, हा तपशील टाळला आहे. नामांतर आंदोलन एक सामाजिक आंदोलन आहे. तो तत्त्वाचा आणि विधिमंडळाच्या प्रतिष्ठेचा प्रश्न बनला आहे. हा प्रश्न त्वरित सोडवून लोकशाहीची इज्जत राखावी यासाठी पँथर चळवळ तर प्रयत्न करीलच, पण तमाम लोकशाहीप्रेमी जनतेने सरकारवर दबाव आणून हा प्रश्न सोडवून घेतला पाहिजे.

संदर्भ

१. ॲड. प्रीतमकुमार शेगावकर, गंगाधर गाडे यांची मुलाखत.

२. प्रा. सुधीर गव्हाणेंशी अनौपचारिक चर्चा.

३. सामाजिक एकात्मतेची वाटचाल.
-प्रा. ई. बी. कांबळे, राहुल प्रकाशन, औरंगाबाद.

४. नामांतरविरोधी अत्याचारी आंदोलन
पी. ई. सोसायटी प्रकाशन, औरंगाबाद

●●●

१४.
आंबेडकरवाद्यांचं जीवंत अपत्य दलित पँथर

पार्थ पोळके

'छाती हमारी फौलाद है, बाबासाहेब की औलाद है।' ही घोषणा रक्त तापवून जायची. एक वेगळी गुर्मी निर्माण करायची. दलित पँथर म्हणजे वरच्यांविषयी प्रचंड चीड आणि खालच्यांविषयी आत्मीयता अशी भावना होती. 'समाजातील जुनं मोडून टाकायचं, नवं निर्माण करायचं.'

धाकलीच्या गवई बंधूंचे डोळे काढले आणि महाराष्ट्रभर शासनाच्या, जातिवाद्यांच्या विरोधी वातावरण तापलं. तसं कोल्हापुरात युक्रांद, पँथर आणि इतरांनी कोल्हापूरच्या रस्त्यावर निषेध नोंदवला. इथं पँथर, युक्रांद यापेक्षा नवीन नावे, पक्ष ऐकायला मिळाले. ते म्हणजे मार्क्सवादी, समाजवादी, नक्सलाईट, डावे कम्युनिस्ट, उजवे कम्युनिस्ट, इत्यादी विचारांवर उभ्या राहिलेल्या पक्ष-संघटनांची जाणीव होऊ लागली.

या समाजवादी, मार्क्सवादी, आंबेडकरवादी यांचे आपलेपण डोळ्यांत भरत होते. आंबेडकरवादाचे अपत्य म्हणजे दलित पँथर. समाजवादी अपत्य युक्रांद- राष्ट्रसेवा दल आणि त्या त्या जिल्ह्यातील वेगवेगळे गट, डॉ. बाबा आढावांचे महात्मा फुले प्रतिष्ठान, मार्क्सवाद्यांची अपत्ये, एस्. एफ्. आय, डी. वाय. एस्. एफ्. श्रमिक संघटना, इत्यादी. या सर्वांची चर्चा होई आणि त्यांच्या कामाविषयी माहिती मिळे.

शिवाजी विद्यापीठात, का कोण जाणे, निखळ वेगळेपण नसले तरी समाजवादी आणि आम्ही पँथरवाले एक राहायचो. याच काळात समाजवादी अरुण लिमये वगैरेंनी देवदासी प्रथेविरुद्ध लढा उभारला. हा प्रश्न समाजाच्या पटलावर आणला.

विचाराबाबत म्हणायचे तर मार्क्सवाद्यांत नुसते मार्क्सचेच सैद्धांतिक रूप होते, तर समाजवाद्यांत गांधी, मार्क्स, लोहिया यांचे कॉकटेल. मार्क्सवाद्यांचा भर आर्थिक लढ्यावर, तर समाजवाद्यांचा भर आर्थिक, सामाजिक आणि सांस्कृतिक प्रश्नांवर. आंबेडकरवाद्यांना, म्हणजे आम्हा पँथरवाल्यांना, अगोदर सामाजिक, जातींचा प्रश्न, मग आर्थिक प्रश्न महत्त्वाचा वाटे. आजही त्याच्यात बदल झालेला नाही.

समाजवादी, मार्क्सवादी, आंबेडकरवादी आपापले विचार घेऊन रस्त्यावर अन्यायाच्या विरोधात उद्रेक करायचे. समाजवादी आपल्या चर्चेच्या खोलीत मार्क्स, गांधींना घेऊन कोलांट्या उड्या मारायचे. मार्क्सवाद्यांचा एकच खाक्या- आर्थिक प्रश्न सुटले की सर्व थरांत समता आपोआपच येईल. सामाजिक प्रश्नांवर घट्ट असणाऱ्या आंबेडकरवाद्यांना आर्थिक प्रश्नांबाबत मार्क्सच्या अगोदर बुद्ध दिसायचा. गरिबी-श्रीमंतीची भाषा आली की, मार्क्सचं नावं न घेता बुद्धाने हे मार्क्सच्या अगोदर सांगितलंय असा तथागत-सिद्धांत मांडायचे.

आंबेडकरवाद्यांचं जिवंत अपत्य म्हणजे दलित पँथर- असा एकच जोश डोक्यात होता.

साताऱ्यात समाजवादी गटात सामील झालो. समाजवादी युवक दलात पहिली दोन-चार वर्षे काम करण्यात गेली. समाजवादी, आंबेडकरवादी, मार्क्सवादी यांच्या कोलांट्या उड्या मारण्याची कसरत बघत होतो. अभ्यासत होतो. याच काळात समाजवादी गटातील युक्रांद, संघर्षवाहिनी यांच्या चळवळी पाहात, अभ्यासत फिरत होतो. औरंगाबादला शांताराम पंदेरेने चालविलेला विटगावचा लढा गाजला. त्याच्या जवळपास आम्ही समाजवादी युवक दलाने 'त्रिपुरींची' परिषद गाजवली. आर्थिक प्रश्नाबरोबर सामाजिक प्रश्नालाही तेवढंच महत्त्व देणारे हे समाजवादी ग्रुप. त्यांचे दलित पँथरबरोबर जुळत नव्हते. कामाची दिशा तशी एकच, फक्त कार्यक्षेत्र जाति व्यवस्थेप्रमाणे. कार्यकर्त्यांची पोटतिडीक, हेतूविषयी कुठलीही शंका वाटू नये इथपर्यंत ते मिळून-मिसळून रहात. युक्रांद, महात्मा फुले प्रतिष्ठान, राष्ट्रसेवा दल, भूमिसेना ही मंडळी आदिवासी, हमाल आणि रोजगार हमीवरील मजुरांच्यात काम करणारी. या क्षेत्रात पँथरला काम उभे करता येत नव्हते. त्यामुळे कामाचे क्षेत्र वेगवेगळे होऊन बसले होते.

निवडणुकीच्या राजकारणात या संघटना भाग घेत नव्हत्या, पण समाजवादी पक्षाला मदत करायच्या. समाजवादी तरुणांच्या या संघटना व नेते अन्यायाच्या विरोधी लढताना कोणाचाही मुलाहिजा ठेवीत नसत. दलित पँथरला दलित जातीत जसे स्थान होते, तसेच युक्रांद, संघर्षवाहिनी, सेवादल आदि संघटनांना शेतमजुरांच्यात स्थान होते.

याच काळात हां हां म्हणता दलित पँथरने महाराष्ट्रातील गावोगावी दलित पँथर म्हणून अन्याय-अत्याचार करणाराला दहशत बसविली होती, तशीच दलित तरुणांच्या मनात एक ऊर्मी निर्माण केली होती. ही दलितांची पँथरच्या रूपाने वाढणारी व होणारी एकजूट काही समाजवादी नेत्यांना पाहवली नाही. त्यांनी ती फोडली आणि आवई उठवली की, दलित पँथरचे नेते कम्युनिस्ट झालेत. एक नेता दुसऱ्यावर

'कम्युनिस्टधार्जिणा मार्क्सवादी, तू आंबेडकरवादी नाहीस' असा आरोप करत होता, तर दुसरा पहिल्यावर असेच आरोप करत होता. आणि हां हां म्हणता उभी राहिलेली दलितांची ही फळी फुटली. ढाले-ढसाळांचे वेगवेगळे गट म्हणून दोन पँथरच्या राहुट्या तयार झाल्या. महाराष्ट्राच्या दलित जनतेचा आवाज क्षीण झाला, दुबळा झाला.

तीच अवस्था समाजवादी चळवळीची झाली. आणीबाणीनंतर युक्रांदची पहिली फळी जनता पार्टीत गेली आणि युक्रांदची ग्रामीण भागातील विधायक दहशत संपली.

आणीबाणीच्या काळात आणीबाणीवर प्रतिक्रिया व्यक्त करून आणीबाणीला पाठिंबा पँथरवाल्यांनी दिला. या काळात पँथरमध्ये रामदास आठवले, अरुण कांबळे पुढे आले. ढसाळची पँथर आजही आहे, पण ती प्रभावहीन आहे. राजा ढालेंनी पँथर नाव सोडले आणि मास मूव्हमेंट काढली.

रामदासच्या रूपाने दलित पँथरला साधं, सरळ, सोज्ज्वळ नेतृत्व मिळालं. त्याच्याजवळ नेतृत्वाचे छक्के-पंजे नाहीत की गटातटाच्या भानगडी नाहीत. उलट, सर्वांनी एकत्र यावं ही प्रचंड तळमळ, संघटना भली! बाबासाहेबांच्या दिशेने जाण्याचा एकच ध्यास! शासन-दरबारी साटेलोटे नाही की, स्वतःसाठी सौदेगिरी नाही. सिद्धार्थ विहारात राहून, मिळेल ते खाऊन दलित पँथर व बाबासाहेबांच्या विचारांसाठी त्याग म्हणजे रामदास आठवले.

द्वेषाचा आणि हेव्यादाव्याचा संसर्ग समतेसाठी झगडणाऱ्या कार्यकर्त्याला असावा की दुःखाची बाब. नेमकीच ती दलित चळवळीत आहे.

त्याहीपेक्षा समाजवादी परिवारात जास्त द्वेष जाणवला. महात्मा फुले प्रतिष्ठानवाल्यांना युक्रांदविषयी द्वेष. राष्ट्र सेवा दलवाल्यांना, समाजवादी युवक दलाला म. फुले प्रतिष्ठान जवळचे. ही मंडळी दलदिन, नाथ पै स्मृतीदिन इत्यादी निमित्ताने जमतात. सगळे पुन्हा एकत्र राहुटीत. ह्या दोन प्रवाहांजवळ- म्हणजे दलित संघटना आणि समाजवाद्यांबरोबर कम्युनिस्ट मात्र कधी, कार्यक्रमाच्या पातळीवरसुद्धा, एकत्र नाहीत.

सर्व समतावाद्यांचे डोळे उघडले ते पाणवठा चळवळीने. फुले- शाहू-आंबेडकरांच्या महाराष्ट्रातील समाज खूपच पुढारलेला आहे, हा भ्रम पाणवठा चळवळीने उघडकीस आणला.

समाजवादी, तसेच दलित संघटनांनी सार्वजनिक पाणवठ्यावर दलितांना पाणी भरू देण्याचा आग्रह धरला. पण हा 'आग्रह' नुसता आग्रह नव्हता, तरी ती समतेच्या हक्काची मागणी होती. मानवमुक्तीची लढाई होती. समाजवादी संघटनांनी गावोगावी आपापल्या पॉकेटमध्ये पाणवठे खुले करण्याची मोहीम सुरू केली. तीच भूमिका दलित

पँथरने महाराष्ट्रात स्वीकारली. पाणवठ्याच्या चळवळीत कम्युनिस्ट किंवा त्यांच्या संघटना सामील झाल्या नाहीत. आणि पँथरबरोबर संघटित 'पाणवठ्याची' मोहीम समाजवादी संघटनांनी स्वीकारली नाही. परिणामी, प्रश्न पटलावर आला. तो कायमचा जातीअंताचा लढा होऊ शकला नाही.

पाणवठ्याच्या प्रश्नावर महाराष्ट्रात विषमतेच्या विरुद्ध जिहाद पुकारला गेलेला असतानाच शहादा, तळोदा, साक्री, ठाणे या भागात कम्युनिस्ट मार्क्सवादी, (श्रमिक संघटना यांची) खावटीचे प्रश्न, जबरनज्योतसारखी आंदोलने चालू होती. जातीयतेच्या विषमतेला हात घालण्याची इच्छा कम्युनिस्टांना अजिबात नव्हती. त्यामुळे समतावाद्यांची ताकद पूर्वीप्रमाणेच विस्कटलेली राहिली. दलित पँथर यामुळे कम्युनिस्टांना फक्त शिव्या देत राहिली, आणि कम्युनिस्ट व समाजवादी मिळून पँथरच्या कार्यकर्त्यांना, नेत्यांना 'आक्रस्ताळे' म्हणून टीका करत राहिले.

अशा परिस्थितीत महाराष्ट्रात मोठी राजकीय उलथापालथ झाली. कधी नव्हे तो समाजवादी पक्षाच्या मंडळींना सत्तेत सहभाग मिळाला. शेतकरी कामगार पक्ष शरद पवारांच्या नेतृत्वाखाली मंत्रिमंडळात सहभागी झाला. 'पुरोगामी महाराष्ट्र शासन' म्हणून जाहिरात सुरू झाली आणि शासनाने मराठवाडा विद्यापीठाला डॉ. बाबासाहेब आंबेडकरांचे नाव देण्याचे जाहीर केले. तसा ठराव विधानमंडळाने एकमुखाने पास केला. आणि मराठवाड्यात दलित वस्त्यांत 'माणुसकी' बेचिराख होऊ लागली. दलितांची कच्ची-बच्ची अग्नीत होरपळून गेली. नामांतराचं नाव पुढं करून 'महार-मांग माजलेत. डॉ. बाबासाहेबांपासून ह्यांचं ऐकत आलो.' अशा लाखोल्या वाहिल्या जाऊ लागल्या.

पोचीराम कांबळेसारखे अनेक दलित तरुण खांबाला बांधून पेटवून दिले. जातीच्या ज्वालांनी 'माणुसकी' जळत राहिली.

पुन्हा दलितांनी या माणुसकीच्या, समतेच्या लढ्यासाठी जिहाद पुकारला. दलित पँथर, सर्व दलित पक्ष संघटना आणि पुरोगामी संघटनांनी नामांतराच्या मागणीसाठी आंदोलन सुरू केले. मराठवाडा विद्यापीठाला डॉ. बाबासाहेब आंबेडकरांचे नाव दिले पाहिजे. मराठवाड्याच्या अस्मितेच्या नावाखाली जातीचे अहंकार चालू दिले जाणार नाहीत. 'समता, स्वातंत्र्य, बंधुभाव यासाठी लढा' ही घोषणा एक होती, पण ती निरनिराळ्या राहुट्यांतून येत होती.

त्याचा परिणाम ताकदीवर झाला. दलित संघटनांचा आवाज, पँथरचा आवाज, समाजवादी-कम्युनिस्टांचा आवाज सहा डिसेंबरला औरंगाबादला उमटला. लाखो लोकांनी समतेसाठी अहिंसेच्या मार्गाने शासनाची केलेली नाकेबंदी फुटकळ ठरली. पँथर भटकळ गेटला लढली, तर नामांतरवादी कृती समिती आझाद चौकात सत्याग्रहात

सामील झाली. पुन्हा राहुट्या, दुही यामुळे समतेच्या लढ्याचे पानिपत झाले.

हे सहा डिसेंबरचे अपयश पदरी पडल्यावर नामांतरवादी कृती समिती आणि दलित पँथर पुढे एक झाले. आवाज वाढला. नामांतराचे यश मिळाले नाही तरी पँथर आणि कृती समितीत असलेल्या सर्व समाजवादी कम्युनिस्टांच्या संघटनांचा, पक्षांचा प्रभाव वाढला. समतावाद्यांची दहशत निर्माण झाली. आपापल्या कार्यक्षेत्रात सामाजिक, आर्थिक प्रश्नांची तड लागू लागली.

रामदास आठवले, अरुण कांबळे, इ. पँथरच्या नेत्यांनी ताकदीचा आणि परिणामाचा विचार करून नामांतरवादी कृती समितीबरोबर राहून नामांतराचा लढा लढविण्याची भूमिका घेतली. पण बाकीचे दलित पक्ष, संघटना नेहमीच्या पद्धतीने पँथरवाल्या मंडळींना शिव्या देऊ लागले.

नामांतराच्या लढाईतील यशापयशापेक्षा, नामांतराच्या निमित्ताने झालेली दलित पँथरसारख्या सर्वात प्रभावी गटाची आणि समाजवादी, कम्युनिस्टांची एकजूट समतेच्या चळवळीवर दीर्घकाळ परिणाम करणारी ठरणार होती.

याच काळात समाजवादी असंसदीय संघटनांतील एक जमेची बाजू म्हणजे नाशिक-सातारा-मुंबई-ठाणे येथील तीन संघटनांनी एकत्र येऊन 'समता आंदोलन' नावाची संघटना स्थापन केली.

तसेच याच काळात भटक्या-विमुक्तांच्या प्रश्नावर भटक्या-विमुक्तांच्या संघटनांनी आपले पुनर्वसनाचे प्रश्न व पोलिसी दमनयंत्रणेविरुद्ध आवाज उठवला.

संघटना उभ्या रहात होत्या, लढे लढले जात होते, पण सामाजिक प्रश्नांवर दलित पँथर व दलित नेते, आर्थिक लढ्यावर कम्युनिस्ट साम्राज्यवादी व भटक्यांच्या प्रश्नांवर भटक्या-विमुक्त संघटना- लढाई एकाच शत्रूशी, पण ताकद विस्कटलेली. भाषा क्रांतीची होती, पण कृतीसाठी लागणारी ताकद फाटली होती.

अशाच वातावरणात सामाजिक तणावांवर नामांतराला घेऊन सर्वजण लढत असतानाच मंडल आयोग जाहीर झाला आणि महाराष्ट्रातील अलुत्या-बलुत्यांना जाग आली. सगळे ओ. बी. सी. आपापल्या संघटनेमार्फत मंडल आयोगाची मागणी करते झाले. त्याला दलित संघटना, कम्युनिस्ट, समाजवाद्यांनी पाठिंबा दिला. परिवर्तनाच्या लढ्यात सहसा भाग घेणाऱ्या बलुतेदार जाती मंडल आयोगामुळे या चळवळीत सामील झाल्या. दलित ओ. बी. सी. ची भक्कम एकजूट उभी राहिली. ही एकजूट ओ. बी. सी. च्या नेतृत्वाच्या हव्यासापोटी एका समाजवादी डॉक्टरांनी जाणीवपूर्वक फोडली. दलित- ओ. बी. सी. ची ही एकजूट फोडली ती फोडली आणि मंडल आयोगही वाऱ्यावर सोडला व ओ. बी. सी. संघटनेलाही वाऱ्यावर सोडले. परिषदा सभांना हजर राहून भाषण ठोकणारे डॉक्टरसाहेब कधीच क्रांतिकारक भूमिका घेऊन

लढले नाहीत.

मंडल आयोग आणि नामांतर हे दोन्ही लढे एकत्र लढवावे, ही दलित पँथरचे नेते रामदास आठवले, अरुण कांबळे यांची भूमिका. या भूमिकेला ओ. बी. सी. संघटनेचा, कम्युनिस्टांचा पाठिंबा होता. परंतु सातारचे एक समाजवादी डॉक्टर आणि महात्मा फुले प्रतिष्ठान, पुणे यांच्या नेत्यांनी विरोध केला आणि मंडल आयोगाच्या निमित्ताने होणाऱ्या एका मोठ्या क्रांतिकारक लढ्याचा महाराष्ट्रात 'विचका' केला.

पूर्वी आक्रस्ताळी वाटणारी पँथर ह्यावेळी अतिशय सामंजस्याने वागली. प्रामाणिकपणाने, या दलित-दलितेतरांचा काहीतरी सामाजिक, राजकीय दबाव वाढावा, ही भूमिका पँथरने स्वीकारली.

पँथरच्या चळवळीने अनेक गोष्टी साधल्या आहेत. पँथरच्या चळवळीने दलित साहित्याची चळवळ वाढीस लागली. ग्रामपातळीपर्यंत सामाजिक अन्याय करणाराला प्रचंड दहशत निर्माण केली.

तरीही दलित पँथर म्हणून तिच्या सामाजिक, सांस्कृतिक लढ्यात अग्रभागी असलेल्या या संघटनेला सवर्णांच्या रोजगार हमी, इ. आर्थिक प्रश्नांवर 'दलितां'ची व्यापक व्याख्या करूनही लढा उभा करता आला नाही. तो इथल्या जातीयतेचा भाग आहे. सवर्ण पुरोगामी पक्ष-संघटनांनाही दलितांच्यात पँथरइतके घुसता आले नाही. ह्या दोहोंच्या मर्यादा आहेत.

तरीदेखील वेळोवेळी दलितांनी उभ्या केलेल्या या लढ्यांना सवर्ण पुरोगामी नेत्यांनी कृतीच्या पातळीवर एकजुटीने मदत केली असती तर जी आज प्रतिगाम्यांची ताकद वाढताना दिसते. तिला निश्चित थोपवता आले असते.

दलित पँथरचे नेते रामदास आठवले हे आज दलित ऐक्याची जी भूमिका पोटतिडिकीने मांडतात, ते जर घडले तर निश्चितपणे काहीतरी घडू शकेल.

●●●

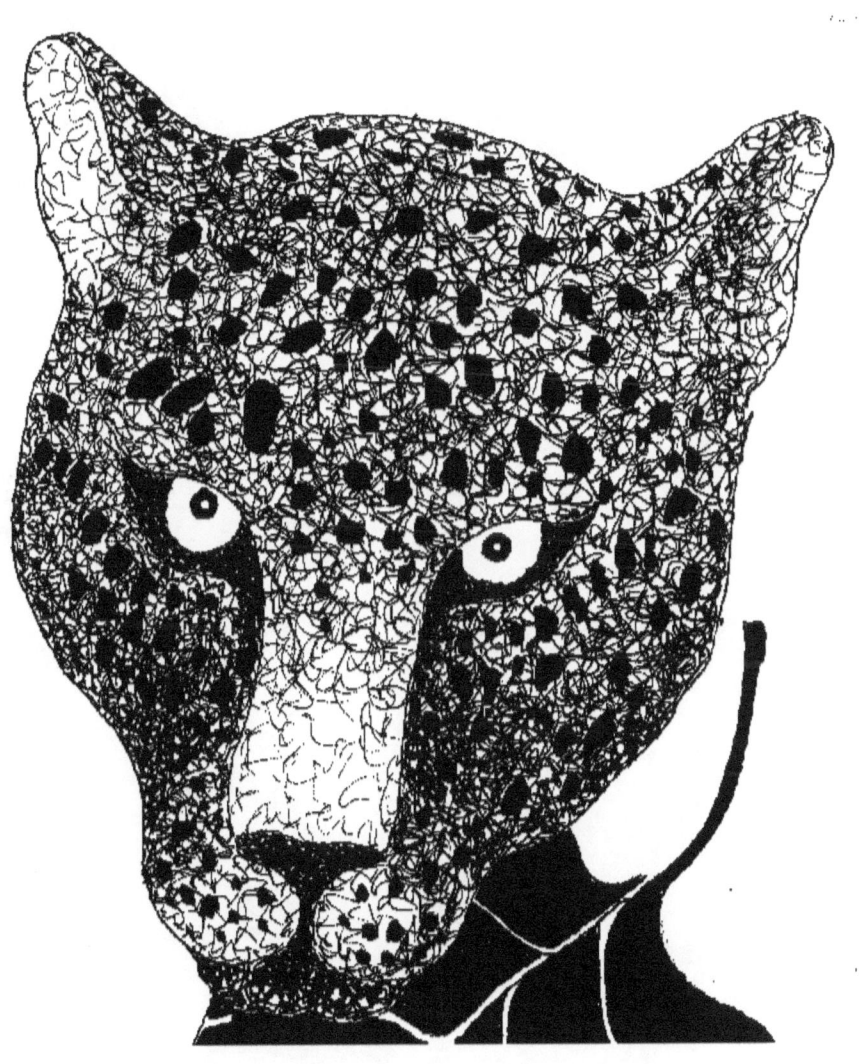

१५.
शोषणाचं स्वरुप एक सारखंच

भाई रमेशचंद्र परमार

भारतीय समाज अतिशय साचेबद्ध, गतिहीन असा आहे. सध्याचा भारतीय समाजही 'शोषण' या पायावर उभा आहे. ही रचनाच अशी आहे की, तिच्यामुळे शोषण हा पाया कायम टिकून राहतो. यामुळे पूर्ण समाजाचं विघटन होत गेलं. विघटनाच्या या प्रक्रियेमुळे समाजाची सामाजिक प्रतिष्ठा धुळीला मिळाली आणि बहुतांश व्यक्ती सामाजिक, आर्थिक, धार्मिक, राजनैतिक शोषणाच्या बळी झाल्या.

काही समाजविघातक, प्रतिगामी शक्तींनी भारतीय समाजाचं जडत्व-गतिहीनता टिकवून ठेवण्यासाठी संस्कृतीच्या नावावर अशा काही तत्त्वज्ञानाचा प्रसार केला, की त्यामुळे कोणतीही व्यक्ती आपल्या प्राप्त परिस्थितीविरुद्ध बंड करू शकली नाही. संतांनी सामाजिक स्थितीत परिवर्तन न घडवता आत्म्याच्या मुक्तीची गीतं रचली-शोषणमुक्तीची नाही! खेड्यापाड्यांत तर शोषण अतिरेकाच्या टोकाला जाऊन पोचलेलं आढळतं. खेड्यांतली सद्य:स्थिती बदलल्याशिवाय कोणत्याही प्रकारच्या सुधारणा घडवून आणणंच शक्य नाही.

शोषणाचं स्वरूप अखिल भारतीय पातळीवर एकसारखं आहे. म्हणूनच शोषणमुक्तीची धडपड अखिल भारतीय पातळीवर होणं अत्यंत आवश्यक आहे.

दलित पँथर ही काही फक्त एखादी संस्था किंवा संघटना नाही तर एक विचारधारा आहे, एक तत्त्वज्ञान आहे. प्रत्येक पातळीवर शोषणाला विरोध, तोदेखील सातत्याने करण्याचं हे तत्त्वज्ञान आहे. सगळा समाज-जो रूढिग्रस्त विचारपरंपरेमुळे सामाजिक, आर्थिक, सांस्कृतिक, राजनैतिक व धार्मिक शोषणाची शिकार झालेला आहे-दलित आहे.

डॉ. बाबासाहेब आंबेडकरांच्या विचारांनी भारलेली संपूर्ण युवक पिढी स्वातंत्र्य, बंधुत्व आणि न्यायाच्या सिद्धांतांवर आधारलेल्या विचारांच्या माध्यमातून आणि लोकशाही मार्गांनी या विषमतेविरुद्ध, मान-अपमान, यश-अपयश यांची पर्वा न करता, दलितांच्या

संपूर्ण शोषणमुक्तीसाठी सातत्याने संघर्ष करण्याचा संकल्प करते आहे आणि त्यांच्यासाठी एका अशा समाजाचं स्वप्न पाहते आहे, जिथे दलितांना सामाजिक, आर्थिक व राजनैतिक न्याय मिळू शकेल. जिथे त्यांना आचारविचार-स्वातंत्र्य मिळू शकेल, जिथे त्यांना समान संधी उपलब्ध असेल, जिथे एक व्यक्ती, एक मत, समान मूल्य मानलं जाईल.

आमचा दृढ विश्वास आहे, की या आदर्शांना व्यवहारात उतरवण्यामुळेच दलितांचं शोषण थांबून त्यांना दुय्यम नागरिक मानलं जाणार नाही आणि विकासाची सारी क्षेत्रं त्यांना खुली होतील.

आमची खात्री आहे, की या मार्गानेच वर्णरहित, वर्गरहित समाजनिर्मितीचं ध्येय गाठता येईल.

'दलित शक्ती हे एक सत्य आहे, दलित पँथर एक प्रतीक आहे, दलितमुक्ती अटळ आहे' या अढळ विश्वासाने दलित पँथरच्या माध्यमातून दलित-मुक्ती-संघर्षाची रूपरेषा खालीलप्रकारे निश्चित करीत आहेत.

(अ) सामाजिक, आर्थिक

दलितांचे सामाजिक, आर्थिक प्रश्न एकमेकांत गुंतले आहेत, त्यांना वेगवेगळं करून दलितमुक्तीची कल्पना साकार करणं शक्य नाही. ज्या कारणांमुळे त्यांची सामाजिक प्रतिष्ठा कमी आहे, त्याच कारणांमुळे त्यांचं उत्पन्नही कमी आहे. जगण्यासाठी घृणास्पद कामं त्यांना करावी लागतात. सामाजिक विषमतेमुळेच आर्थिकदृष्ट्या प्रतिष्ठित व अधिक उत्पन्न देणाऱ्या धंद्यांपासून त्यांना वंचित रहावं लागत आहे. म्हणून-

(१) सामाजिक व आर्थिक क्रांती बरोबरीने होणं अत्यंत आवश्यक आहे. सामाजिक क्रांतीमुळे आर्थिक क्रांतीसाठी योग्य अशी पार्श्वभूमी तयार होईल.

(२) सामाजिक, आर्थिक क्रांतीसाठी परंपरागत आणि जातिगत स्वरूप नष्ट होणं आवश्यक आहे. यातूनच श्रमिकांमधील परस्परसद्भावाचं वातावरण तयार होऊ शकेल.

(३) आर्थिक शोषण समाप्त करण्यासाठी शेतजमिनीचं राष्ट्रीयीकरण होणं अतिशय निकडीचं आहे. खेड्यांमधल्या सामंतशाही वातावरणामुळे शेतात काबाडकष्ट करणाऱ्या दलितांना वेठबिगारीसारख्या प्रथांचं शिकार व्हावं लागतं आहे. म्हणूनच भूमिहीन शेतमजुरांनी नवीन उद्योगधंद्यांची तरतूद करायला हवी आहे.

(४) कोणताही समाज केवळ सर्वसामान्य मजुरांमुळे सामाजिक, आर्थिक दृष्टीने मजबूत होऊ शकत नाही. श्रीमंत लोक लोकशाहीत आपले हितसंबंध जोपासण्यासाठी प्रशासन, न्यायालय, पोलीस इ. क्षेत्रात वरिष्ठपदांवर माणसं पेरून भांडवलशाहीवादी

लोकशाही जिवंत ठेवतात. यामुळे दलितांचं सर्व बाजूंनी शोषण होत असतं. म्हणून या वरिष्ठपदांवर दलितांची नियुक्ती व्हावी, यासाठी सातत्याने प्रयत्न करायला हवेत. दलितांनी या पदांवर पोचू नये म्हणून घातल्या गेलेल्या अटी म्हणजे एक प्रकारचं कारस्थानच होय.

(५) दलितांनी उद्योग व व्यापारात सामील होणं अत्यंत जरुरीचं आहे. केवळ लघु-उद्योगातच नव्हे, तर मध्यम दर्जाचे उद्योग आणि मोठे व्यापार-धंदे या क्षेत्रातही दलितांनी उतरले पाहिजे. प्रत्येक मोठ्या उद्योगाचं राष्ट्रीयीकरण करावं.

(६) राखीव जागांबाबतच्या धोरणाची योग्य अंमलबजावणी होत नाही. उलट, त्याविषयी वितंडवाद निर्माण करून अनुसूचित जाती व जमातींविरुद्ध द्वेषाचं वातावरण तयार केलं जात आहे. सर्व थरांमध्ये राखीव जागा भरण्यासाठी सरकारवर दबाव आणला पाहिजे आणि याविषयीची संपूर्ण माहिती सरकारी माध्यमांद्वारे जनतेसमोर मांडली गेली पाहिजे.

(७) मागासवर्गीय जाती-जमाती, इतर मागासलेल्या वर्गातील लोकांना भरून उरलेल्या राखीव जागा अल्पसंख्यांक आणि आर्थिकदृष्ट्या कमकुवत लोकांसाठी राखून ठेवाव्यात.

(८) दलितांसाठी नवी गावं वसवली जावीत, तिथे उद्योगधंद्यांची व्यवस्थित उभारणी केली जावी. यामुळे सामाजिक, आर्थिक शोषण होणार नाही, नवीन संधी उपलब्ध होतील. सरकारी, निम-सरकारी आणि कंपनी ॲक्ट लागू होणाऱ्या कंपन्यांद्वारे आर्थिक क्षेत्रांत राबविल्या जाणाऱ्या सर्व योजनांमध्ये दलितांना त्यांच्या संख्येच्या प्रमाणात हिस्सा मिळायला हवा.

(९) सर्वांना बारावीपर्यंतचं शिक्षण मोफत व सक्तीने देण्यात यावं. शिक्षण एकाच प्रकारचं आणि समतावादी असावं. शिक्षणात असमानता निर्माण करणाऱ्या पब्लिक स्कूल, कॉन्व्हेंट स्कूल इ. शाळा बंद कराव्यात.

(१०) शिक्षणसंस्थांचं राष्ट्रीयीकरण व्हावं.

(११) श्रमिकांचं शोषण थांबवण्यासाठी केल्या गेलेल्या कायद्यांची कडक अंमलबजावणी व्हावी.

(१२) स्त्री व पुरुषांना सारख्या कामासाठी एकसारखा पगार दिला जावा.

(१३) स्त्रियांना सामाजिक पातळीवर धर्म आणि परंपरेच्या नावाखाली दुय्यम दर्जाची वागणूक दिली जाते, हे थांबलं पाहिजे.

(१४) प्रत्येक हाताला काम द्यायलाच पाहिजे. बेकारी ही भांडवलशाही समाजरचनेचं फळ आहे.

(ब) सांस्कृतिक

(१) भारतीय समाजाच्या गतिहीनतेवर, जडत्वावर सतत हल्ला चढवायला हवा आणि जन्माशी निगडित असलेली असमानता नष्ट करण्यासाठी तत्त्वज्ञानाचा आधार घेऊन नवीन विचार मांडायला हवेत.

(२) खेड्यापाड्यांत सामाजिक-आर्थिक शोषण आणि जन्माशी संबंधित असमानता यांचं अत्यंत लज्जास्पद, घृणास्पद चित्र दिसून येतं. दलितांना गावातून हलवून जवळच्या शहरात किंवा नव्या गावात एकत्र मोठ्या संख्येने राहण्यासाठी सतत प्रेरित करायला हवं.

(३) ज्या विचारांमुळे शोषण आणि असमानता जन्माला येते व पोसली जाते, त्या विचारांविरुद्ध सातत्याने संघर्ष करायला हवा; कारण अशा विचारांच्या प्रसारासाठी धर्म किंवा संस्कृतीची ढाल पुढे केली जाते.

(४) दलितांमध्ये दुसऱ्यांकडून दयेची अपेक्षा ठेवण्याची प्रवृत्ती आढळते. ही भावना त्यांना कमकुवत बनवते. म्हणून ही भावना नष्ट करायला हवी आणि त्यांनी नवनवीन आव्हानांना तोंड देण्यासाठी सदैव तयार रहावं यादृष्टीनं सतत प्रचार करायला हवा. या आदर्शांच्या ध्येयप्राप्तीसाठी मराठी दलित साहित्याप्रमाणे सर्व प्रादेशिक भाषांमध्ये नव्या साहित्याची निर्मिती व्हावी आणि ते अधिकाधिक लोकांपर्यंत पोचवावं. आजची भांडवलशाहीप्रधान लोकशाही हीच खरी लोकशाही असल्याचा जो प्रचार केला जातो, त्याचा वैचारिक पातळीवर विरोध करायला हवा.

(५) मानवी मूल्यांच्या स्थापनेसाठी नवी संस्कृती, नव्या ललितकला, नवं सौंदर्यशास्त्र यांची निर्मिती व्हावी. विज्ञान व मानवतावाद यांच्या आधारावर ही निर्मिती व्हावी. या आदर्शांच्या प्राप्तीसाठी शिक्षणाचा प्रसार होणं अत्यंत आवश्यक आहे. यासाठी कमीत कमी जिल्हा पातळीवर एक मोठं कॉलेज असावं, ज्याच्या समवेत राहण्याची भरपूर व्यवस्था असलेलं वसतिगृह असेल.

(६) धर्म आणि परंपरा यांच्या नावाखाली स्त्रियांवर होणारे अत्याचार व शोषण- उदा. देवदासी व इतर अमानुष प्रथा- बंद व्हायला हवे.

(क) राजनैतिक

विविध राजकीय पक्ष स्वत:ला दलितांच्या हिताचे रक्षक असल्याचं सांगून त्यांच्या हातात सत्ता सोपवण्याविषयी सांगतात. अशा लोकांच्या हाती भविष्य सोपवण्यापेक्षा दलितांनी स्वत:च स्वत:चे मालक बनावं.

राजकीय शक्ती म्हणून उभं राहण्यापूर्वी दलितांनी सामाजिक, आर्थिक व सांस्कृतिकदृष्ट्या प्रगत होणं अत्यंत आवश्यक आहे. अर्थात हे करताना राजकीय शक्तींकडे दुर्लक्ष करूनही चालणार नाही. दलितांनी यावेळी आपले मित्र व शत्रू

निश्चित ठरवून अतिशय जागरूकपणे आपलं राजकीय धोरण ठरवायला हवं आहे. सामाजिक, आर्थिक, सांस्कृतिक सफलतेसाठी त्यांना आपले असे मित्र आणि त्या मित्रांबरोबरच अशा व्यक्ती सरकार तयार करण्यासाठी निवडायला हव्यात, जे सतत, जागरूकतेने दलितमुक्तीच्या उद्दिष्टाचं रक्षण करतील व त्यासाठी मार्ग मोकळा करतील. म्हणून-

(१) दलित पँथर स्वत:ला थेट राजकारणापासून दूर ठेवील.

(२) मागासवर्गीय जातीजमातींच्या प्रतिनिधींकडून स्वत:चा पक्षच नव्हे, तर त्या लोकांशीही प्रामाणिक राहण्यासाठी दबाव आणला जाईल की ज्यांचं ते प्रतिनिधित्व करत आहेत.

(३) अशा मित्रांना सहकार्य दिले जाईल, जे दलितमुक्तीसाठी सक्रिय सहकार्य देऊ शकतात.

(४) दलितमुक्ती हेच ज्यांचं जीवन-लक्ष्य आहे अशा दलितांना राजकारणात प्रोत्साहन दिलं जाईल.

(ड) आंतरराष्ट्रीय सहकार्य

सामाजिक मुक्तीसाठी लढणाऱ्या लोकांना फारसं सहकार्य मिळत नाही, मात्र विरोध बराच सहन करावा लागतो. याचं कारण असं की, राजकीय दडपशाहीविरुद्ध आपला आवाज उठवणारे लोक सामाजिक दडपशाही करताना मागेपुढे पहात नाहीत. राजकीय स्वातंत्र्याची मागणी करणारे लोक आपल्याच लोकांना सामाजिक स्वातंत्र्य द्यायला तयार नाहीत. आपल्या देशात आपल्याच लोकांविरुद्ध स्वातंत्र्यासाठी लढणारे लोक आपल्या इथे ही लढाई एका बाजूनेच लढताहेत.

आपल्याच देशात स्वत:च्या स्वातंत्र्यासाठी लढणाऱ्या सर्व लोकांमध्ये आंतरराष्ट्रीय पातळीवर सहकार्य असणं अत्यंत आवश्यक आहे. यामुळे केवळ त्यांच्याच प्रयत्नांना सामर्थ्य प्राप्त होईल असे नाही, तर आंतरराष्ट्रीय स्तरावर त्यांच्यासाठी अनुकूल वातावरण तयार होईल, आणि आपल्या अधिकारांविषयी रास्त भूमिका असणाऱ्या लोकांचा एक वर्ग त्यांच्या संघर्षात त्यांना मदत करेल. म्हणून दलित पँथर आंतरराष्ट्रीय पातळीवर अशा सर्व लोकांशी मित्रत्वाचे संबंध ठेवील, जे स्वत:च्याच लोकांकडून न्याय व स्वातंत्र्य मिळवण्यासाठी लढत आहेत.

(इ) कार्य

दलितमुक्तीचा संघर्ष हा विशुद्ध मानवतावादी आणि शोषित, पीडित लोकांच्या मुक्तीचा अराजकीय सांस्कृतिक संघर्ष आहे. यात सर्व मानवतावादी लोकांचं सहकार्य अपेक्षित आहे. दलित समाज यात सामील होऊनच स्वत:च्या मुक्तीचा मार्ग निश्चित करू शकेल.

या मुक्तीसंघर्षात असे सर्व लोक, जे दलितमुक्ती संघर्षाबद्दल सहानुभूती बाळगून आहेत, जे दलितमुक्तीसाठी प्रत्यक्ष कृती करायला तयार आहेत, ज्यांची वागणूक प्रत्यक्ष किंवा अप्रत्यक्षरीत्या दलितांच्या शोषणाला कारणीभूत नाही, तसेच जे दलितांच्या शोषणाला कारणीभूत असलेल्या तत्त्वज्ञान व आदर्शांविरुद्ध संघर्ष करण्यात गुंतले आहेत, ते दलितांचे मित्र मानले जातील. जे लोक दलितांचं शोषण करणाऱ्या सामाजिक व्यवस्थेचे पोषक आहेत, ते दलितांचे शत्रू आहेत. दलितांचा मूळ शत्रू कोणी व्यक्ती किंवा व्यक्तीसमूह नाही, तर दलितांचं सामाजिक, आर्थिक, सांस्कृतिक व राजकीय शोषण ज्या तत्त्वज्ञानामुळे, आदर्शांमुळे व समाजरचनेमुळे होते, ते सर्व दलितांचे शत्रू आहेत. म्हणूनच-

(१) दलितांना प्रत्येक पातळीवर एकत्रित आणायला हवं. उदा. विद्यार्थ्यांना त्यांच्या पातळीवर, कामगारांना (सरकारी, गैरसरकारी, संघटित, असंघटित) त्यांच्या पातळीवर संघटित करणं आवश्यक आहे.

(२) संघटनाचं कार्य लहान-लहान गटांपासून सुरू व्हावं.

(३) कार्यकर्त्यांना अशाप्रकारे प्रशिक्षित केलं जावं, की ते दलित पँथरचं कार्य नेटाने, जोमाने चालवू शकतील.

(४) दलितांच्या हिताच्या रक्षणासाठी याचनेचा मार्ग सोडून द्यायला हवा, व न्यायालये आणि इतर लोकशाही मार्गांचा अवलंब करावा.

(५) संघर्ष यशस्वी होण्यासाठी एक निधी स्थापन करणं अत्यंत जरुरीचं आहे. प्रत्येक दलिताने वर्षभरात कमीत कमी एका दिवसाचा पगार यासाठी द्यावा. सभासदत्वाची फी या व्यतिरिक्त वेगळी राहील.

(६) या आदर्शांना अनुसरून अखिल भारतीय, तसेच प्रादेशिक पातळीवर विस्तृत कार्यक्रम आखून त्यांना प्रत्यक्षात कार्यान्वित करायला हवं.

(घोषणापत्र : अनुवादक- शिरीष देखणे)

●●●

१६.

दलित पँथर हे दलित मुक्तीचं आंदोलन

बापूराव पखिड्डे

(१) दलित पँथर आंदोलन हे दलित-मुक्तीचं आंदोलन आहे. दलितांच्या स्वत:च्या शक्तीवर चालवलं गेलेलं आंदोलन! दलितांच्या स्थितीत केवळ सुधारणाच नाही, तर समूळ परिवर्तन हे ध्येय! भारतात होऊ घातलेली क्रांती! म्हणून दलित पँथरच्या कार्यकर्त्यांनी सद्य:परिस्थिती, उपलब्ध साधने, संभाव्य अडचणी, इत्यादींचा गंभीरपणे अभ्यास, विश्लेषण करून आपल्या ध्येयांच्या दिशेने वाटचाल करायला पाहिजे. हे आंदोलन दीर्घकाळ चालणाऱ्या संघर्षाचं आंदोलन आहे, हे लक्षात घेऊन दीर्घकाळ संघर्षाची मानसिक तयारी करणं अत्यंत आवश्यक आहे.

(२) दलित पँथर आंदोलनाची जी तात्त्विक भूमिका आहे, ती डॉ. बाबासाहेब आंबेडकरांच्या तत्त्वज्ञातून उगम पावली आहे. यासाठी प्रत्येक पँथरने डॉ. बाबासाहेब आंबेडकरांच्या जीवन-तत्त्वज्ञानाचा सखोल अभ्यास करणं अतिशय जरुरीचं आहे. डॉ. बाबासाहेबांनी लिहिलेल्या पुस्तकांचा अभ्यास, त्यांच्या भाषणांसंबंधी मनन आणि त्यांनी मांडलेल्या विचारांचे वेगवेगळ्या, दृष्टिकोनातून होणारे वैचारिक अध्ययन यातून पँथरच्या कार्यकर्त्यांनी स्वत:ला तयार करून घ्यायला पाहिजे.

(३) दलित पँथरची चळवळ ही तात्त्विक चर्चेपुरती मर्यादित नसून कृतिशील चळवळ आहे. प्रत्यक्षात हा एक 'ॲक्शन प्रोग्राम' आहे. म्हणून आपल्याला आपल्या 'ॲक्शन' ची स्पष्ट व्याख्या जनतेला सांगायला हवी. पँथरची आजची चळवळ आक्रमक नाही. दलित आजवर समर्पण करत आलेला आहे. दलितांना स्वत:च्या मुक्तीसाठी प्रत्येक पातळीवर प्रतिकार करण्याची तयारी करायला हवी आहे. दलित जोवर आपल्या शोषणकर्त्यांच्या मार्गात अडथळे निर्माण करणार नाहीत तोवर त्यांचं शोषण बेधडकपणे होतच राहणार. प्रतिकाराच्या प्रवृत्तीमुळे दलितांमध्ये आत्मविश्वास निर्माण होईल, त्यांची शक्ती जागृत होईल आणि शोषणकर्त्यांना आपल्या वर्तणुकीबद्दल

विचार करणे भाग पडेल.

(४) दलितांना आपल्या ध्येयप्राप्तीसाठी लढाऊ (मिलिटंट) होणं अतिशय आवश्यक आहे. परंतु दलितांची ही लढाऊ वृत्ती म्हणजे हिंसाचार (व्हायोलन्स) नाही, हे पँथरच्या कार्यकर्त्यांना स्पष्ट सांगणं आवश्यक आहे. दलित पँथरने दलितांमध्ये निर्माण केलेल्या लढाऊपणाला 'हिंसाचार' संबोधून गैरसमजाचं वातावरण निर्माण केले जात आहे. दलित पँथरचं आंदोलन काही प्रमाणात न समजल्यामुळे अशा भ्रामक कल्पना पसरवल्या जात आहेत. पण अशी स्थिती बहुतेकवेळा जाणूनबुजून निर्माण केली जात असते.

दलित पँथरच्या कार्यकर्त्यांनी सर्वसामान्य जनतेला, विशेषत: दलितांना, हे स्पष्ट सांगायला हवं की, दलित पँथर ही हिंसाचारी चळवळ नाही आणि त्यांचं आंदोलनही हिंसाचाराला जन्म देणारं नाही. दलित पँथर दलितांच्या अधिकारासाठी निश्चितच जागरूक आहे. त्यांच्या शोषणाचा प्रत्येक पातळीवर ती विरोध करील आणि अन्यायापुढे कधीही गुडघे टेकवणार नाही. याप्रकारची दृढ धारणा पँथरमध्ये लढाऊ बाणा निर्माण करते. या लढाऊ वृत्तीत कोणत्याही प्रकारच्या हिंसाचाराला जागा नाही, हे आम्ही आग्रहपूर्वक सांगितले पाहिजे.

(५) दलितांच्या सद्य:स्थितीवर अनेक बाजूंनी विचार केला जात आहे. केवळ प्रचारात्मक साहित्यही प्रसृत केलं जात आहे. यामुळे भ्रामक कल्पना निर्माण होण्याची शक्यता आहे. म्हणूनच या साहित्याचं अध्ययन होणं अत्यंत जरुरीचं आहे. या अध्ययनामुळे दलित पँथरच्या कार्यकर्त्यांना एकीकडे स्वत:च्या हिताच्या चार गोष्टी समजतील, तर दुसरीकडे दलित-मुक्तीचा विरोध व खोटा प्रचार करणाऱ्यांचं पितळ उघडं पाडता येईल.

(६) दलितांसाठी काही भरीव कार्य केल्याचा भरमसाठ प्रचार राजकीय पातळीवर केला जात आहे. असा प्रचार केवळ सरकारी यंत्रणेद्वाराच नव्हे, तर प्रत्येक मोठ्या राजकीय पक्षाद्वारे केला जात असतो. या प्रचारामुळे असा भ्रम होतो, की भारतीय राजकारणी (पुढारी) दलितांच्या दु:खदायी स्थितीमुळे अत्यंत दु:खी आहेत आणि लोकांचं दु:ख दूर करणं ही त्यांची प्राथमिक गरज बनली आहे. या प्रचाराबद्दलही पँथरने अभ्यास करणं आवश्यक आहे. राजकीय पक्षांचा प्रचार व कार्य यांचं विश्लेषण करून दलितांना वस्तुस्थितीची माहिती दिल्याने राजकारण्यांच्या प्रचारातला पोकळपणा सिद्ध करून दाखवता येईल आणि दलितांना चुकीच्या मार्गापासून परावृत्त करता येईल.

(७) दलितोद्धारासाठी आखलेल्या सरकारी योजनांचा सांगोपांग अभ्यास करणंही अत्यंत जरुरीचं आहे. सरकारी प्रचाराच्या भडिमारामुळे अनेक सवर्णांची अशी धारणा बनत चालली आहे, की सरकार त्यांचं हित बाजूला ठेवून केवळ दलितांनाच साहाय्य करीत आहे. सरकारी प्रयत्नांचं योग्य मूल्यमापन करून पँथरचे कार्यकर्ते खरी परिस्थिती सामान्य जनतेसमोर मांडून उपरोल्लेखित धारणा खोडून काढू शकतील, त्याचबरोबर सरकारलाही त्यांच्या योजनांमधील त्रुटी आणि दलितांपर्यंत झिरपणारी खरीखुरी मदत यांविषयी माहिती देऊ शकतील. याच मार्गाने दलितांना सरकारी योजनांचा प्रत्यक्ष लाभ मिळवून देता येईल.

(८) दलितांबद्दल दयाभाव बाळगून दलितोद्धारासाठी कार्य करणाऱ्या दलितेतरांचा एक मोठा वर्ग आहे. त्यांना थांबवणं शक्य नाही आणि त्यांची उपेक्षाही करता कामा नये. परंतु त्यांच्या प्रयत्नांमुळे जर दलितमुक्तीला हानी पोचत असेल तर दलितांना त्यांच्यापासून सावध करणं अत्यंत आवश्यक आहे. दलित पँथरच्या कार्यकर्त्यांनी जागरूकपणे अशा प्रत्यत्नांवर नजर ठेवणं महत्त्वाचं आहे.

(९) दलितांमध्ये एक वर्ग असा आहे, जो आपल्या आधुनिक विचारसरणीमुळे दलितमुक्तीचं ध्येय तुच्छ आणि अतिशय संकुचित मानून त्यांची उपेक्षा करतो. त्यांना असं वाटतं, की मध्यमवर्गीयांच्या आर्थिक लढाईत साथीदारांबरोबर लढल्यानेच दलितांच्या समस्या सुटू शकतील. अशा सर्व सहकाऱ्यांचा गैरसमज दूर करून त्यांना हे समजावलं पाहिजे, की भारतातील प्रमुख मार्क्सवादी विचारवंतही आता हे जाणू लागले आहेत, की भारतात वर्गसंघर्षाइतकाच वर्णसंघर्षही आवश्यक आहे. आणि वर्णसंघर्षाचं नेतृत्व दलित जितक्या प्रभावीपणे करू शकतील, तितके अन्य कुणीही करू शकणार नाही.

(१०) दलितांमध्ये एक मोठा वर्ग असाही आहे की ज्याच्यात चैतन्य आहे. दलितांची अस्मिता फुलविण्याची त्याची तीव्र इच्छा आहे. परंतु या वर्गातील प्रत्येकजण स्वत:च सार्वभौम नेतृत्व देण्याची इच्छा बाळगतो. याचा परिणाम म्हणजे अनुयायी नसलेल्या नेत्यांची खूप गर्दी जमली आहे. प्रत्येक नेता अखिल भारतीय पातळीवरच्या संस्थेचं नेतृत्व करण्याची भाषा करत असतो, भले त्याच्या संस्थेचं कार्यक्षेत्र त्याच्या गल्लीबाहेर गेलेलं नसो! दलित पँथरच्या कार्यकर्त्यांनी हे लक्षात घ्यायला हवं की, त्यांचा हेतू निर्मळ असला तरी विखुरल्यामुळे त्यांचा काहीही प्रभाव पडत नाही व दलितमुक्तीचं ध्येय गाठण्यात अडथळे येत आहेत.

ज्यांच्यात उत्साह, चैतन्य आहे, अशा सर्व दलितांना दलितमुक्तीसाठी दलित

पँथरला मदत करण्यास पँथरच्या कार्यकर्त्यांनी सांगायला हवं. दलित पँथर कोणत्याप्रकारे दलित मुक्तीचं आंदोलन अधिक प्रभावीपणे चालवू शकेल आणि आज पँथरचं महत्त्व कसं सर्वांनाच पटू लागलं आहे, हेही दलित पँथरच्या कार्यकर्त्यांनी स्पष्ट सांगितलं पाहिजे.

(११) दलितांमध्ये असाही एक वर्ग आहे, ज्याला हाताशी धरून व राजकीय फायदे मिळवून देऊन राजकीय पक्ष आपल्या विचारांचा प्रचार दलितांमध्ये करतात. अशा वर्गाचा लगाम नेहमीच दुसऱ्यांच्या हाती असल्यामुळे हा वर्ग दलितांच्या उद्धारापेक्षाही स्वत:च्या धन्यांच्या हिताची कामं जास्त करतो.

असा वर्ग आज आकार आणि शक्तीच्या दृष्टीने मोठा आहे. हाच वर्ग आज दलितांची दिशाभूल करून त्यांच्यात छोटे-छोटे गट निर्माण करतो आहे. आणि म्हणूनच दलित पँथरच्या कार्यकर्त्यांनी अशा दलित-राजकारण्यांचं खरं स्वरूप उघडं पाडलं पाहिजे आणि त्यांचा दांभिकपणा, पोकळपणा दलितांना दाखवून द्यायला पाहिजे. असं करताना आजचं राजकारण दलित-मुक्तीसाठी कसं तोकडं आहे, हे पँथरच्या कार्यकर्त्यांना समजावून दिलं पाहिजे. राजकीय शक्तीचा वापर करण्याची ताकद हीच खरी राजकीय शक्ती आहे.

आज विशेष प्रतिनिधींच्या नावाखाली लोकसभेत आणि विधानसभांमध्ये जे दलितांचे प्रतिनिधी दिसतात, ते राजकीयदृष्ट्या दलितशक्तीचं खरंखुरं प्रतिनिधित्व करत नाहीत. ते केवळ नाममात्र, निर्जीव, चेतनाहीन प्रतिनिधित्व आहे. त्यांच्याबद्दल असं म्हणता येईल की ते असे बॉम्ब आहेत, ज्यांना एकतर फ्यूज लावलेलेच नाहीत, किंवा लावलेले होते ते काढून घेतले आहेत.

(१२) या पद्धतीने वातावरण स्वच्छ करून आणि स्वत:ला स्वयंसिद्ध करून जास्तीत जास्त लोकांचं सहकार्य देऊन, दलित पँथरच्या कार्यकर्त्यांनी कठोर शिस्त पाळून दलित मुक्तीच्या कार्याला सुरुवात केली पाहिजे. आज शिस्तपालन ही फार मोठी समस्या बनली आहे. पण दलित पँथरच्या कार्यकर्त्यांनी हे स्पष्टपणे जाणून घेतलं पाहिजे की, कदाचित शिस्तीशिवायदेखील ते आंदोलनं करू शकतील, परंतु संपूर्ण दलितमुक्तीचं उद्दिष्ट कधीच साधता येणार नाही. शिस्त आणि कठोर शिस्त पाळून चालवलेली दलित पँथरची चळवळच दलितमुक्तीचं ध्येय गाठू शकेल.

(१३) दलितमुक्तीसाठी कार्य करणाऱ्या या पँथर कार्यकर्त्यांचं ढोबळ मानाने दोन प्रकारांत वर्गीकरण करता येईल. एक सक्रिय कार्यकर्ते, तर दुसरे सहानुभूती

बाळगणारे कार्यकर्ते. दुसऱ्या प्रकारच्या कार्यकर्त्यांची संख्या मोठी असू शकते. अशा कार्यकर्त्यांचं काहीच महत्त्व नाही असं वाटण्याची शक्यता आहे. पण वस्तुस्थिती नेमकी विरुद्ध आहे. वास्तविक हा असा वर्ग आहे, जो एखाद्या आंदोलनासाठी आवश्यक साधनसामग्री पुरवतो, त्याकरिता योग्य वातावरण निर्माण करतो आणि मूल्यांचं रक्षण करतो. तेव्हा अशा वर्गाच्या विस्तारावरच कुठल्याही चळवळीचं यश अवलंबून असतं. म्हणूनच आपल्याला असा वर्ग मोठा बनवायला हवा. पहिल्या प्रकारच्या कार्यकर्त्यांचे देखील दोन वर्गांत विभाजन करता येईल.

एक वर्ग या चळवळीचं नेतृत्व करेल आणि दुसरा वर्ग नेतृत्वाची वैचारिक बैठक घडवेल. वैचारिक चिंतन करणारा वर्ग जनतेसमोर न आल्याने सर्वसामान्य लोकांना त्याचं महत्त्व कळणार नाही. या कारणामुळे अशा वर्गाची अशी धारणा होऊ शकते, की त्यांच्या कार्याचं जनतेकडून यथोचित मूल्यमापन होत नाही. आणि हा वर्ग स्वत:तच निराशेचं वातावरण निर्माण करून कार्यापासून विन्मुख होण्याची शक्यता असते.

दलितमुक्तीसाठी कार्य करणाऱ्या पँथर कार्यकर्त्यांनी अशा परिस्थितीची शिकार होता कामा नये. त्यांनी लक्षात ठेवलं पाहिजे की कुठल्याही भक्कम इमारतीच्या पायात काही न दिसणारे दगड असतात, त्यांच्याच बळावर ती सुंदर इमारत उभी राहिलेली असते. आपल्यापैकी काहींना तरी पायाचे दगड बनायलाच हवं आहे.

(१४) नेतृत्व करणारा वर्गच खरंतर सर्वाधिक जबाबदार वर्ग असतो. मग ते नेतृत्व वॉर्ड पातळीवरचं असो, जिल्हा पातळीवरचं असो, राज्य पातळीवरचं असो, की अखिल भारतीय पातळीवरचं असो. याच वर्गाला ध्येयप्राप्तीसाठी जनतेत मिसळून कार्य करावं लागत असतं. म्हणूनच या वर्गात अतिशय जागरूकता, चारित्र्याविषयी श्रेष्ठ कल्पना, लोकांचा विश्वास संपादन करण्याची क्षमता आणि वैचारिक समजबुद्धी असणं अत्यंत आवश्यक आहे. तसेच प्रत्येक पातळीवर सातत्याने विचारविनिमय आणि संघटित कार्य करण्याची प्रवृत्ती असणं जरुरीचं आहे.

(१५) दलित पँथरचं छोटं युनिट म्हणजे 'छावणी', ज्याच्यात कमीत कमी अकरा सक्रिय सभासद असायला हवेत. तहसीलमध्ये असलेल्या छावण्यांचं संघटन ब्लॉक-पातळीवर आणि जिल्ह्यातल्या विविध ब्लॉक्स्‌चं संघटन जिल्हा-पातळीवर केलं जातं. कुठल्याही जिल्ह्यात दलित पँथरचं संघटन काही स्थानिक उत्साही कार्यकर्त्यांच्या सहकार्याने घडवून आणता येईल. अशा उत्साही कार्यकर्त्यांना केन्द्रीय नेतृत्वाकडून दलित पँथरचं तत्त्वज्ञान, त्याचे कार्यक्रम व मार्गदर्शन मिळू शकेल. पण प्रत्येक जिल्हा

पातळीवरच्या परिस्थितीचं विस्तृत अध्ययन होणं अत्यंत आवश्यक आहे. उदा. गावाची लोकसंख्या, गावातील शेतजमीन व दलितांचा शेतीशी असलेला संबंध, त्यांच्या समस्या, दलितांचं प्रमाण, दलितांची सामाजिक, आर्थिक स्थिती. शहरातील लोकसंख्या त्यातील दलितांचं प्रमाण, त्यांची सामाजिक, आर्थिक परिस्थिती. उद्योगधंदे, दलितांचं त्यातलं प्रमाण, दलितांच्या कामाविषयक समस्या, शिक्षणाच्या क्षेत्रातली दलितांची स्थिती, सरकारी कार्यालयातील दलितांची स्थिती इत्यादी.

सरकारने जिल्हापातळीवर, जिल्हा प्रशासनाच्या माध्यमातून राबवलेले दलितांच्या उत्कर्षाचे कार्यक्रम आणि दलितांना त्यांपासून मिळणारे प्रत्यक्ष लाभ यांचा संपूर्ण, सातत्याने अभ्यास करायला हवा आणि ती माहिती प्रान्तीय नेतृत्वाच्या माध्यमातून केन्द्रीय नेतृत्वाला कळवून दलित पँथरच्या तत्त्वज्ञानाला व ध्येयधोरणांना अनुरूप असा कार्यक्रम आखायला पाहिजे. प्रांरभिक कार्यकर्ते याप्रकारचा अभ्यास करतील, आणि कार्याला गती देण्यासाठी छावण्यांचं संघटन करून जिल्हा पातळीवरच्या नेतृत्वाला बळकट बनवतील.

(१६) दलित पँथरचं लक्ष्य अधिक प्रभावीपणे गाठण्यासाठी जिल्हा पातळीवरही चिंतन करणारा वर्ग सतत चिंतन करेलच. अशारीतीने चिंतनशील सक्रिय कार्यकर्तेदेखील स्वत:साठी एक विशिष्ट प्रकारचं चिंतन करण्याचं क्षेत्र निवडून त्याबाबतीतला आपला विचार करू शकतात. यापद्धतीने सक्रिय कार्यकर्ते एकेका विशिष्ट क्षेत्रासाठी स्वत:ला वाहून घेतील.

उदा. काही कार्यकर्ते केवळ खेड्यातील लोकांसाठीच तर काही कामगार संघटना व विद्यार्थीवर्गामध्ये कार्य करतील. काही सक्रिय कार्यकर्ते बुद्धिजीवी वर्ग हे आपलं कार्यक्षेत्र ठरवू शकतील. याप्रकारच्या कामांमधून कार्यकर्त्यांना आपल्या क्षमतेची चुणूक दाखवता येईल.

(१७) अशा सर्व जिल्हा पातळीवरील कार्यकर्त्यांमधून राज्यपातळीवरचं आणि सर्व राज्यपातळीवरील कार्यकर्त्यांमधून भारतीय पातळीवरचं नेतृत्व निर्माण करता येईल.

(१८) दलित जनतेचा विश्वास, त्यांचा पाठिंबा मिळवण्यासाठी पँथरचे कार्यकर्ते दलितांना कायद्याने मिळालेल्या अधिकाराचे फायदे मिळवून देण्यासाठी संघर्ष करून आपलं कार्य सुरू करू शकतात. कायद्याने मिळालेल्या अधिकारांच्या उपभोगाची लढाई सोपी आहे आणि त्यात नक्की यश मिळू शकतं. अशा यशानेच सर्वसामान्य

दलितांचं नैतिक बळ वाढवता येतं.

(१९) दलित-मुक्तीचं उद्दिष्ट गाठताना दलित पँथरच्या कार्यकर्त्यांनी आपलं कार्य केवळ दलितांपुरतंच मर्यादित ठेवू नये आणि सर्वसामान्य जनतेच्या हिताकडे दुर्लक्षही करू नये. पण आपल्याला हे कधीही विसरता कामा नये, की आमचं उद्दिष्ट दलितमुक्ती आणि केवळ दलितमुक्ती आहे.

(२०) दलितमुक्तीचा आमचा संघर्ष शुद्ध मानवतावादी आणि देशहिताचाच आहे. आज दलितांचे मित्र फार कमी आहेत. जे आहेत, त्यांची स्थिती विचित्र आहे. इच्छा असली तरी दलित-मुक्तीच्या संघर्षात ते एका विशिष्ट मर्यादेपलीकडे स्वतः सामील होऊ शकत नाहीत किंवा मदतही करू शकत नाहीत. आपल्याला त्यांच्याकडून अपेक्षाही ठेवता येणार नाहीत किंवा त्यांच्याविषयी तक्रारही करायची नाही. हो, पण आपल्याला त्यांच्या सहकार्याची उपेक्षाही करायची नाही आहे. पण असं करताना आपल्याला अतिशय सावधगिरी बाळगायला हवी.

(२१) दलितमुक्तीचं स्वप्न उराशी बाळगून दलित पँथरच्या नेतृत्वाखाली कार्य करू इच्छिणाऱ्यांमध्ये शिस्तीने काम करण्याची सवय नसल्याने, विशिष्ट परिघात कार्य करताना सुरुवातीला अडचणी येऊ शकतात. कंटाळाही येण्याची शक्यता आहे. परंतु आम्हाला संयमाने, धीराने आपलं उद्दिष्ट गाठायला हवं.

(२२) देशात आज प्रेरणा देणाऱ्या नेतृत्वाचा अभाव आहे. देशप्रेम व सार्वजनिक हिताच्या घोषणांच्या नावावर सत्ता हस्तगत करण्याचे घृणास्पद प्रयत्न चालू आहेत. या सत्ताप्राप्तीच्या स्पर्धेत सगळेच सामील झालेले आहेत आणि ज्यांच्या हाती सत्ता लागेल ते सवसामान्य जनतेला घोषणाबाजीत गुंगवून काही थोड्या लोकांच्याच हिताची कामं करतील.

सत्ताप्राप्तीच्या संघर्षात हेच लोक त्या विशिष्ट लोकांच्या हितांचं रक्षण करतात. अशा परिस्थितीत सामान्य जनतेत असंतोष परसणं स्वाभाविक आहे. हा असंतोष विघटनवादी प्रवृत्तींना जन्म देतो. पण याच परिस्थितीमुळे दलित लोकांमध्ये डॉ. बाबासाहेब आंबेडकरांविषयी श्रद्धा निश्चितच वाढेल आणि ते त्यांच्या नावाभोवती गोळा होतील. पँथरच्या कार्यकर्त्यांनी या परिस्थितीवर नजर ठेवायला हवी.

(२३) दलितमुक्तीचं लक्ष्य डोळ्यांसमोर ठेवणाऱ्या दलित पँथर कार्यकर्त्यांनी हे जाणून घेतलं पाहिजे, की दलितांची आजची पिढी आपल्या मुक्तीसाठी अनिश्चित काळापर्यंत थांबू शकणार नाही, म्हणून आपल्याला समयबद्ध कार्यक्रमासाठी स्वतःला

सज्ज केलं पाहिजे. लवकरच आपण आपले मुक्तिदाता डॉ. बाबासाहेब आंबेडकरांची जन्मशताब्दी साजरी करणार आहेत. या, चला! असा संकल्प सोडूया की ही जन्म शताब्दी आपण दलितमुक्तीच्या उत्सवानेच साजरी करू!

(अनुवाद - शिरीष देखणे)

●●●

१७.
माणुसकीच्या प्रतिष्ठापनेसाठी दलितांचा प्रतिकार
सुधीर बेडेकर

दलित पँथरचा जन्म आणि वाढ ही एक महत्त्वाची घटना आहे आणि अर्थात सध्याच्या परिस्थितीतही पँथरच्या जन्माच्या वेळची कारणे अस्तित्वात आहेत. संपूर्ण भारतीय समाज व त्यातच महाराष्ट्रातला समाज एखाद्या वावटळीत सापडल्यासारखी उत्पाताची अवस्था भोगतो आहे. समाजात प्रभुस्थानी असणाऱ्या वर्गाची आणि त्यांच्या दलालांची दिवाळखोरी उघड्यावर येत आहे. नव्या रोशनीने दिपून गेलेले डोळे, त्याच प्रकाशात आता या समाजाला वा स्वत:ला नग्नावस्थेत पाहात आहेत. या चालू अवस्थेला, नव्या जाणिवांना तीन अंगे आहेत. समाजाच्या खोडामुळांमधले अंतर्विरोध फार ताणले गेल्याने तीन प्रकारे दृश्य होत आहेत. एक तर अर्थव्यवस्था मूठभरांच्या स्वार्थामुळे, नियंत्रणशक्तीमुळे व तज्जन्य रचनात्मक अडथळ्यांमुळे कुंठित झाली आहे. वाढती गरिबी, रोजगाराचा अभाव, भाववाढ आणि दुष्काळाच्या फटक्यासरशी भोगावी लागणारी अमाप दु:खे यांच्यामुळे फार मोठ्या प्रमाणावर ग्रामीण, गरीब, शहरी कामगार आणि मध्यमवर्गदेखील रस्त्यावर येत आहे.

दुसरी गोष्ट अशी की, भारतीय संस्कृतीचा पाया परंपरागत सरंजामी हिंदू धारणा असणार की, समता व विज्ञान प्रमाण मानणारी एक नवीन जीवनदृष्टी असणार, हा प्रश्न तडीस लागला आहे. गौरीगणपती, रजनीश, दत्ताबाळ, जन्माष्टमी आणि रामनवमी की विज्ञानाचा प्रकाश आणि मानवतावादी भौतिकवाद? दलितांना, आदिवासींना व स्त्रियांना खालचे मानणारी, दडपणारी जातिव्यवस्था, ब्राह्मणी संस्कृती की समतेवर व बंधुभावावर आधारलेली नवी संस्कृती? महाराष्ट्रात एकीकडे देवधर्म व उत्सवांचे खूळ वाढत आहे, दलितांविरुद्ध अत्याचार वाढत आहे, तर दुसरीकडे माणुसकीचा हक्क बजावण्यासाठी दलितांचा प्रतिकार वाढत आहे.

तिसरी गोष्ट म्हणजे, राजकीय सत्तेचे सध्याचे वाटप. लोकांना ते नामंजूर होत चालले आहे. दुष्काळामुळे त्यांना दमनयंत्रणा हे शासनाचे स्वरूप उघडपणे दिसले

आहे. सरंजामी जातीय ग्रामरचना, नोकरशाहीचे जोखड, कोर्टकचेऱ्यांचे धादांत वर्गीय स्वरूप, पोलीस व सैन्याचे जनताविरोधी रूप आणि भ्रष्ट सत्तालोलुप राज्यकर्त्यांचे वर्गीय हितसंबंध याच्यामुळे या देशात खरी लोकशाही नांदत नाही, हे आता सामान्य माणसालाही जाणवू लागले आहे. हे राज्य त्यांचे आहे, आपले नाही हे तो म्हणू लागला आहे.

या आपत्तीसारख्या काळात तीव्रतर झालेले हे तिन्ही संघर्ष व विशेष करून सांस्कृतिक संघर्ष पँथर्सच्या जन्माचे वस्तुनिष्ठ कारण आहे.

जनसमूहाच्या या व्याप्तीच्या असंतोषाला संघटित सुसूत्र रूप देण्यासाठी आज क्रांतिकारक संघटना नाही, हे पँथर्सच्या जन्माचे दुसरे कारण होय. 'अशी कोणतीही आपत्ती नसते, ज्यातून सत्ताधारी वर्गाला मार्ग काढता येत नाही,' असे लेनिन म्हणाला होता. जर असंतोषाला पोलादी संघटनेचे हत्यार मिळाले, पक्क्या शास्त्रीय विचाराचा व डावपेचाचा मेंदू मिळाला तरच तो आपल्या लक्षावधी पावलांनी सत्ताधाऱ्यांवर चालून जातो. तेव्हाच आपत्ती निर्णायक ठरते. आज असा पक्ष किंवा संघटना असती तर महाराष्ट्रात तिचे कार्य कशा पद्धतीने राहिले असते? कामगार, शेतकऱ्यांचे वाढते आर्थिक लढे एकजुटीने, संघटितपणे व जहालपणे लढवणे, सांस्कृतिक संघर्षात पुढे राहून सरंजामविरोधी लोकशाही प्रवाहाशी समरस होणे आणि सत्तेला समांतर अशी ताकद उभी करणे असे ते दिसले असते. कामगारांच्या नेतृत्वाला पायाभूत अशी संपूर्ण क्रांतीसाठी जुटीची फळी उभी करू शकेल, असा पक्ष आज महाराष्ट्रात नाही.

म्हणून आजच्या असंतोषाने वर फेकलेले, सर्वात जागृत व उभारलेले तरुण आज स्वतंत्रपणे संघटित होत आहेत. समाजवाद मानणारे, मार्क्स-लेनिनवाद मानणारे व मुख्यत: रिपब्लिकन परंपरेतून आलेले तरुण आपल्या अपक्ष, स्वायत्त संघटना काढत आहेत. महाराष्ट्रातल्या पुढच्या काही वर्षांच्या राजकारणात त्या लहान पण जिद्दीच्या गटांना स्थान येणार हे निश्चित आहे. पँथर्सचा जन्म व महत्त्व या संदर्भात आहे.

मी येथे तपशिलात जात नाही. 'डाव्या पक्षांची सामाजिक प्रश्नांबाबतची उदासीनता' वरील अर्थी पँथर्सच्या जन्माला कारणीभूत आहे. त्यांचे व्यापक अपयश व त्याचा एक भाग म्हणून सांस्कृतिक संघर्षाकडे दुर्लक्ष, अशा दृष्टीने याकडे पाहिले पाहिजे. रिपब्लिकन पक्षातली गटबाजीच नव्हे तर या पक्षाचे संपूर्ण वैचारिक, संघटनात्मक डावपेचात्मक स्वरूप आजचा सांस्कृतिक संघर्ष पेलू शकेल असे वाटत नाही. जरी चारी-पाची गट एकत्र आले तरी त्याला अर्थ येणार नाही व पँथर्सची गरज तरीही उरेलच. रिपब्लिकन पक्ष वरवरच्या राजकारणात निवडणुका, मते, तत्त्वशून्य युती यांच्यात गुंतला आहे. शिकलेल्या मध्यमवर्गीय बौद्ध मंडळींच्या संकुचित आकांक्षा

त्याच्यात प्रभुत्वाने आहेत आणि खेड्यापाड्यात व शहरातल्या झोपड्यांत राहणाऱ्या दलित जनतेपासून तो पक्ष आता दुरावला आहे. त्यामुळे रिपब्लिकन पक्ष व पँथर्स यांच्या धोरणात फरक आहे. पँथर्स जास्त आक्रमक, लढाऊ आणि नव्या विचारांचा व मार्गाचा शोध घेणारे आहेत. बाबासाहेबांच्याही पुढे एक पाऊल जाण्याची टीकात्मक वृत्ती त्यांच्यात आहे.

वर उल्लेखलेल्या सांस्कृतिक खळबळीतून उच्चभ्रू मध्यमवर्गीय संस्कृतीला दिल्या गेलेल्या आव्हानातून दलित साहित्य व प्रगत साहित्य जन्माला आले आहे. दलित साहित्याने निर्माण केलेले वातावरण व माणसे निश्चितच पँथर्सना पूरक ठरली. साहित्याच्या क्षेत्रातल्या संघर्षाला रस्त्यात आणले व राजकीय स्वरूप दिले ते पँथर्सनीच. वैचारिक भूमिकेचा शोध घेत घेत पँथर्स वाट चालत आहेत. सुरुवात लढाऊ, विद्रोही व अन्यायाचा प्रतिकार एवढ्यावरून झाली. पण हा जहालपणा पेलू शकेल, आजच्या गुंतागुंतीच्या व दुर्घट परिस्थितीत जहालपणाचा खराखुरा अर्थ वाहू शकेल, असे तत्त्वज्ञान शोधणे व स्वीकारणे अवघड आहे. दलित राजकारणाच्या आजवरच्या परंपरा, क्रांतिकारक चळवळींबद्दलचे दुराग्रह आणि विचारापेक्षा भडकत्या भावनांना मिळणारे प्राधान्य या साऱ्यांचे ओझे फेकून देऊन पँथर्सना विचाराची वाट चालायची आहे.

पँथर्सच्या अंतर्गत अस्तित्वात असणाऱ्या दोन प्रवाहांचा विचार करावा लागतो. यांपैकी एक प्रवाह डावा विचार मानणारा आहे. जबाबदार, प्रामाणिक राजकीय कार्यकर्त्यांची व्यापक व प्रगत दृष्टी त्यांच्याकरवी आकार घेत आहे. दुसरा प्रवाह मात्र जुनी ओझी अजून खांद्यावर बाळगत आहे. बौद्ध धर्माचे अतिरेकी स्तोम, डाव्या व मार्क्सवादी शक्तींविषयी दुरावा व पूर्वग्रह या प्रकारच्या मंडळीत आहेत. तसेच ते फक्त हिंदू धर्माला शत्रुस्थानी मानतात व आर्थिक-राजकीय प्रश्नांबाबत स्पष्ट विद्रोहाची भूमिका घ्यायला कचरतात. दलितांना अलग ठेवू पाहणारा, नेतृत्वाचा हव्यास असणारा, अतिरेकी व असमंजस असा हा जातीयवादी प्रवाह आहे. जितक्या प्रमाणात पँथर्स या विभागाला फेकून देऊन स्वत:ला एकांगीपणापासून सोडवून घेईल, तितकी त्यांची झेप दूरवर जाईल.

पहिल्या काळात मोर्चे व निदर्शने, प्रचारसभा, दहशत घालणे, मनुस्मृती जाळणे अशा गोष्टींनी पँथर्सचा प्रभाव वाढला. याचे दोन परिणाम झाले आहेत. एक तर पक्क्या कार्यकर्त्यांचा संच संघटनेकडे सामूहिक पाठिंब्याच्या प्रमाणात नाही. पँथर्सला थोडेसे अस्ताव्यस्त स्वरूप आलेले आहे. कार्यकर्ते विचारांनी व निष्ठेने पक्के बांधले गेलेले नाहीत. संघटनेला आकार देणे, पैसे व कार्यक्रम यांची नीट व्यवस्था लावणे, आणि मुख्य म्हणजे कार्यकर्त्यांचे राजकीय शिक्षण करून, त्यांना भूमिका

समजावून सांगून तिच्याशी त्यांना एकनिष्ठ बनवणे, हे काम आज पँथर्सपुढे आहे. हे न केल्यास निवडणुकांचे मोह, व्यक्तिमाहात्म्य, हुकूमशाही प्रवृत्ती, वैचारिक दुष्प्रवृत्तीचा प्रभाव, कार्यक्रमाचा अभाव यांच्याविरुद्ध काहीही करता येणार नाही. आज सत्ताधाऱ्यांच्या वाढत्या दडपणाचा किंवा प्रलोभनांचा काळ आहे. एकाएका व्यावसायिक, पूर्णवेळ क्रांतिकारक कार्यकर्त्याचा दुवा जोडून जर भक्कम संघटना बांधली गेली नाही तर संघटना वाहून जाते, चिरडली जाते वा भलत्या मार्गाला लागते, असा आजवरचा अनुभव आहे. पँथर्सच्या बाबतीत आणखी एक धोक्याची गोष्ट आहे, मुंबईसारख्या ठिकाणी गुंडगिरी करणारे विभाग पँथर्सशी संलग्न आहेत. संघटना बळकट केली नाही तर यांच्या अनियंत्रित कारवाया पँथर्सना जड जाणार आहेत.

दुसरी गोष्ट म्हणजे पँथर्सनी नवा, सातत्याने काम देणारा, गुंतवून ठेवणारा असा कार्यक्रम शोधला पाहिजे व राबवला पाहिजे. युवक संघटनांपुढचा हा मोठा प्रश्न आहे. मोर्चे, भाषणे व प्रतीकात्मक लढे होतीलच. व्हायलाही हवेत. पण मातीला धरून, मुळापासून काम करण्याची गरज फार आहे. दर आठवड्याला शाखेवर अभ्यासवर्ग घेणे, वस्तीतल्या आजूबाजूच्या मुलांकरिता शालेय अभ्यासात मदत करण्याकरिता मोफत वर्ग चालवणे, प्रौढसाक्षरता, जमल्यास नाश्ता व विटॅमिनयुक्त गोळ्यांचे वाटप अशा काही गोष्टी सहज सुचतात. आणखी महत्त्वाची गोष्ट म्हणजे जर पँथर्सना 'दलित' शब्दाची व्यापक व्याख्या प्रत्यक्षात आणावयाची असेल तर त्यांनी आर्थिक लढे हाती घ्यायला पाहिजेत. शहरात वस्तीमधले प्रश्न, बेकारांचा प्रश्न, कामाच्या जागेचे तंटे, गावात शेतमजुरांमध्ये प्रचार व संघटना असे हे काम आहे. सामाजिक, सांस्कृतिक अन्यायाविरुद्धचा प्रतिकार इत्यादी भागांवर मी बोलत नाही, कारण तो तर पँथर्सचा मुख्य कार्यक्रमच आहे.

त्याचप्रमाणे पँथर्सपैकी जे जे एखाद्या कामगार संघटनेत असतील, तेथे तेथे त्यांनी सक्रिय भाग घ्यायला हवा. जातीच्या कामगारांना जातीय अन्याय व धर्मश्रद्धा यांच्या विरोधात जागे करायला हवे. पँथर्स शहरात राहून उपयोग नाही. ती जितकी आदिवासी, अस्पृश्य, शेतमजूर व शेतकऱ्यांमध्ये जाईल, समरस होईल तितकी ती ती बळकट होईल. तसेच मार्क्सवादी व इतर डाव्या अपक्ष तरुणांशी, डाव्या पक्षांशी व व्यक्तींशी पँथर्स संपर्क राखून राहतील तर व्यापक एकजुटीकरिता आवश्यक असे दुवे तयार होत जातील. पँथर्सची वाढ ही डाव्या शक्तींना पूरक अशीच घटना आहे. संपूर्ण क्रांतीची भूमिका पँथर्स स्वीकारतील तर दोघांमध्ये सुसंवाद शक्य होईल आणि हे सारेच जाणतात की, सांस्कृतिक, राजकीय व आर्थिक लढे गुंफले गेले नाहीत तर काहीच होणार नाही. पँथर्सच्या हातून किंवा इतरांच्या दुष्प्रवृत्तीविरुद्ध पँथर्सनाच लढावयाचे आहे. अंतर्गत लोकशाही नांदणारी पक्की संघटना बांधण्याला विरोध

कदाचित आपल्याच व्यक्तींकडून होईल, डाव्यांशी एकजूट करण्याच्या तत्त्वाला विरोध होईल. बौद्ध धर्माचे स्तोम वाढेल किंवा निवडणुकीचा मोह, भुरळ पाडेल. या व इतर घातक प्रवृत्तींविरुद्ध अंतर्गत संघर्ष विचारांच्या पातळीवर करावा लागणार आहे, असे दिसते. हा वैचारिक संघर्ष, संघटनात्मक आकार व सततचा व्यापक असणारा व्यवहार या गोष्टींशी पँथर्स आपला भूतकाळ टाकून देईल व भविष्याकडे जोमाने जाऊ लागेल.

●●●

१८.
एक जीवंत आक्रमकता जमीनदोस्त झाली

भास्कर लक्ष्मण भोळे

स्वातंत्र्यपूर्वकालीन शेड्युल्ड कास्ट फेडरेशनपेक्षा अधिक व्यापक व समावेशक पायावर उभारणी केलेल्या रिपब्लिकन पक्षाच्या सर्वांगीण अपयशाची पार्श्वभूमी दलित पँथरच्या निर्मितीला होती. १९७० साली रिपब्लिकन पक्ष दुभंगून गायकवाड गटाने काँग्रेस पक्षाशी, तर खोब्रागडे गटाने विरोधी पक्षांशी जुळते घेऊन सत्ताकारण सुरू केले होते. आंबेडकरांना अभिप्रेत असलेल्या दिशेने हा पक्ष वाटचाल तर करू शकलाच नाही, उलट नेतृत्वस्पर्धा, अंतर्गत फाटाफूट व वैचारिक दिशाहीनता यांमुळे त्याचा सतत शक्तिपातच होत गेला. दलित शोषित जनतेचे प्रश्न त्याने कधी हाती घेतले नाहीत की अन्याय-अत्याचाराच्या प्रसंगी तो त्या जनतेला दिलासा वा आधार देऊ शकला नाही. केवळ आपल्या निवडणूक जाहीरनाम्यामधून वेळोवळी 'दलितांना अधिक संरक्षण मिळावे' अशी मागणी करूनच तो थांबला.

संसदीय मनोवृत्तीने या पक्षाच्या नेत्यांना पुरते झपाटून टाकले होते. त्यामुळे निवडणुकांचे राजकारण हेच त्यांना सारसर्वस्व वाटत होते, आणि त्यासाठी तत्त्वशून्य तडजोडी ते बिनदिक्कत करीत होते. घटनादत्त सवलती व आरक्षणे आणि सत्तारूढ पक्षाने भिरकावलेले सत्तापदाचे चार तुकडे यावरच ते संतुष्ट रहात होते. भांडवली लोकशाहीच्या मर्यादा त्यांनी कधीच जाणवत नव्हत्या. नावाला अखिल भारतीय असणाऱ्या आपल्या पक्षाची देशव्यापी बांधणी करावी, किमान आंबेडकरांच्या योजनेबरहुकूम सर्व दलित जातींना पक्षाच्या ध्वजाखाली संघटित करावे, इतपतही राजकीय इच्छाशक्ती रिपब्लिकन पक्षाने कधी दाखवली नाही.

महाराष्ट्र राज्याच्या स्थापनेनंतर रिपब्लिकन पक्षाची सत्ताश्रयी लाचारी अधिकच जाणवू लागली होती. पंचायतराज्याच्या प्रयोगातून आणि विकासयोजनांच्या राबवणुकीतून जो एक राज्यकर्त्यांचा नवा मग्रूर वर्ग गावोगावी पुढे येत होता, त्याला दलितांनी स्वाभिमानी होऊन जगणे साफ नामंजूर होते. पिढ्यान्‌पिढ्या जे दास्य दलितांनी

निमूटपणे पत्करले, ते तसेच कायम रहावे यासाठी दहशत-दंडेलीचे तंत्र या वर्गाने मोठ्या प्रमाणावर सुरू केले. यातून दलितांवर बहिष्कार पुकारणे, त्यांना चाबकाने फोडून काढणे, त्यांचे डोळे फोडणे, जिभा छाटणे, खून पाडणे वा धिंड काढणे वगैरे अमानुष छळप्रकार वाढत्या प्रमाणावर जागोजागी होऊ लागले. दलित स्त्रियांवरील बलात्काराच्या बातम्या वाढू लागल्या. १९७० च्या आसपास हे प्रकार विशेष भीषण, गंभीर होते. दलितांच्या बाजूने उभी राहू शकेल, अशी संघटित शक्तीच दृष्टोत्पत्तीस येत नव्हती. रिपब्लिकन पक्ष गटबाजीच्या राजकारणात आकंठ बुडाला होता.

आयाबहिणींची अब्रू दिवसाढवळ्या लुटली जाते आणि दलित बांधवांना पशूप्रमाणे वागवण्यात येते, तरीही अत्याचारी शक्ती राजरोस सर्वत्र वावरू शकतात, हे पाहिल्यावर मुंबईच्या कामाठीपुऱ्यात काही संवेदनक्षम व्यक्तींच्या तळपायाची आग मस्तकात गेली आणि त्यांनी या अत्याचार-बलात्काराच्या प्रकरणाविरुद्ध डरकाळ्या फोडण्यास प्रारंभ केला. यातूनच दलित पँथर चळवळीचा उदय झाला.

पँथरचे हे तरुण प्रस्थापित दलित पुढाऱ्यांपेक्षा अनेक दृष्टींनी वेगळे होते. त्यांची भाषा स्वाभिमानाची होती, आवेशी-अभिनिवेशी होती. तिच्यात रग आणि आत्मविश्वास ओतप्रोत भरलेला होता. अत्याचारी शक्तींना शह देऊ शकेल, अशी तोडीस तोड ताकद उभी करण्याचे आश्वासन पँथरांच्या बोलण्यातून जाणवत होते. नि:स्वार्थीपणा, उत्साह, उमेद, ध्येयवाद, धाडस यांच्या बळावर दलित चळवळीतली मरगळ हे लोक झाडून काढतील आणि सामाजिक परिवर्तनाच्या अवरुद्ध वाटा प्रशस्त करतील, असा आशावाद पालवला होता. अत्याचारपीडित दलितांना न्याय, प्रतिष्ठा व संरक्षण देण्यासंबंधी पँथरकडूनच्या अपेक्षा उंचावल्या होत्या. पँथर नेत्यांनी हिंदू धर्म, धर्मग्रंथ, देवदेवता व रूढींच्या विरोधात उघडलेली आघाडी पाहून त्यांच्या आंबेडकरी निष्ठा अधिक प्रामाणिक व ज्वलज्जहाल असल्याची खूणगाठ दलित जनतेला पटली होती.

जुलै १९७२ ला जेव्हा दलित पँथर स्थापन झाली तेव्हाची परिस्थिती अशा आक्रमक चळवळीला एकंदरीत पोषकच होती. १९७० साली फूट पडून रिपब्लिकन पक्ष दुर्बल झाला होता. दलितांवर गावोगाव होणाऱ्या अत्याचारांचे प्रमाण शिगेला पोचले होते. निग्रोंनी जे अमेरिकन गोऱ्यांशी वागताना केले ते आपल्यालाही मार्गदर्शक ठरू शकेल, अशी जाणीव दलित विचारवंतांच्या मनात घर करू लागली होती. विशेषत: 'ब्लॅक पँथर'ची प्रेरणा दलित तरुणांना आकर्षित करीत होती. निग्रोंची प्रगती पाहून भयग्रस्त झालेल्या गोऱ्यांनी वैराचे पवित्रे घेताच निग्रोंच्या संतापाचे उग्र वणवे अमेरिकेत ठिकठिकाणी पेटत होते. लॉस एंजिलिस, शिकागो, रोचेस्टर, फिलाडेल्फिया, न्यूयॉर्क इत्यादी शहरांमधील निग्रोंच्या हिंसक दंगलींच्या

वार्ता जगभर प्रसृत झाल्या होत्या.

समाजांतर्गत तणावांमुळे आणि सामाजिक व्यवस्था कोलमडू लागल्याने पारंपरिक घडी विस्कटली म्हणजे ज्यांचे हितसंबंध धोक्यात येतात आणि प्रतिष्ठेवरच प्रहार होतो असे गट आपल्या अडचणींवर मात करण्यासाठी नेहमीच सामूहिक प्रयत्नांची कास स्वाभाविकपणे धरीत असतात. येथील दलितांनी तेच केले आणि त्यातूनच दलित पँथर ही चळवळ उभी राहिली. कुठेही अन्याय-अत्याचार करणाऱ्यांचा निषेध करायचे व पीडितांना आधार द्यायचे. यातून त्यांनी व्यापक आस्था संपादित केली.

ढाले आणि ढसाळ यांच्यात कवितेवरच्या प्रेमापलीकडे समान असे काहीच नव्हते. ढसाळांना धर्मनिरपेक्ष भूमिका जवळची होती, ढालेंना मात्र बुद्धीझमचे आकर्षण होते. दलित पँथरमध्ये पहिली फूट पडल्यानंतर पुढे ढसाळांची दलित पँथर क्रमश: खचत गेली.

भारतीय दलित पँथरचे काम त्या मानाने बरेच सूत्रबद्ध सुरू असल्याचे दिसते. रामदास आठवले, गंगाधर गाडे, अरुण कांबळे प्रभृतींनी या चळवळीच्या कक्षा बऱ्याच विस्तारल्या आहेत. रोजगार हमी योजनेच्या प्रकल्पात काम करणारे दलित कामगार, भूमिहीन शेतमजूर यांच्या प्रश्नांना ते हात घालीत असतात. नामांतराचा प्रश्नही त्यांनी धसास लावला आहे. लोकांची कामे करून त्यांच्या उपयोगी पडणे, आर्थिक योजना हाती घेऊन कार्यकर्त्यांच्या योगक्षेमाची तरतूद करणे, चळवळीची मजबूत आर्थिक पायावर उभारणी करणे, सामाजिक, सांस्कृतिक व आर्थिक आघाड्यांवर रणनीती नीट ठरवून आगेकूच करणे या काही जमेच्या बाजू भारतीय दलित पँथरच्या सांगता येतील. ढसाळांच्या पँथरपेक्षा ती निश्चित अधिक विचारी, विवेकी, संयमी व सावध आहे. त्यामुळेच तिला भवितव्यही आहे.

पँथर चळवळीची मोठी उणीव अशी दिसते की, कृतीच्या आपल्या पातळीवर आपल्या समग्र दलित समाजाला आणण्यात ती असफल ठरली. त्यामुळे या समाजाकडून व्यापक पाठिंबा तिला मिळाला नाही. कामाठीपुऱ्याच्या गलिच्छ वस्त्यांमध्ये वाढलेले या चळवळीचे प्रवर्तक अभावग्रस्तच असले तरी समवयीन ग्रामीण निरक्षर दलित तरुणांपेक्षा ते काही बाबतीत चार पावले पुढेच होते. औद्योगिक- शहरी संस्कृतीच्या स्पर्शातून व विकसित तंत्रज्ञानाच्या सहवासातून त्यांना नवी मूल्यव्यवस्था परिचित झाली होती. नव्या आकांक्षा, नव्या मागण्या, वंचिततेपोटी येणारी अस्वस्थत यांनी त्यांची मने पेटून उठली होती. त्यांच्याइतकी 'सापेक्ष वंचितता' (रिलेटिव्ह डिप्रायव्हेशन) शहरी परिघाबाहेरच्या दलित तरुणाला तीव्रतेने जाणवण्याची शक्यता मुळातच थोडी होती.

'हवे' आणि 'आहे' यांच्यातील फरकातून निर्माण होणाऱ्या तणावाला 'सापेक्ष वंचितता' म्हणतात. समाज जितका विकसित असतो, तितक्या त्याच्या

पैसा, प्रतिष्ठा, सत्ता, सुरक्षा, स्वातंत्र्य, समता वगैरेविषयक आकांक्षा उंच असतात. त्या गोष्टी, जेव्हा अपेक्षेनुसार मिळत नाहीत, किंवा त्यांच्यापैकी एक पदरात पाडून घेण्यासाठी जेव्हा दुसरीची किंमत मोजावी लागते तेव्हा संबंधित समाजगटाला वंचितता जाणवते. तो क्रुद्ध व असंतुष्ट होतो. त्याच्या सापेक्ष वंचिततेच्या तीव्रतेवर आणि व्याप्तीवर त्याच्या हताशपणाचे प्रमाण अवलंबून असते. दलित समाजाकडे या दृष्टीने पाहू लागल्यास तो सामाजिक-मानसिकदृष्ट्या पारंपरिक व्यवस्थेशी जखडला गेला आहे, असे दिसते. त्या गोष्टी दलितांना इतक्या स्वप्नवत् आणि दूरस्थ वाटतात की, हातातोंडाशी आलेला घास कुणी हिरावते आहे, असे वाटून येणाऱ्या हताशपणाला येणारी धार त्यांच्याबाबतीत संभवतच नाही.

त्यामुळे एकूण दलित समाज आक्रमकतेच्या मार्गाने जायला तयार होत नाही. आक्रमकता त्याला आवश्यक वा रास्त वाटत नाही. त्यासाठी लागणारी क्षमताही त्याच्यापाशी बेताचीच असते. 'हे असे चालायचेच' ही धारणा बलवत्तर असल्यामुळे 'हे आम्ही चालू देणार नाही, आम्ही ही चौकट बदलू' या भूमिकेपर्यंत येणे त्यांना जमत नाही. आक्रमकतेचे मूळ सामाजिक इच्छानिर्मिती, सामाजिक इच्छापूर्ती यांच्यात दरी पडण्यात असते. येथे तर मुळात इच्छानिर्मितीच खोळंबलेली, तेव्हा ही दरी जाणवण्याचीही शक्यता नाही. त्यामुळेच दलित पँथरसारख्या चळवळीच्या आक्रमकतेला अपेक्षित प्रतिसाद दलित समाज देऊ शकला नाही. चळवळ पुढे चालवू पाहणाऱ्यांनी या इच्छानिर्मितीकडे लक्ष देणे अगत्याचे आहे. ती कशी करायची हे नेत्यांच्या कल्पनाशक्तीला व प्रतिभेला एक आव्हान आहे.

दुसरी उणीव आढळली ती अशी की, चळवळीमध्ये पँथर्स चळवळ करीत राहिले आणि दलित जनता आपल्या-आपल्या आर्थिक ओढग्रस्तीशी दोन हात करण्यातच व्यस्त राहिली. दलित समाजाच्या आर्थिक अभावग्रस्ततेचा मुकाबला करण्याचे ध्येय चळवळीने स्वीकारलेच नव्हते. नेत्यांचे व्यक्तिगत दुरावे, अपराधभावना, मानसिक असुरक्षितता किंवा फार तर नव्या अस्मितेचा शोध याच या चळवळीच्या प्राथमिक प्रेरणा होत्या. सवर्ण-अवर्ण संबंधांचे समाजशास्त्रीय, मानसशास्त्रीय व आर्थिक अधिष्ठान शोधून अत्याचाराच्या मूळ कारणांचे निरसन करण्यापेक्षा 'हिंसेला प्रतिहिंसा' इतपतच चळवळीचे उद्दिष्ट सीमित राहिले.

निग्रो चळवळीपेक्षा मूलत: निराळे व प्रतिकूल भौतिक पर्यावरण दलित चळवळीला आहे, याचे फारसे भान पँथरांनी दाखवले नाही. निग्रोंच्या लढ्याला एक दीर्घ परंपरा आहे. कृष्णश्रेष्ठत्वाच्या जाणिवेतून एक प्रचंड ताकद तिथे उभी राहिली आहे. दुसरे असे की, ज्या भौतिक-आर्थिक परिस्थितीतून निग्रो गुलामगिरी टिकून राहात होती ती परिस्थिती झपाट्याने बदलत आहे. शेतीच्या आधुनिक

तंत्रज्ञानामुळे गोऱ्यांना निग्रोंची गुलामी आज बरीच अनावश्यक वाटू लागली आहे. अकुशल गुलामांपेक्षा कुशल कामगारांची गरज औद्यागिकीकरणामुळे वाढली आहे. औद्योगिकवाद (इंडस्ट्रियालिझम) प्रभावी ठरून वांशिक भेदभावापेक्षा बरोबरीच्या नात्याने वागणे त्यामुळे त्यांना भाग पडत आहे. अशा वागण्याची पूर्वी जी जबर किंमत गोऱ्यांना मोजावी लागत असे, तेवढी आज लागत नाही. आपल्याकडे हे परिवर्तन अत्यंत मंदगतीने घडत असल्याचाही प्रतिकूल परिणाम पँथरच्या कार्यावर पडला.

अन्य पक्ष व स्वेच्छा चळवळी यांच्याशी दलित पँथरचे आलेले संबंधही या संदर्भात तपासणे महत्त्वाचे आहे. पँथरांनी हिंदू देवदेवता व धर्मग्रंथांवर घणाघाती टीका केल्यामुळे हिंदुत्वनिष्ठ शक्तींचा त्यांना स्पष्ट विरोध राहणे क्रमप्राप्तच होते. पण आश्चर्य असे की, कम्युनिस्ट वगळता इतर सर्वच चळवळींनीही पँथरांना दूरच ठेवले. रिपब्लिकन पक्ष पँथरांच्या प्रखर टीकेचे लक्ष्य होता. पँथर्स आपल्या नेतृत्वाला सुरुंग लावतील, या भीतीने रिपब्लिकन नेते ग्रस्त झाल्याने ते त्यांच्याविषयी सतत संशयी होते, हे समजू शकते. पण समाजवादी पक्ष व चळवळी, ग्रामीण परिवर्तनवादी गटांच्या चळवळी, स्त्रियांच्या चळवळी या सर्वांनीही पँथरबद्दल कधीच आस्था दाखवल्याचे दिसत नाही. पँथरांनीही त्यांना कधी विश्वासात घेतल्याचे व सहकार्य मागितल्याचे आढळत नाही.

असे दिसते की, कॉंग्रेस पक्षाबद्दल मात्र पँथरांनी फारशी परखड भूमिका कधीच घेतली नाही. खेडोपाडी दलितांवर अत्याचार करणाऱ्या वर्गात याच पक्षाचे कार्यकर्ते मोठ्या प्रमाणावर असूनसुद्धा हे घडले, याचे आश्चर्य वाटल्यावाचून रहात नाही. एक कारण बहुधा हे असावे की, ढसाळ आणि ढाले या दोघांनाही श्रीमती गांधींच्या व्यक्तिमत्त्वाबद्दल व नेतृत्वाबद्दल काहीसा पूज्यभाव होता. ढाले तर्कशास्त्राचा आव आणून जेव्हा, 'इंदिरा ही स्त्री आहे, सर्व स्त्रिया दलित आहेत, म्हणून इंदिरेला विरोध नको' असे तर्कदुष्ट(!) विधान करतात, किंवा ढसाळ जेव्हा 'प्रियदर्शनी-इतिहासाचे एक अपरिहार्य पात्र' अशी आदरांजली कवितेतून देतात तेव्हा हा पूज्यभावच व्यक्त होतो. पण तरीही कॉंग्रेसच्या कळपातल्या कार्यकर्त्यांनी मात्र कधीच पँथरला जवळ केले नाही. अर्थात याचे आश्चर्य वाटण्याचे कारण नाही. दलितांचा आपल्या राजकारणाच्या सोयीनुसार हवा तसा वापर करून घेणाऱ्या कॉंग्रेसला वंचित दलितांचे दु:ख समजणे स्वरूपत:च अशक्य होते. आंबेडकरांनी हे फार पूर्वीच ओळखले होते. मात्र रिपब्लिकन पक्षाइतकेच पँथरही भ्रमात राहिले.

फक्त कम्युनिस्टांनी दलित पँथरविषयी आस्था दाखवली, हेसुद्धा त्यांच्या परंपरेला धरूनच झाले. स्वत:च्या बळावर तळपातळीपासून चळवळ बांधीत आणण्याचे चिवट कार्य करण्यापेक्षा आयत्या उभ्या राहिलेल्या बहुजनांच्या वा दलितांच्या

चळवळी हाताशी धरून कम्युनिस्टांनी लोकप्रियतेचे लघुरस्ते अनेकदा जवळ केले होते. या चळवळींना वैचारिक दिशा आपण नाही द्यायची तर कोण देणार, असा त्यांचा पूर्वापार समज रहात आला आहे. शेतकरी कामगार पक्षाला मार्क्सवादाची सभा द्यायला कॉ. चितळे, कॉ. लिमये, कॉ. तुळपुळे प्रभृती सहप्रवासी सरसावले होते, त्याच इतिहासाची पुनरावृत्ती दलित पँथरबाबतही झाली. शेकापच्या माथी जसा दाभाडी प्रबंध मारला गेला, तसाच पँथरलाही लाल जाहीरनामा देण्यासाठी कम्युनिस्ट तत्पर राहिले, आणि दाभाडी प्रबंधाने शेकापमध्ये फाटाफूट होऊन त्या पक्षाचे जसे कंबरडे मोडले तेच या जाहीरनाम्यामुळे दलित पँथरचे झाले. शंकरराव मोरेंप्रमाणे ढसाळांनाही आपण कम्युनिस्टांपेक्षाही अस्सल कम्युनिस्ट आहोत या कल्पनेने झपाटले, त्यांनीच जवळ केलेल्या कम्युनिस्टांपासून लवकर त्यांनी फारकत घेतली आणि आपल्याच चळवळीत ते एकाकी पडले.

चळवळीला विचारसरणीची आवश्यकता असते, यावर दुमत संभवत नाही. जनमानसातील असंतोषाच्या उत्स्फूर्त उद्रेकाला दिशा देणे, सभोवताली जे घडते त्याचा अन्वयार्थ लावणे, व्यक्तीला व गटांना संस्था, मूल्यप्रणाली व सामाजिक संरचनेशी सांधणे यांपैकी काहीच विचारसरणीवाचून घडू शकत नाही. शिवाय चळवळीला तिच्या प्रश्नांना धरून तात्कालिक व दीर्घकालीन कार्यक्रम देणेही स्पष्ट विचारसरणीतूनच शक्य होते. आधुनिक समाजातल्या ठळक प्रवाहाचे विश्लेषण करण्यात मार्क्सवादाची विचारसरणी उपयुक्त आहे, याबद्दलही शंका नाही. संपूर्ण समाजाचा व मानवी इतिहासाचा शास्त्रीय, सखोल व सैद्धांतिक विचार दुसऱ्या कोणत्याच विचारसरणीने केलेला नाही. त्यामुळे तिचे आकर्षण नामदेव ढसाळांना वाटणे स्वाभाविकच होते. पण मार्क्सवादाच्या प्रदीर्घ वाटचालीत उद्‌भवलेली मतमतांतरे, भाष्यकारांनी परिस्थितीसापेक्ष त्या विचाराला दिलेली वळणे, वगैरे बारकावे समजावून घेण्यात ढसाळ कमी पडले. त्यांनी काही कम्युनिस्ट मित्रांवर त्यासाठी भिस्त ठेवली. या देशात कधीकाळी मार्क्सवाद आलाच तर तो कम्युनिस्ट पक्षाद्वारे येणार नाही, हे ढसाळांनी लक्षात घ्यायला हवे होते. तसा त्यांचा कम्युनिस्टांवर रोषही होताच. परखडपणे तो ते व्यक्तही करीत असत. पण कम्युनिस्टांशी हाडवैर असलेल्या ढालेप्रभृती नेत्यांनी ढसाळांना 'कम्युनिस्ट' ठरवून दूर केले, तर पँथरमध्ये शिरलेल्या कम्युनिस्टांनी ढसाळांना 'रिव्हिजनिस्ट' ठरवून त्यांची साथ सोडली. या गदारोळात पँथर चळवळीचे अतोनात नुकसान झाले. नेत्यांमध्ये फाटाफूट आणि कार्यकर्त्यांत निष्क्रियतेचा प्रादुर्भाव झाला. एक जिवंत आक्रमकता क्रांतिप्रवण होण्यापूर्वी जमीनदोस्त झाली.

संघटनाबांधणी आणि नेतृत्व हेही पँथर चळवळीतील कच्चे दुवे ठरले

आहेत. चळवळीच्या बिनीच्या नेत्यांमध्ये, भावनिक पातळीवरचा असंतोष वगळता अन्यत्र, मतैक्यापेक्षा मतभिन्नतेचेच प्रमाण मोठे होते. त्यामुळे त्यांच्या प्रयत्नांत सुसूत्रता वा ध्येयधोरणात एकवाक्यता कधी आढळलीच नाही. कोणतीही संघटना उत्स्फूर्तपणे कधीच उभी रहात नसते. विविध कार्यक्रमांद्वारे व सलग व्यूहनीतीमधूनच ती बांधावी लागते. यात नेतृत्वाची भूमिका महत्त्वाची असते. भेदक अंतर्दृष्टी, परिपक्व शहाणपण, वकूब, साधनसामुग्री जमवण्याची क्षमता, व्यक्ती व गटांना एकत्र ठेवण्याची हातोटी, कार्यक्रमांची सामूहिक आखणी व अंमलबजावणी, भाषणे, संघर्ष व मार्गदर्शनामधून विचारसरणीचे संस्कार करण्याची कुवत नेतृत्वाच्या ठिकाणी असणे चळवळीस उपकारक ठरत असते.

पँथरचे नेतृत्व यादृष्टीने कुचकामी ठरले. चळवळ चालवण्यासंबंधीच्या ढसाळांच्या धारणा बऱ्याच विपर्यस्त होत्या. मल्लिकाच्या आत्मचरित्रात त्याची झलक मिळते. कविता आणि राजकारणाचा मेळ प्रथमच घालण्याचे श्रेय ढसाळांना देतानाच ते कवी म्हणून मोठे, संघटक म्हणून कच्चे ठरले, हा निर्वाळाही द्यावा लागतो. त्यांच्या व्यक्तिमत्त्वाच्या मर्यादा चळवळीवर पडल्या आणि स्वभावाच्या वैचित्र्याचा चळवळीला उपसर्ग झाला, असे स्पष्ट दिसते. मार्क्सवादी निष्ठेखातर मित्रांनाही तोडणारे ढसाळ भारतीय जनता पक्षाबद्दल अनुकूल भूमिका घेतात किंवा रा. स्व. संघाला शिफारसपत्र देतात हे पाहिल्यावर अचंबा वाटला. बेदरकारपणा व ऐसपैस वागणे व्यक्तिमत्त्वाला लोभस करीत असले तरी चळवळ वाढण्याच्या दृष्टीने घातक ठरते. पँथरचे नेते शक्य असूनही आपापसात मेळ घालू शकले नाहीत. अत्याचारप्रसंगी धावून जाण्याखेरीज अन्य दैनंदिन कार्यक्रम ते आपल्या कार्यकर्त्यांना देऊ शकले नाहीत. जुजबी व भावनिक प्रश्नांवर त्यांनी मौलिक व तातडीच्या प्रश्नांपेक्षा अधिक भर दिला. त्यामुळेच चळवळ प्रभावी ठरू शकली नाही.

चळवळीची ध्येये कितपत संदिग्ध वा स्पष्ट आहेत; तिची संघटना कितपत शिथिल वा बांधीव आहे आणि नेतृत्व कितपत निष्प्रभ आहे, यावरून चळवळीचे 'सर्वसाधारण चळवळी' व 'विशिष्ट चळवळी' असे वर्गीकरण हर्बर्ट ब्लूमर करतो. पण या दोहोंखेरीज तिसराही एक प्रकार त्याने सांगितला असून त्याला तो 'आविष्कारी चळवळी (एक्स्प्रेसिव्ह मुव्हमेंन्टस्)' असे नाव देतो. याप्रकारच्या चळवळींच्या प्रवर्तकांना आपण आपल्या भावनांचे जाहीर प्रगटीकरण केले आणि आंदोलनात सहभागी झालो, एवढ्यातूनही समाधान लाभते. दलित पँथर या चळवळीचा अंतर्भाव या तिसऱ्या प्रकारात करावा लागेल.

●●●

१९.
आंबेडकरानंतरचे दलित नेते कमी कुवतीचे

अरुण साधू

गेल्या चार-पाच महिन्यांत दलित पँथरच्या चळवळीला जे वळण लागले आहे, ते पाहून पँथरवर प्रेम करणाऱ्या अनेकांची निराशा झाली आहे. धूमकेतूप्रमाणे महाराष्ट्राच्या सामाजिक पटलावर एकाएकी उगवलेल्या या कोवळ्या पण जहाल चळवळीला अवघ्या अडीच-तीन वर्षांच्या कालावधीत फुटीरतेचे ग्रहण लागावे, हे खरोखरच खेदजनक आहे. परंतु एका अर्थी जे झाले तेही योग्यच झाले असेही एका बाजूने वाटावे, अशी परिस्थिती आहे. म्हणजे असे की, वैचारिकदृष्ट्या परस्परविरुद्ध टोकाचे लोक आपापल्या दिशा स्पष्ट करून वेगळे झाले, हे एकापरीने बरे झाले. आणि दुसरे म्हणजे, अगदी अल्पावधीत या चळवळीने अनेकांच्या मनात भलत्याच रोमँटिक अपेक्षा निर्माण करून ठेवल्या होत्या. या स्वप्निल अपेक्षांची भरारी आणखी वाढवण्याआधीच हे प्रकरण घडून सारे अपेक्षाकार जमिनीवर आपटले, हेही ठीकच झाले. पँथरनेही पहिली ठोकर घेतली, तेव्हा तेही जागे होतील. या पार्श्वभूमीवर आता दलित पँथरच्या चळवळीविषयी निदान तटस्थपणे बोलण्याचे वातावरण तरी निर्माण होईल.

दलित पँथर नेते-नामदेव ढसाळ आणि राजा ढाले यांनी जाहीरपणे एकमेकांची उणीदुणी काढून जवळ जवळ काडीमोड घेतलेला आहे. महाराष्ट्रभर जे पँथर पसरले होते, त्यांच्यात यानिमित्ताने साहजिकच थोडी खळबळ झाली. आणि शेवटी ही फूट सर्वदूर झाली. आता राजा ढालेचे पँथर्स आणि नामदेव ढसाळचे पँथर्स अशा दोन चळवळी झाल्यासारख्या आहेत. पुण्यातल्या पँथर्सनी ढालेंचा धिक्कार केला आहे आणि ढाले गटाने नागपूर येथे आयोजित केलेल्या अधिवेशनावर बहिष्कार घातला. आपली बाजू ढाले यास समजावून सांगण्याचा जास्तीत जास्त प्रयत्न करून फूट साधून घेऊ असे जरी ढसाळ याने जाहीरपणे सांगितले असले, तरी त्या दोघांनी एकमेकांवर जे प्रच्छन्न आरोप केले आहेत, त्यावरून पँथर्स पुन्हा

एक होणे हे जरा कठीणच आहे.

पँथर्स चळवळीचे मूल्यमापन करताना आता प्रश्न असा येईल की, कोणत्या गटाचे विचार आणि कृती अधिकृत मानायची? पँथरमध्ये फूट होण्यापूर्वी दलित पँथरची म्हणून जी प्रतिमा होती, पँथरने प्रसिद्ध केलेल्या भूमिकेत जे विचार होते, त्या प्रतिमेशी आणि विचारांशी सुसंगत वर्तन करणाऱ्यांनाच अधिकृत पँथर मानावयास हवे. कोणत्या गटाला किती पाठिंबा आहे, यावरून हे ठरू शकणार नाही.

त्यामुळे पँथरविषयी लिहिताना फूट पडण्यापूर्वीच्या पँथरचाच विचार करावा लागेल. पँथरने जी कामगिरी बजावली आहे, तिची दखल इतिहासाला घ्यावीच लागेल. दलित पँथरची प्रतिमा काय होती? तर सर्वंकष आणि सशस्त्र क्रांतीचा उघड, उच्चरवाने पुरस्कार करणारी महाराष्ट्रातील एकमेव संघटना. संसदीय लोकशाहीवरील आपला अविश्वास प्रकट करून दलित पँथरने महाराष्ट्रात क्रांतीचे शिंग फुंकले. साहित्यिक चळवळीपासून तो बी. डी. डी. चाळीतील मारामाऱ्यांपर्यंत पँथरने मजल मारली.

पँथरने आपल्या जाहीर केलेल्या भूमिकेत म्हटले आहे :

'दलितांचा मुक्तिलढा सर्वंकष क्रांती इच्छितो. भागश: बदल आम्हाला नको. आम्हाला आर्थिक, राजकीय, सांस्कृतिक वरिष्ठ स्थानांवर आमचे प्रभुत्व स्थापन करावे लागेल. आता आम्ही अल्पसंतुष्ट राहणार नाही. आम्हाला ब्राह्मण आळीत जागा नको. आम्हाला साऱ्या देशाचे राज्य पाहिजे. आमचे लक्ष्य केवळ व्यक्ती नसून व्यवस्था आहे. हृदयपरिवर्तनाने, शिक्षणातील उदारमतवादाने आमच्यावरील अन्याय, आमचे शोषण थांबणार नाही. आम्ही क्रांतिकारक समूह जागे करू, संघटित करू. या प्रचंड समूहांतील संघर्षापासून क्रांतीची लाट येईल. सनदशीर अर्ज, विनंत्या, सवलतीच्या मागण्या, निवडणुका, सत्याग्रह यामधून समाज बदलणार नाही. आमच्या समाजक्रांतीच्या कल्पना व बंड या कागदी जहाजाला पेलणार नाही. त्या मातीत रुजतील, मनात फुलतील, पोलादी वाहनातून सणसणत अस्तित्वात येतील-'

केवळ अडीच वर्षांच्या काळात पँथरने ही आक्रमक आणि क्रांतिकारी जहाल भूमिका स्वीकारली. अडीच वर्षे हा फार मोठा कालखंड नाही. पावशतक, अर्धशतक टाचा घासाव्या लागतात, तेव्हा कुठे क्रांतिकारकांच्या नजरेच्या टप्प्यात क्रांती येऊ शकते. संघटना बांधावी लागते, जनजागृती करावी लागते, अनेक पराभव पचवावे लागतात. अडीच वर्षांचा कालखंड त्यामानाने काहीच नाही.

परंतु कोणत्याही चळवळीच्या आरंभीच्या काळातच तिच्या भावी यशाचे किंवा अपयशाचे बी रुजले जाते. त्यादृष्टीने हा अडीच वर्षांचा कालखंड दुर्लक्षून

चालणार नाही. या सुरुवातीच्या काळात दलित पँथरने जी वाटचाल केली, तिचा आढावा घेणे याच दृष्टीने महत्त्वाचे आहे. चळवळीचे बीज कसे रुजले, सुरुवातीला चळवळीचे उद्दिष्ट काय होते, ते कसेबसे विस्तारत आणि प्रगत होत गेले, त्या उद्दिष्टांच्या प्राप्तीसाठी चळवळीने कशी वाटचाल करण्यास सुरुवात केली, कोणत्याही यशाला आवश्यक असलेल्या संघटनात्मक रचनेचा पाया कसा उभारला, हे तपासणे आवश्यक असते.

दलित पँथरचे वैशिष्ट्य असे, की दलितांसाठी कोणी इतरांनी उभारलेली ती संघटना नसून स्वत: दलितांनीच बांधलेली संघटना आहे. यातच या संघटनेच्या तात्काळ आकर्षणाचे रहस्य दडलेले आहे. महात्मा गांधींनी हरिजनोद्धाराचे नारे लावले, पण त्यांना काही जमले नाही. पण दलितांमधूनच जेव्हा डॉ. बाबासाहेब आंबेडकर पुढे आले तेव्हा हजारो वर्षे जणू निष्प्राण पडून राहिलेल्या हिंदू-अस्पृश्यांमध्ये स्वत्वाचा नवा प्राण फुंकला गेला. या स्वत्व मिळविलेल्या परंतु निष्क्रिय राहिलेल्या विफल दलितांमध्ये काही काळ का होईना, पण नवा जोम आणण्याचे कार्य दलित पँथरने अगदी थोडक्या अवधीत केले.

पँथरचे आणखी एक वैशिष्ट्य हे की दलितोद्धार हे संकुचित उद्दिष्ट पँथरने समोर ठेवलेले नव्हते. एक तर त्यांनी या शब्दाची व्याख्या करून केवळ हिंदू-अस्पृश्यच नव्हे तर सर्व आर्थिक व सामाजिक शोषितांच्या प्रगतीचे कंकण हाती बांधले होते आणि दुसरे म्हणजे प्रचलित सामाजिक, आर्थिक व राजकीय व्यवस्था बदलल्याशिवाय हा दलितोद्धार शक्य नाही हे ओळखून सर्वंकष क्रांतीचे शिंग त्यांनी फुंकले होते.

वर उद्धृत केलेल्या परिच्छेदात पँथरच्या महत्त्वाकांक्षेची झेप लक्षात येते. हिंदू सामाजिक व्यवस्थाच एवढी विचित्र आणि अन्यायकारक आहे की ही सामाजिक घडी मोडल्याशिवाय समाजातील दलितांची आर्थिक व राजकीय प्रगती होणे अशक्य आहे. अस्पृश्यता घटनाबाह्य ठरविल्याला आता पंचवीस वर्षे होत आली. परंतु त्याचा विशेष परिणाम झाला नाही. सामाजिक दृष्टीने जातिबंधने थोडी शिथिल होत असल्यासारखी जरी भासत असली तरी राजकारणातील जातीयता अधिक कठोर स्वरूपात प्रकट होऊ लागली आहे. जातीयतेचे हे भूत संपूर्णपणे गाडल्याशिवाय या देशाची प्रगती अशक्य आहे. प्रचलित संसदीय लोकशाहीने जातीयता वाढविण्यासच मदत केली आहे, असे गेल्या पंचवीस वर्षांचा इतिहास सांगतो. याच राजकीय पद्धतीने आर्थिक विषमतेची दरीही वाढली आहे. ही सर्व व्यवस्था बदलण्यासाठी सर्वंकष क्रांतीच हवी. त्यादृष्टीने दलित पँथरने जी अस्पष्टपणे वैचारिक भूमिका पत्करली होती, ती ढोबळ मानाने शास्त्रीय दृष्ट्या योग्यच होती, स्वीकारलेल्या

वैचारिक भूमिकेच्या शास्त्रीय शुद्धतेवर एखाद्या चळवळीचे यश अवलंबून आहे, असे मानले तर त्यासाठी पँथरला काही गुण द्यायलाच हवेत.

गेली सुमारे दोन हजार वर्षे अस्पृश्य समाज मूकपणे सर्व तऱ्हेचा अन्याय सोशीत आला आहे. या दोन हजार वर्षांच्या इतिहासातील हा पहिलाच प्रसंग असा की ज्यावेळी या तथाकथित अस्पृश्यांनी स्वत: एवढी आक्रमक भूमिका घेतली. एरवी सत्तास्थाने ताब्यात घेण्याची तर बातच सोडा पण अस्पृश्यतेचे जू देखील झुगारून देण्याचा विचारही या समाजाने या शतकापर्यंत केला नव्हता. तो विचार त्यांना डॉ. आंबेडकरांनी शिकविला. म्हणून ते युगप्रवर्तक.

डॉ. आंबेडकरांनी दलितांमध्ये स्वत्वाची जाणीव निर्माण केली आणि स्वातंत्र्याची आकांक्षा निर्माण केली. या आकांक्षा जोपासत नवा शिक्षित तरुण दलितांमध्ये वाढला. परंतु डॉ. आंबेडकरांनंतर या नव्या अस्वस्थ तरुणांना योग्य नेता मिळालाच नाही. शिक्षण वाढत गेले तशा अपेक्षा आणि आकांक्षा वाढत गेल्या. परंतु समाजपद्धती बदलली नव्हती. अपेक्षांची पूर्ती होत नव्हती. समाजपद्धती बदलवून या आकांक्षांना वाव देण्याची धमक असणारे नेतृत्व नव्हते. त्यामुळे बहुसंख्य दलित तरुण विफलतेच्या गर्तेतच ढकलले जात होते.

आंबेडकरांनंतर आलेले दलितांचे नेते कुवतीने कमी होते. अदूरदृष्टी होते. दलितांचा स्वतंत्र आवाज उठविण्याऐवजी सत्तारूढ पक्षाच्या आश्रयाला राहून वैयक्तिक स्वार्थ साधण्यात ते गुंतले होते. त्यामुळे दलितांना मिळालेल्या तथाकथित सवलतींचा फायदा सत्तेच्या आश्रयाखाली वावरणाऱ्या काही मर्यादित गटांना मिळत गेला आणि बहुसंख्य नवशिक्षित दलित तरुणांच्या वैफल्याला वेगळीच धार चढत गेली.

एकीकडे ही अशी आर्थिक व राजकीय वैफल्याची धार तीव्र होत असतानाच दुसरीकडे दलितांवरील सामाजिक अन्यायाची प्रकरणे, अधिकाधिक उघड होऊ लागली होती.

बी. डी. डी. चाळ प्रकरणानंतर अनेक राजकीय पक्षांनी दलित पँथरला आपल्या जाळ्यात ओढण्यासाठी गळ टाकले. त्यांपैकी उजवे कम्युनिस्ट दलित पँथर्स आपल्याच बाजूचे आहेत, हे दाखविण्यात थोडेफार यशस्वी झाले.

चळवळीचे ऐतिहासिक मूल्यमापन पुढे भविष्यात होईलच. दलित पँथरने आतापर्यंत नेमके काय साधले? विफल, पिचलेल्या दलित तरुणांसाठी पँथरने एक आवाज दिला, संतापाची डरकाळी फोडली हे मोठे काम केले. पण नुसती डरकाळी फोडली. पुढची कृती अजून व्हायची होती. दलित पँथर ही अद्यापही चळवळच होती. अजून तिचे घट्ट संघटनेत रूपांतर व्हायचे होते. दलित पँथरने पुकारलेल्या सर्वंकष क्रांतीच्या प्राप्तीसाठी शिस्तबद्ध कठोर संघटनेची नितांत आवश्यकता होती.

संघटनेशिवाय पँथर यशस्वी होऊ शकली नसती. शिवसेना ही एक चळवळ होती. शिवसेनेला खऱ्या अर्थाने संघटना कधीच नव्हती. त्यामुळेच तिचे आयुष्य मर्यादित ठरले गेले. दलित पँथरने संघटना बांधली नाही तर ही चळवळदेखील त्याच मार्गाने जाईल, असे वाटत होतेच. पँथरने मारलेली डरकाळी केवळ शिकाऱ्याचे लक्ष वेधून घेण्यापुरती उपयोगी ठरली. या डरकाळीने अनेकांचे लक्ष वेधून घेतले. या शिकाऱ्यांनी पँथरच्या निदान एका गटाला तरी खाऊन सबंध चळवळ जायबंदी केली, असे दुर्दैवाने म्हणावे लागत आहे.

संघटना बांधण्याच्या दृष्टीने पँथरमध्ये खऱ्या अर्थाने हालचाल सुरू झालीच नव्हती. पँथरला मिळालेला पाठिंबा उत्स्फूर्त होता. गावोगावी पँथरच्या मोठ्या सभा होत. तरुण दलित विद्यार्थी मोठ्या संख्येने त्या सभांना जमत. पण त्यांना पँथरशी कायमचे संघटनात्मकरीत्या बांधून ठेवण्याचे प्रयत्न दिसत नव्हते. संघटनेशिवाय क्रांतीचे स्वप्न पाहणे म्हणजे निव्वळ वल्गना किंवा आत्मघात. दलितांचा केवळ संतापाचा आवाज उठविणे हेच पँथरचे जीवितकार्य आहे काय? तसे असेल तर ठीक. पण काही क्रांतिकारक कृती करायची असेल तर संघटना हवीच.

पँथरने आपल्या भूमिकेत दलितांची व्याख्या व्यापक केली खरी, परंतु तथाकथित बौद्ध व हरिजनांशिवाय इतर दलितांना आपल्यात ओढण्याचा प्रयत्न पँथर करीत होते काय? या प्रश्नाचे उत्तर देणे कठीण आहे. वास्तविक पाहता पुरोगामी तरुणांच्या अनेक संघटना दलित पँथरकडे मोठ्या आशेने पाहत होत्या, परंतु पँथर अशा संघटनांशी फटकूनच वागत आली. पँथरमध्ये हरिजनेतर व बौद्धेतर तरुण हाताच्या बोटावर मोजण्याएवढे तरी सापडतील की नाही, शंकाच आहे.

बी. डी. डी. चाळीच्या दंगलीला मोठ्या प्रमाणात प्रसिद्धी मिळून पँथरला बरीच सहानुभूती लाभली खरी; परंतु या दंगलीचा एक तोटा असाही झाला की या चळवळीला जातीय स्वरूप येते की काय, अशी भीती निर्माण झाली. एकीकडे सवर्ण हिंदू तर दुसरीकडे पँथरच्या नेतृत्वाखाली हरिजन व बौद्ध असे स्वरूप या मारामारीला आले. या मारामारीमुळे पँथरला बरेच नवे अनुयायी मिळाले हे खरे असले तरी दंगलीच्या जातीय स्वरूपामुळे स्थानिक सवर्ण हिंदू पँथरपासन दूरच गेले. बी. डी. डी. चाळीतील तथाकथित सवर्ण हिंदू आणि बौद्ध व हरिजन यांची आर्थिक आणि वर्गीय पातळी एकच आहे. दंगलीची संपूर्ण जबाबदारी जरी सवर्ण हिंदूंवर टाकली तरी मग पँथरला या दंगलीचे भांडवल करता येणार नाही.

पँथरची स्थिती अशी विलक्षण होती. स्वबांधवांचे आणि भगिनीचे रक्षण करतो म्हटले तर पँथरला स्ववर्गीय व स्वत:च्या व्याख्येप्रमाणे दलितांवरच हात

उगारावा लागतो. आणि या कृतीला पुन्हा जातीय वळण लागते. आणि तथाकथित सवर्ण-हिंदू स्ववर्गीय असले तरी ते जर स्वबांधवांवर हमला करीत असतील तर पँथरला स्वस्थ तरी कसे बसता येणार? नाही तर पँथरच्या अस्तित्वालाच अर्थ उरणार नाही. ही विचित्र परिस्थिती निर्माण केली आहे, अर्थातच आपल्या दुष्ट समाजव्यवस्थेने.

स्वसंरक्षणाचे आणि प्रतिकाराचे लढे लढताना अजूनही पँथरने आणि पँथरच्या कार्यकर्त्यांनी या सामाजिक विरोधाभासाची जाणीव विसरता कामा नये. त्यांना या विरोधाभासाविरुद्धही लढायचे आहे, ही जाणीव ते जर विसरले तर मोठा अनवस्था प्रसंग येईल. या लढ्यांना शूद्र जातीय दंगलीचे स्वरूप प्राप्त होईल आणि त्यात पँथरचा सहज बळी पडेल. अर्थात ही जाणीव ठेवून प्रतिकाराचे लढे लढणे हे मोठे कठीण असिधाराव्रत आहे, यात शंका नाही. पण ते न पाळले तर पँथरचे सर्वंकष क्रांतीचे स्वप्न तर दूरच राहील, पण पँथर, रिपब्लिकन पक्षाच्या इतर अनेक शाखांप्रमाणे एक शाखा बनून राहील, अधिक आक्रमक आणि प्रामाणिक एवढेच.

आज दलित पँथरच्या सभांमध्ये जी भाषणे होतात त्यावरून पँथरच्या कार्यकर्त्यांना ही जाणीव आहे की नाही, अशी शंका निर्माण होते. औरंगाबादेत दलित विद्यार्थ्यांच्या शिष्यवृत्तींचे जे आंदोलन झाले, ते ही जाणीव निर्माण करून दलितेतरांना पँथरमध्ये ओढण्याची नामी संधी देणारे होते. पण पँथरने ही संधी गमावली.

हा जो माणूस आपल्याशी लढतो आहे तो आहे खरा आपलाच वर्गीय बांधव, पण आपण उच्च वर्णाचे आहोत, असा खोटाच भ्रम सवर्णाला झाला आहे. त्याचा हा भ्रम उतरवून त्याला आपल्याबरोबर घेऊन खरा लढा पुढेच लढायचा आहे, ही जाणीव असावयास हवी. त्यासाठी जे जे म्हणून हरिजन व बौद्धेतर दलित अथवा दलितांचे सहानुभूतीदार असतील त्या सर्वांना पँथरमध्ये येण्यास मोकळी वाट ठेवायला हवी. त्यांना उत्तेजन द्यायला हवे. असे दिसत नाही. किंबहुना थोडेसे याच्या उलट आहे. पँथर हा स्वत:तच मुरडून बसणारा गट बनत चालला होता. राजा ढाले ज्या गटाचे नेतृत्व करीत आहे, त्याचे स्वरूप असेच आहे काय, अशी शंका येते. दलित वर्गातील केवळ एका समाजावर अवलंबून राहून आणि इतरांचे वैर पत्करून सर्वंकष क्रांती साधणार नाही.

आज वस्तुस्थिती अशी आहे, की जिथे जिथे दलित पँथर लढा देऊ लागले तिथे तथाकथित सवर्ण-हिंदू आणि हरिजन व बौद्ध यांच्यामधील दरी वाढते आहे, एवढेच नव्हे तर परस्परांविषयी विषारी द्वेषाची भावना निर्माण होते आहे. सवर्ण-हिंदूमधे 'हरिजनांना अधिक सवलती मिळतात, चटकन बढत्या आणि नोकऱ्या

मिळतात' म्हणून त्यांच्याविषयी द्वेष, तर हरिजनांमध्ये 'हेच ते आपल्यावर अत्याचार करणारे, हजारो वर्षे गुलामगिरीत दडपणारे' म्हणून सवर्ण-हिंदूंविषयी द्वेष. बी. डी. डी. चाळीतील दंगलीच्या मुळाशी हाच विखार होता, याबद्दल शंका नाही. तात्कालिक कारण काहीही असो.

याही वस्तुस्थितीकडे डोळेझाक करून क्रांती साधणार नाही. ज्या कुणाला या देशात क्रांती करायची आहे, त्याला वर्गीय ऐक्य सांधताना आरंभीच येणारा हा मोठा अडथळा आहे. दलित पँथरपुढे या प्रश्नाचे मोठेच आव्हान होते. केवळ हिंदूंच्या देवदेवतांना शिव्या देऊन भागणार नाही. त्याने ही दरी वाढतच जाईल आणि सर्वंकष क्रांतीचे उद्दिष्ट अधिकाधिक दूर जाईल. देवदेवतांविषयक भोंगळ कल्पनांचा दंभस्फोट करायलाच हवा. परंतु तो अशा रीतीने करावा की ज्यायोगे ही दरी वाढणार नाही आणि परस्पर अविश्वासाचे व संशयाचे वातावरण निर्माण होणार नाही. काट्यानेच काटा काढायला हवा. पँथरमधील तथाकथित सवर्ण-हिंदूंनीच हे काम हाती घेतले पाहिजे. राजा ढालेसारखी मंडळी हे काम करू लागतील, तर त्यांचे हे कृत्य कितीही समर्थनीय असले तरी ते मारच खातील हे सिद्ध झाले आहे. एखादा कुमार सप्तर्षी हिंदू देवदेवतांना शिव्या देऊ लागला तर तोही मार खातो, पण त्याच्याविषयी संशय निर्माण होत नाही. त्याच्या शिव्या अधिक परिणामकारक होऊ शकतात.

भारताची सामाजिक परिस्थिती अशी विचित्र आहे, की इथे सर्वंकष क्रांती करणे हे एक मोठे कठीण दिव्य आहे. भाषाभेद, प्रांतभेद, धर्मभेद आणि जातिभेद यांनी या समाजाचे एवढे असंख्य तुकडे करून टाकले आहेत, की त्यांना साधून सर्व देशात एकसमयावच्छेदेकरून वर्गीय उठाव घडवून आणणे, ही मोठी अवघड बाब आहे. या देशातील औद्योगिक कामगारांमध्ये या विषारी भेदाभेदांच्याही वर येण्याची थोडीफार क्षमता आहे. परंतु या शेतीप्रधान देशात औद्योगिक कामगार खरी क्रांती आणू शकणार नाही. भारतातील क्रांतीचे खरे अग्रदूत हे सर्वार्थाने दलितच. पँथरच्या व्यापक व्याख्येतील दलित वर्ग. पण हाच क्रांतीचा अग्रदूत आज जातिभेदांमुळे फुटलेला आहे. या वर्गाला आज प्रथम सांधायला हवे. हे मोठे कठीण आहे. पण सर्वंकष क्रांतीचे कंकण बांधणाऱ्या कोणालाही हे आव्हान स्वीकारायलाच हवे.

●●●

परिशिष्ट - १

दलित पँथर
(घटना आणि कार्यक्रम)

पँथरची भूमिका मांडण्यासंबंधीची आवश्यकता

कलम १ : या संघटनेचे नाव 'दलित पँथर' असे राहील.

कलम २ : बोधचिन्ह : पांढऱ्या पार्श्वभूमीवर काळ्या रंगात काढलेला चित्ता व त्याच्याभोवती पांढऱ्या रंगात 'दलित पँथर' अशी वर्तुळाकार काढलेली अक्षरे हे ह्या संघटनेचे बोधचिन्ह राहील.

कलम ३ : रुंदीच्या दीडपट लांबी असलेले, वरचा पट्टा लाल व खालचा पट्टा काळा आणि वर उजव्या कोपऱ्याल लाल पट्ट्यामध्ये 'काळा चित्ता' हे ह्या संघटनेचे निशाण राहील.

कलम ४ : सभासदत्व : ज्याला पँथरचा जाहीरनामा व घटना मान्य आहे, जो या संघटनेत कार्य करण्यास, नियमितपणे संघटनेची वर्गणी देण्यास व संघटनेचे निर्णय अंमलात आणण्यास तयार आहे अशा अठरा वर्षांच्या किंवा त्याहून जास्त वय असलेल्या अशा दलित-श्रमिक वर्गातील कोणत्याही भारतीय नागरिकास या संघटनेचा सभासद होता येईल.

कलम ५ : या संघटनेचा मूळ घटक छावणी हा असेल. कुठल्याही मोहल्ल्यात गावात किंवा शहरात किमान पंचवीस सभासदांची छावणी राहील.

कलम ६ : संघटनेचा सभासद होण्यासाठी दुसऱ्या एका सभासदाच्या शिफारशीसह छावणी-प्रमुखाकडे अर्ज करावा. छावणीने मान्यता दिल्यानंतर त्याला सभासदत्व मिळेल.

कलम ७ : छावणीच्या सभासदांनी एकमताने अगर बहुमताने छावणीप्रमुखाची निवड करावी.

कलम ८ : पँथरचा सर्वोच्च घटक 'पँथरचे वार्षिक अधिवेशन' हा राहील.

कलम ९ : प्रत्येक छावणीने निवडलेले किमान पाच प्रतिनिधी, असे सर्व

छावण्यांचे प्रतिनिधी मिळून प्रतिनिधींचे वार्षिक अधिवेशन होईल.

कलम १० : पँथरच्या वार्षिक अधिवेशनामध्ये पँथरचे सर्वोच्च राजकीय मंडळ व संघटना-मंडळ एकमताने अगर बहुमताने निवडले जाईल. दोन अधिवेशनांच्या मधल्या काळात हे मंडळ पँथरचे राजकीय व संघटनात्मक निर्णय घेणारे सर्वोच्च मंडळ राहील. छावणीप्रमुख हे या सर्वोच्च मंडळाला राजकीय व संघटनात्मक दृष्ट्या जबाबदार राहतील. व या सर्वोच्च मंडळाचे निर्णय त्यांना अमलात आणावे लागतील.

कलम ११ : पँथरची संघटना लोकशाही मध्यवर्तित्वाच्या तत्त्वावर आधारलेली राहील. लोकशाही मध्यवर्तित्व म्हणजे पँथरचे छावणीप्रमुखापासून ते सर्वोच्च राजकीय संघटना मंडळापर्यंतच्या घेतलेल्या राजकीय व संघटनात्मक निर्णयांची अंमजलबजावणी करणे आणि दोन अधिवेशनांच्या मधल्या काळात सर्वोच्च मंडळाचे निर्णय अंमलात आणणे हे पॅन्थरच्या प्रत्येक सभासदाचे कर्तव्य राहील. या अर्थाने ही संघटना मध्यवर्तित्व मानते.

कलम १२ : प्रत्येक छावणीत एक छावणीप्रमुख, एक उपप्रमुख व एक खजिनदार एकमताने अगर बहुमताने निवडावेत.

कलम १३ : कोणत्याही गावात किंवा शहरात एकाहून अधिक छावण्या असतील तर त्यांनी आपली बैठक घेऊन एकमताने अगर बहुमताने एक गावप्रमुख किंवा शहरप्रमुख, एक उपप्रमुख व एक खजिनदार निवडावा.

कलम १४ : तालुक्यातील छावण्यांनी आपले पाच प्रतिनिधी पाठवून तालुकाबैठक घ्यावी व त्यात एकमताने अगर बहुमताने एक तालुकाप्रमुख, एक उपप्रमुख किंवा एक खजिनदार निवडावा.

कलम १५ : जिल्ह्यातील छावण्यांनी आपले पाच प्रतिनिधी पाठवून जिल्हा बैठक घ्यावी व त्यात एकमताने एक जिल्हाप्रमुख, एक उपप्रमुख किंवा एक खजिनदार निवडावा.

कलम १६ : त्याचप्रमाणे प्रत्येक छावणीचे पाच प्रतिनिधी या प्रमाणात सर्व छावण्यांचे प्रतिनिधी मिळून पँथरचे वार्षिक अधिवेशन होईल. व त्यात पँथरचे सर्वोच्च मंडळ निवडले जाईल. सर्व पदाधिकारी पँथरच्या सभासदांनी एकमताने अगर बहुमताने निवडलेले असतील. एकमताने अगर बहुमताने त्यांच्यात बदल करण्याचा अधिकार वार्षिक अधिवेशनाला राहील. पदाधिकाऱ्यांवर टीका करण्याचा व त्यात बदल करण्याचा हक्क पँथरच्या सभासदाला राहील. त्याचप्रमाणे वार्षिक अधिवेशनामध्ये पँथरचे धोरण व संघटना एकमताने अगर बहुमताने ठरविण्याचा अधिकार पँथरच्या सभासदांनी निवडलेल्या अधिवेशनाच्या प्रतिनिधींना राहील.

त्याचबरोबर वार्षिक अधिवेशनात बहुमताने घेतलेले निर्णय अल्पमतवाल्यांवर बंधनकारक राहतील. या अर्थाने ही संघटना लोकशाही मानते.

कलम १७ : त्याचप्रमाणे वार्षिक अधिवेशनाने निवडलेल्या राज्य सर्वोच्च मंडळामध्ये प्रत्येक जिल्ह्याच्या एक प्रतिनिधी व मंडळाचा एक अध्यक्ष निवडला जाईल. या सर्व प्रतिनिधींमधून पँथरचा एक सरचिटणीस, दोन सहचिटणीस व एक खजिनदार निवडला जाईल आणि बाकीचे सर्वोच्च मंडळाचे सभासद राहतील.

कलम १८ : सर्वोच्च मंडळाची बैठक तीन महिन्यांतून एकदा झालीच पाहिजे. दोन बैठकांच्या दरम्यान सर्वोच्च मंडळाचे पदाधिकारी पँथरचे कामकाज पाहतील व राजकीय-संघटनात्मक निर्णय घेतील.

कलम १९ : छावणीची बैठक पंधरा दिवसांतून एकदा व्हावी. तालुक्याची बैठक दीड महिन्यांतून एकदा व गावाची बैठक महिन्यातून एकदा व्हावी. जिल्ह्याची दोन महिन्यांतून व्हावी. या मधल्या काळात पदाधिकारी काम पाहतील व सर्वोच्च मंडळाचे निर्णय अमलात आणतील व छावणीच्या कार्याचा अहवाल सर्वोच्च राजकीय मंडळाला कळवतील.

कलम २० : सर्वोच्च मंडळाच्या पदाधिकाऱ्यांची बैठक ही पंधरा दिवसांतून एकदा झालीच पाहिजे व त्यात घेतले जाणारे निर्णय एकमताचे किंवा बहुमताचे असतील व अल्पमतवाल्यांवर बंधनकारक राहतील. तसेच सर्वोच्च मंडळाच्या बैठकीचे निर्णय हेसुद्धा एकमताचे किंवा बहुमताचे राहतील व अल्पमतवाल्यांवर बंधनकारक राहतील. सर्वोच्च मंडळाच्या पदाधिकाऱ्यांनी तीन महिन्यांतील पँथरच्या कार्याचा अहवाल सर्वोच्च मंडळाला दिला पाहिजे.

कलम २१ : प्रत्येक छावणीने निवडलेला एक प्रतिनिधी याप्रमाणे सर्व छावण्यांचे प्रतिनिधी मिळून पँथरची राष्ट्रीय परिषद दोन वर्षांनी एकदा होईल व त्यात एकमताने वा बहुमताने पँथरचे धोरण व राष्ट्रीय मंडळ निवडले जाईल. प्रत्येक राज्याचा एक प्रतिनिधी याप्रमाणे सभासद व एक अध्यक्ष यांचे राष्ट्रीय मंडळ होईल. त्यांचे पदाधिकारी राज्य सर्वोच्च मंडळाप्रमाणेच असतील.

कलम २२ : पँथरच्या प्रत्येक सभासदाने पँथरचे कार्य चालविण्यासाठी निधी दिलाच पाहिजे. हा कार्यनिधी सभासदाच्या उत्पन्नावर अवलंबून राहील. महिना शंभर रुपये उत्पन्न असणाऱ्या सभासदाने एक रुपया कार्यनिधी दिलाच पाहिजे. त्यानंतरच्या शंभरावर उत्पन्न असलेल्या सभासदांकडून दर वाढीव शंभर रुपयांवर एक रुपया याप्रमाणे कार्यनिधी दिला पाहिजे. (१०० : १, २०० : २, ३०० : ३ याप्रमाणे.)

कलम २३ : हा कार्यनिधी प्रत्येक सभासदाने छावणीच्या खजिनदारांकडे जमा करावा. कार्यनिधीपैकी प्रत्येक रुपयातील पन्नास पैसे छावणीच्या खजिनदाराने

राज्य सर्वोच्च मंडळाच्या खजिनदारांकडे पाठवावेत, पंचवीस पैसे जिल्हा खजिनदाराकडे पाठवावेत, तेरा पैसे तालुका खजिनदारांकडे पाठवावेत व बाकीचे बारा पैसे छावणीसाठी ठेवावेत. छावणी, तालुका, जिल्हा, सर्वोच्च मंडळाच्या पातळीवर जो निधी जमा झाला असेल तो बँकेत ठेवला पाहिजे.

कलम २४ : सर्वोच्च मंडळाचे अध्यक्ष, सरचिटणीस व खजिनदार या तिघांच्या संयुक्त नावावर कार्यनिधी बँकेत ठेवावा व जेव्हा कार्यास लागेल तेव्हा तिघांच्या सहीने बँकेतून काढावा. तसेच जिल्हा, तालुका, गाव व छावणी पातळीवर तो कार्यनिधीप्रमुख, उपप्रमुख व खजिनदार या तिघांच्या नावावर ठेवावा व तिघांच्या सहीने कार्यासाठी काढावा.

कलम २५ : निधीच्या पावती पुस्तकांवर सर्वोच्च मंडळाच्या खजिनदाराची सही व वसूल करणाऱ्याची सही राहील. कार्यनिधीची पावतीपुस्तके सर्वोच्च मंडळच काढील. त्याखालच्या पातळीवरील संघटनांनी पावतीपुस्तके काढू नयेत. खालच्या घटकांना सर्वोच्च मंडळच पावतीपुस्तके पुरवील. एखाद्या घटकास खास कार्यासाठी निधी आवश्यक असेल तर तो सर्वोच्च मंडळच पुरवील.

कलम २६ : कार्यनिधीच्या जमाखर्चाचा हिशोब छावण्यांच्या, तालुक्यांच्या, जिल्ह्याच्या सर्वोच्च मंडळाच्या बैठकीत, तसेच वार्षिक अधिवेशनामध्ये खालील तिघांनी दिलाच पाहिजे -

१. अध्यक्ष, सरचिटणीस, खजिनदार- सर्वोच्च मंडळ.

२. जिल्हा, तालुका, तसेच गाव व छावणी-प्रमुख, उपप्रमुख व खजिनदार.

प्रत्येक घटकाकडे जो निधी असेल तो त्या त्या घटकाने आपापल्या कार्यासाठी खर्च करावा.

सभासदांची कर्तव्ये

कलम २७ : सभासदाची कर्तव्ये : प्रत्येक सभासदाला पँथरचे सभासद-कार्ड देण्यात येईल. ही सभासद-कार्डे सर्वोच्च मंडळ सर्व शाखांना पुरवील. ह्या सभासदकार्डावर सभासदाची कर्तव्ये लिहिलेली असतील. ती त्याने पार पाडलीच पाहिजेत. सभासद-कार्डावर सर्वोच्च मंडळाचे अध्यक्ष व सरचिटणीस ह्यांच्या सह्या असतील. सभासद-कार्डाचा एक रुपया सभासदाला द्यावा लागेल व तो सर्वोच्च मंडळाच्या निधीत जमा होईल. सर्वोच्च मंडळाशिवाय इतर कोणत्याही घटकाने सभासद-कार्डे छापू नयेत.

कलम २८ : संघटनेच्या सभासदत्वाची अर्जपत्रिका सर्वोच्च मंडळ सर्व शाखांना पुरवील. ज्यांना संघटनेचे सभासद व्हायचे असेल त्यांनी ती अर्जपत्रिका भरून पूर्वीच्या एका सभासदाच्या शिफारशीसह छावणीप्रमुखाला द्यावी व छावणीने बैठक घेऊन त्याला सभासदत्व द्यावे. सभासदशुल्क एक रुपया घेतले जाईल.

संघटनेच्या सभासदत्वाचा अगर पदाधिकारीपदाचा राजीनामा देता येणार नाही. एखाद्या सभासदाचे सभासदत्व रद्द करावयाचे असल्यास छावणीतील बहुसंख्य सभासदांच्या मंजुरीने ते रद्द करता येईल. सभासदत्व रद्द करणाच्या छावणीच्या निर्णयाविरुद्ध त्या सभासदाला दाद मागायची असेल तर तो सर्वोच्च मंडळाकडे व त्यानंतर वार्षिक अधिवेशनाकडे अर्ज करून दाद मागू शकतो.

सर्वोच्च मंडळाची कार्ये

कलम २९ : सर्वोच्च मंडळाची कार्ये :

१. संघटनेच्या वार्षिक अधिवेशनाध्ये संघटनेच्या राजकीय धोरणाचा मसुदा व संघटनेचा संघटनात्मक अहवाल मांडणे.

२. सर्व शाखांना वार्षिक अधिवेशनाच्या मधल्या काळात राजकीय व संघटनात्मक मार्गदर्शन करणे.

३. संघटनेच्या कार्यासाठी प्रचारदौरे करणे.

४. संघटनेचा कार्यक्रम व घटना छापून प्रसिद्ध करणे व छावण्यांना पुरविणे.

५. सभासदत्वाचे अर्ज व सभासदत्वाची कार्डे छावण्यांना पुरविणे.

६. संघटनेच्या प्रचारासाठी वृत्तपत्र काढणे. तसेच वेळोवेळी पुस्तिका प्रसिद्ध करणे.

या सर्व कार्यासाठी सर्वोच्च मंडळ आपल्या मंडळाच्या सभासदांमधून निरनिराळ्या समित्या नेमील व त्यांना मार्गदर्शन करील. वेळोवेळी त्या समित्यांत बदल करण्याचा अधिकार सर्वोच्च मंडळाला राहील.

७. संघटनेची राजकीय, संघटनात्मक तसेच सर्व प्रश्नांवरील जाहीर निवेदने सर्वोच्च मंडळाचे अध्यक्ष व सरचिटणीस ह्यांच्याच नावाने निघतील. तसेच जिल्ह्याच्या, तालुक्याच्या व गावाच्या अगर स्थानिक प्रश्नांवरील निवेदने त्या त्या घटकांच्या प्रमुख व उपप्रमुखांच्या सहीने निघतील.

(**तळटीप :** घटनेत बदल करण्याचा अधिकार वार्षिक अधिवेशनाला राहील.)

दलित पँथरचा कार्यक्रम

उद्दिष्टे : **१.** जात, धर्म, वर्ण, वर्ग-विरहित, शोषणमुक्त, सुखी, समृद्ध, सुसंस्कृत व विज्ञानी समाजनिर्मितीसाठी दलित-श्रमिक वर्गाची राजसत्ता स्थापन करणे.

२. वरील उद्दिष्टांसाठी या देशात राजकीय, आर्थिक, सामाजिक, सांस्कृतिक

व वैज्ञानिक क्रांती करणे.

३. या क्रांतीसाठी अनुसूचित जाती-जमाती, बौद्ध, कष्टकरी जनता, कामगार, भूमिहीन, शेतमजूर, गरीब शेतकरी, भटक्या जमाती, आदिवासी यांना संघटित करून, त्यांच्यात राजकीय, वर्गीय व सामाजिक जागृती करणे. क्रांतीचे हे मूलभूत घटक राहतील.

४. या क्रांतीसाठी जातिधर्मव्यवस्था, वर्णव्यवस्था, वर्गव्यवस्था मोडणारे क्रांतिकारक पक्ष, सर्व डाव्या शक्ती, व्यक्ती, त्याचप्रमाणे आर्थिक, राजकीय व सामाजिक दडपशाहीला बळी पडलेले इतर सर्व सामाजिक घटक ह्यांच्याशी दोस्ती करण्यात येईल.

५. जातिभेदावर, धर्मभेदावर आधारलेले पक्ष व शक्ती, जमीनदार, बडे बागाईतदार, भांडवलदार, परदेशी व देशी बडे भांडवलदार, साम्राज्यवादी, तसेच देशातील भांडवलदारी सरकार हे आमचे मुख्य शत्रू होत. त्यांच्याविरुद्ध आम्हाला क्रांती करायची आहे.

६. जगातील साम्राज्यशाहीविरुद्ध, पिळवणुकीविरुद्ध, वर्णव्यवस्थेविरुद्ध झगडणाऱ्या सर्व दलित व श्रमिक जनतेला आमचा पाठिंबा राहील.

७. आमचा मुक्तिलढा सर्वंकष क्रांती इच्छितो. भागश: बदल अशक्य आहे व तो आम्हाला नको. संपूर्ण क्रांतिकारकच बदल आम्हाला हवा आहे. सामाजिक अवमानातून बाहेर पडण्याबरोबरच आम्हाला आर्थिक-राजकीय-सांस्कृतिक केंद्रस्थानी आमचे प्रभुत्व स्थापन करावे लागेल. आम्हाला राज्यसत्ता पाहिजे. आमचे लक्ष्य केवळ व्यक्ती नसून व्यवस्था आहे. हृदयपरिवर्तन किंवा शिक्षणातील उदारमतवादाने आमच्यावरील अन्याय व आमचे शोषण थांबणार नाही. आम्ही वर निर्देशित केलेले क्रांतिकारक समूह जागे करू, संघटित करू व हे क्रांतिकारक समूह विरुद्ध वर निर्देशित केलेले आमचे शत्रुसमूह ह्यांच्या संघर्षामधूनच क्रांतीची लाट येईल, असा आमचा विश्वास आहे.

आमचे आजचे मुख्य प्रश्न अन्न, पाणी, वस्त्र, निवारा, नोकरी, जमीन, शिक्षण, अस्पृश्यता, सामाजिक व शारीरिक अन्याय हे आहेत. हे प्रश्न सोडविण्यासाठी आम्ही दूरवरचा व ताबडतोबीचा असे दोन कार्यक्रम पुढे मांडीत आहोत.

दूरवरचा कार्यक्रम

१. देशी व विदेशी भांडवलदारांकडून होणारी पिळवणूक बंद पाडण्यासाठी त्यांच्या मालकीची सर्व उत्पादनसाधने सामाजिक मालकीची करणे व त्यावर दलित-श्रमिकांची सत्ता स्थापन करणे.

२. देशातील जमीनदारशाहीचे संपूर्ण उच्चाटन करून, कुटुंबाच्या पोषणाला

आवश्यक असलेल्या जमिनीहून अधिक असलेली सर्व जमीन गरीब, शेतकरी, सर्व मजूर, आदिवासी, दलित यांना वाटून देणे.

३. आर्थिक व सामाजिक शोषणमुक्त समाज स्थापन करणे.

ताबडतोबीचा कार्यक्रम

१. शहरातील दलित व श्रमिक वर्गातील बेकार तरुणांना नोकऱ्या मिळाल्या पाहिजेत; नाही तर बेकारभत्ता मिळाला पाहिजे!

२. खेड्यातील दलित-श्रमिक शेतमजुरांना जमीन, घरे मिळाली पाहिजेत!

३. शेतमजूर स्त्री-पुरुषांना किमान पाच रुपये वेतन मिळाले पाहिजे!

४. सर्व शिक्षण मोफत मिळाले पाहिले!

५. दलित वस्तीमध्ये सार्वजनिक प्रमाणावर विहिरी खोदल्या पाहिजेत. त्याचप्रमाणे सार्वजनिक विहिरीवर पाणी भरण्याचा दलितांचा हक्क अमलात आला पाहिजे!

६. शिक्षणक्षेत्रामध्ये, नोकऱ्यांमध्ये, शासनव्यवस्थेमध्ये, तसेच सामाजिक व व्यवहारांमध्ये जातीचा व धर्माचा उल्लेख कायद्याने बंद केला पाहिजे!

७. धार्मिक व जातीय संस्थांवर, पंथांवर बंदी घातली पाहिजे!

८. सर्व जातीधर्मांच्या वेगवेगळ्या वस्त्या एकत्रित वसविण्याचा कायदा झाला पाहिजे!

९. धार्मिक, जातीय संस्थांना देण्यात येणारे सरकारी अनुदान बंद करून ते दलितांसाठी वापरण्यासाठी आले पाहिजे!

१०. दलित श्रमिकांसाठी शहरांत व खेड्यांत सर्व प्रकारच्या औषधोपचाराची व्यवस्था मोफत झाली पाहिजे!

११. दर माणशी पंधरा किलो धान्य मिळालेच पाहिजे!

१२. जीवनावश्यक सर्व वस्तूंचे भाव दोन तृतीयांश कमी केले पाहिजेत!

वेळोवेळी वर निर्देशित केलेल्या आमच्या शत्रुवर्गाशी आर्थिक, राजकीय व सामाजिक लढे होतील. त्या लढ्यांत दलित व श्रमिक जनतेची एकजूट घडविण्यासाठी आम्ही सक्रिय राहू.

●●●

परिशिष्ट - २

दलित पँथरचा जाहीरनामा
(दलितांची सत्ता : श्रमिकांची सत्ता)

पँथरची भूमिका मांडण्यासंबंधीची आवश्यकता

आजमितीस पँथरला सात वर्षे पूर्ण होत आहेत. पँथरच्या क्रांतिकारक ठोस भूमिकेमुळे तिला अंतर्गत व बहिर्गत विरोध होत असताना देखील ती पोलादी अंगाने वाढत चाललीय, कारण ती ज्या समाजाच्या सुखदु:खाशी जन्माने बांधली गेली, त्या समाजाचे क्रांतिकारक अंग तिने ओळखले आहे. गेल्या वर्षभरात पँथरच्या सभासदांमध्ये, कार्यकर्त्यांमध्ये, विशेषत: महाराष्ट्राच्या कानाकोपऱ्यांतून, पँथर भूमिकेसंबंधी काही गैरसमज निर्माण करण्याचे प्रयत्न जाणूनबुजून होत आहेत. पँथरचे उद्दिष्ट, पँथरची संपूर्ण क्रांतिकारक लोकशाहीनिष्ठा, धोरण वगैरे अनेक गोष्टींसंबंधी गैरसमज पसरविण्यात येत आहेत. अशावेळी पँथरची भूमिका स्पष्ट करून सांगणे जरुरीचे झाले आहे. कारण आता पँथर ही नुसती भावनिक राहिली नसून तिने आता निश्चित राजकीय रूप धारण केले आहे. 'समोरची राजकीय परिस्थिती सखोल अभ्यासून आपल्या राजकीय व्यवहाराचे गणित मांडत चला' असे डॉ. बाबासाहेब आंबेडकर आपल्या अनुयायांना नेहमीच म्हणायचे. आणि या म्हणण्याचा आदर्श डोळ्यांसमोर ठेवून पँथरला त्याप्रमाणे वागणे अगत्याचे नि आवश्यक झाले आहे. नाहीतर ती खडक म्हणून कासवाच्या पाठीवर पाय ठेवून अल्पावधीतच बुडून जाईल.

ज्या हिंदू सामंतशाहीने दलितांना हजारो वर्षे सत्ता, संपत्ती, प्रतिष्ठा या गोष्टींपासून वंचित ठेवले होते, तीच सामंतशाही आजच्या काँग्रेस सरकारमध्ये मोठ्या संख्येने आहे, म्हणून काँग्रेस सरकार सामाजिक परिवर्तन करू शकणार नाही. लोकमताला घाबरून केलेले कायदे ते अंमलात आणू शकणार नाही. कारण सत्तेची सर्व यंत्रणा या सामंतशाहीने व्यापून टाकलेली आहे. धर्माने सत्ता, संपत्ती, शक्ती संपादन करण्याची ज्यांना परवानगी दिली होती, त्याच हजारो वर्षांच्या

प्रस्थापित वर्गाच्या हातात पूर्वीप्रमाणेच शेती आहे, आता कारखानदारी आहे, संपत्ती आहे, सत्तासाधने आहेत. म्हणून स्वातंत्र्य मिळाले, लोकशाही आली तरी दलितांचे प्रश्न, अस्पृश्यता टिकून आहे. ती टिकून असणार, कारण अस्पृश्यता नष्ट करण्याला जेव्हा सरकार तयार होईल तेव्हा त्याला कायदा करून भागणार नाही. संपूर्ण जमिनीचे फेरवाटप करावे लागेल. रूढी, संकेत, धर्मग्रंथ बळी द्यावे लागतील अन् नवे विचार रूढ करावे लागतील. ग्रामरचना, समाजरचना, मनोरचना संपूर्ण लोकशाही-उद्दिष्टांना पोषक होईल अशा तऱ्हेची करावी लागेल. ज्या शक्तीने दलितांना बांधले आहे व ज्या शक्तीशी दलिताने स्वत:ला बांधून घेतले आहे, त्या सर्व गोष्टी आपणास वस्तुनिष्ठरीत्या, समाजविकासाचा क्रम लक्षात घेऊन, ऐतिहासिक विश्लेषणाने मांडल्या पाहिजेत. ज्या दलितांना हिंदू सामंतशाहीने बांधले आहे, ती मुसलमान काळात, ब्रिटिशकाळात जेवढी क्रूर नव्हती त्यापेक्षा शंभरपटीने ती आता दलितांच्या बाबत क्रूर होऊ शकते. कारण उत्पादनाच्या नसनाड्या, नोकरशाही, न्यायसंस्था, लष्करीदल, पोलीसदल आणि या सर्वांना पूरक होणारे सरंजामदार, भांडवलदार, धर्मपिते या हिंदू सामंतशाहीच्या हातात आहेत. आणि यामुळे दलितांचा अस्पृश्यतेचा प्रश्न हा नुसता मानसिक गुलामगिरीचा राहिलेला नाही. कारण अस्पृश्यता हा शोषणाचा, नियमित बदलल्या जाणाऱ्या सत्तेला, पूरक असा जगाच्या पाठीवरचा अत्यंत हिंस्र प्रकार आहे. आज त्याची जमीन मूळरूप शोधणं आवश्यक आहे. ती जर आपणाला निश्चित कळली, तर या शोषणाच्या मर्मावर निश्चित प्रहार करता येतील. आपले जे दोन दिग्विजयी नेते (१) जोतिबा फुले (२) डॉ. बाबासाहेब आंबेडकर, ह्यांच्या हयातीनंतरही दलितांचा प्रश्न जिवंत नव्हे तर तो कायमचा बळकट झाला आहे आणि म्हणूनच आपण असल्या दलित अस्पृश्य जिण्याचे आजचे क्रांतिकारक स्वरूप निश्चित केले नाही तर सामाजिक क्रांती इच्छिणारा एकही माणूस या भारतात जिवंत राहाणार नाही. खरंतर दलितांचा प्रश्न, यातही अनुसूचित जाती-जमातींचा प्रश्न आज व्यापक झालाय. तो नुसता दलितच, अस्पृश्यच किंवा वेशीबाहेरील वा ग्रंथाबाहेरील राहिलेला नाही; तर तो जसा दलित आहे तसा अस्पृश्य आहे, तसाच कामगार आहे, शेतमजूर भूमिहीन आहे, सर्वहारा आहे आणि हेच त्याचे क्रांतिकारक स्वरूप जर आपण जिगरीने वाढवले नाही तर आपल्या अस्तित्वाला भविष्य नाही. या क्रमानुसार आज त्याला पूरक होणाऱ्या शक्ती, लोकसमूह त्याने स्वीकारले पाहिजेत; आणि याचमुळे तो आपल्या शत्रूबरोबर व्यवस्थित लढू शकतो. आणि असे झाले नाही तर आपणाला गुलामापेक्षा गुलाम अवस्थेत खितपत पडावे लागेल. अशी ही जाणीव आपण प्रत्येक मिनिटाला, तासाला, दिवसाला, महिन्याला, वर्षाला परिपक्व करीत राहिले पाहिजे, तर आपण

माणूस म्हणण्याच्या लायकीचे आहोत. डॉक्टरांनी आपणाला जे जनावरांतून माणसात आणले आहे ते याच गोष्टीसाठी. म्हणून आपणाला प्रत्येक गोष्ट शांतपणे, सखोल अभ्यासाने स्वीकारली पाहिजे; नुसत्या घोषणांना, वल्गनांना भुलून चालणार नाही. स्वत:भोवतालच्या परिस्थितीची, वर्तुळाची चीरफाड केली पाहिजे. आपणाला गुलाम करणारे जे वर्णव्यवस्थेचे (जातिव्यवस्थेचे), वर्गव्यवस्थेचे सापळे आहेत ते मुळापासून उखडले पाहिजेत. त्यांना पोसणारी, वाढवणारी भूमी निर्बीज केली पाहिजे. 'दलित' या संज्ञेचे मोडत चाललेले जातीय स्वरूप लक्षात घेतले पाहिजे.

सरकारने दलितांसाठी काय केले?

१९४७ साली भारत स्वतंत्र झाला. काळाप्रमाणे राज्यकर्त्या वर्गाचे मुखवटे बदलले. राजाच्या ठिकाणी राष्ट्रपती आला. प्रधानाच्या जागी लोकप्रतिनिधी आला. वेद, स्मृती, उपनिषदे, मनुस्मृती, गीता ह्यांना डावलून घटना आली. कोऱ्या कागदावर स्वातंत्र्य, समता, बंधुत्व भरघोस पिकले. १९४७ ते ७३ चा दीर्घकाळ. या सव्वीस वर्षांच्या काळात राष्ट्रीय आंदोलनाचे भांडवल करणारे काँग्रेस सरकार अव्याहत एकछत्री राज्य करतंय. चार पंचवार्षिक योजना, पाच सार्वत्रिक निवडणुका आणि तीन युद्धे या स्वातंत्र्याच्या गद्धेपंचविशीत झाली. परंतु दलितांचे प्रश्न, जनतेचे प्रश्न या सरकारने जसेच्या तसे ठेवले. स्वत:च्या हातातील सत्ता येन केन प्रकारेण टिकविण्यापलीकडे या सरकारने कुठल्याही उद्दिष्टाला महत्त्व दिले नाही. उलट लोकराज्याची, समाजवादाची, गरिबी हटावची, हरित क्रांतीची वल्गना करून या सरकारने दलितांच्या, भूमिहीनांच्या शेतमजुरांच्या, कामगारांच्या डोक्यावर पाऊल ठेवून रगडले आहे. त्यांच्या जीवनाशी खेळून, सौदेबाजी करून त्यांच्यातल्या बोटांवर मोजणाऱ्यांना आमिषे दाखवून ह्या सर्वांच्या अस्तित्वाला सातत्याने नेस्तनाबूत करण्याचाच प्रयत्न केला. धार्मिक, जातीय, फुटीर वृत्तीचा वापर करून लोकशाहीच्या एकसंधपणाला धोका आणला. ज्या लोकशाहीत माणसाला मानसन्मान, सत्तासंपत्ती, प्रतिष्ठा मिळत नाही, व्यक्तिविकास, समाजविकास करता येत नाही, देशातील मातीचा कण न् कण रक्ताने भिजवणाऱ्याला भुकेकंगाल रहावे लागते, पायाखालच्या जमिनीला, डोक्यावरच्या छपराला मुकावे लागते, नाकासमोर चालणाऱ्याला मोडून पडावे लागते, आयाबहिणींच्या इज्जतीचे धिंडवडे पहावे लागतात, असल्या स्वातंत्र्याला स्वातंत्र्य म्हणता येणार नाही. स्वातंत्र्याचे आंदोलन देशी भांडवलदारांनी, सामंतशहांनी, जमीनदारांनी आपल्या नेतृत्वाखाली स्वत:च्या फायद्यासाठी केलेले होते. जनतेच्या, दलितांच्या नेतृत्वाखाली ते झाले नव्हते. आणि ते तसे व्हावे असे डॉक्टरांचे मत होते. स्वातंत्र्याचे आंदोलन ज्या गांधी नावाच्या हातात होते तो माणूस ढोंगी, कावेबाज, सनातनी, वर्णीय, मक्तेदारांना पाठीशी घालणारा होता. त्याने स्वातंत्र्याच्या

आंदोलनात खिंडार पडू नये म्हणून निमित्तमात्र दलितांचा, अस्पृश्यतेचा, जनतेचा प्रश्न या आंदोलनाशी जोडला होता आणि म्हणूनच बाबासाहेबांनी जनतेचा शत्रू, राष्ट्राचा खलनायक अशी गांधीजींची वेळोवेळी निर्भर्त्सना केली आहे. बाबासाहेब नेहमी म्हणायचे-गांधीवाद म्हणजे सनातनी धर्म, गांधीवाद म्हणजे रूढिवाद, गांधीवाद, म्हणजे जातीयवाद, गांधीवाद म्हणजे पारंपरिक धंदेवाद, गांधीवाद म्हणजे अवतारवाद, गांधीवाद म्हणजे गोमातावाद, गांधीवाद म्हणजे मूर्तिपूजकवाद, गांधीवाद म्हणजे अशास्त्रीय दृष्टिकोन. ब्रिटिशांनी या लोकांच्या हाती स्वातंत्र्य दिले ते केवळ नाविकांचे बंड, आझाद हिंद फौजेचा उठाव, शेतकऱ्यांचे, कामकऱ्यांचे, दलितांचे उठाव यामुळेच सत्ता हाती ठेवणे अशक्य झाले म्हणून. गांधीसंप्रदायाच्या हाती स्वातंत्र्य देण्यात ब्रिटिशांचा हेतू स्पष्ट होता की या मंडळींच्या हातात साम्राज्यवादाचे हितसंबंध सुरक्षित राहावेत. आणि हे असे उसनवारीने मिळालेले स्वातंत्र्य. खरे तर शत्रूपासून छिनावून घेतलेल्या स्वातंत्र्याला खरे स्वातंत्र्य म्हणतात. कोणी भिकेचे तुकडे टाकलेले खरे स्वातंत्र्य नाही. घराघरांतून, मनामनांतून स्वातंत्र्याची ज्योत पेटावी लागते. भारतीय स्वातंत्र्याची किंमत घराघरांतून मोजली गेली नाही. त्यामुळे दलित, श्रमिक, भूमिहीन शेतमजूर मुक्त झाला नाही. तळगाळ हलला नाही, तर या गोष्टीचा वारसा बाळगणारे सरकार दलितांच्या तोंडाला पानेच पुसत राहिले आहे.

इतर पक्षांनी दलितांसाठी काय केले?

पाच निवडणुका लढविणाऱ्या डाव्या पक्षांचे दिवाळे वाजले आहे. एका निवडणुकीपासून दुसऱ्या निवडणुकीकडे जाणे हेच त्यांचे सूत्र. १९६७ च्या निवडणुकीत काँग्रेसविरोधी आघाडी या डाव्या पक्षांनी उभारली. आघाडीत एवढा संधिसाधूपणा होता की, जातीयवाद्यांशी (जनसंघ-मुस्लीम लीगशी) हातमिळवणी कम्युनिस्टांसारख्या पक्षाने केली. काही राज्यांवर तर डाव्या आघाडीची सरकारेही आली; परंतु ठोस कार्यक्रम नसल्यामुळे काँग्रेसविरोधी भूमिका उपयोगी पडलेली नाही. जनतेपुढे पर्याय ठेवण्यात, दलितांचे प्रश्न सोडविण्यात, देशात गरिबांची सत्ता स्थापन करण्यात हे सर्व डावे पक्ष अयशस्वी ठरले. परिणामत: क्रांतिकारी समाजप्रवण गटाचा संसदीय लोकशाहीवरील विश्वास उडाला. नक्षलबारीसारखे उठाव होऊन भारतात ठिणगी पसरली. १९७२ च्या सार्वत्रिक निवडणुकीत पूर्वीची पुनरावृत्ती झाली. जनतेच्या, दलितांच्या डोक्यावर काँग्रेसचा भस्मासूर बसला. दुष्काळ पडला, कोट्यावधी लोकांचे जीवन उद्ध्वस्त झाले, गुरेढोरे मेली, कारखाने बंद पडले, मजुर बेकार झाले. महागाईने सर्वांना ग्रासले. या काँग्रेसचे भारत देशाला लागलेले खग्रास ग्रहण अजून काही सुटलेले नाही, पण आमचे संसदीय डावे पक्ष

सिटांचे राजकारण करून काँग्रेसची राजमान्यता मिळविण्यात दिवस घालवीत आहे. कोणीही क्रांतिकारक होण्यास, जनतेच्या प्रश्नाला हात घालण्यास धजावत नाही.

ह्या सर्व डाव्या, सत्तेशिवायच्या पक्षांनी सामाजिक क्रांतीकडे लक्ष पुरविले नाही. वर्गसंघर्षाबरोबर अस्पृश्यतेचा प्रश्न नाकारून आर्थिक घोषणांबरोबर सांस्कृतिक-सामाजिक वर्चस्वाविरुद्ध लढा उभारला नाही. अस्पृश्यता हे दुसरे-तिसरे काही नसून अतिशय 'जहरीला' असा शोषणप्रकार आहे. ही शोषणव्यवस्था हिंदू सरंजामदार पद्धतीने तिच्या विकासक्रमात जन्माला घातली आहे. सैन्य, तुरुंग, न्यायसंस्था, नोकरशाही या शासनसंस्थेच्या अंगांबरोबर अस्पृश्यतेची चौकट वाढत आहे. उदात्त तत्त्वज्ञानाच्या नावाखाली, मोक्ष-निर्वाणाच्या नावाखाली भौतिक सुखापासून दलितांना वंचित करून दलितांची लूटच झालेली आहे. औद्योगिक क्रांतीच्या काळात यंत्रे आली. दलितांना यंत्राशी जुंपले गेले. पण वरिष्ठवर्णीयांची मने सरंजामशाहीच्या काळातलीच राहिली. कारण यंत्राच्या मालकांना नफा मिळतो तो सामाजिक चौकट न मोडता. जर सामाजिक क्रांती होऊन दलितांची मने पेटली तरच राजकीय क्रांती होईल. ती झाली तर वरिष्ठवर्णीयांची, वर्गीयांची सत्ता जाईल. डाव्या पक्षांचे धोरण सर्वस्पर्शी क्रांतिकारक तत्त्वज्ञानाचा प्रसार न करणारे आहे. दलितांचे खऱ्या अर्थाने प्रखर लढे या पक्षांनी न लढविल्यामुळेच दलित अधिक गाफील झाले. त्यांच्यावर अनन्वित अत्याचार झाले.

रिपब्लिकन पक्षाचे व दलित पँथरचे नाते

आजच्या दलित समाजाच्या किंवा सर्वच समाजाच्या समस्या, मग त्या सामाजिक असोत वा राजकीय असोत, त्या धर्माच्या, जातीच्या चौकटीत सुटणाऱ्या नाहीत, हे ५२ सालच्या निवडणूक पराभवानंतर डॉ. बाबासाहेबांच्या लक्षात आले. विज्ञाननिष्ठ दृष्टिकोन, वर्गीय जाणीव आणि पूर्णपणे निधर्मी लढाऊ मानवतावाद यांच्या साहाय्यानेच दलितांच्या चळवळींना तेज येईल. यासाठी डॉक्टरांना शेड्युल्ड कास्ट फेडरेशनचे व्यापक पक्षात रूपांतर करायचे होते. पण ते त्यांच्या हयातीत झाले नाही. त्यांच्या निर्वाणानंतर अनुयायांनी शेड्युल्ड कास्ट फेडरेशनचे 'रिपब्लिकन पक्ष' असे निव्वळ नामांतर करून जातीय राजकारण केले. वेशीबाहेरच्या सर्व दलितांना आणि आर्थिक शोषणाने पिळलेल्यांना त्यांनी कधीच सांधले नाही. सर्वात महत्त्वाची गोष्ट म्हणजे दलितांसारख्या क्रांतिकारक समूहाचे राजकारण या पक्षाने सनदशीर मार्गाने चालविले. मते, मागण्या, राखीव जागा, सवलती या चक्रात रिपब्लिकन पक्ष गुंतला. त्यामुळे खेडोपाडी अस्ताव्यस्त असलेला दलित समाज राजकीयदृष्ट्या होता तिथेच राहिला. पक्षाचे नेतृत्व समाजातील मध्यमवर्गीय थराच्या हातात गेले. गटबाजी, स्वार्थ आणि फाटाफुटी सुरू झाल्या. डॉक्टरांच्या क्रांतिकारक

वाणीला लूत लावून या पक्षातले गद्दार पुढारी डॉक्टरांच्या नावावर झोळ्या भरू लागले. 'हा पक्ष डॉक्टरांचा आहे' असे म्हणत आपल्या तुंबड्या भरत राहिले आणि यामुळे, दादासाहेब गायकवाडांच्या नेतृत्वाखाली झालेला भूमिहीनांचा सत्याग्रह सोडून, पक्षाने कोणताही कार्यक्रम हाती घेतला नाही. त्यामुळे दलितांवरील अत्याचारांना ऊत आला. दीड-दोन वर्षांच्या काळात १११७ दलितांच्या कत्तली झाल्या. पाण्याच्या थेंबासाठी घरेदारे उजाडली, इज्जती लुटल्या, जाळपोळ, खूनखराबा झाला. जगण्याच्या प्रश्नाबरोबर शारीरिक अन्याय तीव्र झाला. रिपब्लिकन पक्षाने काय केले? यशवंतराव चव्हाणांसारख्या धूर्त सत्ताधीश नेत्याने टाकलेल्या जाळ्यात पक्ष संपला. परिणामत: त्याचे तेज लोपले, एकजूट लोपली. मग नपुंसकांचा सुळसुळाट झाला. असल्या नपुंसक पुढाऱ्यांच्या हाती आम्ही जर आमचे भवितव्य दिले तर आमच्यादेखील कत्तली होतील. आणि म्हणून आम्ही आज आमचे व रिपब्लिकन पक्षाचे रक्ताचे नाते नाही, असे माना खाली घालून जाहीर करत आहोत.

जगातील दलितांचे आणि आमचे नाते

अमेरिकन साम्राज्यवादाच्या पिसाट कारस्थानाने आज सर्व तिसरे दलित जग म्हणजे उत्पीडित देश अणि दलित जनता होरपळली आहे. खुद्द अमेरिकेत मूठभर प्रतिक्रियावादी गोरे निग्रोंवर जुलूम करीत आहेत. या जुलमास जशास तसे उत्तर देण्यास ब्लॅक पँथर चळवळीतून ब्लॅक पॉवर (काळ्या लोकांची सत्ता) निर्माण झाली. संघर्षाच्या झळाळीने निग्रो संघटनेतून ठिणग्या पडू लागल्या. या चळवळीतील उग्र संघर्षाशी आमचे नाते आहे. व्हिएतनाम, कंबोडिया, आफ्रिका इत्यादी आदर्श आमच्या डोळ्यांपुढे आहेत.

दलित कोण?

अनुसूचित जाती-जमाती, बौद्ध, कष्टकरी जनता, भूमिहीन, शेतमजूर, गरीब शेतकरी, भटक्या जमाती, आदिवासी.

आमचे मित्र कोण?

(१) वर्णव्यवस्था मोडणारे क्रांतिकारक पक्ष. खऱ्या अर्थाने समाजवादी समाजरचना मानणारे डावे पक्ष.

(२) आर्थिक, राजकीय दडपशाहीला बळी पडलेले इतर सर्व सामाजिक घटक.

आमचे शत्रू कोण?

(१) सत्ता, संपत्ती, प्रतिष्ठा.

(२) जमीनदार, बडे भांडवलदार, सावकार, साम्राज्यशहांचे दलाल आणि नोकरशहा, भांडवलदार, त्यांचे पित्ते.

(३) धार्मिक, जातीय राजकारण करणारे पक्ष आणि या सर्वांना पाठीशी घालणारे सरकार.

आजचे दलितांचे ज्वलंत प्रश्न

(१) अन्न, पाणी, वस्त्र, निवारा.

(२) नोकरी, जमीन, अस्पृश्यता.

(३) सामाजिक, शारीरिक अन्याय.

दलितांचा मुक्तिलढा सर्वंकष क्रांती इच्छितो. भागश: बदल अशक्य आहे. तो आम्हाला नको. संपूर्ण क्रांतिकारक बदलच आम्हाला हवा आहे. आम्हाला जरी सामाजिक अवमानातून बाहेर यायचे असले तरीही आम्हाला आर्थिक, राजकीय, सांस्कृतिक वरिष्ठ स्थानांवर आमचे प्रभुत्व स्थापन करावे लागेल. आता आम्ही अल्पसंतुष्ट राहणार नाही. आम्हाला ब्राह्मण आळीत जागा नको. आम्हाला साऱ्या देशाचे राज्य पाहिजे. आमचे लक्ष्य केवळ व्यक्ती नसून व्यवस्था आहे. हृदयपरिवर्तनाने, शिक्षणातील उदारमतवादाने आमच्यावरला अन्याय, आमचे शोषण थांबणार नाही. आम्ही क्रांतिकारक समूह जागे करू, संघटित करू. या प्रचंड समूहातील संघर्षामधून क्रांतीची लाट येईल. सनदशीर अर्ज-विनंत्या, सवलतीच्या मागण्या, निवडणुका, सत्याग्रह केवळ यांमधून समाज बदलणार नाही. आमच्या समाजक्रांतीच्या संकल्पना व बंड या कागदी जहाजांना पेलवणार नाहीत. त्या मातीत रुजतील. मनात फुलतील, पोलादी वाहनातून, अस्तित्वातून सणसणत येतील.

दलित पँथर ही निव्वळ घोषणा नव्हे,

तो आमच्या प्रश्नाकडे पाहण्याचा एक दृष्टिकोन आहे आणि ते सोडविण्याच्या प्रश्नांची सुरुवात आहे. पँथर अस्पृश्यतेवर, जातिव्यवस्थेवर, आर्थिक शोषणाच्या पद्धतीवर घणाघाती प्रहार करेल. आम्हाला गुलाम करण्यासाठी या सामाजिक व्यवस्थेने व शासनव्यवस्थेने अनेक दुष्ट मार्ग स्वीकारले. आम्हाला नीच, शूद्र ठरवले. आधुनिक गुलामगिरीतील मानसिक दास्याच्या शृंखला तोडण्याचा आमचा प्रयत्न राहील. आमचा लढ्यात आम्ही गुलामगिरी झुगारून देऊ.

आमचा कार्यक्रम

(१) भारतातील ऐंशी टक्क्यांपेक्षा जास्त जनता खेड्यात रहात आहे. या किसान जनतेतील भूमिहीन किसान पस्तीस टक्के असून तेवीस टक्के जनता अनुसूचित जातींची (ज्या दलित गरीब किसानाकडे जमीन आहे ती नाममात्र आहे.) आहे. दलित किसानांच्या जमिनीच्या प्रश्नाला हात घातलाच पाहिजे.

(२) खेड्यातील सरंजामदारी पद्धतीचे अवशेष अजूनही शिल्लक आहेत. या पद्धतीद्वारा दलितांची क्रूर छळणूक होते. जमीनदार, श्रीमंत शेतकरी या वर्गांना

संपत्तीबरोबर सामाजिक प्रतिष्ठा मिळत असल्याने दलितांवरील सर्वप्रकारच्या अत्याचारांना ऊत आला आहे. जीवनाच्या रोजच्या प्रश्नांपासून ते आर्थिक प्रश्नांपर्यंत ही पद्धत दलितांच्या मानगुटीवर बसली आहे. ती नष्ट केलीच पाहिजे.

(३) भूमिहीन शेतकऱ्यांना कमाल जमीनधारणा कायद्याद्वारे उपलब्ध होणाऱ्या जमिनीचे वाटप झालेच पाहिजे.

(४) शेतमजुरांच्या मजुरीचे दर वाढविलेच पाहिजेत.

(५) सार्वजनिक विहिरीवर दलितांचा पाणी भरण्याचा हक्क बजावला पाहिजे.

(६) वेशीबाहेरील दलितांच्या वस्त्या गावकुसात आणल्याच पाहिजेत.

(७) सर्व उत्पादनाची साधने दलितांच्या मालकीची झालीच पाहिजेत.

(८) खाजगी संपत्तीद्वारे होणारे शोषण थांबलेच पाहिजे. परकीय भांडवल, भरपाई न देता, जप्त केलेच पाहिजे.

(९) सामाजिक, सांस्कृतिक आणि आर्थिक शोषण नष्ट करून भारतात समाजवाद आणलाच पाहिजे. निव्वळ नावाला राष्ट्रीयीकरण न करता खऱ्या अर्थाने समाजवादाची अंमलबजावणी झालीच पाहिजे.

(१०) सर्व दलितांना रोजगाराची हमी मिळालीच पाहिजे.

(११) दलित बेकारांना बेकारी भत्ता ताबडतोब दिलाच पाहिजे.

(१२) सर्व दलितांना सर्व प्रकारचे मोफत शिक्षण, औषधोपचाराची सोय, निवारा, स्वस्त धान्य मिळालेच पाहिजे.

(१३) शैक्षणिक संस्थांतून नोकरी देताना जात, धर्म जाहीर करण्याची अट तात्काळ रद्द केलीच पाहिजे.

(१४) धार्मिक संस्थांना देण्यात येणारे सरकारी अनुदान तात्काळ बंद करून, देवस्थानची संपत्ती जप्त करून ती दलितांसाठी वापरण्यात आलीच पाहिजे.

(१५) धार्मिक, जातीय वाङ्मयावर बंदी आणलीच पाहिजे.

(१६) जातवार पाडण्यात आलेली सैन्याची रचना रद्द केलीच पाहिजे.

(१७) काळाबाजार करणारे साठेबाज, सावकार आणि जनतेचे आर्थिक शोषण करणाऱ्यांचा नायनाट केलाच पाहिजे.

(१८) जीवनोपयोगी वस्तूंचे भाव उतरविलेच पाहिजे.

आम्ही शहरा-कारखान्यांतून कामगारांच्या, दलितांच्या, भूमिहीनांच्या, शेतमजुरांच्या संघटना करू आणि दलितांवरील अन्यायाचा प्रतिकार करू. जनतेला दुःखात लोटणाऱ्या, शोषण करणाऱ्या जातिव्यवस्थेला, वर्णव्यवस्थेला नष्ट करून खऱ्या अर्थाने दलितांची मुक्ती करू, दलितांवरील अन्यायाचा जशास तसे या न्यायाने मुकाबला करू. प्रचलित न्यायसंस्थेने, शासनसंस्थेने आमच्या साऱ्या प्रश्नांचा

चुराडा केलेला आहे. दलितांवरील सर्व अन्यायांचे निवारण होण्यास दलितांचेच राज्य यायला पाहिजे. तीच खरी जनतेची लोकशाही. दलित पँथरच्या सभासदांनो, सहानुभूतीदारांनो, दलितांच्या अंतिम ध्येयाच्या लढ्यासाठी तयार रहा.

मुंबई येथे ६ व ७ सप्टेंबर रोजी महाराष्ट्र दलित पँथरच्या सर्वोच्च मंडळाची बैठक झाली. या बैठकीत आजच्या राजकीय परिस्थितीवर व त्या संबंधीच्या पक्षधोरणावर सविस्तर चर्चा झाली. सर्वोच्च मंडळाच्या आदेशावरून खालील भूमिका घेण्यात आली.

आपल्या देशात लोकशाही समाजवादाचा कितीही डांगोरा पिटला तरी शेवटी सत्ता ही साम्राज्यशाहीचे दलाल / बडे भांडवलदार / जमीनदार / नोकरशहा भांडवलदार यांच्याच ताब्यात आहे, हे विसरून चालणार नाही.

देशातील असल्या प्रमुख भांडवलदारी पक्षांचे पितळ आता उघडे पडले आहे.

पुरोगामी म्हणता-म्हणता त्यांनी केलेला भ्रष्टाचार लोकशाही समाजवादाशी केलेली प्रतारणा, स्वार्थांधता, फाटाफूट यांचे दुश्चित्र आज दलित श्रमजीवी जनतेसमोर स्पष्ट झाले आहे. राष्ट्रपतींनी मध्यावधी निवडणुका वर्षाअखेर (डिसेंबर १९७९) घेण्याचे घोषित केले आहे. २८ महिने केंद्रात राज्यकारभार करणाऱ्या जनता पार्टीचे सरकार कोसळले आहे. जनता पक्षाला १९७७ ते ७९ या मधल्या परिस्थितीचे झाकण उघडण्यास जरी यश आले होते तरी पुढे त्यांना परिस्थितीवर मात करणे अशक्य होऊन बसले.

गेल्या दोन-अडीच वर्षांच्या कारकिर्दीत जनता पक्षाने आपल्या भांडवलदारधार्जिण्या भ्रष्ट, प्रतिगामी व दिवाळखोर धोरणामुळे लोकांचा विश्वास गमावला आहे.

जनता पक्षाच्या राजवटीत कामगार वर्गात अनिवार असंतोष व उठाव झाले, परंतु मालकाच्या हातातले बाहुले बनून जनता पक्षाने ते चिरडण्याच्या कृती केल्या (कायदे कानूनद्वारा / पोलिसांद्वारा / गुंडांरद्वारा). विमा, बँक, सरकारी कर्मचाऱ्यांची देशव्यापी आंदोलने झाली.

देशभर फार मोठ्या प्रमाणात दलित आणि आदिवासी व शेतमजुरांचे उठाव झाले. त्यांच्यावर अत्याचार झाले. पोलीस आणि राखीव पोलीस यांची देशव्यापी आंदोलने झाली.

अलिगड, जमशेदपूर, नडिया इत्यादी ठिकाणी हिंदू-मुस्लिम संघर्ष व दंगली झाल्या. राजहंस, पंतनगर, कानपूर इत्यादी ठिकाणी कामगारांचे शेकडोंनी शिरकाण करण्यात आले. बेलछी, पथांडा येथे दलितांच्या क्रूर हत्या केल्या गेल्या.

महाराष्ट्रातही जनता पक्षाशी हातमिळवणी केलेले पुरोगामी दलाचे सरकार सत्तेवर येताच मराठवाड्यात दलितांच्या वस्त्या नेस्तनाबूत करण्यात आल्या. जनता पक्षांतर्गत जनसंघ, रा. स्व. संघाच्या जातीयवादी अशा आगलाव्या धोरणामुळे, तसेच जनता पक्ष व शासनयंत्रणेवर आपले वर्चस्व प्रस्थापित करण्याच्या त्यांच्या भूमिकेमुळे त्या पक्षात कधीही न सांधली जाणारी फूट पडली आहे. जनता पक्ष निष्प्रभ झाला आहे. त्याचं वर्गचरित्र आपणास डोळ्यांआड करता येणार नाही. याचबरोबर एकसंध काँग्रेस पक्षाचीही शकले शकले झाली आहेत.

त्यामध्ये काँग्रेसच्या एका गटाचे नेतृत्व करणाऱ्या इंदिरा गांधी व त्यांचा पक्ष पुन्हा देशाच्या राजकीय मंचावर महत्त्वाचे स्थान मिळवू पहात आहे. आपली गेलेली सत्ता पुन्हा मिळवण्याच्या प्रयत्नात इंदिरा गांधींनी व त्यांच्या पक्षाने अलीकडच्या काळात जातीयविरोधी लढ्यात संधिसाधू भूमिका घेतली आहे. बिहार, हरियाणा इत्यादि राज्यांत असलेल्या जनता शासनांना जीवनदान दिले आहे. १९७१ साली आर्थिक धोरणावर पुरोगामी / प्रतिगामी अशा रेषा आखल्या जाऊन निवडणुका झाल्या. इंदिराबाई जिंकल्या. पुढे पंचाहत्तर साली त्यांनी आणीबाणीच्या पार्श्वभूमीवर जो वीस कलमी कार्यक्रम आखला होता त्यास भुलून आपण इंदिरा गांधी व त्यांच्या पक्षाला साथ दिली. वास्तविक, इंदिरा गांधी आणि त्यांच्या पक्षाचे वर्गचरित्र पहाता ते साम्राज्यशाहीच्या दलाचे, बड्या भांडवलदारांना, जमीनदारांना व नोकरशाही भांडवलदारांना पूर्णत: पूरकच होते. त्यामुळे त्यांच्याबरोबर ज्या संघटना गेल्या, त्यांच्यातली श्रमजीवी जाणीव नष्ट झाली. त्या निष्प्रभ झाल्या. विस्कळीत झाल्या. पँथर संघटनेला या कृत्याने फटका बसला, हे आज विसरून चालणार नाही. जनता पक्ष आणि इंदिरा काँग्रेस पक्ष हे दोघेही एकाच माळेचे मणी आहेत, हे विसरून चालणार नाही.

आज देशभर जातीय शक्ती एकीकडे व एकाधिकार शक्ती दुसरीकडे आणि या दोघांना विरोधात न असणाऱ्या शक्ती दुसरीकडे. ही शेवटची शक्ती म्हणजे डाव्या पक्षांच्या आघाडीची शक्ती. डाव्या चळवळींच्या पन्नास वर्षांच्या इतिहासानंतरही या शक्ती देशाच्या सत्तेवर आल्याशिवाय राहणार नाहीत, हे निश्चित.

गेल्या दोनेक वर्षांत राजकीय स्थिती बदलून गेली आहे. भांडवली राजकारणाची गती अधिकाधिक फुटीकडे तर डाव्या राजकारणाची स्वाभाविक गती अधिकाधिक एकत्वाकडे चालली आहे. या दिशेने डाव्यांनी भराभर स्वत: विकसित होऊन, बल संपादन करून ठोस पर्याय म्हणून 'प्रत्यक्ष' उभे राहण्याचा प्रयत्न करायला हवा. जनआंदोलने करायला हवीत. क्रांतिकारक, प्रतिक्रांतिकारक, पुरोगामी, उदारमतवादी

आणि दलित श्रमजीवी जनता यांमधील अंतर्विरोध, ओळखून, दलित-श्रमिक वर्गाची एकजूट घडवून, दलितविरोधी, श्रमिक वर्गविरोधी शत्रू ओळखून काम करायला हवे. महाराष्ट्रात अनेक लढे दलित-श्रमिक एकजुटीच्या नेतृत्वाखाली लढवले गेले आहेत. दलित पँथरने या नवीन परिस्थितीकडे डोळेझाक न करता डॉ. बाबासाहेब आंबेडकरांनी सांगितल्याप्रमाणे वर्णहीन, वर्गहीन समाज निर्माण करून खरेखुरे लोकशाही समाजरचनेची बांधीलकी मानणाऱ्यांचे राज्य आणावे.

●●●

परिशिष्ट - ३

दलित पँथर बरखास्त

(पँथर : निवडणूक भूमिका १९७७)

लोक आम्हाला विचारतात : आगामी सार्वत्रिक निवडणुकीत तुमची भूमिका काय? आपण आपला पाठिंबा कुणाला देणार? आपले मत आपण कुणाला देणार?

आम्ही म्हणतो : आम्हीच निवडणूक लढवणार आहोत, तर आमच्या पाठिंब्याचाही प्रश्न उद्‌भवत नाही; आणि मतांचा तर नाहीच नाही. आमचे मत आमच्याच उमेदवाराला मिळणार यात काय संशय?

लोक म्हणतील : कुठाय तुमचा उमेदवार? कुठाय तुमचा पक्ष? तुमचा पक्ष निवडणुकीच्या रणांगणातच उतरलेला नाही; तर मग तुम्ही इथे रहाण्याचा प्रश्नच येत नाही.

अशा लोकांना एवढंच माहीत असतं, की एक तर निवडणूक लढवण्यासाठी पक्ष उभा असतो; अथवा एखादा उमेदवार उभा असतो. म्हणून ते मत देताना पक्ष पाहतात अथवा उमेदवार पाहतात. पक्षाला अगर उमेदवाराला मत देणं एवढंच त्यांना ठाऊक असतं.

त्यांना आम्ही विचारतो : कधी तुमच्या मतदारसंघात उभा असलेला उमेदवार तुम्हाला आवडतो, पण त्याचा पक्ष आणि त्या पक्षाचे धोरण नावडते असते. तेव्हा तुम्ही काय करता? किंवा एखादा पक्ष व त्याचे धोरण खूप चांगले असले तर तुमच्या मतदारसंघातून उभा असलेला उमेदवार तुम्हाला नकोसा असतो. मग तुम्ही काय करता? किंवा तुमच्या मतदारसंघात पक्ष आणि त्याचा उमेदवार दोन्हीही नावडते असतात, मग तुम्ही काय करता? किंवा त्या विभागात तुमचा वाटणारा पक्ष निवडणूकच लढवत नसतो, मग तुम्ही काय करता? कुणाला मत देता?

तुम्हाला तर मत देण्याशिवाय गत्यंतर असते; आणि हे मत कुणाला द्यायचे? हा प्रश्न असतोच. अशावेळी तुम्ही आम्हाला मत द्यायचे. आम्ही उभे

आहोत.

काही लोक म्हणतील : तुमचा पक्ष निवडणूक लढवताना आढळत नाही, मग तुम्ही उभे आहात हे कसे? काही लोक म्हणतील की तुम्ही उमेदवारी अर्ज भरलेला नाही, मग तुम्ही कसे उभे आहात? हे प्रश्न बरोबर आहेत का? निवडणुका ह्या पक्षावर अथवा उमेदवारावर लढल्या जात नसतात, तर प्रश्नावर लढवल्या जात असतात.

या निवडणुकीत आमचा पक्ष उभा नाही, आमचा उमेदवार उभा नाही. उभा आहे तो आमचा प्रश्न. आणि हा प्रश्न घेऊनच आम्ही उभे आहोत. आणि निवडणूक लढवीत आहोत. या सार्वत्रिक निवडणुकीत आमची संघटनाही उभी नाही, अथवा आम्हीही उभे नाही. मग तुम्ही मत कुणाला देणार? या सार्वत्रिक निवडणुकीत आमची संघटना अथवा आम्ही उभे नसताना आम्ही निवडणूक लढवत आहोत, ती या प्रश्नाच्या बळावरच. मग तुम्ही कुणाला मत देणार? तुमच्या या जीवनमरणाच्या प्रश्नालाच ना?

एखादा उमेदवार तुमच्या जीवनमरणाचा असलेला प्रश्न घेऊन उभा नसेल अथवा एखादा पक्ष तुमचा हा जिव्हाळ्याचा प्रश्न डावलून उभा असेल तर त्याला तुम्ही मत देणार काय? देणार असाल, तर का? आणि त्यामुळे तुमचा प्रश्न सुटणार आहे का? धसास लागणार आहे का?

काही लोकांचा निवडणूक जाहीरनामा भरगच्च असतो. त्यात आश्वासनांची खैरात केलेली असते. तर काहींचे कार्यक्रम अनेककलमी असतात आणि त्यांची लांबण लागून तो लंबाचौडा बनत जातो. परंतु त्यात नेमका तुमचा जिव्हाळ्याचा प्रश्न मांडायला ते हेतुपुरस्सर विसरलेले असतात. कारण तुमच्या जीवनमरणाचा हा प्रश्न तसा पाहिला तर कुणालाच महत्त्वाचा वाटत नाही, उलट अडगळीचा वाटत असतो. आणि म्हणूनच तो कोणत्याच जाहीरनाम्यात कोणत्याच पक्षाने उचलून धरलेला नसतो. अशावेळी तुम्ही काय कराल? तुमचे मत एखाद्या उमेदवाराच्या, एखाद्या पक्षाच्या दिशेने पडेल की तुमच्या जीवनमरणाच्या प्रश्नाच्या दिशेने पडेल?

प्रश्न महत्त्वाचा असेल तर तो अधिक टोकदार कसा होईल, धसास कसा लागेल, याचाच विचार केला पाहिजे; आणि उमेदवार आणि पक्ष यांना गौणत्व दिले पाहिजे. म्हणूनच आमचा प्रश्न उभा आहे; मग आम्ही आणि आमची संघटना उभी आहे की नाही हे महत्त्वाचे नाही. त्याचबरोबर हा प्रश्न घेऊन कोण उभा आहे आणि तो कोणत्या पक्षातर्फे उभा आहे हे महत्त्वाचं नाही. या क्षणी आमचा प्रश्न धसास लागणे, हेच महत्त्वाचं आहे. आपला प्रश्न मोठा करण्यासाठी आपण व्यक्तिनिरपेक्ष आणि पक्षनिरपेक्ष झालं पाहिजे.

परंतु आपल्या जीवनाला व्यापून उरणारा हा आपल्या जीवनमरणाचा प्रश्न तरी कोणता? तर, भारतीय बौद्धांना नोकऱ्यांत केंद्र सरकारचे दरवाजे बंद असणे हा. आणि हे दरवाजे उघडे करणे हाच आपला एककलमी कार्यक्रम. आणि हा एककलमी कार्यक्रम घेऊनच आपण उभे आहोत, निवडणूक लढवणार आहोत.

हा प्रश्न या देशातील तीन कोटी बौद्धांचा आहे; आणि तो घेऊन या देशात फक्त एकच उमेदवार उभा आहे. साहजिकच, सर्व भारतीय बौद्धांनी या प्रश्नामागे एकवटून उभे राहिले पाहिजे आणि याच उमेदवारामागे उभे राहिले पाहिजे.

हा उमेदवार तरी कोण? तो कोणत्या पक्षातर्फे उभा आहे? आणि त्याची निशाणी कोणती? हा उमेदवार म्हणजे अखिल भारतीय दलितांचे नेते डॉ. बाबासाहेब आंबेडकरांचे सुपुत्र माननीय भय्यासाहेब आंबेडकर. ते हत्ती निशाणी घेऊन रिपब्लिकन पक्षातर्फे मुंबईतल्या उत्तरपूर्व मतदारसंघातून याच एका प्रश्नावर निवडणूक लढवत आहेत.

जो आमचा प्रश्न लढवीत आहे, तोच आमचा उमेदवार आणि तोच आमचा पक्ष. इथे पाठिंब्याचा प्रश्नच येत नाही. 'रिपब्लिकन' या नावाने बरीच खोगीरभरती उभी आहे. पण तो पक्ष आमचा नव्हे. कारण त्यांच्याजवळ हा प्रश्नच नाही. उलट ज्यांनी हा प्रश्न आपल्या जाहीरनाम्यात मांडलेला नाही, त्यांच्या खांद्याला खांदा लावून हे उमेदवार उभे आहेत. त्यांची पूर्वीची वक्तव्ये पाहिली आणि आजची वर्तणूक पाहिली, तर आपली फसवणूक आपल्या लक्षात येईल.

'डॉ. बाबासाहेब आंबेडकरांच्या "विचारांचा रथ" आम्हीच पुढे नेऊ' (प्रबुद्ध भारत: ७-११-५९) म्हणणारे गवईसाहेब हा रथ घेऊन काँग्रेसच्या दिशेनेच भरधाव प्रवास करीत आहेत. आणि 'राखीव जागांमुळे काँग्रेसच्या ताटाखालचा एक नवीनच गुलामांचा राजकीय वर्ग निर्माण झाला.' (प्रबुद्ध भारत : १६-१-६०) म्हणणारे आर. डी. भंडारे आज कुणाच्या ताटाखालचे मांजर आहेत, हे सांगावयाची गरज नाही.

'लोकशाही आणि घटनेचे पावित्र्य राखण्यासाठी विरोधी पक्षाची आवश्यकता' (प्रबुद्ध भारत : २ जून १९६२) प्रतिपादणारे आर. डी. भंडारे आज विरोधी पक्षाच्या विरुद्ध उठले आहेत; आणि 'बौद्धांनी कम्युनिझमपासून दूर राहिले पाहिजे' (प्रबुद्ध भारत : २५ एप्रिल १९५९) म्हणणारे बी. सी. कांबळे हे आर. डी. भंडाऱ्यांच्या विरोधात अहिल्या रांगणेकरांच्या मांडीला मांडी लावून बसले आहेत.

'पक्षसंघटना ही कोणत्याही गोष्टीपेक्षा अधिक मोलाची आहे.' (प्रबुद्ध भारत : ३० जून १९६२), 'रिपब्लिकन पक्षाचे कोणत्याही पक्षात विलीनीकरण अशक्य. रिपब्लिकन पक्षाचे ध्येय व धोरण स्वतंत्र आहे.' (प्रबुद्ध भारत : २७ जून १९६४०

म्हणणारे बी. डी. खोब्रागडे आज ते ध्येय व धोरण मोडीत काढून जनता पक्षात जाऊन बसले आहेत. 'पक्षसंघटनेसाठी माझ्या पदाचाही मी त्याग करीन,' असे म्हणणारे खोब्रागडे आता पक्षाचाच त्याग करून खासदारपदासाठी उभे आहेत.

'रिपब्लिकन' याचा मराठी 'जनता' हा अर्थ सांगणारे बी. सी. कांबळे आपल्या उमेदवारीमागे 'रिपब्लिकन' हे इंग्रजी शेपूट लावण्याऐवजी सरळ 'जनता' हा मराठी शब्द का लावीत नाहीत? कारण त्यापाठीमागेही स्वार्थच आहे. परंतु 'हे यश बाबासाहेबांच्या पक्षसंघटनेचे आहे' (प्रबुद्ध भारत: २३-७-६०) आणि 'सत्कार करण्यापेक्षा बाबासाहेबांच्या संस्था बळकट करा' (प्रबुद्ध भारत : ३०-७-६०) असे स्वत:च्या सत्कारप्रसंगी नि:स्वार्थपणे सांगणारे भय्यासाहेब आंबेडकरांशिवाय दुसरे तिसरे कोण असू शकेल? त्यांच्या व्यतिरिक्त वर दिलेले उद्‌गार हे एकेकाळच्या रिपब्लिकनांचेच आहेत; आणि या दोहोंत जमीनअस्मानाचा फरक आहे.

परंतु परिस्थितीला बळी पडलेले हे लोक आपले शत्रू आहेत का? बौद्धांच्या न्याय्य हक्कांच्या आड हे लोक येत आहेत का? मग तुमचा-आमचा आणि आंबेडकरवादाचा याच्याहून मोठा आणि खरा शत्रू कोण आहे? आणि या शत्रूला शोधून काढून त्याला चारी मुंड्या चित केल्याशिवाय आपल्याला तरणोपाय नाही.

आमचा मोठा आणि खरा शत्रू कोण आहे हे ठरविताना आपला प्रश्न कोणता आहे हे सतत आपल्या ध्यानात ठेवले पाहिजे. आपले स्वातंत्र्य ब्रिटिशांकडे दीडशे वर्षे गहाण पडले होते; आणि आता ते काँग्रेसकडे गेली एकोणतीस वर्षे गहाण आहे. ब्रिटिश गेले आणि काँग्रेस आली. ब्रिटिशांनंतर सत्ता काँग्रेसच्या हातात आली आणि त्यानंतर सत्तांतर हे झालेच नाही. त्यामुळे गेली कित्येक वर्षे भिजत पडलेला आपला प्रश्न असा भिजत का पडला आणि कुणाच्या अडवणुकीमुळे पडला याचे सरळ उत्तर 'काँग्रेस' हेच आहे. काँग्रेस ही आपल्या प्रश्नाच्या मार्गातली अडसर आहे.

काही लोक म्हणतील, की बाबू जगजीवनराम बौद्धांच्या सवलतींविरुद्ध होते आणि त्यांच्यामुळेच हा प्रश्न सुटू शकला नाही. पण आज तर बाबू जगजीवनराम काँग्रेसच्या बाहेर आहेत ना? मग मुख्य अडसर ते असतील तर आज तो अडसर दूर झाला आहे; आणि तरीही हा प्रश्न सुटलेला नाही. का सुटला नाही? याचा अर्थच असा की खरा अडसर बाबू जगजीवनराम नसून काँग्रेस ही संघटना आहे. आणि आजवर जे जगजीवनराम बोलत होते ते काँग्रेसचे अधिकृत धोरणच होते, यात काय संशय? बाबू जगजीवनराम इथून पुढे तेच धोरण चालू ठेवतील तर त्यांची गय नाही. परंतु दलितांच्या कल्याणासाठी झटणारे बाबू आता का बाहेर पडले? बौद्धांचं तर राहोच, पण दलितांचं कल्याण करण्याची क्षमता काँग्रेसमध्ये

नाही म्हणूनच ना?

१९५६ साली आम्ही बौद्ध धम्म हे जीवनमूल्य स्वीकारले आणि आमच्यात एक अपूर्व क्रांती झाली. परंतु ही क्रांती प्रतिगामी शक्तींना आवडली नाही. दलितांचे एकमेव महान नेते डॉ. बाबासाहेब आंबेडकर यांनी आम्हाला घालून दिलेल्या या जीवनमूल्याशी सर्व पातळीवर प्रतारणा केली जात आहे. हजारो वर्षे अस्पृश्य राहिलेल्या समाजाने आज बौद्ध धम्म घेतला म्हणून त्याला अस्पृश्याहून नीच लेखले जात आहे. आज त्यांना केंद्र सरकारच्या नोकरीत पायबंद घातला गेला आहे. आणि जो गावच्या वेशीबाहेर होता, त्याला केंद्र सरकारनेही त्यांच्या वेशीबाहेरच ठेवले आहे. ही बौद्धांबाबत अस्पृश्यता का पाळली जात आहे? आणि याला जबाबदार कोण? आज बौद्ध तरुणांना नामुष्कीने हिंदू-महार म्हणून आपले धर्मांतर पुन्हा करावे लागत आहे. या सक्तीच्या धर्मांतरामागे कोण आहे? तर, निधर्मी सरकार. डॉ. बाबासाहेब आंबेडकरांच्या मागोमाग लाखो अस्पृश्य स्वखुषीने बौद्ध झाले आणि आज केंद्र सरकारच्या आदेशामागोमाग सक्तीने सुशिक्षित बौद्ध तरुणाला हिंदू-महार, मांग, चांभार व्हावे लागत आहे. सवलती काय हिंदुत्वाच्या अटीवर दिल्या होत्या की आर्थिक मागासलेपणाच्या अटीवर? जाती मोडण्याचा यामागे हेतू होता की जाती कायम करण्याचा डाव यामागे होता? मग आज जाती कायम करण्याचा प्रयत्न का होत आहे? बौद्ध काय आकाशातून पडले की परदेशातून आले; त्यामुळे त्यांना ही सापत्नभावाची वागणूक दिली जात आहे?

बौद्ध झाले म्हणून ते श्रीमंत झाले का? की त्यांचा आर्थिक स्तर बदलला? मग सवलतीचे धोरण का बदलले गेले? आणि लोकशाहीला पोषक असा यात कोणता निधर्मीवाद आहे? ज्यांनी हिंदुत्वाविरुद्ध बंड केले तेच आज सरकारचे गुलाम होऊन हिंदू-महार बनवले जात आहेत. दलितांसाठी अनेककलमी कार्यक्रम आज सरकारकडून राबवला जात आहे. परंतु त्यातून एक कलम अनुल्लेखित राहिले आहे; आणि ते म्हणजे बौद्धांना हिंदू आणि अस्पृश्य बनवण्याचा कार्यक्रम.

डॉ. बाबासाहेब आंबेडकरांनी दिलेले हे नवे जीवनमूल्य आज रसातळाला जात असताना आपण उघड्या डोळ्यांनी पहात आहोत. दलितांसाठी राबवल्या जाणाऱ्या कार्यक्रमात बौद्धांना केंद्र सरकारात नोकऱ्या देऊन त्यांची आर्थिक उन्नती करण्याचा कार्यक्रम का नाही? त्यांच्या स्वाभिमानाचा गळा घोटून वरवरचे उपचार आणि कार्यक्रम त्यांना दिलासा देतील काय? कायदे बदलले, घटना बदलली, पण ती कोणासाठी? ती बदलताना कायदेशीर तरतूद करून बौद्धांना सवलती देता आल्याच नसत्या काय? का येऊ नयेत? स्वयंभू नेतृत्वानेही शेवटी घटनाबदलाचा आधार घेऊन स्वत:चे स्थान निश्चित केले. यात त्या नेतृत्वाचे स्वयंभूपण तर

टिकले नाहीच, परंतु त्याचे लेचेपेचे स्वरूपच उघड झाले. या स्वयंभू नेतृत्वाला घटनाबदलाशिवाय तरणोपाय कसा असेल? हा घटनाबदल आमच्या हिताच्या दृष्टीने झाला नाही. झाला तो प्रचलित सरकारच्या हिताच्या दृष्टीनेच. बाबासाहेबांनी घटना तयार करताना दलितांच्या सोयी पाहिल्या तर सरकारने घटनेत बदल करताना आपली सोय पाहिली असे म्हणण्याशिवाय गत्यंतर नाही.

घटना कितीही चांगली असली अन् ती राबवणारे चांगले नसले तर ती घटना निरुपयोगी ठरते, आणि घटना कितीही वाईट असली आणि ती राबवणारे चांगले असले तरी तीच घटना यशस्वी ठरते. सरकारने आपण घटना राबवणारे चांगले आहोत, हे सिद्ध केले आहे काय? दलितांवरील अन्याय-अत्याचार थांबले आहेत का? उलट विरोधी पक्षावरचा राग घटनेवर काढून घटनाच वाईट ठरविली गेली. उद्या हेच अनेककलमी कार्यक्रमांबाबत ठरण्याची शक्यता आहे. कार्यक्रमी कितीही चांगला असला आणि तो राबवणारे चांगले नसेल तर ते अनेककलमी कार्यक्रम आपण वाईट ठरविणार आहोत काय, हा महत्त्वाचा सवाल आहे.

आमचा मुख्य सवाल घटनाबदलाचा नाही. घटनेने आम्हाला सुरक्षिततेची हमी दिली आहे का? केंद्रसरकारात बौद्धांना नोकऱ्या नाहीत आणि त्यातच आणीबाणीत आमचे खून होताहेत. लग्नाच्या वरातील दलिताने डोक्यावर गॅसबत्ती धरायचे नाकारले म्हणून त्याचा एका पाटलाने गोळी झाडून मुडदा पाडला. आणीबाणीत हे का घडले? याची जबाबदारी घटना आणि आणीबाणी राबवणाऱ्या सरकारवर पडत नाही काय? दलितांचे हित कशात आहे हे दलितांना समजत नाही काय? मग दलितांसाठी कोणता कार्यक्रम चांगला असू शकतो, हे दलितांना कळत नाही असे म्हणणे योग्य ठरेल का? परंतु आमच्या संघटनेतील सामाजिक कार्यकर्ते गुंड ठरवून तुरुंगात डांबले आणि बाहेर आले ते राजबंदी म्हणून. मग ते खरे कोण आहेत? सरकारने कायदा राबवायचा की हातात घ्यायचा? आज तरी आमचे सर्व लोक बाहेर आहेत का? इतर संघटनांवरील भरलेले खटले बिनशर्त मागे घेतले, आमच्यावरचे का नाहीत? दुर्गा भागवत आणि राजा ढाले यात पंक्तिप्रपंच का? आजही ढालेंवर खटले का आहेत? आणि तेही आणीबाणीपूर्वीचे. दलितांसाठी हाच काय आपला कार्यक्रम?

यावरून काल आम्ही ब्रिटिशांच्या गुलामगिरीत होतो आणि आज काँग्रेसच्या गुलामगिरीत आहोत असे कुणा दलितांचे मत झाले तर त्याचा दोष कुणावर? पंतप्रधानांनी आमच्यावरील खटले काढून टाकण्याचा निर्णय घेतला, परंतु महाराष्ट्र शासनाने स्वतःच्या अखत्यारीत हे बिनशर्त मान्य केले नाही. 'बौद्धांना सवलती द्या' म्हणून महाराष्ट्र शासनाच्या आम्ही कानीकपाळी हजारदा ओरडलो, तेव्हा त्यांनी

आम्हाला केंद्र सरकारचा रस्ता दाखविला आणि खटल्यांच्या बाबतीत मात्र केंद्र सरकारचा निर्णय धाब्यावर बसविला. एकाच पक्षाच्या दोन स्तरांवरील भूमिका परस्परविरुद्ध का? आणि केंद्रसरकारची बळकटी म्हणतात ती हीच का?

आणीबाणीला आमचा विरोध असण्याचे कारणच नव्हते. ते काही आम्हाला गुलामगिरीची सवय पडून गेली होती म्हणून नव्हे; आणीबाणी आम्हाला नवीन नाही. आमच्या जीवनात हजारो वर्षे आणीबाणीचे थैमान सुरू आहे. सामाजिक अत्याचार आणि सामूहिक बहिष्कार आमच्यावर सतत चालूच आहेत. पण या कारणासाठी आणीबाणीला आमचा विरोध नव्हता असे नाही, तर 'स्टेट अँड मायनॉरिटीज' मध्ये ज्या कारणासाठी डॉ. बाबासाहेब आंबेडकर '१९४७ ते १९५७ या दहा वर्षांच्या काळात निवडणुका घेऊ नये' असे म्हणत होते आणि विकसनशील देशातील लोकशाही स्थिर पायावर उभी रहावी यासाठी जी शांतता हवी असते तोच विचार १९७५ साली कार्यान्वित झाला असे आम्हाला वाटत होते. आणि त्यामुळेच पंतप्रधानांबद्दल आदर वाटला होता.

पण आता तर निवडणुका आल्या. लोकशाही पुरती पक्व झाली आहे काय? मग या निवडणुका एवढ्या घाईगर्दीत कशासाठी? लोकशाहीच्या देखाव्यासाठी? आणि असा लोकशाहीचा देखावा होऊन जर आमचे मतस्वातंत्र्य, संघटनास्वातंत्र्य धोक्यात येणार असेल तर अशा आणीबाणीला आजच आपण प्राणांतिक विरोध केला पाहिजे. निवडणुकांनंतर जर देशात सार्वजनिक अशांतता वाटून पुन्हा आणीबाणी तीव्र होणार असेल तर आजच तिला तीव्रतर विरोध केला पाहिजे.

काँग्रेसचे एक प्रवक्ते म्हणतात, की आजपर्यंत निवडणुकांचा जो निकाल लागला तोच इथून पुढे लागणार आहे. आजपर्यंत जो इतिहास घडला तोच इथून पुढे घडणार आहे. आम्ही त्यांना विचारतो-आजपर्यंत स्वातंत्र्याच्या काळात जे दलितांवर अन्याय, अत्याचार झाले तेच इथून पुढे होणार आहेत काय? आजपर्यंत दलितांच्याबाबत जो इतिहास घडला त्याचीच पुनरावृत्ती होणार आहे की काय? तसे जर होणार असेल तर आजच आपण त्याविरुद्ध प्राणांतिक चळवळ केली पाहिजे आणि यासाठी सबंध देशभर काँग्रेसच्या विरोधात मतदान झाले पाहिजे.

आपली ताकद छोटी आहे आणि देशव्यापी काँग्रेस ही बलाढ्य आहे. आणि देशव्यापी काँग्रेसला धक्का पोहोचल्याशिवाय आपल्या प्रश्नांकडे ती डोळे उघडूनसुद्धा पहाणार नाही. उद्या जर काँग्रेस निवडून आली तर आपल्या प्रश्नाकडे ती डोळे उघडूनसुद्धा पहाणार नाही. उद्या जर काँग्रेस निवडून आली तर आपल्या प्रश्नाकडे ती ढुंकूनही पहाणार नाही, परंतु तिला जर ठेच लागली तर ती मागच्या अनुभवावरून शहाणी झाल्याशिवाय रहाणार नाही. हा शहाणपणा शिकविण्याचे नैतिक धैर्य फक्त

तुमच्या हातात आहे. म्हणूनच तुमच्या विरोधी शक्तीचे प्रदर्शन यावेळी झालेच पाहिजे.

याचा अर्थ असा नव्हे, की आमचा जनता पक्षाला पाठिंबा आहे. जनता पक्ष आणि काँग्रेस या दोहोंत तसा तात्त्विक फरक फार थोडा आहे. नाहीतर पंधरा वर्षांपूर्वी गोळ्या झाडणारा मुख्यमंत्री राज्यकारभार आहे. फरक एवढाच की पंधरा वर्षांपूर्वीचा काळ इतिहासजमा झाला आणि आजची धमकी हा उद्याचा इतिहास असणार आहे. तसे पाहिले तर हे दोन्ही पक्ष प्रतिगामी आहेत. बौद्धांना सवलती न देणारे सरकार सत्तेवर आहे. तसेच बौद्धांना सवलती न देणारे सरकार सत्तेवर आहे. तसेच बौद्धांना सवलती देऊ नयेत म्हणून ओरडणारे प्रतिगामी जनता पक्षाचे सरचिटणीस आहेत. यात फार फरक करता येणार नाही. एवढे म्हणता येईल, की जनता पक्ष जर सत्तारूढ झाला तर या प्रतिगाम्यांशी सरळ दोन हात करता येतील आणि त्यांची सत्ता खिळखिळी करता येईल. परंतु पुरोगामित्वाचा बुरखा घेतलेल्या प्रतिगामी काँग्रेसशी सामना करणे आणि तिला सत्तेवरून खाली खेचणे पुढे फार अवघड जाणार आहे. म्हणून आजच तिला सत्तेवरून खाली खेचले पाहिजे आणि त्यासाठी हा क्षण फार मोलाचा आहे.

जनता पक्ष हा काँग्रेसइतका जुना आणि रुजलेला नाही. त्याला उपटून टाकणे केव्हाही शक्य आहे. आणि त्याचा इतिहास पुढे घडणार आहे. परंतु गेल्या कित्येक वर्षांत घडलेला काँग्रेसचा इतिहास आपल्या डोळ्यांसमोर आहे आणि तो आपण विसरू शकत नाही. म्हणूनच असा इतिहास पुढे घडू देता उपयोगाचा नाही. जनता पक्षाबद्दल आजच काही सांगून जाणे तितकेसे बरोबर होणार नाही. त्याचबरोबर काँग्रेसबद्दलचा स्वानुभव आपणाला विसरता येणार नाही. म्हणूनच काँग्रेसला विरोध हीच एक खूणगाठ आपण मनाशी बाळगली पाहिजे. आणि विरोधातच आपले मतदान झाले पाहिजे. मग हा विरोध प्रबळ आणि देशव्यापी कसा होईल, हा विचार ज्याचा त्याने करायचा.

मित्रहो, जर बौद्धांच्या मार्गातला हा अडसर दूर झाला तर कोणता अस्पृश्य हा अस्पृश्य म्हणून राहण्यात धन्यता मानील? उलट जर हा प्रश्न सुटला तर डॉ. बाबासाहेब आंबेडकरांनी दिलेले नवे जीवनमूल्य फोफावणार आहे आणि ते फोफावू नये म्हणूनच काँग्रेस आणि प्रतिगाम्यांचे प्रयत्न सुरू आहेत. यातूनच आंबेडकरद्वेषाचा एक विखार जन्म घेतो आहे, त्याचे स्वरूप मग काहीही असो. घटनाबदलामागे तो नसेलच, असे म्हणता येत नाही. तसेच ऊठसूठ निवडणुकीच्या काळात डॉ. आंबेडकरांचे नाव घेणे आणि त्यांच्या तत्त्वज्ञानाचे नकळत तुकडे पाडणे यामागेही तो नसेल असे नाही. परंतु याचा पुरता विचार न करता ज्यांनी संघटनेची

अधिकृत भूमिका बाहेर येण्याआधीच स्वत:च एक भूमिका घेतली आणि वेगवेगळ्या पक्षांना पाठिंबा जाहीर केला, अशा लोकांशी इथून पुढे आमचा कोणताही संबंध नाही. दलित पँथरचे नाव घेऊन दलित पँथरची 'स्वयंभू' प्रतिमा डागाळण्याचा हा डाव इथून पुढे आम्ही चालू देणार नाही. दलित पँथरचे अस्तित्व हे स्वयंभू होते आणि त्या अस्तित्वाचा उद्देश दलितांची दु:खे जगाच्या वेशीवर टांगणे हेच होते. इथे पाठिंब्याचा कुठे प्रश्नच येत नाही.

दलित पँथर बरखास्त

परंतु ज्यांनी ही पाठिंब्याची भाषा सुरू केली आहे, त्यांच्याशी आमचा इत:पर कोणताही संबंध नाही आणि आमचे अस्तित्व स्वतंत्र आहे हे सिद्ध करण्यासाठी आम्ही दलित पँथर ही संघटना बरखास्त करत आहोत आणि नव्या मास मूव्हमेंटची घोषणा करत आहोत. दलित पँथरच्या नावाने जे लोक वावरत आहेत ते प्रतिगाम्यांचे साथीदार आहेत, आंबेडकरवादाचे वैरी आहेत आणि त्यांच्याबरोबर कोणीही आंबेडकरवादी नाही, तरीसुद्धा दलित पँथरच्या नावाचा दुरुपयोग हेच लोक करीत आहेत तो त्यांना इथून पुढे करता न यावा यासाठी ही उपाययोजना.

या संघटनेबद्दलचे सर्व साहित्य लौकरच छापून तयार होत आहे आणि ते आपल्यापर्यंत येणार आहे. तोपर्यंत निवडणुकीची ही भूमिका घेऊन तुम्ही उभे असालच. त्याचबरोबर 'मास मूव्हमेंट' या नावानेच इथून पुढे आपण आपले कार्यक्रम चालू ठेवाल ही अपेक्षा.

आपले विनीत

राजा ढाले, ज. वि. पवार, गंगाधर गाडे, नाना रहाटे, जयंत भालेराव, दत्ता जाधव, एस्. एम्. प्रधान, सुरेश सावंत, दयानंद मस्के, विठ्ठलराव साठे, आर. एम्. पाटील, भीमराव नाईक, विनायक बलांडे, रामदास आठवले आदी महाराष्ट्रातील व महाराष्ट्राबाहेरील प्रमुख कार्यकर्ते.

●●●

www.ingramcontent.com/pod-product-compliance
Lightning Source LLC
Chambersburg PA
CBHW031119030726
47496CB00002BA/605
* 9 7 8 8 1 7 2 9 4 6 9 4 4 *